tịch dương

Gửi đám mây xa

TỊCH DƯƠNG
Tiểu thuyết KhánhTrường
Tựa Dư Khánh Nguyễn
Bạt Nguyễn Văn Sâm
Nhận định Nguyễn Hưng Quốc & Nguyễn Thành
Bìa tác giả
Phụ bản Nguyễn Trung, Nguyên Khai, Nghiêu Đề
Trương Đình Uyên, Ái Lan, Ann Phong, Đinh Cường,
Lê Hải Triều, Nguyễn Hưng Trinh, Nguyễn Trọng Khôi
Dàn trang và hoàn chỉnh bản thảo Nguyễn Công

ISBN 979-8-3306-2775-2

KHANH TRƯỜNG

TỊCH DƯƠNG

tiểu thuyết

MỞ NGUỒN

NGUYỄN THỊ DƯ KHÁNH
Về Tịch Dương

1) Đọc Tịch Dương như một tiểu thuyết

Phần "mở" của cuốn Tịch Dương là những lời tâm sự của tác giả Khánh Trường với bạn đọc nhưng cũng có ý nghĩa như một sự định hướng cảm thụ cho người đọc, bởi đã có không ít bạn đọc xem Tịch Dương như là một hồi ký tự truyện, thậm chí có người đồng nhất tác giả với nhân vật trung tâm của tác phẩm.

Tịch Dương là một tiểu thuyết, là sản phẩm của sáng tạo, hư cấu, tưởng tượng của nhà văn. Cái thật ngoài đời và cái giống thật trong tác phẩm không bao giờ là một. Từ chất liệu có thật ngoài đời, nhà văn phải chọn lọc, tưởng tượng, hư cấu... để sáng tạo ra một thế giới giống thật của tác phẩm, mang hơi thở, nghĩ suy, khát vọng, tài năng của nhà văn với quá trình chủ quan hóa và hình tượng hóa sâu sắc.

Về cơ bản thì Tịch Dương vẫn mang lối kể chuyện truyền thống. Truyện được kể ở ngôi thứ ba. Tác giả mượn những hồi ức, liên tưởng của một ông già ngồi trên xe lăn, dưới bóng râm của tàng cây, kể cho chúng ta nghe câu chuyện về "hắn", với bao biến cố thăng trầm, chung và riêng trong một không gian và thời gian rộng lớn, trong đó có những sự kiện kinh thiên động địa làm đảo lộn tất cả. Nó tạo ra những dịch chuyển, những bước ngoặt bất ngờ ngoài dự kiến, ở đó, từng con người giống như những quân cờ trong bàn tay sắp xếp của cái mà ta thường gọi là số phận... . Ở đây, ít nhất đã có ba nhân vật liên quan với nhau, rất có thể họ có "họ hàng" với nguyên mẫu ngoài đời và người đọc dễ đồng nhất nó với tác giả đã được phân thân.

Đọc Tịch Dương như một tác phẩm tiểu thuyết, ba nhân vật trên vẫn là ba nhân vật tách biệt, đóng những vai trò khác nhau để làm nên diện mạo tác phẩm. Ba nhân vật đó là:

a/ Tác giả, người viết truyện.

b/ Ông già, người kể chuyện.

c/ "Hắn", nhân vật trung tâm của tác phẩm.

Cả ba nhân vật trên đều là những hư cấu nghệ thuật, kể cả người viết truyện (tác giả). Hư cấu sáng tạo như thế nào, chắc chỉ mình Khánh Trường biết, tuy nhiên, trong tiếp nhận của người đọc, thế giới các nhân vật hiện lên trong tiếp nhận của người đọc, thế giới các nhân vật hiện lên trong tác phẩm Tịch Dương thật là sống động, chân thật, cả trong từng chi tiết nhỏ, hệt đời sống.

Đọc Tịch Dương, người đọc hầu như không thấy bàn tay hư cấu của tác giả. Nói cho rõ hơn, ở đây, Khánh Trường đã có biệt tài giấu đi bàn tay hư cấu của mình. Hư cấu, sáng tạo mà như không hư cấu, sáng tạo gì hết... . Không cố tình làm mới, không kiểu cách, không tô vẽ, không làm dáng, chẳng lạ hóa, chẳng huyền thoại và chẳng luôn cả những thủ pháp tân kỳ, thời thượng khác. Sự chân thực và giản dị chi phối cảm hứng cũng như bút pháp của tác giả. Có thể do Khánh Trường đã có đủ trải nghiệm và đã vượt qua sự điêu luyện để trở về với cái giản dị, chân thực, vốn là tiêu chí hàng đầu trong sáng tạo nghệ thuật. Đây là dấu hiệu của một trình độ nghệ thuật cao tay, không phải nhà văn nào cũng có đủ bản lĩnh và tài năng để đạt tới.

2/ Sex.

Sex, một yếu tố được xem là nhạy cảm nhưng nó vốn là một hoạt động bình thường, tự nhiên của đời sống con người, được Khánh Trường đưa vào tác phẩm Tịch Dương với một liều lượng khá đậm đặc. Nó có thể làm không ít độc giả phải "cau mày" (từ của tác giả) nhưng như anh từng trao đổi với tôi, anh thấy không thể khác vì nhu cầu thể hiện đời sống vào tác phẩm như nó vốn có một cách trung thực nhất mà tác giả đã từng nghe, từng thấy và từng trải nghiệm... .

Nó là một hiện hữu, một chất liệu của đời sống thực. Vấn đề là nhà văn đã sử dụng chúng như thế nào và để làm gì? Chất liệu chỉ là phương tiện như tác giả đề cập. Tôi đồng cảm với quan niệm này của tác giả và tôn trọng cái "tạng" của anh.

Sex coi vậy mà cũng có năm, bảy đường sex. Nó có thể là "thói quen mất nết", "thói tật tệ hại", là sự nhăng nhít thấp kém, biểu hiện sự "vẩn đục bản năng" với những cuộc "mây mưa bất tận đầy dục tính" (từ của tác giả) nhưng nó cũng có thể là biểu hiện cao độ của tình yêu nồng nàn say đắm, của sự dâng hiến hết mình trong những mối tương quan khắng khít, chung thủy... . Tất cả những biểu hiện đó đã được Khánh Trường đặc tả tỉ mỉ, đến nơi đến chốn qua những nhân vật sáng tạo của anh. Bằng phương tiện sex, Khánh Trường đã lột tả được tính cách nhân vật và cũng qua đó, người đọc hiểu thêm được những đa diện của tính cách con người, thấy rõ hơn đâu là giá trị đích thực của sex. Nó có khả năng gợi nơi người đọc khát vọng về một tình yêu đích thực, trong đó có sự hòa quyện của thể xác và tâm hồn. Ở đó, sự hài hòa đồng điệu của tâm hồn chính là gốc rễ, là nền tảng. Sex trong Tịch Dương, do vậy, không có màu sắc khiêu dâm... . Tất nhiên, cảm thụ thế nào, còn phần lớn, lệ thuộc vào tạng của người đọc.

Xét về phương diện đặc trưng của thể loại, theo quan niệm truyền thống, thì, thơ thường không hạ cánh xuống cuộc sống đời thường với ngôn ngữ trần trụi, còn tiểu thuyết văn xuôi cho phép dung nạp mọi hình thức miêu tả, chấp nhận cả những tầm thường, suồng sã của ngôn ngữ biểu hiện.

Vấn đề là thái độ của tác giả, lý tưởng thẩm mỹ của nhà văn như thế nào.

3/ Vui thôi mà.

"Tác giả viết cuốn sách này như một hình thức vật lý trị liệu, nhằm chống trầm cảm và bệnh mất trí nhớ của người già, vì thế, nó không được đầu tư thấu đáo. Bạn đọc hãy đọc tác phẩm trong tinh thần "vui thôi mà" (trích "Mở", Khánh Trường)".

Chắc ai cũng hiểu, "vui thôi mà" chỉ là một cách nói. Tác giả không đặt ra một sứ mạng lớn lao nào cho tác phẩm của mình. Viết, chỉ vì mục đích tự thân thôi.

Thật khiêm nhường (!) nhưng cũng thật kiêu hãnh (!), vì chúng ta đều biết, ở các nghệ sỹ lớn, có mấy ai tự đặt ra cho mình cái gọi là sứ mệnh cao cả nào đâu. Thậm chí, họ còn không tự nhận mình là nhà văn nữa kia. Nhưng, lẽ đời vẫn vậy, người không hẹn mà tự đến, nơi không mong mà tự hay, người xưa từng nói thế, chắc là để chỉ những trường hợp như thế này.

Theo tôi, Tịch Dương là một bức tranh tâm trạng rất riêng tư, rất cá biệt, nhưng lại là một bức tranh có ý nghĩa xã hội rộng lớn đầy ám ảnh mà đọc nó, chắc ai cũng thấy số phận của cá nhân mình, gia đình mình, cả đất nước mình nữa, những số phận bi kịch và thương đau, trong đó. Từ bình minh đến Tịch Dương, toàn những nghịch cảnh đau buồn. Kết thúc tác phẩm là một buổi chiều tà cùng một kết cục quá bất ngờ, bi thảm, thắt cả lòng chứ sao vui nổi mà vui... .

Nhưng, như chính Khánh Trường đã dẫn lời của sử gia Will Durant trong phần mở đầu của câu chuyện, "lịch sử nhân loại như một dòng sông đầy máu và xác chết nhưng hai bên bờ, người ta vẫn cất nhà, canh tác, trai gái vẫn yêu nhau, vẫn sinh con, trẻ em vẫn hát đồng dao, người già vẫn kể truyện cổ tích..."

Cũng có thể xem Tịch Dương như là một cổ tích hiện đại, tuy kết thúc không có hậu nhưng trên cái nền bi thảm ấy, vẫn lấp lánh những tia sáng đẹp của khung cảnh thiên nhiên, của bầu trời sắc nắng, của những triền sông, những bến tàu, những phố thị với những món quà đặc trưng của xứ sở, để người tha hương có dịp ngóng về mà thương, mà nhớ... . Đặc biệt, những người phụ nữ không tên, những "nàng", những N, những Tr, những L... , được tác giả dành rất nhiều ưu ái. Dù trong bất cứ cảnh ngộ nào, họ cũng vẫn hiện lên thật đẹp đẽ - những con người luôn sống rất vị tha, dâng hiến hết mình cho người họ yêu thương... . Cái thiện lương bao giờ cũng ngự trị trong phần sâu nhất của tâm hồn họ. Đọc Tịch Dương, tôi bỗng nhớ đến câu nói khá nổi tiếng của nhà văn Nga Doxtoiepxki (1821-1881): "Cái đẹp sẽ cứu chuộc thế giới".

Nhân vật "hắn" trong Tịch Dương nhiều lần đã được cứu chuộc bởi những người đẹp không tên này. Chính họ đã đem đến tình yêu, hạnh phúc cho "hắn", là chỗ dựa tinh thần, là nguồn cảm hứng sáng tạo cho "hắn", là cái neo cho "hắn" dựa vào trong những giờ phút chênh vênh... .

Khánh Trường đã mô tả chất thiên tính nữ ấy ở họ một cách thật tự nhiên, không tô son trát phấn, không rơi vào khuynh hướng tô vẽ, lý tưởng hóa... .

Ngoài ra, nhân vật "hắn" trong suốt chiều dài tác phẩm cũng hiện lên thật đa dạng, sống động và rất cá tính: một nhà văn, họa sỹ, náu mình trong vóc dáng của một binh sỹ ngang tàng, quyết liệt trong hành vi, tư tưởng nhưng cũng thật đa cảm, yếu mềm... .

Bi kịch đời "hắn", gợi nhớ đến bi kịch của bao nhiêu văn nhân, nghệ sỹ nước Việt nói chung, trong cuộc chiến không ngang sức giữa nhu cầu sinh tồn và khát vọng luôn vươn tới cái chân thiện mỹ của nghệ thuật, của đời sống.

Lời Kết

Theo Khánh Trường, Tịch Dương là một thể nghiệm của tác giả về lối dựng truyện phi truyền thống. Truyện không được kể theo trình tự lớp lang, không chương, hồi. Kiểu dựng truyện này, thực ra, không mới. Một lối viết theo dòng ý thức tương tự thế này đã hình thành từ lâu ở các nước Âu-Mỹ... .

Ở Việt Nam, Nam Cao, Thạch Lam... , là những thành công nổi bật từ non một thế kỷ trước. Cái mới của Khánh Trường là sự sáng tạo từ một điểm nhìn trần thuật cách xa các sự cố cả nửa vòng trái đất và cả hơn nửa thế kỷ đầy biến thiên. Tầm nhìn về hiện thực, do vậy, được mở rộng trong không gian và thời gian. Bi kịch người Việt được đặt trong bi kịch của thế giới, toàn cầu, từ những liên tưởng, triết luận... của người kể chuyện, và cả trong tiếp nhận của người đọc.

Câu chuyện được kể qua hồi ức và liên tưởng, nó không chỉ gợi nhớ quá khứ mà còn là những chuyện của hiện tại và tương lai, nó ám ảnh khôn nguôi về thân phận con người, về số phận của dân tộc và cả nhân loại: sao nhân loại lại phải chịu nhiều đa đoan đến thế... .

Sau hết, cũng là ấn tượng đầu tiên, Tịch Dương là một tiểu thuyết hấp dẫn, lôi cuốn bởi lối văn giản dị mà thông tuệ, giàu bản lĩnh, đậm cá tính, một kiểu văn riêng biệt, khó trộn lẫn với bất kỳ ai... .

Sài Gòn, ngày 14/01/2020
DU KHÁNH NGUYỄN
(Cựu giảng viên khoa Văn – Đại học Sài Gòn)

Mở

Tác giả viết cuốn sách này như một hình thức vật lý trị liệu, nhằm chống trầm cảm và bệnh mất trí nhớ của người già. Vì thế nó không được đầu tư thấu đáo. Độc giả hãy đọc TỊCH DƯƠNG trong tinh thần "vui thôi mà".

Nhiều sự kiện trong sách là những trải nghiệm của tác giả, hoặc nghe kể lại, hoặc thoát thai từ tưởng tượng. Tuy nhiên dù thế nào, tác giả luôn trung thành với qui tắc: không thiên kiến, không tô son trét phấn. Tác giả muốn nhìn sự việc như nó "đã là, đang là", bình tĩnh và loại trừ cảm tính.

Tuy cuốn sách hình thành từ một phần sự thật song chủ yếu vẫn là sản phẩm của tưởng tượng.

Mọi kinh qua của bản thân cũng như mọi cảm nhận do cuộc đời mang lại, chả khác gì vôi vữa trong các công trình xây cất, nó kết dính những viên gạch, dựng lên những vách tường, làm thành ngôi nhà, khiêm nhường hay hoành tráng. Sự kiện có thể thật, có thể hư cấu, không quan trọng, điều quan trọng theo tác giả là từ chất liệu đó, ta sử dụng chúng như thế nào? Để làm gì?

Sự kiện chỉ là phương tiện.

Mặt khác, qua cuốn sách, tác giả muốn thể nghiệm một hình thức dựng truyện phi truyền thống, không chương hồi, không diễn biến theo trình tự lớp lang. Chỉ chia ra làm nhiều phân đoạn. Bạn đọc hãy hình dung tác phẩm như một giá gỗ dài đóng nhiều cây đinh, mỗi cây đinh được móc một tấm thẻ, người đọc hãy chọn và đọc bất cứ tấm thẻ nào, tùy thích. Mỗi tấm thẻ sẽ là một phân đoạn, có thể xem như một truyện ngắn độc lập. Song khi ghép những "mảnh" này lại, nó sẽ mang vóc dáng một truyện dài.

TỊCH DƯƠNG ra đời do ý tưởng:

1) Tác giả nghĩ đến những bức tranh ghép từng xem, từng vẽ. Mỗi tấm ghép là một sáng tạo hoàn chỉnh từ màu sắc, phong cách, đường nét đến chủ đề. Người ta có thể treo các mảnh ghép này như những họa phẩm riêng lẻ. Nhưng khi gộp chung, theo trật tự đã định hướng, ta sẽ có được bức tranh lớn, với đủ mọi yếu tố làm thành một tổng thể thuần nhất.

2) Nhiều phân đoạn trong cuốn sách sẽ khiến một số độc giả chau mày vì sự trần trụi, thô tục của sự kiện và ngôn ngữ. Chẳng thể khác hơn. Tác giả muốn trung thực càng nhiều càng tốt với mọi sự cố. Giả dụ nếu mô tả cảnh trạng sinh hoạt trong động điếm, tác giả không thể dùng hình ảnh và loại ngôn ngữ nào khác hơn thứ hình ảnh, ngôn ngữ đã từng thấy, từng nghe, từng trải nghiệm.

3) Mỗi phân đoạn sẽ bắt đầu bằng hình ảnh một ông già ngồi trên xe lăn, dưới bóng râm tàng cây. Truyện sẽ trải dài qua hồi tưởng của ông già, từ bình minh đến tịch dương. Như đời người, từ thanh xuân đến già nua, với chất chồng biến cố, đan xen, chợt đến, do liên tưởng bắt nguồn từ một yếu tố nào đó, không tuân theo qui trình thời gian. Phần này tác giả dùng chữ italic.

Nhắc lại, độc giả hãy đón nhận tác phẩm trong tinh thần "vui thôi mà".

Khánh Trường

1

Khoảng sân rộng, bao bọc một hàng rào thấp, bằng gỗ, sơn trắng. Khoảng sân nằm cuối ngọn đồi nhỏ, nhìn xuống phía dưới, nơi có freeway rộng, sáu làn xe, ngược, xuôi, như một dòng sông, xám đục, chảy mút tầm nhìn. Song song freeway, bên trái, là đường sắt. Một con tàu dài đang phun khói chạy về hướng Bắc. Xa hơn nữa, làm nền cho toàn cảnh là những ngọn núi chập chùng mờ, tỏ bao quanh. Bầu trời xám, không một gợn mây. Khác hẳn bầu trời trong trí nhớ ông, những ngày trai trẻ. Cũng trên ngọn đồi thấp, phía dưới là chân sóng lô xô tung bọt trắng xóa vào ghềnh đá trải dài bất tận. Trên cao, trời trong xanh, những dải mây trắng cuồn cuộn, như bông, chậm rãi thay đổi hình dạng. Đó là ngày cuối cùng ông còn nhìn thấy bầu trời quê nhà, trước khi ném mình vào cuộc đời. Một cuộc đời, cho đến hôm nay, trên chiếc xe lăn, ông già vẫn thường tự hỏi, phải chăng, kẻ đó, gã thiếu niên xưa kia, là ông, của hơn bảy mươi năm trước? Con Luna từ góc nhà chạy ra, men theo hàng rào, nó hướng tầm nhìn xuống freeway, rồi kiễng chân tè vào một cọc gỗ, trước khi lại khuất vào góc nhà. Ông già lăn chậm chiếc xe lăn tới dưới gốc cây, tàng lá rậm và rộng, phủ bóng mát suốt ngày một góc sân. Cây tên gì nhỉ? Con gái ông đã nói một lần nhưng ông quên. Tuổi già vậy đấy, có những sự việc đã xảy ra tít tắp mù xa, vẫn mồn một mỗi lần hồi tưởng, nhưng một câu nói mới ngày hôm qua, hôm nay cố nhớ vẫn không nhớ nổi. Ông già nghe tiếng chim ríu rít trong tàng lá rậm. Ông nhìn lên tìm, nhưng không thấy gì, tàng lá rậm quá.

Nắng đã dâng cao, tàng cây nghiêng bóng phủ lên nửa góc nhà. Dọc hàng rào những đóa cúc vàng ửng sáng trong nắng, rung nhẹ. Gió cuối thu se lạnh, ông già kéo chiếc chăn mỏng phủ kín hai vai. Một chiếc lá vàng rụng, chao nghiêng nhẹ đáp trên hai đùi ông già bất động trong lòng xe lăn. Ông cầm chiếc lá lên, nhìn. Một chiếc lá vàng...

Khu vườn rộng rợp bóng mát, cuối thu, lá vàng rụng phủ đầy mặt đất, lá bị gió xô dạt vào bờ cỏ. Lối đi quanh co giữa những thân nhãn lồng, chôm chôm, vải, mít... già cỗi. Lối đi dẫn xuống bến. Nơi có cây cầu được ghép bằng những thân dừa từ bờ chồm ra sông. Nơi có nhánh sung sà gần chạm mặt nước, trẻ con thường leo lên, nhảy xuống, nô đùa ầm ĩ, Nơi, mỗi chiều, hắn thường ra để được nhìn thấy, gặp, cô gái có mái tóc dài, óng mượt, màu da mịn, trắng và đôi mắt đen láy ướt tình. Cô gái nhan sắc trung bình, có duyên, má lúm đồng tiền, vóc dáng thon thả. Lần đầu thấy cô gái hắn đã ngạc nhiên. Vùng quê nghèo nhiều tai ương bom đạn này, hầu hết đều lam lũ, già trước tuổi, vậy mà cô gái, như một viên sỏi quí, tinh khiết và rực sáng giữa bãi đá cuội. Từ ngày giải ngũ, hắn quyết định giang hồ một thời gian trước khi khép mình vào những hệ lụy áo cơm, và thực hiện ước mơ đã nuôi dưỡng, ôm ấp từ thiếu thời, vẽ. Hắn nhất quyết phải trở thành họa sĩ. Quân ngũ đã lấy mất của hắn một phần tuổi trẻ và tự do, hắn phải tìm cách lấy lại, giang hồ là cách tốt nhất để hắn tích lũy thêm vốn sống, sẽ vô cùng cần thiết cho sáng tạo. Khi ngang qua vùng này, hắn chỉ định ghé chơi vài hôm, nhiều lắm chỉ một hai tuần, rồi sẽ đi. Ở đây không có gì quyến rũ để giữ chân hắn. Vả, chiến sự mỗi ngày thêm quyết liệt, vùng này xôi đậu, ban ngày lính quốc gia làm chủ, ban đêm du kích về hoạt động. Dân một cổ hai tròng, áo cơm và bất trắc luôn đè nặng lên số phận những mảnh đời cơ khổ. Hắn nào muốn chôn vùi tuổi trẻ ở đây. Vậy mà từ lúc nhìn thấy cô gái hắn bỗng linh cảm vùng đất cằn khô đầy tai ương này sẽ gắn bó với hắn, bao lâu chưa biết, nhưng chắc chắn sẽ một thời gian dài.

Quán nhỏ dựa lưng vách núi thấp, cạnh lũy tre rậm. Trong quán, góc trái, hai ông già đang chia nhau một xị đế. Trên bàn, con khô mực, chỉ còn một nửa, nằm cong queo trong chiếc đĩa sành. Ông già ở trần nói,

"Hai bữa ni tui rêm mình, coi bộ muốn đau."

Ông già ốm hơn, mặt choắt, lưỡng quyền cao, da đen sạm, nâng ly xây chừng ngửa cổ tu nhanh ngụm rượu còn lại, rồi tự rót ly mới, nhón một miếng khô mực, vừa nhai vừa hỏi,

"Thuốc men chi chưa?"

"Vài bữa lại khỏe, thuốc thang chi."

"Mình già rồi, đâu như bọn trẻ, nay ốm mai đau. Phải coi chừng. Ngã xuống là khổ."

Ông già ở trần cũng nâng ly uống cạn, rồi cũng tự rót ly mới.

Hắn vào quán, cô gái ngồi sau chiếc bàn thấp, phía trước sắp hàng vài bình thủy tinh đựng bánh in, kẹo ú, đậu phọng rang. Một thanh tre gác ngang phía trên treo lủng lẳng vài con mực, cá khô, bánh tráng trong bao nilông loại tái chế đục bẩn. Cô gái nhoẻn cười khi nhìn thấy hắn,

"Bữa ni cũng uống bia chớ"

"Vẫn..."

Cô gái đứng dậy đi về phía góc quán. Cô mở nắp thùng gỗ. Phía trong thùng vài chai 33 vùi dưới trấu, ướt sũng nước đá. Cô gái vừa lau chai bia vừa hỏi hắn,

"Anh cần thêm đá hay lạnh như ri đủ rồi?

"Đủ rồi."

Cô gái mang chai bia và chiếc ly không đến bàn hắn, rót vào ly,

"Anh ra trễ, đã tắt nắng."

"À..."

Hắn nâng ly uống một hơi dài.

Bàn ngoài ông già ở trần nhìn ra bến sông. Buổi chiều xuống sâu, mặt trời như chiếc nong, đỏ ối, màu đỏ nhuộm cả mặt nước. Dãy nhà bên kia, thấp thoáng sau những khóm cây, cũng hực lên màu vàng cam,

"Dô hết, mình về."

Cả hai nâng ly.

Một con chó mực từ sau lũy tre chạy ra, dừng trước quán ngó xuống bến sông, rồi mon men lại gần hai ông già, nghếch mõm nhìn.

"Tính tiền, cháu." Ông già ở trần nói,

Cô gái rời chỗ ngồi,

"Dạ..."

Hai ông già ra khỏi quán khuất sau lũy tre. Hắn hỏi cô gái,

"Sắp đóng cửa chưa?"

"Anh cứ uống, trễ một chút cũng được."

Hắn uống cạn ly bia, nói,

"Mình về đi."

"Dạ."

Hắn phụ cô gái dọn dẹp đám ly tách, sụp cửa, trước khi cùng cô gái rời quán đi vào lối mòn giữa khu vườn. Đến gốc mít hắn cầm tay cô gái, mỉm cười,

"Nơi này..."

Cô gái má ửng hồng. Nơi này nửa tháng trước, hôm đầu tiên nhận cái hôn của hắn, đồng nghĩa với việc chấp nhận hắn bước vào đời mình. Cô gái linh cảm rồi ra sẽ chả đi đến đâu, bởi cô biết hắn như một cánh chim, sẽ bay đi, có thể không bao giờ nữa trở lại mảnh đất xơ xác này. Lý trí cho cô thấy điều đó, nhưng trái tim thì xui cô nhắm mắt. Hắn có cái hấp lực của một thỏi nam châm. Nụ cười vỡ bung hào sảng, ánh mắt lấp lánh thông minh, dáng cao to mạnh mẽ đầy nam tính, cô gái không thể không bị hắn cuốn hút. Cô gái nguýt hắn,

"Bữa nớ anh làm em bất ngờ, không kịp…"

"Không kịp gì?".

Hắn cười, kéo cô gái, ôm siết. Nâng khuôn mặt trái xoan trắng hồng có đôi mắt ướt tình, vòng môi mịn, những hạt răng trắng đều,

"Em dễ thương quá."

Và hắn cúi xuống hôn, cô gái nhắm mắt, nụ hôn làm cô gái sần sượng, tê cứng.

Khi hai người về đến đầu ngõ nhà cô gái thì buổi chiều đã xuống sâu, bóng tối nhá nhem. Cô gái nói,

"Anh về đi, em vô."

"Mai nhé, mai bọn mình lên Gò Nổi hái chà là. Anh nghe nói mùa này chà là bắt đầu chín"

"Dạ, mai."

"Anh về."

Cô gái bước qua khỏi cổng rào tre. Hắn quay lui, trở lại lối mòn cả hai vừa đi qua.

*

Hoàng hôn đang xuống, rừng dần sẫm màu.

Hắn ngồi dậy, kéo khuôn mặt cô gái lại gần, hôn một lần

nữa lên đôi môi mịn, hắn mỉm cười, nhìn sâu vào mắt cô gái,

"Yêu anh không?"

"Hỏi lãng xẹt, không yêu mà ri?"

"Mà ri là răng?"

Hắn nhại thổ âm miền Trung của cô gái, trêu.

"Chửi cha không bằng pha tiếng." Cô gái có vẻ giận.

"Anh đùa, xin lỗi."

Khu rừng trải dài từ chân ngọn đồi nằm cuối ngôi làng đến tận con lộ nhỏ dẫn về thị trấn. Nghe nói nếu băng qua khu rừng sẽ đến dòng sông rộng với rất nhiều ghềnh thác. Cũng nghe nói mùa mưa nước sông dâng cao, bọn khai thác gỗ lậu lợi dụng thời điểm này, cột nhiều thân gỗ lớn thả trôi xuống hạ lưu, cập một bãi nào đó rồi phân phối đi khắp nơi. Thời chiến, những tư lệnh vùng thường bao che cho bọn lâm tặc thao túng. Một công đôi việc, được những khoản tiền lớn bọn lâm tặc "cống hỉ", rừng bị khai thác, thu hẹp, địch quân mất dần nơi trú ẩn! Thực ra cách bào chữa ấy cốt bao che tội lỗi. Hắn từng là tên lính tác chiến, còn lạ gì rừng với núi. Rừng mênh mông, những căn cứ thường nằm sâu bên trong, trực thăng quần đảo hàng ngày vẫn khó tìm ra, huống là.

Hắn từng cùng cô gái đến đây nhiều lần suốt ba tháng qua, kể từ bữa hắn hôn cô gái trong khu vườn dẫn đến quán hàng xén ven sông. Từ những ngày đầu còn e ấp, ý tứ, bây giờ sợi dây tình ái đã quấn siết, cột chặt hai người. Họ còn đi xa hơn, cô gái đã trao thân cho hắn, chả phải chỉ một lần. Hắn không biết còn ở nơi này bao lâu nữa, và cuộc tình với cô gái sẽ đến đâu? Hắn có yêu cô gái không? Dĩ nhiên có, nhưng tình yêu chỉ nhẹ nhàng, không đủ mạnh để giữ chân hắn định cư vĩnh viễn chốn này, vùng đất khô cằn đầy rẫy tai ương.

Hắn nhìn cảnh vật bắt đầu nhá nhem,

"Tối đến nơi, mình về thôi em."

Cô gái đứng dậy,

"Bậy quá, lẽ ra mình về sớm hơn."

Cả hai vội ven theo lối mòn xuống đồi.

Ráng chiều mới dăm ba phút trước còn nhuộm đỏ chân trời, giờ đã chập choạng. Hắn cầm tay cô gái,

"Không khéo về chưa tới nhà đã tối mịt."

Làng khuất sau lũy tre đã hiện ra trong tầm nhìn, một vài nhà vừa lên đèn. Những đốm sáng yếu ớt, lẻ loi.

Chợt từ phía xa, hướng quận, tiếng động cơ trực thăng nổi lên, ban đầu nhỏ, nhưng đã nhanh chóng vang động không trung, một tia sáng từ con quái vật không rõ hình thù quét xuống mặt đất. Hắn kéo cô gái sải gấp, như chạy,

"Nhanh lên em."

Cô gái ngước nhìn tia sáng, giọng hốt hoảng,

"Chết rồi..."

Đáp trả lời cô gái, một tràng tiếng nổ kèm theo những đường sáng từ phía chiếc trực thăng vải xuống chỗ hai người. Hắn đẩy cô gái ngã nhào, hối hả,

"Bò nhanh tới tảng đá kia."

Những đường sáng cắm xuống như vãi đậu. Tảng đá nằm

khuất giữa bụi rậm. Tuy cũng trống trải nhưng dù sao vẫn khá hơn lối mòn, tựa vệt xám sẫm vắt ngang ngọn đồi, giữa màu xanh đã ngả đen của cây cỏ. Hai bóng người. Mục tiêu hẳn tốt cho xạ thủ từ trên nhìn xuống.Vùng xôi đậu. Chạng vạng đã không ai dám ra khỏi nhà, trực thăng có thể xuất hiện bất cứ lúc nào, và sẽ bắn vào những sinh vật di động phía dưới đất nếu phát hiện. Chỉ có du kích mới đi lại vào ban đêm. Hắn và cô gái rất hiểu điều đó. Xế chiều, hắn rủ cô gái lên đồi, vào rừng, nhưng mải đắm say cả hai quên mất thời gian.

Chiếc trực thăng vẫn quần đảo trên cao, liên tục vãi xuống mặt đất những đường lửa kèm chuỗi tiếng nổ lạch tạch, hối hả.

Bỗng cô gái vật qua bên,

“Anh ơi!”

Hắn giật mình quay nghiêng. Cô gái trúng đạn. Tối mờ nhưng hắn cũng thấy máu loang nhanh, thấm ướt ống quần của cô gái. Hắn hốt hoảng,

“Em…”

Hắn trườn qua, bất chấp hiểm nguy, vùng dậy bế cô gái chạy thục mạng xuống đồi, về hướng làng. Ánh sáng chiếu xuống từ chiếc trực thăng quét theo bước chân hắn, nhưng tiếng đạn đã ngưng, có lẽ xạ thủ hiểu mình vừa bắn lầm. Chiếc trực thăng quần đảo thêm vài vòng nữa trước khi bay thẳng, mất hút.

Đêm xuống nhanh.

Đưa được cô gái về đến nhà, cho đến bây giờ hắn vẫn còn ngạc nhiên, dù sức trai, và những năm tháng được tôi luyện trong môi trường quân ngũ, hắn nghĩ vẫn không thể bế cô gái chạy như lực sĩ điền kinh gần ba cây số trong đêm tối, với địa hình quanh co, lồi lõm. Khả năng của con người lắm lúc thật diệu kỳ. Hắn từng nghe kể một du kích khi bị lính quốc gia càn, đã chui tọt nằm giữa bụi tre gai. Lúc lính rút đi, anh du kích không thể bò ra được vì tre gai chằng chịt tứ bề. Đồng đội phải phát quang mở lối.Chính hắn những ngày còn làm lính cũng đã hơn một lần thoát chết nhờ phản xạ ngoạn mục mà nếu trong điều kiện bình thường sẽ dứt khoát không thể. Chả hạn đã có lần hắn nhảy qua con lạch rộng ngót bốn mét, để khỏi bị húc, khi một chiếc GMC lao thẳng vào người, vì tài xế lạc tay lái.

Làng cách quận khoảng nửa ngày đi bộ, và phải qua sông, nhưng ban đêm không thể ra đường, vết thương chỉ được băng bó tạm bằng chiếc may-ô cũ của cha cô gái, đợi sáng sẽ cáng xuống quận.

Suốt đêm hắn ngồi cạnh giường cô gái, nhìn khuôn mặt tái xám, nhìn những đường cày sâu làm nét thanh tú trên dung nhan của cô gái biến dạng. Lòng hắn xót xa.

"Bác nấu cho cháu ấm nước sôi." Hắn nói với mẹ cô gái.

"Con D. có răng không cháu?"

Bà mẹ hỏi, giọng như muốn khóc. Bà không cao tuổi lắm nhưng kham khổ làm bà cằn đi như một bà lão ngoài thất tuần.

"Cháu nghĩ không sao. Ngặt nỗi không đưa em xuống bệnh xá ngay được".

Mẹ cô gái nhìn ra ngoài, đêm đen mực xạ, vài con đom đóm sà thấp trên luống cải trước sân,

"Thời buổi chi khổ ri trời!"

Cha cô gái đã chết ba năm trước. Ông theo "cách mạng", một buổi tối có toán du kích về làng tìm lương thực, ghé nhà báo tin cha cô đã bỏ mình trong một trận rải thảm của B52. Họ trao cho mẹ cô gái tấm áo sơ mi ngắn tay vấy máu, khô, thâm đen. Tấm áo ngày cha lên đường mẹ đã trang bị cùng với ít gạo và lon thịt kho mắm ruốc mặn chát, loại thức ăn có thể để dài ngày không sợ hư thối. Ở làng này đàn ông khỏe mạnh chỉ có hai con đường để chọn lựa, hoặc xuống quận đầu quân làm lính "quốc gia", hoặc vào núi theo "du kích". Từ ngày cha chết cô gái bỏ học về mở quán ven sông buôn bán nuôi thân và phụ mẹ. Trước, cô gái trọ học ở nhà bà dì dưới quận, gần trường trung học cấp một. Ngôi trường đào tạo kiến thức cho bọn trẻ của cả một vùng rộng lớn, muốn học thêm phải ra tỉnh, nhưng rất tốn kém, vì thế phần đông bọn trẻ chỉ học hết cấp một.

Bà mẹ loay hoay dưới bếp một lúc, trở lên mang theo ấm nước sôi và chiếc thau nhựa.

Hắn rót nước vào thau, nhúng khăn lông, vắt khô, đắp lên trán cô gái. Nguội, lặp lại qui trình. Cô gái sốt cao. Nhiều lúc run lập cập, nhiều lúc khác vả mồ hôi như tắm, và thường rên rỉ hoặc la hét hoảng loạn.

Thương tích không nguy hại đến sinh mạng, khổ nỗi, một đêm không thuốc men, khi đến được bệnh xá gần trưa hôm sau, vết thương ở đầu gối nhiễm trùng, bệnh xá lại thiếu trụ sinh, vết thương nhẹ trở thành nặng.

Gần một tháng hắn và bà mẹ thay phiên nuôi bệnh. Cô gái xuất viện với một chân không co được, trở thành thọt.

Quan hệ giữa hắn và cô gái vẫn thắm thiết, nhưng hắn đọc thấy trong mắt cô gái cũng như qua lời đối thoại những lúc cùng đắm say có một vẻ gì cam chịu, vô vọng. Phần hắn luôn hoang mang, tình yêu chưa đủ lớn để hắn chấp nhận định cư nơi này hay đưa cô gái theo. Không phải vì cái chân thọt, mà vì, hắn chưa muốn bị trói buộc. Trời đất mênh mông rộng mở, xứ xa, cảnh lạ. Hắn luôn khao khát lên đường. Tuổi trẻ và những khát vọng. Dừng lại đồng nghĩa với chấm hết. Hắn như cánh chim chưa mỏi dặm bay.

Bốn tháng sau cô gái nhận lời lấy một trung sĩ Biệt động quân. Anh ta là người làng này, trước khi đăng lính anh ta đã yêu cô gái nhưng tình yêu chỉ đơn phương. Lần về phép vừa rồi, nhìn cô gái đi đứng không còn bình thường, anh ta nghĩ, thời cơ đã đến. Cái chân thọt của cô gái lại trở thành cơ may của anh ta.

Trước khi theo chồng về TH., một địa danh cách làng 500 cây số, hắn đưa cô gái đến ven rừng sau đồi. Nơi cô gái đã trao thân cho hắn lần đầu tám tháng trước. Trên thảm cỏ dưới bóng cây, hắn ân ái với cô gái. Nhìn hai bầu vú săn, khoang bụng phẳng, hắn tiếc sẽ không bao giờ nữa sở hữu tấm thân này. Vẫn sâu trong cô gái, hắn cúi xuống hôn núm vú nhỏ, đỏ hồng. Cô gái vòng hai tay ôm siết, ưỡn người đón nhận, hoàn toàn buông thả. Thịt da và cảm giác. Cô biết đây là lần cuối, cô muốn lưu giữ kỷ niệm này cho những năm tháng tương lai bên người chồng cô không yêu.

"Em nói không yêu Ph. sao lấy?" Hắn hỏi.

"Em biết sẽ không thể với anh dài lâu. Em phải quyết định trước khi quá trễ...."

"Trước khi quá trễ là sao?"

Cô gái không trả lời, vít đầu hắn xuống, hôn cuống quít khắp mặt hắn. Núm vú cứng cạ vào ngực hắn, nhột êm.

Gió lao xao. Một con bướm đập nhẹ đôi cánh vàng cam trên đóa hoa dại trắng nõn chồm ra từ bờ dòng khe cách chỗ cặp tình nhân không xa. Buổi trưa miền quê yên bình. Nếu không chiến tranh, nơi này lý tưởng cho nghỉ dưỡng, hắn nghĩ. Trên cao, bầu trời trong xanh lác đác vài vảy mây vụn.

Cô gái lên đường theo chồng nửa tháng sau ngày cưới. Hắn lưu lại làng ba hôm nữa, cũng đi.

Ngồi trước mũi thuyền nhìn lên ngôi quán nhỏ ven bờ, không còn bóng dáng cô gái, không còn những chiếc bình thủy tinh đựng kẹo ú, bánh in, đậu phọng rang, không còn thanh tre gác ngang treo lủng lẳng những con khô, mực, bánh tráng trong bọc ni lông tái chế đục xỉn. Ngôi quán đã sập cửa, im lìm.

2

Ông già cầm chiếc lá vàng, lật ngang lật dọc, nhìn. Lá tên gì nhỉ? Ông cố nhớ lời con gái nhưng chịu, không nhớ nổi. Ông tặc lưỡi, tuổi già tệ quá!

Con Luna lại xuất hiện, đứng ở góc hè nhìn ông.

"Luna, come here." Ông già gọi.

Con chó chạy nhanh tới. Ông già vỗ vỗ bắp đùi. Luna chồm lên, gác mỏ, ngước mắt nhìn ông, đuôi ve vẩy tỏ vẻ mừng rỡ. Ông già đưa tay vuốt chậm đầu con vật. Động thái âu yếm và quen thuộc này ông đã làm hàng nghìn lần suốt ba năm nay, từ ngày Luna có mặt trong ngôi nhà này.

Ba năm trước thấy ông ngồi bất động hàng giờ cạnh góc cây, con gái động lòng trắc ẩn,

"Ba muốn thăm ai con chở đi?"

"Bạn thân hầu hết đã chết hoặc ở xa. Ở đây chả có ai đủ thân để thăm viếng. Thôi con ạ."

"Nhìn ba buồn, con xót ruột."

Ông già mỉm cười, trấn an con gái,

"Ba có buồn đâu, chỉ là ba không thích ra ngoài."

Con gái gợi ý,

"Ba thích chó không?

"Hay đấy."

Cô mua Luna cho ông. Con chó thuộc giống Pháp, Léonberger. Giống chó này có một đặc điểm: lông ở đầu nó xù ra như đầu sư tử. Khác hẳn với giống loại được đặt tên, sư tử, Luna rất hiền, chỉ phải tội kén ăn, loại thức ăn duy nhất của nó là thịt đóng hộp mua ở các tiệm thực phẩm dành riêng cho gia cầm, ngoài ra nó không chịu ăn bất cứ thứ gì. Nước uống cũng vậy, nó chỉ uống nước đóng chai, nước phông-tên nó chỉ ngửi, bỏ đi. Có lẽ Luna được nuôi từ nhỏ trong điều kiện dinh dưỡng như thế. Ông già thường chép miệng, nghĩ, xứ sở này giàu có quá, thức ăn cho chó xem chừng còn ngon và bổ dưỡng gấp nhiều lần hơn thực phẩm của người ở các nước nghèo. Mỗi lần nhìn con gái mở hộp thức ăn đổ vào máng nhựa, ông nhớ cái bánh ú, hai củ khoai lang và những vốc nước hồ Xuân Hương ngày đầu ở thành phố lạnh miền cao.

Cô con gái đi làm từ sáng sớm sau khi đã nấu sẵn thức ăn để trong tủ lạnh, đói, ông mang ra làm nóng bằng microwave. Từ ngày có Luna, nhìn nó quẩn quanh, những bữa ăn bớt tẻ nhạt.

Có tiếng chuông gọi cổng, ông già lăn chiếc xe lăn đến rút tờ Register News Daily thằng bé đưa báo vừa gài trên cửa sắt. Ông mở tờ báo xem nhanh các tít lớn ở trang đầu, rồi vừa "bơi" chiếc xe bằng hai chân về vị trí cũ, dưới tàng cây, vừa lật trang trong. Một tít lớn chiếm hai cột làm ông chú ý: Cảnh sát quận O.C. vừa phá một ổ mại dâm người Á châu. Bản tin cho biết trong số 6 cô gái bán dâm bị bắt có 2 người Việt Nam. Ông thở dài, tự nhủ, xứ Mỹ này thiếu gì cơ hội để làm một người đường hoàng, sao làm chi cái nghề tệ hại này?

Hắn mở chậm, thật chậm cánh cửa gỗ, cố đừng gây tiếng động nhỏ nào. Cánh cửa đã từ lâu long mộng, bản lề rỉ sét, nếu không cẩn trọng tiếng kẹt cửa sẽ đánh thức mọi người. Vắng lặng. Năm giờ sáng phố còn yên ngủ. Những năm 60 thế kỷ trước, thị trấn còn là một tỉnh nhỏ, nhà cửa nửa tỉnh nửa quê, xen kẻ giữa những ngôi nhà bê tông cốt sắt bề thế, không thiếu những căn mái tôn vách ván, nhiều căn còn nằm giữa khu vườn rộng rợp bóng mát. Từ ngày quân đội Mỹ vào Việt Nam, như nhiều thành phố khác, thị trấn cũng nhanh chóng đổi dạng thay hình, điều khó tránh khỏi. Tuy nhiên địa danh này, cho đến lúc hắn bỏ đi, vẫn còn tương đối êm ả. Nhà hắn ở cuối thị trấn, đi thêm chừng nửa cây số đã ra hẳn ngoại ô, dân cư thưa thớt dẫn vào khu nghĩa địa tồi tàn, mồ mả lổn nhổn vô trật tự, cây, cỏ dại mọc tràn lan, những bụi xương rồng rậm rịt, và là nơi phóng uế của cư dân quanh vùng. Những trưa hè oi ả, mùi hôi thối từ khu nghĩa địa bốc lên không trung, gió nóng đưa "hương vị" không thơm tho này lan tỏa khắp vùng.

Ra đến lộ, chỗ ngã ba cách nhà chừng một trăm năm mươi thước, hắn rẽ trái, đi như chạy về hướng nhà ga. Cái bóng gầy nhom đổ dài, thu ngắn dần rồi lại đổ dài, thâu ngắn,dưới ánh sáng vàng vọt của những trụ đèn đường. Khác với không khí chung của thị trấn vào giờ này, nhà ga đã xô bồ tấp nập. Giới buôn hàng chuyến đang hối hả chuyển những gói, kiện hàng đủ kích cở lên các toa tàu. Tiếng gọi nhau, đối thoại, gấu ó, chửi rủa thô bạo léo nhéo, ầm ĩ. Góc trái nhà ga, trước phòng vé, người ta tiễn đưa, từ giã xôn xao, hẹn ngày gặp lại, tiếng cười, những cái bắt tay, những vòng ôm, những môi hôn, chen lẫn những giọt nước mắt, tiếng sụt sùi. Hắn đứng lớ ngớ bên cạnh đầu toa tàu đen ngòm đang phì phò thở khói. Hắn nhìn bảng giá biểu treo trước cửa phòng vé, nhẩm tính, trong túi chỉ mấy mươi đồng, không đủ mua một tấm vé đến ga gần nhất.

Nhưng không thể trở về. Phải đi thôi. Hắn quyết liệt nghĩ. Dáo dác nhìn trước trông sau, hắn leo vội lên một toa tàu. Toa đã đông hành khách. Đèn trần sáng lóa. Hắn lủi nhanh về phía phòng vệ sinh, mở cửa lỉnh vào trong. Mùi khai nồng nặc, hắn muốn chui ra nhưng không dám. Hắn nhân viên soát vé đang làm nhiệm vụ trước khi tàu rời sân ga, hắn đoán thế. Khoảng 10 phút sau một hồi còi dài, tiếng động cơ xình xịch, tàu từ từ chuyển bánh, dần tăng tốc. Hắn mở cửa ra ngoài, dáo dác nhìn, một ghế còn trống, hắn lần đến, ngồi đại xuống và nhìn ra bên ngoài cửa sổ. Thị trấn vun vút trôi nhanh về phía sau, nhà cửa thưa dần, tàu chạy vào khoảng đồng không mông quạnh. Bình minh sắp lên. Một ngày mới sẽ đến. Hắn lo sợ. Mình đang đi đâu? Hắn không biết. Tương lai mù mịt quá. Hắn thoáng hối hận, ở nhà dù đói nghèo vẫn ngày hai bữa cơm rau, đêm vẫn ngủ yên trên chiếc giường quen thuộc. Bây giờ đã khác, phải tự tìm cái ăn, chỗ ngủ, phải chiến đấu để tự tồn. Nhưng sự hối hận chỉ lướt qua. Hắn đã quyết phải ra đi, không phải chỉ sáng nay, mà là nhiều ngày trước, thậm chí cả tháng trước. Đến đâu thì đến. Hắn liều lĩnh tự nhủ.

Một ngày một đêm trên con tàu tốc hành, nhiều lần lỉnh qua các toa khác, hai lần leo lên nóc toa, trốn chui trốn nhủi nhân viên soát vé lúc nào mặt cũng lạnh như thép. Khi đói, ăn qua quít một cái bánh ú, vài củ khoai lang, một khoanh bánh tráng mua dè sẻn vài đồng ở các trạm ga, và vào phòng vệ sinh uống nước phông-tên.

Hắn bước xuống sân ga vùng cao, trạm cuối của chuyến tàu.

Ôm bọc ni lông chứa hai bộ quần áo, hai may-ô, hai quần lót và gói xôi, hai củ khoai lang, hắn lớ ngớ không biết đi đâu. Trời mù sương, mưa bay, những hạt mưa li ti không đủ ướt quần áo nhưng đất trời chìm trong bầu khí ẩm thấp và lạnh cóng. Hắn co ro dưới mái che sân ga, hết nhìn ngược lại nhìn xuôi, cuối cùng quyết định đi về phía đỉnh đồi, nơi có tòa nhà lớn, sau này hắn biết là rạp chiếu bóng duy nhất của thị trấn. Dọc vỉa hè hoa đồng tiền nở rộ, màu hoa tím giữa thảm lá xanh ngắt. Thành phố này tràn ngập hoa. Trong vườn nhà, hai bên vỉa hè mọi con đường, ở những trang trại rộng lớn, trên những sườn đồi nhấp nhô. Cảnh đẹp, nhưng lòng hắn ngổn ngang trăm mối lo, còn lòng dạ nào nghĩ đến chuyện gì khác ngoài nỗi sợ hãi. Cái sợ nhãn tiền, cận kề nhất là nếu tiêu hết những đồng bạc ít oi trong túi, lấy gì nuôi miệng những ngày tiếp theo, và cụ thể hơn, đêm nay sẽ ngủ đâu. Tiết trời buốt cóng thế này dĩ nhiên không thể ngủ công viên. Hắn lên đến đỉnh đồi, nhìn tấm pano lớn chiếm trọn mặt tiền rạp chiếu bóng vẽ chàng cao bồi mặt lộ sát khí, hai tay khuỳnh khuỳnh trong tư thế sắp rút súng. Hậu cảnh là sa mạc ửng đỏ một màu hè nóng cháy với nhấp nhô những bụi xương rồng. Đó là thời kỳ cực thịnh của các phim cao bồi viễn tây nước Mỹ do các tài tử ăn khách như Gary Cooper thủ diễn. Hắn rất mê anh chàng tài tử này.

Hắn đi về hướng hồ Xuân Hương. Gió thổi một tờ quảng cáo cuốn phim đang chiếu trên rạp bay là là sát mặt lộ, tấp vào luống hoa trên vỉa hè. Lạnh buốt. Mưa dứt, bầu trời ửng ráng hồng, những tia nắng chiều thắp sáng phần đỉnh rừng thông bên trái con lộ dẫn xuống hồ.

Ngang qua một tiệm thuốc tây, hắn nghĩ nhanh, vào trong ấy khuất gió may ra bớt lạnh.

Hắn bước qua ngưỡng cửa sắt. Tiệm nhỏ, ống néon dài gắn trên tường đối diện quầy không làm căn phòng nhỏ sáng đủ nhưng bù lại nhờ thế có vẻ ấm áp hơn. Đỡ lạnh thật. Hắn nhìn những hộp thuốc, chai lọ la liệt trên các kệ gỗ sơn trắng đã ố vàng, thấy vui mắt.

Bên ngoài buổi chiều đang xuống, nắng đã tắt trên đỉnh những ngọn thông, bầu trời như chùng thấp, bóng tối đang dâng lên.

Gã chủ tiệm chạc trung niên, lưỡng quyền cao, đôi mắt một mí nằm dưới hai chân mày rậm. Gã nhìn hắn, hất hàm,

"Mày mua gì?"

Hắn lúng túng. Gã chủ tiệm lớn giọng,

"Tao hỏi, mày mua gì?"

Nghe giọng nói hắn cảm nhận được mối nghi ngờ trong lòng gã chủ tiệm. Quần áo nhàu nhĩ, bẩn thỉu, mặt mày lơ láo, hắn có lẽ giống lắm một thằng oắt con bụi đời đầu trộm đuôi cướp. Hắn bỗng sợ hãi, ấp úng,

"Con… con… muốn mua…"

Thật ra hắn chỉ định vào trong tiệm tránh gió, bớt lạnh.

"Mua gì?". Gã chủ tiệm càng gay gắt.

"Optalidon"

Hắn vọt miệng. Optalidon. Tại sao? Có lần đọc báo biết môt thiếu nữ bị tình phụ, cô ta tuyệt vọng, quyên sinh bằng cách uống trọn tuýp Optalidon. Có lẽ cách tìm đến cái chết này đã nằm trong tiềm thức hắn, bất ngờ vọt ra thành lời trong lúc hốt hoảng.

Cầm tuýp Optalidon và 2 tờ tiền thối hắn ra khỏi tiệm thuốc. Gió không lớn nhưng lạnh buốt xương.

Hắn bước đi vô định. Mặt hồ Xuân Hương phẳng im không gợn sóng. Sương mù trắng đục loang tỏa mỗi lúc một nhiều. Rừng thông bên kia hồ đã không còn nhìn thấy. Đêm đang chiếm ngự.

Hắn đến ngồi trên chiếc ghế đá cạnh bờ hồ, dưới ánh sáng vàng ủng của trụ đèn bên cạnh, nhìn mông lung mặt nước nhập nhòa hư thực, muốn khóc.

Ăn hết gói xôi hắn lần xuống bờ hồ vốc nước uống. Nước lạnh cóng nhưng nhờ thế hắn thấy khỏe ra đôi chút. Trở lên ngồi tiếp tục trên ghế đá, cầm ống Optalidon mân mê. Nếu bây giờ uống hết tuýp thuốc này, chết, sẽ khỏe quá. Hắn nghĩ nhưng không đủ can đảm biến suy nghĩ thành hành động.

Trời tối từ lâu, lạnh quá. Hắn đi lên khoảnh đất rộng thuộc sở hữu của một cây xăng, cũng là trạm taxi tuyến đường từ thành phố này xuống các thị trấn dưới miền xuôi, dọc bờ biển. Hắn nhình quanh, nhà rửa xe sau cây xăng, đèn lù mù tối, hắn lẩn nhanh vào góc nhà, bó gối co ro sau tủ gỗ cũ, xỉn đen, có lẽ tủ chứa dụng cụ sửa xe. Hắn nhìn quanh, một tấm bạt nhà binh bẩn dính đầy dầu nhớt dồn cục ở góc nhà. Hắn bò tới kéo vội tấm bạt đắp kín người, chỉ chừa khuôn mặt. Mùi dầu nhớt nồng nặc, nhưng có lẽ mệt quá, hắn thiếp đi.

Người đàn ông nằm thoi thóp trên chiếc giường sắt trải ra trắng, một cánh tay bó bột, một miếng băng nhỏ dán trên mắt trái, hai gò má sạm đen nhô cao, đôi môi nức nẻ. Tiếng thở khò khè khó nhọc.

"Ông ơi."

Thiếu phụ ngồi cạnh, trên chiếc ghế nhựa gọi.

Người đàn ông bất động.

"Ông ơi."

Thiếu phụ lại gọi, đưa tay nhẹ lay vai người đàn ông. Vẫn bất động. Thiếu phụ gọi lần thứ ba, giọng mếu máo sắp khóc. Mắt còn lại của người đàn ông khẽ nhướng, cánh tay không bó bột hơi nhích động. Thiếu phụ giọng mừng rỡ,

"Ông tỉnh rồi phải không?"

"Nước..."

Người đàn ông thều thào. Thiếu phụ vội cầm chiếc ca nhựa trên bàn thấp cạnh giường rót nước vào ly, múc từng muỗng nhỏ bón cho người đàn ông. Thằng nhỏ cũng đứng cạnh, nhìn người đàng ông, mếu máo,

"Ba..."

Ngày thứ hai kể từ lúc người đàn ông được đưa từ phòng điều tra của quân đoàn II (bệnh viện quân đoàn) về đây và thiếu phụ được báo tin vào thăm nuôi. Ông bị bắt. Bị tra tấn, gãy một tay, mắt trái hư. Nguyên nhân: Một học trò của ông theo "cách mạng", vẽ chân dung Hồ Chí Minh. Chuyện bại lộ, người học trò nhanh chân trốn thoát vào bưng. Người ta nghi ông có liên lụy. Suốt một tuần hạch hỏi, rồi tra khảo. Ông không chịu nổi đòn đau, đành nhận tội. Cái tội ông hoàn toàn không biết.

Giấc ngủ không trọn, vì lạnh và vì hồi ức. Khi tỉnh hẳn, mắt hắn ràn rụa chất nước cay. Đêm sắp tàn, bến xe nhộn nhịp. Một bọn năm bảy đứa tuổi tác khoảng bằng hắn đang lăng xăng, đứa xách nước, đứa lau chùi những chiếc taxi trong bến. Xong việc, được các tài xế thẩy cho ít tiền. Hắn nghĩ ngay, mình kiếm sống được bằng nghề này. Lục tìm trong bọc ni lông cái áo may-ô, xách cái xô nhựa ở góc nhà đến vòi hứng nước. Vừa đặt xô cạnh một chiếc taxi, chưa kịp làm gì thì hắn lảnh ngay một cú đá chí mạng, ngã ngửa,

"Đụ mẹ, mày là ai?"

"Dạ… em… em…"

Thêm một cái đá nữa.

"Đụ mẹ, tao hỏi, mày là ai?"

Hắn đau và sợ điếng người,

"Dạ… dạ… em từ miền Trung mới lên… các anh tha cho…"

Thằng lớn nhất quét tia mắt khắp người hắn, hất hàm,

"Chỗ làm ăn của bọn tao, mày không biết hử?"

"Da… em không biết"

"Đụ mẹ mày..."

Lại những cú đá, cú đấm. Hắn như cái bị rách, lăn lóc trên nền đất sũng nước. Máu mũi trào ra. Hãi quá quên cả đau.

Thằng lớn nhất đạp chân lên mặt hắn đang nằm tơi tả giữa khoảnh sân loang lổ dầu nhớt bên trái cây xăng, má môi sưng vều, bê bết đất bùn trộn máu,

"Đụ mẹ, biết chưa con?"

"Dạ biết..."

Lại một cú đá,

"Đụ mẹ, biết cái gì?"

"Dạ... Chỗ làm ăn của các anh..."

"Đụ mẹ mày."

Thêm một cái đá nữa trước khi thằng lớn nhất bỏ đi. Đoán mình đã được tha, hắn lết vào góc nhà rửa xe tấm tức khóc. Đói, sợ, lạnh. Hắn muốn ngất.

Một vài chiếc xe đủ khách rời bến.

Công việc hoàn tất, bọn nhô con kéo đến chỗ hắn ngồi. Thằng lớn nhất nhìn hắn co ro, có lẽ động lòng, bảo một đàn em,

"Mày qua mua cho hắn tô cháo."

Gánh cháo lòng bên kia đường, của một bà bán rong.

Khóe môi rách, cháo nóng làm vết rách buốt rát, nhưng hắn vẫn cảm được cái ngon. Chưa bao giờ trong đời hắn ăn một tô cháo ngon như vậy. Ngon và cay đắng, cảm giác này vẫn tồn tại trong hắn mãi đến hôm nay.

"Mày muốn có việc làm không?" Thằng lớn nhất hỏi.

Hắn mừng rỡ,

"Dạ muốn."

"Theo tao."

Thằng lớn nhất đưa hắn đến con kiệt sâu trên đường YK.

Tới trước một căn vách ván gần cuối kiệt, thằng lớn nhất nói với người đàn bà lùn và mập, chủ căn nhà,

"Em đem cho chị một nhô con nè."

Thằng lớn nhất đẩy hắn đến trước mặt người đàn bà. Bà ta nhìn hắn, rồi quay qua thằng lớn nhất, hỏi,

"Mày lượm nó ở đâu dzậy?"

"Bụi. Ngoài nẩu mới lên."

Người đàn bà quay sang hắn,

"Đi bụi lâu chưa?"

"Dạ… mới ngày đầu…"

"Mày hên đấy, ở đây dzới tao."

Người đàn bà đưa thằng lớn nhất vài tờ chục. Thằng lớn nhất nhận tiền đút túi rồi vỗ vai hắn,

"Êm rồi lỏi tì."

Bọn nhô bỏ đi. Hắn biết mình vừa bị bán. Nhưng cũng đỡ lo. Dù thế nào sẽ không chết đói. Hắn tự nhủ.

Động của má Hai là một căn gác dài chia làm 4 "buồng". Mỗi "buồng" được ngăn bằng một tấm vải bông rũ từ lưng chừng, cao quá đầu người, xuống sát mặt sàn gỗ. Buổi tối, sau một ngày mỏi rã chân ngoài đầu hẻm. Thuộc lòng lời dạy của má Hai, hắn luôn miệng léo nhéo mời chào các đấng chiến sĩ rằn ri, bọn đàn ông, thanh niên mồ côi ngang qua, *"Đại ca ơi, đi một phát lấy hên đại ca. Hàng mới ở tỉnh lên, mướt rượt, đông ngò* (nhiều lông)*, nước nôi đầy đủ. Hết sẩy đại ca ơi… "*. Khuya, hắn trở vào, ăn qua quít bát cơm với vài chị điếm, rồi vào ngủ ở một trong 4 "buồng" vắng khách.

Chị em ta chỉ có một thú vui duy nhất là đánh bạc. Xì tẩy, bài cào. Những lúc ế hàng thường tụ lại, đủ bốn người thì xì tẩy. Nếu thiếu hoặc đông hơn thì bài cào. Những tờ bạc còn nồng mùi tinh khí được ném ra từ những bàn tay chỉ một vài giờ, thậm chí năm mười phút trước còn vuốt ve, thụt nắn dương vật của khách làng chơi. Má Hai, chủ sòng, khi cháo gà, lúc cháo lòng. Chả phải má tốt lành gì. Má phải phục vụ con bạc bởi lẽ giản dị, má lấy xâu. Thua qua, ăn lại nhì nhằng, ván nào cũng đóng xâu. Rốt cục mọi con bạc đều cháy túi, chỉ chủ sòng hưởng trọn. Chị Th. thường lên lớp đồng nghiệp: "Nằm ngửa cho cho thiên hạ đâm chỉ để làm đầy cái túi lúc nào cũng sâu của má Hai. Tụi mày ngu cũng vừa vừa thôi chớ." Chị cũng luôn cảnh giác các bạn, nhất định không tiếp các khách chơi nào có biểu hiện bị bệnh. Chị nói, "vào trung tâm chữa trị hoa liễu, đau và nhục lắm". Có lẽ so với đồng nghiệp, kinh nghiệm và tuổi tác, dù chỉ hơn vài năm, cũng tạo được tư cách đàn chị cho chị Th tại xóm điếm này. Nhờ thế tiếng nói của chị luôn có trọng lượng.

Chả hiểu sao chị Th. lại thương hắn rất mực. Chị khoảng 25, 26. Trước khi đến động chị là "con sen" của một gia đình dưới NT. Một hôm bà chủ đi vắng, ông chủ mò xuống (chị ngủ ở căn buồng sát bếp), gạ gẫm cho chị một xấp tiền, và phá trinh chị. Từ đó ông chủ thường xuyên ngủ với chị khi thuận tiện. Ông chủ 40, to khỏe, thơm tho, lại đủ ngón nghề khi mây mưa. Chị mê. Mỗi lần nhìn đầu ông chủ hụp lặn giữa háng, cảm giác tê điếng từ đôi môi cái lưỡi điệu nghệ, chị chết ngất từng cơn. Một ngày phát hiện mình có thai, chị nói với ông chủ, ông ta cho chị một số tiền kha khá, bảo chị về quê đợi ngày sinh nở rồi tính. Chị hiểu ông chủ muốn "chạy làng", đuổi khéo. Chị không dám về quê, môt phần vì cái thai, phần khác, đã quen nếp sống thị thành, dù cơm thừa canh cặn vẫn gạo trắng nước trong và nhà cửa khang trang. Về quê, mái tranh vách đất, cày sâu cuốc bẫm, lại ngày Quốc gia, đêm Cộng sản, khổ cực trăm bề, chị dứt khoát không kham nổi. Bằng số tiền của ông chủ, chị thuê một chỗ trọ và đến nhà thương thí phá thai. Không nghề nghiệp, chẳng thân thuộc, chỉ một thời gian ngắn, tiền hết, chị cặp với một gã tài xế xe tải, chở rau quả từ ĐL xuống các tỉnh miền xuôi và cá mắm từ dưới lên. Gã tài xế vợ con đầm đìa, mụ vợ biết chuyện tìm chị đánh ghen, gã tài xế hay trước, chở chị trốn lên thành phố này. Cuộc tình vụng trộm chỉ kéo dài 2 năm, gã tài xế chán, bỏ chị. Lại sang tay vài tên khác, sáu bảy tháng, một năm, cho đến khi trôi dạt, sa vào động má Hai.

Buổi tối không có khách, vài chị em ta tụ lại, nếu không đánh bạc thì gọi bà bán hột vịt lộn đầu kiệt mang vào vài chục trái trứng, một lít đế, ôm tỏi chén thù chén tạc. Hắn được cho nhập cuộc, cũng uống, nhưng chỉ uống làm màu. Thứ đế nấu bằng mía, cay xè. Hắn không ham, mục đích chính là ăn. Hắn được ăn thả cửa, các chị em ta ai cũng hào sảng. Tiền kiếm được từ nghề nằm ngửa nhẹ như giấy quyến, chỉ một cơn gió thoảng đủ bay vèo. Những trái trứng non cục mề to, xảm xì, hoặc già, đã thành vịt con đầy đủ mỏ, lông, nhiều chị thích loại trứng ung, mùi thum thủm, "như mùi lồn…", một chị oang oang nhận xét, và cười ré. Hắn chẳng từ loại nào. Non, già, thum thủm, cân ráo! Chị Th. không mặn bài bạc, chỉ nhậu và hút thuốc. Chị uống cừ khôi, hút khủng khiếp, nửa lít đế một mình chị nốc tỉnh queo, đốt, nhả khói liền tay, mỗi ngày hai bao Ruby. Những tối "thất nghiệp", chị thường gọi cho hắn ngủ chung, và cho hắn sờ vú. Tuổi 13, hắn chưa "trổ mã" nên chưa đòi hỏi xác thịt, chỉ thấy thinh thích lúc bóp nắn hai bầu vú đã không còn săn chắc nhưng êm mát của chị Th. Thích nhất những đêm mưa, khí trời lạnh cóng, chị ôm hắn sưởi ấm. Da thịt chị hấp hấp nóng. Hắn vùi mặt vào khoảng trũng hai trái vú, hít sâu mùi đàn bà tẩm khói thuốc Ruby hăng hắc, hai chân chôn sâu vào háng chị. Có hôm bên ngoài mưa rả rích, gió xào xạc trên những tán thông. Lạnh và ẩm. Chị ôm hắn, giọng buồn,

"Mưa gió làm chị nhớ nhà quá."

"Quê chị ở đâu?" Hắn hỏi.

"Mỹ Tho. Chị nhớ năm 13, cũng mưa gió thế này, chị được mẹ ôm cho sờ vú."

Hắn cười, hỏi,

"Chị có đòi bú không?

"Không… ừa há, hồi đó chị cũng thèm bú lắm mà không nghĩ ra, ngu thiệt."

Hắn nói nhỏ,

"Em hổng ngu…"

Chị cười thành tiếng,

"Khôn thế nào, nói chị nghe coi."

"Thì… thì…"

Chị tiếp tục cười, vạch xú chiêng, nâng một trái vú kê sát miệng hắn,

"Bú đi ông lỏi, khôn dzậy phải hôn."

Hắn sướng quá, vội há miệng ngậm như sợ chị đổi ý. Sự mềm ấm từ bầu vú lan tỏa khắp châu thân.

"Đã bú phải măng cho đủ bộ."

Chị vừa nói vừa cầm bàn tay hắn đặt lên vú còn lại. Hắn xoa, bóp, xe xe núm vú căng mọng.

Chị Th hôn lên trán hắn,

"Thích không?

Miệng đầy thịt, hắn chỉ gục gặc ậm ự.

"Ấm không?"

Hắn lại gục gặc, ậm ự.

Chi Th ôm hắn siết chặt. Hắn nằm gọn trong lòng chị, miệng ngậm bú một vú, vú còn lại hắn không ngừng mần mò. Ấm và thích vô cùng. Chị hôn khắp mặt hắn,

"Thương quá. Từ nay ngủ với chị, chị cho bú, chịu hông?"

Không nói được nhưng hắn hấp tấp gật đầu lia lịa.

Chị lại hôn khắp, trán, mắt, mũi, má…, rồi nhích người đổi trái vú bên kia cho hắn tiếp tục bú.

Hắn có cảm tưởng chị như một bà mẹ, và hắn, đứa trẻ mới lên ba.

Hắn mong đêm nào trời cũng mưa.

Hơn 15 tháng trôi qua, hắn bắt đầu vỡ giọng, lông lún phún vùng hạ bộ và luôn cương cứng, rậm rực khi đêm khuya nằm trong lòng chị, vừa "hành hạ" hai bầu vú, vừa nghe "buồng" bên cạnh chị nào đó đang đi khách. Những lời đối đáp, những tiếng cười, "Nhẹ thôi, làm như con nít bị bỏ đói". "Vú cưng bự thế này, bú hoài không chán." "Chơi đi, má Hai càm ràm bây giờ". "Dạo đầu đã cưng. Anh muốn cưng thổi kèn." "Thôi…" "Ngoan, anh chi thêm". Tiếng môi miệng, tiếng hít hà, tiếng lép nhép cọ xát của hai bộ phận sinh dục.

Hắn bứt rứt quá. Máu chảy rần rật trong người. Hắn muốn luồn tay vào xì líp chị. Bao lâu nay hắn chỉ khám phá phần trên, phần dưới thấp hơn rốn, hắn chưa dám. Nhiều khi muốn quá hắn cũng chỉ vuốt ve khoang bụng, tưởng tượng nếu đưa bàn tay xuống sâu hơn…

"Chị Th, em… em…"

Chị Th thì thào,

"Cưng làm sao?"

Chị ngồi dậy. Ánh sáng từ bóng đèn ít vol lủng lẳng trên mái tôn làm mọi vật trở nên lung linh. Hắn nhìn trân trối đường rãnh sâu chẻ đôi phía dưới đồi thịt, sau lớp vải mỏng nhỏ xíu. Cảm giác bứt rứt càng tăng. Chị mỉm cười hỏi nhỏ,

"Nhìn mê mẩn vậy?"

"Em… em…"

"Muốn lắm, phải không?"

Hắn ấp úng, giọng run,

"Chị biết mà…"

Chị nhìn chiếc quần của hắn bị đội cao, cười, đưa tay tụt ra, suýt xoa,

"Chà, dễ thương..."

Và cúi xuống, cảm giác tê điếng từ đôi môi mềm lan tỏa khiến khắp người hắn nổi gai. Vùi mười ngón tay vào tóc, hắn kéo đầu chị siết mạnh,

“Chị Th…. Chị Th….”

Chợt chị ngả người, cởi xì líp. Gò mu cao, rậm đen,

“Chị cho đó, sờ đi…”

Khao khát âm ỉ bấy lâu được đáp ứng bất ngờ, hắn thích quá, vội đưa tay sờ, nham nhám, ẩm ướt. Cảm giác từ vùng nhạy cảm truyền qua bàn tay, lên óc, làm hắn choáng váng.

Chị quàng tay ôm, một tay lòn xuống, vuốt ve,

“Mới nhiêu tuổi đã thế này, lớn thêm vài tuổi nữa, phải biết.”

“Chị Th… Em… em… khó chịu quá…”

Chị cười,

“Muốn hết khó chịu không?”

“Muốn.”

“Chơi chị đi….”

“Nhưng em...”

Chị lại cười, bế hắn cho nằm trên, và hướng dẫn hắn đi sâu vào chị. Tê điếng. Hắn ôm siết tấm thân hôi hổi, ngậm nút một trái vú. Hạ thể hắn chuyển động hối hả, dồn dập. Chị kéo mặt hắn lên, hôn sâu, nói nhỏ,

“Từ từ, mửa bây giờ.”

Nhưng hắn vẫn cuống cuồng. Chưa bao giờ trong đời hắn có được cảm giác này.

Vậy đó, lần đầu tiên hắn nếm mùi tình dục ở tuổi mười bốn, với một người đàn bà dạn dày hơn hắn một con giáp.

*

Một tối đang lơ mơ nửa thức nửa ngủ, hắn nghe “buồng” kế tiếng cãi vã gay gắt. Chị Th đang đi khách.

Tiếng chị,

"Ra đi cha, lâu như quỉ, tui chịu hết nổi rồi."

Tiếng cười nham nhở,

"Càng lâu càng sướng cưng ơi."

"Sướng chi, tui mình đồng da sắt à. Uống cho nhiều vào, chơi dai như chó."

Tiếng sột soạt chiếu, tiếng bành bạch đều nhịp, tiếng hít hà của gã đàn ông,

"Bót quá, sướng tê tái cưng ơi…"

"Ra đi cha, không ra để tui xuống biểu má Hai kêu con khác, đã nói tui chịu hết nổi…"

"Con nào ở đây anh cũng thử rồi, không ai bằng cưng."

"Lần sau có uống rượu nhớ chừa tui ra."

Vẫn tiếng bành bạch, thêm tiếng chùn chụt. Bỗng hắn nghe tiếng động mạnh, gã đàn ông bị hất xuống sàn. Hắn đoán thế.

"A, cưng làm anh mất hứng."

Tiếng vật lộn. Hắn tung tấm vải ngăn chạy sang. Trên vuông chiếu hoa, hai thân thể trần truồng đang quấn vào nhau, không phải trong tư thế ái ân mà đang quyết liệt ăn thua đủ. Chị Th. muốn vùng thoát, gã đàn ông dùng sức mạnh khống chế buộc chị Th. tiếp tục phục vụ.

Hắn nhào tới nắm tóc gã đàn ông kéo ra.

Gã quay lại túm lấy hắn,

"Ranh con, muốn chết hả?"

Bàn tay gã siết quanh cổ, tấm thân gầy nhom của hắn bị gã đàn ông nhấc bổng lên cao, đẩy vào vách ván. Chị Th. hét,

"Bỏ thằng nhỏ xuống".

Hắn nghẹt thở, quẫy đạp như con cá mắc lưới,

"Chị Th…"

Tiếng kêu tắc nghẹn. Chị Th. nhào xuống sàn, lật vội chiếc gối lấy con dao, thứ vũ khí chị em ta nào cũng có, cũng giấu dưới gối phòng thân.

"Bỏ thằng nhỏ xuống." Chị Th. lặp lại.

"Thằng ranh con dám hỗn."

Chị Th chĩa mũi dao về hướng gã đàn ông,

"Tui nói anh bỏ thằng nhỏ xuống, nếu không đừng trách…"

Gã đàn ông bật cười,

"Không bỏ, cưng làm gì nào?"

Gã càng nhấc hắn cao hơn. Bỗng gã bật kêu,

"Ối…"

Lưỡi dao của chị Th. cắm ngập vào sườn gã đàn ông, từ phía sau. Diễn biến hoàn toàn bất ngờ. Gã vội thả hắn rơi xuống sàn, ôm bụng.

Khi cảnh sát tới, gã đàn ông thoi thóp. Xe cứu thương chở gã vào bệnh viện. Nhát dao trúng bao tử, cức đái trào ra. Gã về chầu ông bà vài giờ sau.

Chị Th. bị bắt, đi tù. Hắn có đến thăm chị ở trại giam. Nhìn chị xanh mướt, rũ rượi. Hắn rơm rớm nước mắt. Chị Th. ôm hắn, hôn lên trán, môi, âu yếm,

"Chị còn ít tiền gửi má Hai, chị sẽ nói má đưa cho em. Đừng ở chỗ ni nữa, xuống QN, chị nghe nói ở đó dễ sống lắm."

Hắn úp mặt vào ngực chị Th. rấm rức khóc. Khuôn ngực nhão mềm đã bao lần hắn xoa nắn, sờ soạng, bú nút. Khuôn ngực to có nốt ruồi bên gò trái và hai núm vú thâm đen. Khuôn ngực hâm hấp nóng sưởi ấm hắn những đêm lạnh cuộn tròn trong lòng chị. Tình nhà thổ, hắn nghe nói bạc bẽo lắm nhưng với hắn sao mà đằm thắm. Lòng hắn không gợn một chút thèm khát. Hắn cảm thấy thương chị quá đỗi, tình thương của một đứa em trai.

*

Hắn trở lại bến xe cũ, nơi ngày đầu tiên hắn đến thành phố này. Gặp bọn nhô con. Hắn nói với thằng lớn nhất,

"Em muốn xuống QN."

"Mày có tiền không?"

"Có chút ít"

"Đưa đây."

Nhìn vẻ mặt thằng lớn nhất. Coi bộ không xong. Mình ngu quá, sao dưng không lạy ông tui ở bụi này. Nhưng lỡ rồi, biết làm sao.

"Tao biểu đưa đây."

Hắn không muốn ăn đòn như một năm trước, đành tấm tức móc túi đưa hết khoản tiền chị Th. cho.

Thằng lớn nhất hỏi gằn,

"Mày không giấu đồng nào chứ?"

"Dạ không."

"Thôi được, để tao gửi mày xuống QN."

Thằng lớn nhất cho lại hắn 20 đồng và tìm đám tài xế gửi hắn quá giang.

Taxi có 6 chỗ ngồi. Không thể để hắn đi chùa. Nể tình thằng lớn nhất, một tài xế bằng lòng cho hắn nằm trong cốp xe cùng hành lý của khách.

Hắn đến đây trắng tay, giờ ra đi cũng tay trắng! Bài học duy nhất hắn học được là bộ phận sinh dục của đàn bà cùng những oan trái, hệ lụy.

*

Cốp xe mở, ánh sáng chóa lòa,

"Tới rồi oắt con."

Hắn bật ngồi dậy, nhìn quanh. Đã xế chiều. Bến xe tấp nập, ồn ào. Gã lơ xe nói với hắn,

"Xuống đi."

Hắn leo ra khỏi cốp xe. Suốt bốn giờ nằm co, chân tê cứng. Hắn phải đứng khá lâu mới bước nổi. Bụng đói, hắn vào một quán gọi đĩa cơm phần, ly trà đá. Ăn hết xuất cơm, hắn vừa uống nước vừa nhìn mông. Bến xe nhỏ, vẻ tạm bợ, nhiều nơi còn um tùm cỏ dại, những hàng quán chưa được xây gạch, vá víu bằng đủ mọi vật liệu phế thải, ván thùng, tôn, thiếc. Có lẽ nơi này tiền thân là một bãi hoang. Uống cạn ly nước hắn gọi trả tiền, ra khỏi quán hắn đi về hướng thị trấn. Nhà cửa đông nhưng vô trật tự, bên cạnh những nhà lầu hai ba tầng là chen chúc các mái tôn, vách ván. Đường sá tráng nhựa đã tróc lở nhiều nơi, ổ gà lồi lõm, lại không có lề. Xe đạp nhiều hơn xe gắn máy. Thị trấn có vẻ nghèo. Hắn lo, như thế này sẽ phải sống làm sao?

Hắn lang thang khá lâu. Chiều nhá nhem, hắn lại ghé một quán cơm bình dân ăn qua quít rồi lại đi vô định. Thị trấn dần sáng đèn, đêm loang nhanh. Đèn đường vàng vọt không đủ xua bóng tối lẩn khuất khắp nơi. Hắn vào công viên, ngồi trên băng ghế đá nhìn quanh. Vài cặp tình nhân mải mê khám phá nhau, không thèm để tâm đến mọi người chung quanh. Cách hắn khoảng mươi thước, trên bãi cỏ sau bụi cây thấp, anh con trai thọc tay vào quần cô gái mê mệt mò mẫm. Cô gái cầm tay anh con trai, "Đừng anh…", sự phản đối hình như cho phải đạo. Tuy cầm tay anh con trai, nhưng không có vẻ gì muốn kéo ra. Ánh sáng đèn trong công viên dẫu yếu hắn vẫn nhìn thấy mặt cô gái sượng trân, mắt nhắm, miệng hơi mở. Bàn tay anh con trai trong quần cô gái chuyển động nhanh, cô gái thở hắt từng cơn, "Anh… anh… anh ơi…", hắn chừng như nghe rõ tiếng lép nhép, hạ thể cô gái có lẽ lầy lội. Hắn liên tưởng đến chị Th, hai mông tròn, mu nung núc phủ lông rậm, cái áo may- ô lót dưới mông chị đẫm ướt… Không được, hắn còn nhiều việc phải lo. Chỗ ngủ đêm nay, việc làm những ngày sắp tới. Hắn cố xua đuổi hình ảnh chị Th ra khỏi đầu. Hắn đứng dậy ra khỏi công viên.

Lại đi, hết đường này sang đường khác, nhiều nhà bắt đầu kéo cửa sắt.

Hai chân mỏi rã, hắn ghé vào một mái hiên, ngồi co ro trong góc. Chớm đông, chưa khuya nhưng đã se lạnh. Cái lạnh của DL. Hắn nhớ những đêm mưa ở động má Hai. Hắn lại nhớ chị Th. Lần này hắn không xua đuổi nữa, để mặc dĩ vãng hồi sinh. Hắn nhớ hai bầu vú to với hai núm vú sẫm màu mềm mát. Nhớ mùi da thịt quyện lẫn mùi thuốc Ruby thơm gắt. Nhớ cảm giác đê mê khi hắn vào sâu trong chị, được chị ôm chặt, ưỡn người, giật nẩy. Với ngón nghề, chi Th luôn tạo cho hắn sự thỏa mãn tối đa. Nhớ mỗi lần xong trận hắn nằm duỗi dài thở dốc, chị Th lấy khăn lông nhúng nước vắt khô nâng niu lau sạch, cử chỉ âu yếm của một người mẹ. Tiếng chị êm ái như ru, "Ngủ đi cưng.". Cũng lạ. Nghề của chị là tiếp mỗi ngày nhiều đàn ông, khi được thư thả lẽ ra phải ngơi nghỉ lấy lại sức. Thế mà chị lại chiều hắn, tuyệt không từ chối mỗi khi hắn muốn (mà với sức trẻ, hắn muốn vô độ, hàng đêm, mỗi đêm có khi hai ba lần), lại trổ hết mọi chiêu đòn cho hắn được thỏa mãn. Thậm chí độ sau này chị không thường ngủ đêm với khách để được ôm ấp hắn, cho hắn tha hồ dày vò. Không như một gái bán hoa đã chán chê với khách làng chơi, chị luôn rung động với hắn, cái rung động của một thiếu nữ mới bén hơi trai. Mỗi lần nhìn hắn tham lam bú nút hối hả, nhìn hai bàn tay hắn cuống quít bóp nắn sờ soạng, chị phấn khích cao độ, tươm trào không ngừng, háo hức đón hắn nhanh chóng ngập sâu trong chị, cứng cáp, ấm nóng, mạnh mẽ. Đến một lúc chị ôm hắn thật chặt, mông nẩy cao, các cơ vòng thắt bóp hối hả, chị hổn hển, "Tới... chị tới... chị tới... Cưng ơi...." Hắn cũng giữ không được. Cả hai ôm cứng nhau, ngất lịm. Trong hơi thở chưa bình thường, chị rót vào tai hắn, "Chị yêu cưng."

Chị yêu hắn? Chả lẽ một người dạn dày như chị lại đi yêu một thằng oắt con thua chị 10 tuổi? So với chị hắn còn quá nhỏ. Hắn không hiểu.

Mà cũng không cần hiểu. Nếu không vì hắn chị đâu phải

đi tù. Chỉ thế thôi đủ làm hắn không cầm được nước mắt. Nhớ chị, hắn khóc, ban đầu còn âm ỉ trong ngực, nhưng dần dần cái nhớ lẫn nỗi lo sẽ thế nào ngày mai, tiếng khóc phát thành âm thanh. Có lẽ đủ lớn khiến cửa xịch mở, người đàn ông thò đầu ra ngoài, tìm và hỏi,

"Ai vậy?"

Ánh sáng từ trong nhà soi tới chỗ hắn ngồi. Hắn nhìn chủ nhà, giọng còn vương tiếng khóc,

"Dạ… Cháu lạnh… xin chú cho cháu ngồi một tí..."

"Cậu là ai?"

"Dạ… Cháu từ DL xuống… Dạ… cháu không có người quen ở đây…."

Chủ nhà bước hẳn ra, lại gần, nhìn hắn co ro, môi tái, mặt nhợt nhạt,

"Lạnh lắm phải không?"

"Dạ..."

Chủ nhà quan sát hắn hồi lâu, có lẽ ông ta đang đánh giá, thằng oắt con này mặt mày không du thủ du thực lắm,

"Vào đây."

Chủ nhà mở rộng cánh cửa vào trước, hắn theo sau.

"Ngồi đi."

Chủ nhà chỉ chiếc ghế, nói với hắn.

Hắn ngồi. Căn phòng nhỏ, đơn sơ. Ba chiếc ghế gỗ, một bàn viết, tủ lạnh nhỏ, giá treo quần áo, kệ sách đóng vào tường phía trên bàn viết. Góc phòng một ghế bố, gối, mền nhà binh màu cứt ngựa. Nhìn căn phòng có thể đoán chủ nhà hắn không khá giả gì. Sau này hắn được biết chú Ph là giáo sư một trường trung học ở tỉnh, lương tuy không đến nỗi nào nhưng chú phải gởi hai phần ba về quê nuôi gia đình, gồm mẹ già và hai đứa em đang tuổi đi học. Phần còn lại chỉ vừa đủ trả tiền nhà, cơm tháng và tiêu vặt.

"Đói không? Có khúc bánh mì trong tủ lạnh..."

"Dạ... Cháu mới ăn cơm hồi chiều."

"Ở DL làm gì, sao xuống đây?"

Hắn lúng túng, nếu khai thật, làm ma cô dẫn mối trong động điếm thì chủ nhà tống ra đường là cái chắc. Hắn nói dối,

"Ba cháu ký họa cho khách du lịch, nhưng ba vừa bị bắt lính, cháu trốn xuống đây vì không có tiền trả tiền thuê nhà."

"Cậu biết vẽ?"

"Dạ vẽ được nhưng còn vụng lắm."

Chủ nhà đến bàn viết lấy tập vở lật một trang trắng đưa cho hắn,

"Vẽ tôi thử xem."

Hắn nhận tập vở, vẽ. Mười phút sau hắn đưa cho chủ nhà bản ký họa. Ông ta ngắm, mỉm cười,

"Được đấy, mai tôi chỉ cậu cách kiếm tiền. Giờ ngủ lại đây, cậu lên ghế bố, tôi nằm dưới nền xi măng."

"Dạ đâu được, cháu ngủ dưới đất đã may mắn lắm rồi."

"Không lôi thôi, ngủ đi."

Chú Ph (từ bây giờ hắn gọi tên chú) đến chiếc rương góc phòng mở nắp lôi ra tấm chăn mỏng, xấp quần áo làm gối, ngả lưng xuống nền xi măng, quay nghiêng kéo chăn lên ngang cổ,

"Ngủ đi, mai tính."

Hắn trằn trọc mãi đến gần sáng, hắn nhớ xóm điếm, nhớ chị Th, nhớ các chị em ta, nhớ những trứng hột vịt lộn, nhớ cả thằng lớn nhất và bọn đàn em ở bến xe cây xăng. Nghĩ đến lòng tốt của chú Ph, hắn rưng rưng lại muốn khóc. Cuộc đời hắn tuy trôi nổi nhưng chưa rơi xuống đáy cùng. Nếu không có thằng lớn nhất và bọn đàn em, dù bị ăn đòn mềm người và bị bán vào động điếm nhưng bù lại hắn không chết đói. Và như bây giờ, nếu không có chú Ph, đêm nay hắn thế nào? Trời lạnh thế này.

*

Chú Ph lay vai hắn,

"Dậy… dậy…"

Hắn choàng thức. Đêm qua hắn chỉ chợp mắt khi tiếng chuông chùa từ đâu đó vọng lại, hồi chuông văng vẳng như hư như thực ru hắn vào giấc ngủ. Tuy chưa đẫy giấc song hắn cảm thấy khỏe hẳn. Hắn ra sàn nước phía sau đánh răng rửa mặt, vào, lôi trong túi ni-lông bộ quần áo sạch, thay.

"Hôm nay thứ 7 tôi nghỉ dạy, sẽ đưa cậu đến chỗ này."

Chú Ph nói với hắn. Chỗ này là chỗ nào? Để làm gì? Hắn muốn hỏi nhưng ngại. Chú Ph cũng đã thay xong y phục. Chú nhìn hắn thân mật,

"Đi ăn sáng nhé, muốn ăn gì nào?"

Hắn cảm động, sao lại có những người tốt thế này? Chú Ph chỉ mới biết hắn không đầy một đêm, chưa rõ hắn là ai, xấu tốt thế nào. Vậy mà chú đã cư xử với hắn chả khác gì một người thân. Lạ thực.

"Bún chả cá nhé, món đặc sản của xứ này đấy."

"Dạ…"

Chú Ph đèo hắn bằng chiếc Velo Solex cũ đến một quán ở ven rìa thị trấn. Quán tuy nhỏ nhưng đông thực khách. Từ trong quán ra đến vỉa hè khoảng bảy tám bàn đã kín ghế. Hai chú cháu phải chờ gần 10 phút mới có chỗ ngồi. Nhìn hai tô bún bốc khói, mùi thơm ngào ngạt, hắn cảm thấy đói cồn cào. Bốn tiếng đồng hồ nằm co trong cốp xe, hai đĩa cơm phần chả thấm gì so với sức trai, một đêm trằn trọc, hắn đói thực, đói quá. Hắn nhanh chóng ăn hết tô bún, chú Ph nhìn hắn, cười,

"Thêm một tô nữa nhé, chú biết cậu đói."

"Dạ... thôi...."

Chú Ph vui vẻ,

"Màu mè làm gì."

Chú gọi thằng nhỏ chạy bàn cho thêm tô bún nữa,

"Ăn no đi, xong, chúng ta đi."

Hai chú cháu ra khỏi quán khi buổi sáng đã lên cao. Nắng chớm đông dễ chịu. Thị trấn mang vẻ yên bình, cái yên bình của một vùng đất tương đối còn an ninh trong thời chiến. Hắn chợt nhớ mấy câu thơ của Nguyễn Bắc Sơn, hình như ông ta người vùng này. (1)

Một ngày chủ nhật phơi giày trận
Ta bỗng tìm ra một vết thương
Vết thương bàng bạc như là khói
Ngưng đọng nhà ai ở cuối đường.

Đây là thời của những cây bút trẻ, cả văn lẫn thơ, nhạc nữa, Lê Uyên Phương, Trịnh Công Sơn, Cao Thoại Châu, Vũ Hữu Định, Y Uyên, Ngụy Ngữ... Hắn mới mười bốn, nhưng đã mê sách vở. Hắn không biết động cơ nào khiến hắn bắn duyên với văn chương, chỉ biết, những lúc rơi xuống đáy cuộc đời, thì chữ nghĩa, như một lực đẩy, vực hắn dậy, cho hắn sức đề kháng để ngoi lên, vượt qua. Dĩ nhiên với nhiều người khác chuyện này có vẻ... phong thần quá, song với hắn lại là sự thực. Mười bốn, hắn chưa đủ tuổi làm lính. Vài năm nữa thôi hắn cũng sẽ cầm súng, sẽ trực diện với chiến tranh, cái chết, hắn không biết thế nào. Nhưng thôi, đó là chuyện của tương lai. Hiện tại hắn rất cần một việc làm để nuôi thân.

Chú Ph đèo hắn ra khỏi thị trấn, chạy dọc con đường ven

biển san sát những snach bar. Buổi sáng, đa số chưa mờ cửa. Đó là những căn nhà dựng nhanh bằng các vật liệu nhẹ của quân đội Mỹ, tôn, ván, bạt... Có cái khá lớn, bên ngoài, trên vách hoặc bảng hiệu trên cao kẻ những hàng chữ đủ cỡ, đủ kiểu, Hawaii Bar, Paradise Bar, Heaven Bar, Monaco bar...

Chú Ph nói,

"Tối cậu vào các bar kia ký họa cho bọn lính Mẽo, các cave. Bọn chúng say sưa, gái gú, một hai đô là giấy lộn, tin chú đi, kiếm sống dễ dàng."

"Nhưng..."

"Cậu muốn nói chỗ ăn ở đi lại chứ gì. Tạm thời ở với chú, tối, chú chở đến đây."

"Chú tốt với cháu quá."

"Chú một thân một mình cũng buồn, có cậu thêm vui, vả lại, cậu sẽ tìm ra tiền, chú đâu phải nuôi cơm."

Chú Ph đưa hắn đến nhà sách, mua cho hắn một tập giấy vẽ, một bút chì than.

Quả như lời chú Ph, với men rượu, giữa bầy gái thỗn thện vú hĩm và tiếng nhạc xập xình chát chúa, đèn màu mờ ảo, một hai đô la chả đáng gì, các ký họa của hắn có lẽ chả xuất sắc, nhưng bọn lính cũng như cave vẫn good good ráo. Tiền hắn kiếm được khá dễ, thoải mái nuôi thân, phụ thêm với chú Ph trả tiền nhà.

Ban đầu hắn bỡ ngỡ, không một từ tiếng Anh, và dù đã sống hơn năm trong động điếm hắn vẫn nhiều lúc "chóng mặt" trước những cảnh trụy lạc kinh hồn. Một buổi tối có tốp lính Mỹ và một trung sĩ thông dịch viên người Việt, vào quán. Họ gọi rượu mạnh, uống hũ chìm hũ nổi, và đú đởn xả láng với các cave, hôn hít, sờ soạngg, bóp nắn, kể cả chi tiền cho các em thực hiện món "chay": thụt dầu tung tóe… Tiếng ly cốc va chạm, tiếng cười sằng sặc, hô hố. Một tên tay còn đang sục vào váy một cave, miệng vừa dứt môi ra khỏi khuôn ngực trần, áo trễ sát núm của cô ta, nói lớn,

"I wanted to kiss your cunt'

"Nó nói chi rứa?" Em cave hỏi gã thông dịch.

"Nó muốn hôn cái chảo của em "

"Ô, hắn muốn, đây cho liền."

Gã thông dịch chuyền lời em cave. Thằng Mỹ gật đầu lia lịa,

"Okey… okey… I want."

Em cave cười đĩ thỏa,

"Nói hắn nằm ngửa xuống nền nhà."

"You lay back on the floor."

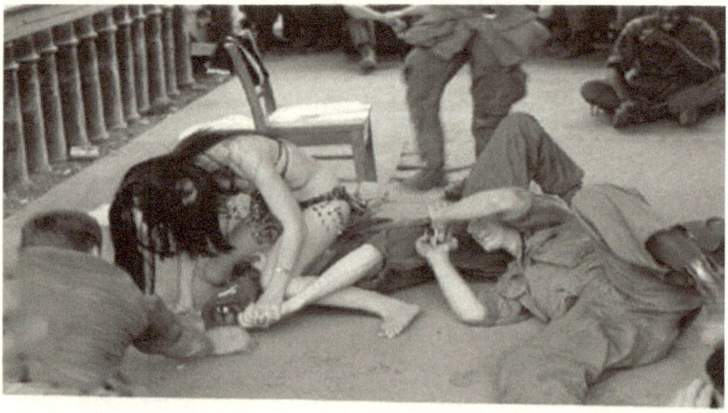

Gã thông dịch viên nói. Thằng Mỹ lập tức nằm dài ra nền nhà, ngửa mặt. Em cave cũng nhanh nhẹn cởi váy, tụt xì líp, dạng hai chân ngang mặt tên lính, ngồi xổm, một tay nắm tóc, tay còn lại chỉa hai ngón thành hình chữ V, vạch, phủ cái đít chảo đen ngòm lên miệng hắn. Vừa sàng vừa cười rinh rích.

Cả quán vỗ tay. Có thằng noi gương đồng đội, quì xuống,

tốc váy em cave khác đang ngồi cạnh, úp mặt vào háng em, dùng răng kéo đáy xì líp sang bên, vùi miệng vào rãnh, sì sụp. Em này ôm đầu tên lính, dạng thật rộng háng, đưa hai chân lên cao, suýt xoa,

"I like... I like..."

Góc quán, một thằng lính khác mặt còn hôi sữa, ôm trong tay một em cave tuổi đáng mẹ, mở khuy, tụt quần, lôi khúc thịt gân guốc, to dài ra, nói,

"You suck my cock, I pay 5 dollars, ok?"

Em cave hướng về phía gã thông dịch,

"Nó muốn gì?"

"Nó muốn em thổi kèn, năm đô."

"Chuyện nhỏ."

Em cave quì xuống. Mặt thằng oắt con sượng trân, miệng không ngớt tán thán,

"Good... good..."

Chưa hết, một tên bỗng nhảy ra giữa quán, hét lớn,

"I will reward any one who can smoking by cunt"

Gã thông dịch cũng hét lớn,

"Nó sẽ thưởng cho em nào hút được thuốc lá bằng hĩm."

Thằng lính tiếp,

"The reward will be 20 Dollars."(2)

Gã thông dịch viên đưa cao hai ngón tay,

'Giải thưởng sẽ là 20 đô."

Cả quán nhao nhao. Một em cave bước ra,

"Em hút được, nhưng làm sao tin hắn?".

Gã thông dịch viên nhìn tên lính,

"She said can do it, but how to believe you."

Thằng lính chửi thề, móc bóp lấy tờ hai mươi đô đưa cho gã quản lý ngồi sau quầy rượu,

"Fuck you… Manager, you keep the money, ok?

Gã thông dịch viên làm nhiệm vụ,

"Tay quản lý sẽ giữ số tiền này."

"Ok"

Em cave vừa nói vừa nhanh chóng cởi váy, tụt xì líp vất sang bên. Em kéo chiếc ghế tựa ngồi dạng chân, co lên, phần hạ thể nung núc nhô cao, phía trên đen rậm, phía dưới cạo sạch lộ rõ hai mép môi dày, thâm đen. Em bảo thằng lính đốt cho em điếu thuốc,vạch hai mép cắm đầu lọc vào rãnh. Xong em gồng mình thế nào mà điếu thuốc chảy sáng liên tục, khói phun ra mù mịt. Cả quán lại vỗ tay.

Ngoài những màn đặc biệt trên, đêm nào các em cave cũng biểu diễn vũ khỏa thân. Thực ra đa số các em vào nghề này xuất thân đồng chua nước mặn, cả đời chưa biết vũ khỏa thân nó ra làm sao. Nhưng cần gì, miễn đủ can đảm cởi hết quần áo phơi hĩm lông lá rậm rạp và vú vê thỗn thện cho bọn lính viễn chinh rửa mắt là đạt tiêu chuẩn, là vồ tiền. Ngửa thân cho một lúc hai ba thằng chọi đủ màn đủ kiểu còn được, nhằm nhò gì trò cởi quần cởi áo, hẩy mu, vạch mép, vuốt lông, nâng vú, chuyện nhỏ, quá nhỏ. Hắn nhớ đã đọc đâu đó cảnh những bữa tiệc xa hoa, trụy lạc chốn cung đình Hy Lạp thời trung cổ, cũng rượu đổ như suối, cũng gái gú phơi hĩm, phơi vú, cũng khẩu dâm, cũng làm tình tập thể… Nhưng cảnh tượng vừa kể là của giai cấp quan lại vua chúa, thừa tiền dư bạc, quyền thế lệch đất nghiêng trời. Đó là sản phẩm phát sinh từ thừa mứa vật chất. Ngược lại, đây là cảnh diễn ra trong một đất nước tang hoang ngập ngụa máu me, chết chóc, đói nghèo, cùng bọn nhô con miệng còn hôi sữa đến từ một đất nước tít mù bên kia đại dương, để có thể ngày mai, ngày mốt chết phơi thây ở một xó rừng, vạt ruộng xa lạ nào đó. Và lũ gái quê vì khói lửa bom đạn phải lìa bỏ lũy tre, xóm làng, luống rau, mảnh vườn ra thành phố, dùng cái vốn trời cho để nuôi thân, nuôi cha nuôi mẹ, cả anh chị em, con cái.

Những cảnh tượng này xảy ra rất thường. Vài tháng đầu hắn còn háo hức, nhưng xem mãi, nhất là khi chứng kiến nhiều tên lính hứng tình quá, nhào ra vật các em xuống nền, hun hít bú liếm loạn xạ giữa tiếng vỗ tay, reo hò tở mở. Nhầy nhụa quá. Nhân cách và đạo lý hoàn toàn bị triệt tiêu. Hắn không còn thấy hấp dẫn nữa.

Bảy tháng sau chú Ph có người yêu, cũng giáo sư. Cô L mới được chuyển về. Chiều chiều cô vẫn đến nhà chú Ph, có khi ngủ lại. Nhận thấy bỗng nhiên trở thành kỳ đà cản mũi, hắn bàn với một thằng bạn thân, dân đánh giày. Hai đứa thuê được một phòng nhỏ nhưng đầy đủ tiện nghi gần các quán bar. Tiện quá.

Dĩ nhiên chú Ph không cản hắn ra riêng. Cô chú sẽ thoải mái hơn nếu không còn hắn. Tuy nhiên hắn vẫn duy trì quan hệ mật thiết với chú Ph, cuối tuần hắn thường đến mời cô chú đi ăn. Hắn xem chú Ph như cha. Cô L như mẹ. Xa gia đình quá sớm, hắn luôn khao khát một mái ấm với đầy đủ mẹ cha, anh em. Sau này hắn bỏ QN ra đi, mất hẳn liên lạc với ân nhân. Vài mươi năm sau hắn có lần trở lại chốn xưa. Cảnh đã đổi thay, người cũ cũng biệt tăm. Hắn vào quán bún chả cá năm xưa, nay đã thành nhà hàng khang trang. Hắn không ăn, chỉ uống cà phê đá. Hắn ngồi nhìn mông ra đường, tỉnh lỵ không còn heo hút như ngày nào, một tốp học sinh ngang qua, ầm ĩ nói cười. Hắn nhớ mùi vị quyến rũ của tô bún cá buổi sáng hôm chú Ph chở hắn đi "tham quan" các quán bar dọc bờ biển. Trong đời, vài món ăn mãi mãi khó quên, chả hạn tô cháo lòng ở bến taxi, sau trận đòn của thằng lớn nhất tặng, làm sao quên được vị ngọt của cháo quyện với mùi tanh của máu miệng! Và tô bún cá của chú Ph, khởi đầu chuyện vẽ vời kiếm ăn, sau này thành nghiệp. Cảm thấy mắt cay cay.

---

(1) *Thực ra, NBS ở Phan Thiết.*
(2) *Vào thời điểm đó, dollas rất có giá, 20 đô có thể tương đương 100 đô bây giờ.*

3

Ông già gỡ kính lão ra khỏi mắt. Cặp kính thứ bao nhiêu ông không nhớ. Trước đây ông có những bốn năm cặp kính, loại kính của Trung Quốc, bán ở chợ 99, một đồng một cặp. Rẻ như cho. Vì rẻ nên ông chả thèm giữ gìn. Bể, sứt ốc gãy gọng, mua cái khác. Ông để chúng khắp nơi, cái trong phòng ngủ, cái ngoài phòng khách, cái ở bàn ăn, cái trong buồng vệ sinh, cái trên chiếc bàn sắt dưới gốc cây ngoài sân sau. Cần, chỉ vói tay là có ngay. Nhưng con gái ông nói loại kính này đeo hư mắt, cô chở ông đến bác sĩ nhãn khoa, đo độ, đặt làm, mắc gấp nhiều chục lần. Để khỏi thất lạc, nó mua thêm sợi dây ni lông buộc, tròng vào cổ ông.

Ánh nắng xuyên qua tàng lá nhảy múa trên mặt sân lúc có gió. Nắng đã cao, nhưng vẫn se lạnh, dù tấm chăn luôn kín người. Ông già nhìn xuống freeway. Đã qua giờ đến sở làm, xa lộ thưa xe, rộng thênh thang. Từ phía Nam một đoàn xe lửa khác cũng dần hiện rõ, tiến về hướng Bắc như ban sáng. Phương tiện vận chuyển này đã góp phần không nhỏ tạo nên phồn thịnh, giàu có của quốc gia này. Đọc sách, ông biết kể từ năm một nghìn tám trăm sáu chín, hệ thống xe lửa đã hoàn tất gần 80%, nối liền các tiểu bang, mọi thành phố. Thành phẩm công nghiệp nặng, nhẹ, bột mì, lúa mạch, ngủ cốc... sản xuất từ các nhà máy, nông trại qua thiết lộ, cộng với đường thủy, nhanh chóng cung ứng cho mọi miền đất nước, kể cả các bến cảng, để từ đó lan tỏa khắp thế giới. Sự thịnh vượng sung túc đã đẩy nước Mỹ tiến thật nhanh mọi mặt, trở thành ông trùm quả đất mênh mông này. Nhìn người nghĩ đến ta! Nửa thế kỷ trước nước Mỹ đã đưa người đặt chân lên mặt trăng thì quê hương ông vẫn còn chìm trong chiến tranh, chết chóc, ly tan, đói nghèo, lạc hậu. Và bọn trẻ như ông thuở đó đều ném mình vào lửa đạn. Không làm lính miền Nam cũng đội nón cối quân đội nhân dân!

Ông già tất nhiên không ngoại lệ, có điều ông đi lính tuyệt chẳng phải vì quê hương đất nước, chẳng phải vì chính nghĩa con khỉ con tiều gì đó, như cái loa tuyên truyền của các vị cầm chịch hai miền. Chỉ giản dị, trần trụi: đói.

Bước xuống sân ga. Nắng như thiêu đốt, cái nóng hừng hực táp vào mặt. Hắn muốn ngạt thở. Khác hẳn khí hậu nơi hắn vừa rời bỏ, thị trấn dọc duyên hải. Mùa hè cũng nóng nhưng nhờ gió biển, cái nóng không hỗn hào, rít ráp như thế này. Hắn ra cổng, băng qua đường. Một xe giải khát dưới bóng cây kiền kiền, vài cái bàn thấp với ghế đẩu kê dọc vỉa hè. Hắn khát. Vừa ngồi xuống, vất cái túi xách lên chiếc ghế bên cạnh thì một thằng oắt con, dân "bay" (cướp giật) đã nhanh như gió, xới ngọt cái túi chạy như biến về hướng công trường ngã sáu.

"Ê… ê…"

Hắn bật vùng dậy, miệng la chói lói, chân sải nhanh theo thằng oắt con, nhưng nó đã mất tăm vào cổng chợ Bến Thành. Lạ nước lạ cái. Bóng chim tăm cá. Hắn đau khổ trở lại chỗ ngồi. Chị chủ quầy hỏi,

"Cậu từ đâu tới?"

"QN."

"Hèn gì, không như ở ngoải đâu, trong này cướp giật như rươi, lơ mơ là tiêu."

Trả tiền ly nước, còn non nghìn bạc, số tiền dằn túi để tiêu vặt, hắn đứng dậy đi lơ ngơ trên vỉa hè. Non nghìn bạc, sống được mấy ngày, rồi sau đó sẽ thế nào? Hắn vọt miệng văng tục. Cái túi xách, gia tài phòng thân trong những ngày tìm việc làm ở thành phố xa lạ này. Cái túi xách, quần áo, một xấp tiền dày, vốn liếng dành dụm bao năm, có thể nuôi hắn ít nhất nửa năm, thời gian không dài nhưng hắn nghĩ, đủ để tìm việc làm. Với tuổi thanh niên, việc nhẹ, văn phòng chả hạn, coi bộ khó, phải có bằng cấp cao hay chuyên môn, nhưng việc nặng, chắc không thiếu. Trước khi quyết định rời bỏ thành phố cũ vào đất Sài Gòn mênh mông này hắn đã suy nghĩ thật nhiều. Ba năm bươn chải để có được miếng cơm tấm áo, hắn cảm thấy mỏi mệt và bế tắc. Nhất là thằng bạn thân nhất của hắn đi lính và đã xanh cỏ ở một tiền đồn cao nguyên, L sàng bị thằng kép lôi ra PR. Hắn nào còn ai thân thích? Chả lẽ cuộc đời hắn chỉ quẩn quanh mãi làm một thằng vẽ dạo? Thay đổi thôi. Hắn còn tương lai dài phía trước, hắn muốn thi vào Cao đẳng mỹ thuật, hắn muốn trở thành họa sĩ. Một họa sĩ, những bức tranh, những cuộc triển lãm, những bài báo tụng ca… Hắn mơ ước. Lời khen của ông thầy giáo đã nuôi và bày vẽ cách kiếm tiền những ngày đầu; Của cô thầy dạy hắn trong những lớp bổ túc văn hóa; Của L "sàng" và nhiều me Mỹ trong các snach bar dọc bờ biển; Của thằng bạn thân đã chết; Của bọn lính viễn chinh… tuy chưa hẳn đáng tin, nhưng tự bản thân hắn biết mình có năng khiếu, cái năng khiếu đã nuôi hắn sống ung dung những ba năm. Thế mà bây giờ, chỉ mới ngày đầu ở vùng đất xa lạ, hắn đã thế này!

Một tuần ăn không ngồi rồi, hắn trú ở nhà trọ gần rạp chiếu bóng ĐĐ, ban ngày đi lang thang khắp mọi con đường lớn. Nhiều hôm ngồi trong quán cà phê đối diện công viên, nhìn người qua kẻ lại, những nữ sinh áo dài trắng, tóc xõa ngang vai, những gái bán bar váy ngắn đến bẹn, vú vê ngồn ngộn bên cạnh những tên lính Mỹ mặt mày non choẹt. Có lúc hắn đứng chỗ tòa nhà Quốc hội ngắm tượng đài khổng lồ phía trước, tượng đài mô tả hai chàng lính trong tư thế xung phong, súng lăm lăm chực nhả đạn. Tượng cấu tạo vụng, cục mịch, nặng nề. Hắn đã biết một điên khắc gia rất tầm cỡ, nhiều tác phẩm của ông ta hắn đã xem, đường nét uyển chuyển, những nhát cắt cách điệu tân kỳ, hắn rất thích, sao không mời ông ta làm nhỉ? Những lúc khác hắn vào các Gallery dọc con phố bên trái Quốc hội xem tranh, toàn tranh thương mại, đề tài rập khuôn nghèo nàn, xanh xanh đỏ đỏ diêm dúa. Tuy chưa học vẽ nhưng hắn nghĩ vẽ như thế hắn chả thèm. Nhiều hôm không biết đi đâu, hắn chui vào rạp chiếu bóng bên cạnh xem phim. Rạp này chuyên chiếu phim Ấn Độ, phim nào cũng nhảy múa ca hát léo nhéo.

Đến lúc chủ nhà trọ sau ba ngày không thấy trả tiền phòng, hỏi, hắn nói dối chờ bạn thân ngoài Trung sắp vào, sẽ thanh toán. Thêm hai ngày nữa, vẫn chẳng tăm hơi. Bị tống ra khỏi cửa, hắn lang thang khắp nơi, tối ngủ trên ghế đá trong công viên. Không thân thích, chẳng bạn bè, thành phố lại mênh mông, hắn mới đến, lạ nước lạ cái, nên chả biết xin việc ở đâu. Một ngày một đêm không hạt cơm bỏ bụng, ngoài những vốc nước máy trong công viên TĐ. Hắn đói muốn xỉu, đầu váng, mắt hoa. Hắn hoàn toàn không ngờ rơi vào hoàn cảnh này. Hắn đi vô định dọc vỉa hè đường LVD, chân run muốn quỵ, đến ngã tư Bảy Hiền hắn phân vân không biết rẽ hướng nào. Chợt nhìn thấy góc ngã tư giăng ngang một băng vải trắng kẻ hàng chữ đỏ: "Muốn trở thành thiên thần mũ đỏ, hãy gia nhập binh chủng Nhảy Dù". Trong đầu hắn lóe lên ý nghĩ, chỉ còn con đường này thôi.

Hắn bước vào trạm tuyển quân. Gã trung sĩ nhất áo quần rằn ri, mũ đỏ đội lệch, dáng cao to, khá đẹp trai, kính mát thời trang, trên nắp túi áo lấp lánh dề huân chương. Một mẫu người hùng, rất xứng đáng đại diện cho lớp thanh niên thời khói lửa. Hẳn ban Tâm lý chiến đã tính toán kỹ khi đưa ra một điển hình tiêu biểu đại diện binh chủng. Gã trung sĩ nhất ngồi trước chiếc bàn dài, bên trái chồng hồ sơ cao nghệu.

Hắn ấp úng,

"Thưa sếp, em muốn đầu quân."

Gã trung sĩ vui vẻ,

"Tốt, giấy tờ đâu?"

Hắn lúng túng,

"Thưa sếp… không có..."

"Chà, nhiêu tuổi rồi?

"Mười bảy tuổi rưỡi."

"Mười bảy hay mười tám. Rưỡi là thế nào? "

"Dạ mười bảy."

Gã trung sĩ kéo hộc bàn lấy hai tờ giấy đưa cho hắn,

"Điền đi, tên họ…"

Hắn nhận hai tờ giấy, đọc. Một khai sinh và một đơn xin nhập ngũ. Tờ khai sinh có đủ chữ ký, khuôn dấu, nơi cấp, nhưng những chỗ ghi lý lịch đều trắng. Nghĩa là tờ giấy khai sinh dỏm! Càng hay. Điền xong hắn trả lại cho gã trung sĩ.

Gã đọc nhanh rồi cười tươi,

"Xong rồi, thích nhé."

Hắn nghĩ thầm, thích con khỉ. Hắn không ưa bộ quân phục. Ngày ở với má Hai hắn vẫn thường chứng kiến bọn lính say sưa, bỏ tiền ra để tha hồ hành hạ mấy chị em ta, bày đủ trò bệnh hoạn, bắt các chi em ta thực hiện, rồi cười khoái trá. Xuống QN, ăn dầm nằm dề ở các snach bar, hắn lại thấy bọn lính viễn chinh cũng say sưa, hút sách, cũng xem đàn bà Việt Nam như những món đồ chơi. Quốc gia, Cộng sản. Giải phóng quê hương. Bảo vệ tự do. Những mỹ từ hắn đã nghe, mòn rỗng đến phát ngấy. Bạn hắn chỉ mới 19 đã xanh cỏ, chưa kịp có một tình yêu để biết thế nào là một nụ hôn, thế nào là rung động xác thịt. Và nhiều làng mạc hắn từng đi qua, đói nghèo, sợ hãi, chết chóc. Tang thương chồng chất tang thương. Nếu không vì cái bụng rỗng, chả bao giờ hắn nghĩ sẽ làm lính.

*

Ba tháng ở quân trường bộ binh, bốn tuần học nhảy dù, hắn trở thành một tên lính tổng trừ bị, tác chiến thực thụ.

Lần đầu tiên tham dự hành quân vùng địa đầu giới tuyến. Hắn ngỡ ngàng trước những cánh rừng vàng khô trụi lá vì thuốc khai quang, những hố bom sâu, những căn cứ quân sự của phe bên kia, mái lều dưới những tàng cây rậm lợp lá rừng, bếp "Hoàng Cầm", hố cá nhân hàm ếch. Những khuôn mặt dân quê thất thần, sợ hãi, những vườn cải chưa kịp lớn đã tang hoang trơ vồng, tiếng gà vỗ cánh thoát chạy, tiếng heo eng éc, tiếng bò rống giẫy chết khi một toán quân ngang qua. Vùng xôi đậu đa phần theo địch, như nhận xét của cấp chỉ huy, không cần bảo vệ. Làng xóm tiêu điều như bãi tha ma, đàn ông con trai trốn biệt, hoặc vào bưng theo "giải phóng". Không phái mạnh lo toan công việc nặng, mương lạch tưới tiêu cạn nước trơ đáy, những mái rạ dột nát tồi tàn. Và những cồn cát mênh mông cháy nắng. Hắn khiếp hãi nghe nói có lần một đơn vị bộ binh tìm thấy xác một thủy quân lục chiến trần truồng bị cột căng ra giữa bốn cây cọc bốn góc trên cồn cát nóng. Môt hình thức xử tử dã man. Hắn cũng đã nghe kể cảnh lấy khẩu cung của một trung đội bảo an của phe ta dã man không kém. Tên cán binh bị buộc phải leo lên thang cao, hai tay cầm hai sợi cật tre cột thòng từ một nhánh cây chẻ ngang xuống đất, phía dưới cắm những mũi chông vót

nhọn bằng tre già, mỗi mũi chông tròn như ngón tay cái, thon dần, nhọn lểu ở đầu mút, dài hơn ba tấc. Nếu không khai sẽ xô ngã cái thang, tên cán binh chỉ có một chọn lựa duy nhất, níu hai sợi cật tre để khỏi rơi xuống những mũi chông. Hãy tưởng tượng hai sợi cật tre cứa vào gang bàn tay, thấu xương, khi sức nặng của cả thân xác kéo xuống. Chiến tranh, thực khủng khiếp. Hắn từng xuất thân từ giới hạ đẳng, từng biết những lối thanh toán nhau giữa các băng nhóm giang hồ, nhưng so với chiến tranh, chỉ là trò trẻ con.

Tâm hồn hắn mẫn cảm, những sự việc chỉ bình thường thôi đối với đa số, nhưng với hắn lại là mối ám ảnh dai dẳng. Lần hành quân ở một địa danh rừng núi thuộc miền Trung, đồng đội hắn móc được dưới hố bom lên một cái đầu lâu. Có lẽ B52 rải thảm, đơn vị nào đó của địch "trúng số", xác nhiều cán binh bị vùi dưới hố bom, mưa, lâu ngày những hố bom biến thành giếng nước của các đơn vị hành quân, cho cả hai, ta và địch. Móc được đầu lâu, xương tay chân… ở các hố bom, chuyện bình thường, Điều không bình thường là có tên đã dùng bàn chải kỳ cọ cái đầu lâu sạch sẽ, trắng hếu mang theo về chỗ đóng quân, một nơi nào đó gần thị xã an ninh. Khi đi nhậu, cùng năm bảy tên lính rằn ri, mặt mày đen đúa, rất ngầu, vào quán gọi thịt cầy nhét vào đầu lâu rồi tì tì dùng đũa lôi ra những lát thịt luộc vàng ươm, chấm mắm tôm, nhón miếng riềng, vừa ăn, vừa uống, vừa bốc phét chửi thề rôm rả. No say, gọi chủ quán tính tiền. Chủ quán mặt mày xanh dờn, cười cầu tài, khúm núm, "Các anh hành quân cực khổ, lâu lâu về đây, chúng em rất vui được đãi các anh một chầu, nào đáng chi mà tiền với bạc." "Đấy nhé, ông chủ đãi bọn này nhé, không ăn lường nhé. Cảm ơn, lần sau bọn này trả tiền đàng hoàng, không cho ông chủ đãi nữa đâu". Chả có lần sau nào cả, hoặc đơn vị dời đến nơi khác, hoặc một hai tên đã bị thuyên chuyển về ban chung sự nghĩa trang Biên Hòa.

Lần hành quân thứ ba ở TQ hắn bị thương. Xứ này dừa bạt ngàn, nhưng từ nhiên năm qua những vườn dừa không người chăm sóc, trở nên còi cọc, xơ xác. Có những xóm làng thiếu ăn, trẻ con không đến trường, trần truồng trơ xương, bụng ỏng da chì, mặt mày lơ láo. Đàn bà con gái tong teo già trước tuổi, mười tám hai mươi đã như thiếu phụ bốn mươi. Nhiều nơi cháo cũng không có nuôi miệng, bọn lính chỉ cần một bao gạo sấy, một lon thịt ba lát là có thể ngủ với bất cứ ai, bất kể già trẻ lớn bé. Nhân phẩm, danh dự, trinh tiết, những từ vô nghĩa trước cái đói triền miên.

Hắn bị thương, một viên đạn xuyên qua vai, không trúng xương. Viên đạn đục một lỗ nhỏ phía trước nhưng tang hoác như miệng chén phía sau. Viên đạn chỉ vào thịt, nhẹ thôi, tuy vậy cũng được về hậu cứ nghỉ dưỡng. Còn độc thân nên dĩ nhiên hắn ăn ngủ ở doanh trại. So với hành quân, thời gian nghỉ dưỡng thật thoải mái, ngày hai bữa cơm nhà bàn do ban ẩm thực lo. Buổi sáng tạp dịch, vét lại giao thông hào quanh doanh trại, nhổ cỏ sân cờ, đóng lại vách tôn nhà ngủ bị gió giật sút đinh, hay phun rửa nhà vệ sinh… Công việc ít, bọn lính sứt gốc gãy gọng đông, nên được chia đều, trở nên nhẹ nhàng. Buổi chiều lang thang nhậu nhẹt ở chợ sư đoàn nếu có tiền, hay chui rào ra ngoài xuống ngã năm Chuồng Chó, lên hẻm 92 LVD tìm em trong động hoa… cức lợn! Rỗng túi thì mò xuống trại gia binh cạnh doanh trại thăm dân cho biết sự tình! Vợ lính, đủ hạng, trẻ, sồn sồn, đẹp, xấu, cao, thấp, mập ú, bì bạch vịt xiêm, yểu điệu thục nữ, ỡng a ỡng ẹo tố chất rượng đực… Có chị nói năng nhỏ nhẹ thanh tao, có chị văng tục chửi thề như máy, có chị chính chuyên một dạ chờ chồng, có chị rậm rực động cỡn cặp kè lung tung, có chị bài bạc nợ nần rách trước vá sau. Nói chung, sinh hoạt trong thế giới thu nhỏ này quả đa dạng hấp dẫn trăm bề. Tình cờ có hôm hắn vào nhà vệ sinh tập thể khu gia binh, thấy trong thùng rác một hai trái chuối già và cà dái dê. Vài chị nào đó chịu không thấu cảnh chăn đơn gối lẻ đêm hôm lạnh lẽo, đã tự phục vụ bằng các món phụ trợ trơn tru, giông giống này, xong cơn, đỡ vả, mang vào nhà vệ sinh vất thùng rác, chả ai biết của ai. Các chị vẫn được tiếng ngoan ngoãn, hiền thục, chính chuyên chung thủy!

Lần thứ ba hắn bị thương trên cao nguyên Kontum. Nặng hơn hơn hai lần trước nhưng chưa đến mức ra hội đồng y khoa phân loại, hoặc giải ngũ, hoặc về đơn vị hậu cần, hoặc nữa, trở lại tiểu đoàn tiếp tục cày bừa, chờ ngày lên tàu về miền âm cảnh! Lần này hắn nằm chung phòng với một tên hủy hoại thân thể, tên này mai mốt xuất viện nếu không đi tù thì cầm chắc về đơn vị lao công đào binh vác đạn gãy lưng. Nghe hắn kể nhiều pha tự hủy ngoạn mục, Có đứa nhỏ mủ xương rồng, cực độc, vào mắt, chột, hoặc dùng lá dứa có răng cưa kéo qua nhãn cầu, cũng chột. Dĩ nhiên không binh chủng nào cho thằng chột cầm súng. Thế là ung dung qui hồi cố hương! Có thằng về phép đi nhậu, đút mấy ngón chân vào xích honda, gài số, rồ ga, vài ngón đi đứt. Anh trở dzìa trên đôi nạng gỗ, nhưng như đinh đóng cột sau này nếu không chết bệnh cũng cầm chắc chết già êm ái bên vợ bên con. Có đứa nửa đêm trong phiên gác, nhảy xuống hố cá nhân, mở chốt lựu đạn ném lên mặt đất rồi trồi lưng hứng. Lựu đạn nổ, mảnh văng tứ phương, cầu may có mảnh ghim vào lưng, xuyên phổi nhưng còn thở, vậy là nhiều phần có cơ hội trả áo lính về quê, thanh minh trong tiết tháng ba vợ mất dịp đi tảo mộ chốn yên nghỉ của đấng phu quân. Có cậu kê cánh tay trên lan can lầu, biểu thằng em canh chính xác, nhảy từ trên cao xuống, cánh tay gãy lọi xương, cũng dĩ nhiên chả đơn vị nào rước một tên lính tay vòng kiềng làm đồng ngũ, ngữ này cầm cu chó đái chưa xong, nói chi cầm súng. Thôi thì đuổi hắn dzìa nhà chăn heo cho lành.

Hắn đã nghe hàng trăm bản nhạc, đã đọc cũng số lượng tương đương những sách báo tụng ca, tuyên dương những tráng sĩ thời chinh chiến, những cánh chim đại bàng lướt mây cỡi gió, những hải âu vượt trùng dương dậy sóng, những mũ xanh, mũ đỏ, mũ nâu hào hùng xông pha lửa đạn. Thế nhưng sau hai năm trận mạc hắn chả thấy gì ngoài đau thương, sợ hãi, chết chóc và khổ ải triền miên, của đồng đội, của bản thân, của dân đen những vùng đất hắn đã đi qua. Hắn biết mình không hợp với bộ quân phục, với chiến tranh và bạo lực. Hắn vẫn mơ trở thành họa sĩ. Nhưng hắn hiểu không bao giờ ước mơ trên trở thành hiện thực nếu khói lửa vẫn tồn tại. Nhiều đêm nằm co trên võng hay ôm súng dưới hố cá nhân trong khuya sâu, giữa núi rừng âm u, hắn buồn trào nước mắt. Những ước mơ càng ngày càng trở nên xa vời, hư ảo như như chuyện giả tưởng!

4

Có tiếng chuông, ông già quay lui, nhìn. Anh đưa thư gọi. Ông lăn vội chiếc xe ra cổng, anh đưa thư luồn qua cửa sắt bao thư lớn và tờ biên nhận. Ông đọc, cuốn sách của bạn ông, một nhà văn ngụ cư ở Âu Châu gửi tặng. Tác phẩm do một nhà xuất bản ở California, USA ấn hành nửa tháng trước.

Dân Việt lưu cư ở các nước ngoài quê hương thường chọn viết lách như một nghề tay trái để giải tỏa nỗi lòng, từ chính kiến đến tình cảm riêng tư. Rất ít ai (số này có thể đếm chưa đủ trên đầu năm ngón tay), chọn văn chương (tiếng Việt) làm nghề chính. Hầu hết chỉ viết khi chấm dứt công việc ở sở hoặc đã về hưu, rảnh rang. Đa phần những tác phẩm đã xuất bản đều từ tiền túi của tác giả, hoặc mượn tên một nhà xuất bản nào đó, nếu đôi bên cùng bằng lòng. Thảm nhất là thơ, 99% phần trăm in ra để chất đống trong garage. Hắn quen một người làm thơ, đã về hưu, tích cóp vài tháng được nghìn đô, in một tập thơ để... đi năn nỉ tặng không cho bất cứ ai muốn (muốn, không phải để đọc, muốn vì... lịch sự!). Cứ thế nhiều năm rồi, hàng chục tập thơ đã ra đời mà người đọc hầu như... zéro! Gần đây một ông bạn khác in cuốn sách dày cộm trên 600 trang, đã hơn năm, nxb cho biết chưa bán được cuốn nào! Thị trường sách vở chữ Việt ở hải ngoại như thế nhưng sách vẫn được in đều đều. Ban đầu ông già ngạc nhiên, nhưng dần dần hiểu ra, tuổi già sống ngoài quê hương quá buồn. Con cháu có cuộc sống mới, từ ngôn ngữ đến giao tiếp, vui chơi đều khác lạ. Lớp gần đất xa trời chỉ còn một vài chọn lựa, hoặc đi nhà thờ, chùa, hoặc đến các trung tâm sinh hoạt dành cho người cao niên, đánh cờ tướng, uống trà, cà phê và tán hươu tán vượn giết thời giờ, hoặc nữa lên các sòng casino kéo máy, ăn thua chỉ chuyện phụ, đốt bớt ngày tháng lê thê mới là chuyện chính! Lớp có tí năng khiếu văn chương, vẽ vời thì mần thơ, sáng tác vớ vẩn và in, để có dịp ra mắt sách hoặc triển lãm. Vài mươi ông bà đến tuổi chuẩn bị về miền tịch lặng đến gọi là chia vui. Một hình thức dối già cho kẻ sáng tác lẫn người thưởng ngoạn! Môi trường chữ nghĩa, nghệ thuật thảm vậy, đòi hỏi làm gì những thành quả có chất lượng!

Ông già ký vào tờ biên nhận, trả lại cho anh đưa thư rồi lăn xe về vị trí cũ. Ông mở bao thư, cầm cuốn sách còn thơm mùi giấy. Chưa đọc nội dung nhưng nhìn hình thức trang nhã, bắt mắt, ông vui. Ông nhớ lại cái email của bạn hai năm trước: "Chỉ còn vài tháng nữa tôi sẽ nghỉ hưu, có thời giờ tôi sẽ viết lại câu chuyện tình tuyệt đẹp của vợ chồng tôi thời trẻ. Nhân tiện bạn trình bày giúp cái bìa..."

Ông già mỉm cười, "câu chuyện tình tuyệt đẹp của vợ chồng tôi thời trẻ".

Thời trẻ. Ông có mối tình nào đẹp không nhỉ?

Đèn màu quay đảo, tiếng trống kèn chát chúa, khói thuốc mù mịt, hoạt cảnh sinh động nhưng ngột ngạt.

Hắn ngồi trên chiếc ghế chân cao trước quầy rượu uống từng ngụm ly sô-đa pha thật loãng nửa cốc nhỏ Henessy XO, thứ thức uống này hắn thích, thơm mùi rượu nhưng rất nhẹ, chỉ lâng lâng không thể say. Bên cạnh hắn, một tên lính Mỹ cao to, mũ xanh nhét cầu vai, đang đấu hót với em cave trông chưa sạch nước phèn, thộn thện vú vê mông đùi. Họ nói với nhau bằng thứ tiếng Mỹ bồi, cộng ngôn ngữ đôi tay. Hắn nghe, nhìn, cũng hiểu. Thằng Mỹ hỏi muốn ngủ với em, giá bao nhiêu, em hỏi lại trọn đêm hay phát một. Thằng Mỹ nói chỉ một phát thôi, hắn không thể vắng đơn vị thâu đêm. Em cave nói giá, Thằng Mỹ nhanh nhẩu ok, ok. Em cave quay mặt vào quầy gọi tay quản lý nói cần phòng đưa em chìa khóa. Thằng Mỹ theo em khuất sau cánh cửa bên trái quầy.

Một em cave khác có khuôn mặt bụ bẫm, hai má tròn căng phinh phính, da trắng. Trông em cave này sáng sủa, khác hẳn đồng nghiệp. Em đang ngồi với một thằng Mỹ đen cách hắn chừng ba thước. Thằng này có vẻ say, liên tục bóp đùi em cave. Bắp đùi mịn mướt, phơi khiêu khích dưới chiếc váy đầm ngắn tới bẹn. Em vừa hất bàn tay thằng Mỹ đen vừa luôn mồm,

"No, I don't like"

Mặc kệ em phản đối, thằng Mỹ đen vẫn tỉnh như ruồi, sờ soạng bạo hơn, hắn di chuyển bàn tay hộ pháp đen như than lên vùng tam giác. Em cave một tay giữ con bọ cạp ham hố, quay ngang nhìn hắn,

"Ê, lại đây."

Hắn tụt khỏi ghế, ôm tập vẽ và cây chì than bước tới chỗ hai người. Em cave nói với thằng Mỹ,

"Do you want to paint a portrait?"(1)

Thằng Mỹ nhìn hắn, hất hàm,

"Does it draw? "(2)

Em cave gật đầu,

"Yes"

"Oh, I want"

Em cave mỉm cười,

"So you sit still for it "(3)

"But I want to it you and me "(4)

"Ok!"

Em cave nói với hắn,

"Vẽ tôi với thằng đen này."

"Được."

Mười phút sau hắn đưa cho hai người bản ký họa. Thằng Mỹ cầm, ngắm nghía rồi cười vui,

"It loocks so beautiful "(5)

Em cave cũng tán dương,

"Giống lắm."

"How much?". Thằng Mỹ hỏi.

"Nói với hắn muốn đưa bao nhiêu cũng được."

"How much is the price depending on you". Em cave chuyển lời của hắn đến thằng Mỹ.

"Good, good, are you two?"

"Ok." Hắn hiểu nên trả lời ngay.

Em cave nói tiếng Anh khá tốt, trong hàng ngũ cave tại vùng này, em được đánh giá có học nhất. Ba năm trước em còn là nữ sinh đệ nhị cấp, và là học viên ngót 3 năm của Hội Việt Mỹ ngoài NT, chuẩn bị thi tú tài II. Nhưng đúng thời điểm này, cha

mẹ ly dị, em bỏ thi ra PY sống với bà ngoại. Trong một chuyến đi buôn, xe lật, bà ngoại chết, em về với vợ chồng ông cậu còn trẻ, cũng cư ngụ tại tỉnh này. Vợ chồng ông cậu không con cái, nhận em làm con nuôi. Nhưng ông chồng say sưa tối ngày, vợ nói mãi không được, bỏ mặc. Bà cô cũng đi buôn đường dài như ngoại. Chán chồng, lại gặp phải anh tài xế tán tỉnh ngọt như kẹo mạch nha, bà cô xiêu lòng, bỏ chồng, theo anh ta đến nơi nào đó xây tổ ấm. Ông cậu càng lún sâu vào men rượu, cảnh nhà bữa đói bữa no. Lúc còn bà cô, em dự tính ôn lại bài vở để năm tới đi thi, song nhìn cảnh nhà hiện tại, em không còn lòng dạ nào, nên nghỉ học luôn, xin vào làm bồi bàn ở một quán cà phê có nhạc sống mỗi cuối tuần. Một tối ông cậu say quá, bạn bè đưa về bỏ nằm lăn lóc trước cửa, em phải xốc nách ông cậu dìu vào giường. Bất ngờ ông ta vòng tay ôm em, giật bung chiếc áo cài khuy, kéo sệ nịt vú, hôn lấy hôn để hai trái vú dậy thì căng tròn. Em hoảng hốt vùng thoát, chạy như điên xuống quán cà phê, vừa khóc tức tưởi vừa kể sự tình. Bà chủ nghe, chửi ông cậu tính dở trò loạn luân súc vật, và cho em sống ngay tại nhà bà ta. Hai tháng sau em phải lòng một ca sĩ vườn nổi tiếng khắp tỉnh, vẫn trình diễn văn nghệ bỏ túi mỗi cuối tuần ở quán cà phê của bà chủ. Hắn đẹp trai, phong cách tay chơi, đàn hay hát ngọt và tán gái giỏi. Dù biết gã có một hồ sơ tình ái dày cộm em vẫn bị mê hoặc, dễ dàng rơi vào tay gã. Chỉ một thời gian ngắn, gã chán chê bỏ em, mồi chài em khác. Đau đớn, hận đời, em sa dần vào thế giới ăn chơi, rồi trôi dạt vào QN, làm cave.

Thằng Mỹ móc bóp đưa hắn hai đô la, loại đô la đỏ, dành riêng cho bọn lính viễn chinh, chỉ lưu hành trong giới quân nhân, dùng mua hàng trong PX tại những căn cứ của Mỹ.

Khuya, quán bar đóng cửa. Em cave đứng ngoài mái hiên chờ kép đến đón. Sau này, L cho hắn biết thằng kép là thủ lãnh một băng nhóm có máu mặt ở vùng này. Các quán bar muốn yên ổn hoạt động, thường nhờ một băng nhóm nào đó bảo kê. L có tí văn hóa, không hợp với sự bặm trợn thô tục của bọn giang hồ vô học, nên chả yêu thằng kép. Song hắn nổi tiếng, làm đào hắn

L được các chủ quán bar nể mặt, không lấn lướt, ăn hiếp. Để giữ vững độc lập, L không chịu về ở hẳn với thằng kép, mà thuê chung phòng trọ với một đồng nghiệp. Nhưng để duy trì mối quan hệ, tuần vài lần L cho thằng kép hưởng một đêm.

Em cave hỏi khi thấy hắn đi ra,

"Bạn tên gì?"

"T"

"Bạn vẽ giỏi lắm. Học ở đâu vậy?"

"Tự học."

"Tôi tên L, mình làm bạn được không?"

"Được quá đi chứ."

"Bạn nhiêu tuổi?"

"Mười bảy."

"Thua tôi 3 tuổi, làm em nhé?"

"Không."

"Sao rứa?'

"Bạn bè không chị em."

Em cave cười lớn, gục gặc đầu thích thú,

"Có cá tính, ok, không chị em. Gọi tên nhé?"

"Ok."

Một moto phân khối lớn đậu ngay trước mái hiên. Gã thanh niên tóc dài, khoác áo sau rằn ri bên ngoài áo thung ba lỗ, quần bò, dựng xe, bước đến chỗ em cave,

"Mình về."

Em cave leo lên yên sau, ôm eo gã thanh niên, nhìn hắn vui vẻ,

"L về nhé, gặp sau."

Chiếc moto vòng lại, phóng vụt đi, tiếng động cơ nổ dòn, chát chúa.

----

(1) Anh muốn vẽ chân dung?

(2) Hắn vẽ?

(3) Anh ngồi yên cho hắn vẽ.

(4) Nhưng anh muốn hắn vẽ em với anh.

(5) Trông đẹp lắm.

*

Họ quen nhau. Hắn nhiều lần giải cứu L ra khỏi những tên lính say sưa sàm sỡ dâm dục, cũng bằng cái cách vẽ ký họa như lần đầu họ quen nhau. Làm nghề cave chuyện ngủ với bọn lính viễn chinh là đương nhiên, tuy nhiên L không muốn bị rẻ khinh quá đáng, khiến L có cảm tưởng mình là món đồ chơi tình dục mạt hạng, điều này làm tổn thương không nhỏ đến lòng tự trọng chưa triệt tiêu hẳn của một cave lỡ có tí văn hóa. Ngược lại L cũng "cài mánh" cho hắn có thêm mối vẽ vời mỗi đêm. Tình thân mỗi ngày một đậm, họ trở thành tình nhân của nhau. Những lúc thưa khách L thường rủ hắn ra bờ biển ngắm hoàng hôn. Mặt trời như chiếc nong đỏ ối tụt nhanh xuống đường chân trời, chả mấy chốc bóng tối phủ trùm. Mặt biển thẫm đen lấp lánh bạc do ánh đèn từ các quán bar hắt tới. Ngoài khơi xa những đóm lửa thuyền chài như hư như thực. L hỏi,

"Quê T gần biển không?"

"Nhà T cạnh bãi biển."

"Thích nhỉ, L mê biển."

"Cái gì ở xa nhìn cũng thích, nhưng khi gần, nhất là trong điều kiện không tốt, chả thích nổi đâu."

"L không hiểu."

Hắn cười buồn, không trả lời, ngước nhìn bầu trời đầy sao. Gió nhẹ mơn man da thịt.

"T lạnh không, L lạnh."

"Mình vào thôi."

"Không, L muốn ngồi ngoài này"

"Nhưng L vừa nói lạnh."

L ngã người vào hắn, nói nhỏ,

"Ôm L đi"

Hắn vòng tay ôm nàng. Lạ thực, hắn nghĩ, L bây giờ khác xa với em cave ngổ ngáo trong quán bar mỗi tối, uống rượu, hút thuốc, nói năng bạt mạng, và cái biệt danh "L sàng" danh trấn hắn từng nghe từ các đồng nghiệp của nàng cũng như trong giới giang hồ.

L nhỏ con, khuôn mặt bụ bẫm khiến nàng mang dáng vẻ một nữ sinh trung học đệ nhất cấp nếu thay cái váy đầm ngắn cũn cởn bằng chiếc áo dài trắng tinh khiết. Hắn ra đời sớm, lại lăn lóc nhiều năm trong môi trường trác táng, khiến hắn già trước tuổi. So với L hắn có vẻ người lớn hơn, nhất là chiều cao, hắn vượt L nửa gang tay. Ở mỗi con người đều có những góc khuất chỉ họ hoặc người thân cận nhất biết mà thôi. L và hắn cũng thế. L vẫn mong sống trở lại những năm cùng cha mẹ ở cái tỉnh NT yên bình ngày xưa, L thích văn chương, học thêm ngoại ngữ để sau này vào văn khoa, sẽ là nhà văn hay tối thiểu cũng cô giáo dạy văn. Và hắn vẫn mong vào trường Cao đẳng mỹ thuật để trở thành họa sĩ. Hai ước mơ chả to tát gì, nhưng cuộc đời đã đẩy cả hai vào những con đường nghiệt ngã. Có lẽ vì thế họ tìm thấy ở nhau điểm tương đồng nào đó, cái điểm tương đồng kéo họ đến gần nhau. L có yêu hắn không? Chắc chắn có. L nhận thấy trong đôi mắt hắn có một vẻ gì u uất, và cái phong cách vừa bất cần vừa ngạo mạn của hắn có một hấp lực mạnh. Hắn khác hẳn bọn cùng giới. Tuy gần nhưng lại rất xa với thực trạng chung quanh. Còn hắn? Cũng có nhưng nhẹ hơn. Trong thẳm sâu tâm hồn hắn vẫn cảm thấy môi trường này và con người ở đây không thích hợp với bản chất hắn. Nhạy cảm, yếu đuối và dễ trắc ẩn. Cuộc đời bất ưng khiến hắn lúc nào cũng phải gồng lên để sống, để tồn tại, để chứng tỏ là một nam nhi. Hắn mệt mỏi quá, chỉ mong thoát ra, làm một kẻ bình thường, thực hiện được những ước mơ bình thường.

Một tối L rủ hắn đi ăn khuya, họ uống hết chai rượu đỏ. Chả hiểu L say thật hay giả vờ, nàng ngã chúi vào hắn, ôm cứng, không buông. Hắn phải gọi xích lô đưa L về phòng trọ, nơi hắn và thằng bạn sống. Thằng bạn chưa về. Hắn dìu L đến giường, đặt nàng nằm xuống, vào trong lấy khăn lông nhúng nước, vắt khô, đắp lên trán L.

Bỗng L quàng tay kéo hắn ngã lên người nàng,

"Yêu cưng lắm, biết không?"

Hắn hơi bất ngờ,

"L không say à?"

L vít đầu hắn xuống, áp môi nàng lên môi hắn,

"Yêu L đi."

Hắn chưa kịp phản ứng, nàng đã cười lả lơi,

"Hay để L nhé?"

Nàng vật hắn nằm ngửa, nhanh chóng thoát y cho hắn, cho mình rồi leo lên, nhẹ nhàng ấn xuống, hắn từ từ đi sâu vào, trơn nhờn, ấm nóng. Nàng để yên một lát trước khi chống hai tay trên ngực hắn, âu yếm,

"L yêu cưng nè."

Nàng bắt đầu xoay vòng hạ thể, từ chậm, dần dần tăng tốc. nhanh và mạnh.

Thỉnh thoảng nàng bò xuống. Hắn vùi hai bàn tay vào mái tóc mềm, siết chặt đầu nàng vào háng. Hắn ưỡn mông, không thể nằm yên,

"L ơi… Cưng ơi…"

(Mai Thảo ký họa bởi KT)

Khi biết hắn không kiềm chế nổi, nàng lại bò lên, trở về tư thế khởi đầu, rồi cúi xuống hoặc ngậm, liếm dái tai hắn, hoặc hỏi, giọng nhỏ, ướt sũng,

"Thích không cưng?"

Hắn vươn hai bàn tay vày vò đôi vú mịn mát, mông xoay theo mọi động tác của nàng,

"L làm T suýt chết ngất."

"Cưng sẽ ghiền…"

"Không ghiền mới lạ."

Nàng cười khúc khích, ôm mặt hắn, hôn khắp. Thân xác vẫn không ngừng chuyển động.

Suốt cuộc truy hoan, L luôn làm chủ, nàng biết cách nương đẩy, nhanh chậm để đối tác kéo dài được lâu và viên mãn. Ngược lại nàng cũng không quên tự giúp mình tận hưởng khoái lạc. Khi sắp tới đỉnh nàng hối hả gia tăng động tác rồi bất ngờ đổ ập xuống, ôm cứng hắn, hổn hển,

"Cưng ơi… cưng ơi… L tới…"

Những cơ vòng co thắt, khép mở liên hồi như mang cá lóc. Hắn không thể không so sánh, ngón nghề ân ái của L chị Th. còn thua xa. Quả đúng như biệt danh "L sàng". Chưa bao giờ hắn thỏa mãn hơn.

Nhiều lần thằng kép đến đón nhưng L sàng đã về trước với hắn. Thằng kép cho đàn em theo dõi, nhanh chóng biết L đã ngã vào vòng tay hắn. Không ngờ được, đau vì nàng "phụ ngải" thì ít, nhưng đau hơn vì thanh danh bị một thằng nhóc vô danh tiểu tốt hạ thấp. Lập tức thằng kép sai lâu la dạy cho hắn một bài học, để nhớ đời.

Một mặt, thằng kép không cho L sàng về chỗ trọ của hắn, mặt khác bố trí đàn em đón hắn ở một địa điểm thuận tiện. Nơi này vắng vẻ, cuối bãi, chỉ cách chỗ hắn và thằng bạn ở không xa.

Hôm đó hắn và thằng bạn về gần đến nhà trọ thì xảy ra sự cố.

Thằng bạn, H, thân với hắn như anh em, hơn hắn 2 tuổi. H thông minh, nhanh nhẹn. Bố H là quân nhân, chết trận khi H chỉ mới một tuổi. Năm H lên 6 mẹ lấy chồng khác. H sống với mẹ và dượng ghẻ đến năm 14 thì bỏ nhà đi bụi. Trước, H học rất khá, luôn mang về bằng khen mỗi tháng, mẹ H vui, bà hy vọng rất nhiều khi nghĩ đến tương lai của con. Nhưng không ai lường trước được, ông dượng bỗng sinh tật, cặp với một cô còn khá trẻ, và đẹp. Mái ấm bỗng biến thành địa ngục. Mẹ và dượng ngày nào cũng gấu ó, ban đầu còn ý tứ, dần dà trầm trọng, bất cần. Một hôm thấy mẹ nằm liệt không ăn uống, chỉ khóc. H đau lòng, nói với dượng,

"Dượng đừng làm khổ mẹ nữa."

"Mày còn nhỏ biết gì."

"Con biết, dượng có bồ."

Dượng im lặng. Gián tiếp xác nhận sự thể. H buộc miệng,

"Con biết nhà bà ấy rồi, con sẽ đến bảo bà ấy trả dượng lại cho mẹ"

"A, thằng này láo."

Dượng đứng phắt dậy, vừa gầm lớn vừa tát H một bạt tai nảy lửa.

H ra khỏi nhà, không về, lang thang đến vùng này, và nhập băng cùng bọn đánh giày.

Hắn có cảm tưởng H không giống bọn trẻ ở đây, hắn chủ động làm quen. Hai đứa trở nên thân. Thuê chung một phòng trọ. H rủ hắn ghi tên học thêm 3 hôm một tuần tại trung tâm bổ túc văn hóa của tỉnh. Mỗi lần tan lớp, trên đường về, H thường tâm sự với hắn, "Lấy được cái tú tài bán, tao sẽ vào Thủ Đức." "Mầy không sợ chết như ba mày à?' "Không, tao muốn báo thù cho ba tao." "Hai phe đánh nhau, Việt Cộng cũng chết. Thù với hắn gì". "Tao không cần biết. Việt Cộng giết ba tao, tao muốn giết chúng nó". Lý lẽ giản dị và ngang như cua. Nhưng hắn chưa đủ khôn để lập luận phản bác.

Quán bar đến giờ đóng cửa, hắn đi tìm H, rủ về chung,

"Sao vậy, L sàng đâu?" H ngạc nhiên hỏi khi thấy hắn chỉ một mình.

"Thằng G đến đón, không cho L về với tao."

H cười lớn,

"Tội nghiệp chưa."

Khi hai đứa đến cuối bãi dẫn vào xóm, bất ngờ từ trong bụi cây dại một thằng trẻ phóng ra, tay lăm lăm con dao chặt nước đá lởm chởm răng cưa. Thằng trẻ đứng dạng chân giữa lối đi, hất hàm về phía hắn,

"Mày biết L sàng là của ai không?"

"Không."

"Đụ mẹ, mày tới số rồi."

Vừa dứt lời thằng trẻ phóng tới vung ngọn dao chém thật lực vào đầu hắn. Cũng nhanh không kém, H lạng người qua, xô hắn ngã chúi, nhưng H lại không kịp tránh, nhát chém xả ngọt trên lưng. Thấy H trúng ngọn dao, thằng trẻ xoay người mất biến sau bụi cây dại. Hắn nhào tới xốc H lên vai cõng chạy nhanh vào xóm, vừa chạy vừa la lớn,

"Cứu… cứu…"

Ngọn dao lởm chởm răng cưa cày trên lưng H vết thương sâu. Nửa tháng nằm viện, thêm non tháng ở nhà dưỡng thương. H không đi đánh giày. Hắn vừa kiếm tiền vừa phải săn sóc H, đầu tắt mặt tối.

Thằng kép cấm không cho L làm cave ở vùng này nữa. Nó bỏ bản doanh hiện tại, đưa L và băng đảng ra PR, không xa địa bàn cũ lắm, vẫn hoạt động hữu hiệu. Có thể nó nghĩ dù đã răn đe được tình địch, nhưng được bao lâu? Làm sao biết chuyện gì xảy ra khi hai đứa hàng ngày vẫn gặp nhau. Cách ly là an tâm nhất. Nó mê L sàng, muốn sở hữu độc quyền.

Một thời gian dài, dễ chừng gần 20 năm, hắn không gặp L sàng nữa. Cuộc tình tuy ngắn nhưng đã hằn trong đầu hắn những kỷ niệm khó quên.

Tranh Nguyễn Trọng Khói

5

Ông già ngước nhìn bầu trời trong xanh, nắng tốt, bóng mát tàng cây phủ một vòng rộng kể từ tâm điểm gốc cây. Đứng bóng rồi. Ông già lăn xe vào bếp, mở tủ lạnh lôi ra hai hộp nhựa vuông đựng thức ăn tối qua con gái ông đã nấu, chia hai, một phần sáng nay nó mang theo đến chỗ làm, phần còn lại cho ông. Hộp màu xanh nước biển, canh bí rợ nấu tôm khô, hộp kia, màu trắng, cá nục kho tiêu. Những món ăn dân dã ông vốn thích. Ông già làm nóng bằng microware. Cơm đã có sẵn trong nồi điện. Đói run cả tay chân. Đêm hôm qua ông thức khuya đọc cho xong cuốn hồi ký của một ông tướng Việt Nam Cộng Hòa. Cuốn hồi ký khiến ông bực mình lầu bầu chửi thề nhiều lần, Phét lác, đánh bóng bản thân, đổ thừa ông này ông nọ làm "mất nước"! Chỉ riêng hai từ này cũng đã làm ông chịu không nổi. "Mất nước" là thế nào? Trước 1975 hai miền hai thể chế chính trị khai sinh từ cái hiệp định chó chết, Geneve 1954, nhưng vẫn nằm trong lãnh thổ Việt Nam. Sau 1975 Cộng Sản thắng. Miền Nam tiêu. Chỉ còn duy nhất một thể chế trải dài từ Nam Quan đến Cà Mau: Cộng Hòa Xã Hội Chủ Nghĩa Việt Nam. Dù muốn hay không vẫn chẳng thể phủ nhận khuynh hướng chính trị hiện tại đang làm chủ một quốc gia với hơn 96 triệu dân, được quốc tế công nhận. Tất nhiên một ngày nào đó chế độ này sẽ bị triệt tiêu hay tự triệt tiêu, qui luật thịnh suy của lẽ vô thường, nhưng mãi mãi vẫn còn đó cái lãnh thổ mang tên Việt Nam, trừ phi bỗng biến vào hư vô như lục địa Alantic xưa kia đã chìm sâu dưới đáy đại dương sau cơn địa chấn, hay một quốc gia nào đó xâm lăng, xóa sổ (như Việt Nam đã xóa sổ Chiêm Thành, Chân Lạp xưa kia). Vậy, sao gọi là "mất nước"? Lối tư duy nặng cảm tính xuất phát từ lòng căm thù, loại bỏ lý trí của một thành phần dân chúng miền Nam, từ thấp đến cao, sau 1975. Lối tư duy nặng cảm tính này đã và sẽ là lực cản trong mọi lĩnh vực, làm chậm bước tiến của dân tộc, ông già buồn bã nghĩ. Mãi 3 giờ sáng ông mới đọc xong cuốn sách, bụng đói nhưng lười xuống bếp. Bây giờ ông phải ăn thôi, bao tử đang kêu gào, không thể chờ con gái về ăn chung được.

Con Luna nằm dưới sàn ngóc mõm nhìn, ông già đặt chén cơm xuống bàn.

"Đói rồi phải không?"

Ông già lăn chiếc xe đến giá gỗ cạnh tủ lạnh, với tay lấy hộp thức ăn dành cho gia cầm. Nhìn lon thực phẩm với thiết kế nắp mở tiện lợi, nhãn in màu mỹ thuật (ông xem quảng cáo trên TV thấy có đủ mọi loại: bò, gà, cá, tổng hợp 5 thứ thịt. Có cả rau, củ, quả để diet. Lại còn food dành cho chó trưởng thành, food dành cho chó bé bi. Ông nhớ những lon ba lát ngày còn ở lính, chỉ một màu cức ngựa, không chữ nghĩa hình ảnh gì thêm, thế mà nó lại là món hàng "cao cấp", chỉ một hộp có thể ngủ với bất cứ đàn bà con gái nào.

Hắn nghe nói sẽ đóng quân ở làng này nhiều ngày. Đây là địa bàn rất thuận tiện để rải quân lùng sục một vùng rộng chung quanh, bởi theo tin tình báo, nhiều đơn vị địch đang hoạt động tích cực tại đây.

Làng nằm giữa thung lũng, phía Tây Bắc là chập chùng những dãy núi cao tạo thành hình vòng cung. Hai hướng còn lại bạt ngàn rừng dừa. Địa hình tất nhiên quá thuận lợi để địch quân dùng làm căn cứ địa. Trực thăng sẽ rất khó khăn nếu muốn tìm ra dấu vết đối thủ, núi rừng chập chùng và rừng dừa trùng điệp dễ dàng tạo được vô số nơi ẩn nấp an toàn.

Đại đội rải đều quân ven lũy tre bao quanh làng, nhìn ra cánh đồng rộng. Mùa khô, lại vừa thu hoạch, vô số những chân rạ vàng úa trơ trên nền đất lồi lõm nứt nẻ. Làng quá nghèo, thưa thớt vài mươi nóc gia, mái tranh, vách phên. Không có trai tráng, chỉ toàn đàn bà, con gái, trẻ con, người già. Ai cũng hốc hác, tiều tụy, da sạm đen cháy nắng, trẻ con tong teo bụng ỏng, có lẽ chứa đầy sán lãi. Ban sáng hắn hỏi một ông già,

"Sao không thấy thanh niên, bác?"

"Đi hết rồi."

"Đi đâu, bác?"

"Không biết."

Ông già trả lời cộc lốc. Dĩ nhiên ông nói dối.

Thực ra hỏi nhưng hắn thừa hiểu. Bọn trai tráng hoặc đã ra tỉnh đầu quân làm lính quốc gia, số khác vào bưng theo Việt cộng, số khác nữa, thường bệnh tật, lủi sang làng lân cận khi nghe tin lính sắp hành quân ngang qua. Ở lại có khi bị tra vấn, hậu quả khó lường.

Buổi chiều, khi đã hoàn tất mọi công việc: đào hố cá nhân, khai quang xạ trường, gài mìn những điểm trọng yếu, cắt đặt vọng gác… bọn lính rảnh, tản ra, từng toán vài ba tên, lùng sục khắp làng tìm… "của lạ". Cách nói phổ thông của lính tráng. "Của lạ", ám chỉ đám đàn bà con gái có thể "câu" được.

Hắn không ham. Chả phải hắn thánh thiện gì, chỉ đơn giản, hắn không hứng thú mảy may khi từ lúc đặt chân đến vùng đất này, hắn hoàn toàn không nhìn thấy một đối tượng nào khả dĩ đáp ứng yêu cầu, dù tối thiểu nhất. Còi cọc, đen tái, phẳng lì chả vú vê mông đùi, lại rách rưới, tay thô chằng chịt gân xanh, chân bám đầy đầy bụi đất, gót nứt nẻ… Những "của lạ" như thế, hắn nghĩ, thà "phơi củi", dứt khoát không có hắn. Từ ngày biết mùi đàn bà, hắn luôn được hưởng những loại hoa tuy không thơm, nhưng nhờ kinh nghiệm, ngón nghề điêu luyện, những bông hoa này đã cho hắn tận hưởng khá no đủ lạc thú ái ân. Đám đàn bà con gái tại đây, nếu vớ được, cũng làm sao có nổi dù chỉ một phần mười "tiêu chí"như hắn muốn.

Vả lại, hắn vừa nhận được vài cuốn sách từ hậu cứ gửi lên theo chuyến tiếp tế lương thực. Hắn muốn đọc. Thú vui thủy chung nhất của hắn cho đến bây giờ, và có lẽ mãi về sau, là những trang chữ. Nơi ấy, thế giới của chữ, là chốn bình yên, là vùng trú ẩn an toàn, có khả năng vỗ về, an ủi mỗi khi hắn bị cuộc đời vùi dập. *"Ánh mắt này, bầu trời xanh này, khi tôi còn nhìn thấy thì không thể nào tôi không hạnh phúc"* (1). Cô bé người Do Thái đã trốn trên căn gác nhỏ áp trần mù tối, ban đêm không đèn đóm, ban ngày chỉ được soi sáng bằng một cửa tò vò duy nhất. Qua lỗ tò vò này hàng ngày cô nhìn thấy mảng trời màu xanh. Với cô, kẻ trốn chạy lưỡi hái tử thần của bọn Đức quốc xã ngày đêm lùng sục, mảng trời xanh nhỏ nhoi kia là biểu tượng của hạnh phúc. Cuốn sách, câu văn nằm mãi trong đầu hắn bao nhiêu năm, như một lực đẩy đã vực hắn đứng dậy mỗi lần tưởng chừng gục ngã. Những trang chữ, nhỏ bé, hiền lành nhưng mạnh mẽ. Đẹp, theo nghĩa nào đó, với hắn. Sau này, nhiều năm qua đi, hàng nghìn trang chữ thuộc mọi lĩnh vực, từ triết học, văn học đến kinh tế, chính trị, khoa học nhân văn, khoa học thực nghiệm… hầu như chả đọng gì trong đầu. Thế mà chỉ vài câu tưởng chừng rất tầm thường, "nhẹ ký", lại sống mãi, và có khả năng định hướng cả cuộc đời hắn. *"Ánh mắt này, bầu trời xanh này, khi tôi còn nhìn thấy thì không thể nào tôi không hạnh phúc"*, hoặc *"nếu ta nằm xuống cuộc đời là trái núi, hãy đứng dậy mà xem, cuộc đời sẽ nằm dưới chân ta.*(2) Văn chương chữ nghĩa nếu biết cách thủ đắc, sẽ là những trợ lực vô cùng mầu nhiệm.

Dưới mái poncho căng ngang giữa hai thân dừa, hắn đong đưa nhè nhẹ trên chiếc võng ni lông, nhìn mông lung cánh đồng khô nẻ với những chân rạ úa vàng, trải dài ngút mắt. Buổi chiều đang tới, bóng mát các cây dừa đã ngả dài. Gió nhẹ lao xao những bẹ dừa trên cao. Hắn biết sự yên bình chỉ giả tạo, bên dưới bề mặt phẳng lặng này là những con sóng dữ sẽ bùng vỡ bất cứ lúc nào. Vùng này xôi đậu, Quốc gia ban ngày, Việt cộng ban đêm. Trọng pháo có thể rơi vô tội vạ xuống mọi nơi, mọi lúc.

Cuốn sách vẫn nằn im hiền lành trên ngực hắn, cuốn sách của một nhà văn trẻ, nghe nói đang cùng vài bạn bè cầm bút chủ trương tập san văn chương dành cho tuổi vừa lớn. Cuốn sách có cái nhan đề thực dễ thương, *"Ví dụ ta yêu nhau"*(3). Hắn chua chát nghĩ, hắn chưa từng có cái gọi là "tuổi vừa lớn", cũng chưa từng có cơ hội để "ví dụ ta yêu nhau"! Hắn hiểu tình yêu tất nhiên nào phải chỉ thuần túy cảm giác xác thịt, như hắn đã nếm trải ở tuổi mười bốn, với chị Th hơn hắn hơn một con giáp. Đành rằng đã có lúc hắn thương chị quặn ruột, nhất là lúc hắn đến thăm chị ở trại giam sau biến cố trong động má Hai, nhưng nhất định đó không phải tình yêu. Mỗi lần nhớ chị Th hắn chỉ nhớ hai bầu ngực to nhão với nốt ruồi bên vú trái và núm vú thâm đen mềm mát. Hắn chỉ nhớ hơi ấm tỏa ra từ thân thể chị những đêm mưa cuộn tròn trong lòng chị, hít thở mùi da thịt nồng hắc mùi thuốc Ruby. Hắn chỉ nhớ gò mu vồng cao rậm lông, khe lạch ẩm ướt, động tác hối hả vào ra trơn tê… Nỗi nhớ thuần vật lý. Nỗi nhớ khiến hắn căng cứng giữa khuya sâu. Nhưng dứt khoát đó không phải là tình yêu.

Còn Liên sàng?

Nhiều năm sau hình ảnh L sàng vẫn hiện về, đằm thắm, nhẹ nhàng, dù những trận tình với người nữ này suốt thời gian gần gũi luôn sôi nổi, tận cùng. Hắn tự hỏi nhiền lần có yêu Liên sàng không? Chưa bao giờ hắn trả lời dứt khoát, bởi lẽ giản dị, cảm giác hoang mang vẫn rất mạnh mỗi lần hồi tưởng. Hắn ngạc nhiên thường nghĩ, không như khi nhớ đến chị Th với những pha ân ái ngập ngụa bản năng, với Liên sàng chỉ là những hoàng hôn trên bãi biển, là chân trời ráng đỏ tịch dương, là bọt sóng trắng xóa với tiếng vỗ bờ đều nhịp, là mái tóc dài thơm mùi dầu gội đầu Biotin & Collagen phả bay trong gió, là hai gò má phinh phính trẻ thơ, là bầu ngực mịn chưa nhão mềm, còn vênh vểnh hai núm vú hồng sẫm, là những buổi tranh luận sôi nổi về một cuốn sách đã xem. Ở Liên sàng rõ rệt có hai con người, một cave ngổ ngáo, rượu chè hút sách bất cần, và một thiếu nữ sâu sắc nội tâm. Mâu thuẫn này luôn là một ngạc nhiên và cũng là hấp lực mạnh. Những đêm gối đầu trên cánh tay hắn, Liên sàng giọng nhỏ, đều, kể với hắn về những ước mơ đầu đời, về mối tình của nàng với gã ca sĩ vườn, về ông cậu vô luân, về thế giới sách vở, về thơ ca… Hắn rất đỗi ngạc nhiên, với tuổi đời vừa qua 20 nhưng kinh nghiệm và kiến thức của Liên sàng có thể xem khá hiếm hoi giữa môi trường trụy lạc cả hai đang ngụp lặn.

Hắn có yêu Liên sàng không?

Câu hỏi vẫn mãi còn đó như một ám ảnh dịu dàng.

*

Tối qua đã có lệnh chuẩn bị cho cuộc hành quân sáng nay. Đại đội sẽ xuất phát từ 4 giờ sáng với đầy đủ súng đạn và lương thực tối thiểu bốn ngày.

Trời còn tối đen, đoàn quân di hành lặng lẽ, len lỏi qua những thân dừa trải dài bạt ngàn. Hừng đông ló dạng khi đại đội vừa ra khỏi rừng dừa, bắt đầu thâm nhập vào vùng rừng cây rậm rịt, những rặng núi chập chùng chướng ngại.

Đại đội di chuyển chậm vì địa hình hiểm trở, những vách đá chênh vênh, những khu rừng già cây cao bóng cả và ẩm thấp đầy muỗi vắt, những dốc cao bất ngờ đổ xuống khe sâu. Dân tất nhiên không dám vãng lai trong địa hình này, nếu không chết vì súng đạn do trực thăng vẫn hàng ngày quần đảo trên cao phát hiện, thì cũng chết vì thú dữ. Nghe nói thỉnh thoảng các "ông ba mươi" vẫn về làng tìm bắt gia cầm. Quả, địch dùng nơi này làm mật khu, lý tưởng lắm, Thảo nào nhiều năm qua các đơn vị bảo an, bộ binh thường lùng sục nhưng không kết quả. Có lẽ họ lười và nhát, không dám đi vào sâu.

Đã hơn mười một giờ, đại đội dừng quân dọc con suối, ăn trưa và tắm rửa.

Suối cạn nhưng nước rất trong, thấy rõ lòng suối đầy đá sỏi. Những con cá nhỏ, trắng bạc, bơi từng đoàn. Ven bờ những bông hoa trắng nõn vươn lên giữa đám lá xanh.

Hắn vục cái bi đông xuống suối lấy đầy bình xong vốc nước rửa mặt. Thằng bạn bên cạnh cũng làm như hắn,

"Mát quá, tao muốn tắm."

"Thì tắm đi."

"Tao lười cởi đồ."

Hắn cười lớn,

"Tụt ra, ba mươi giây thôi mà."

Chợt thằng bạn nhào tới vồ ngay cây XM16 trên vệ cỏ chĩa về hướng đầu nguồn xả một tràng dài. Tiếng nổ liên tục chát chúa. Hắn kịp nhìn theo, gã cán binh ngã vật, bao muối, hắn đoán thế, có lẽ cũng trúng đạn, rách bung vung vãi trắng xóa.

Hắn cũng nhanh nhẹn ôm cây súng thận trọng theo thằng bạn tiến về hướng gã cán binh. Vắt trên bờ suối, một nửa trên bờ, một nửa phía dưới, máu tuôn ra từ ngực loang đỏ dòng nước. Gã cán binh chưa chết, trợn trừng đôi mắt nhìn hai đứa, tia nhìn như vừa khiếp hãi, vừa van lơn cầu cứu.

Thằng bạn chĩa mũi súng vào mặt gã cán binh, chửi thề,

"Đụ mẹ mày."

Dứt lời, thằng bạn vung chân đá một cái cực mạnh vào ba sườn, gã cán binh văng ngay xuống suối, quẫy đạp yếu ớt vài cái rồi nằm yên. Có lẽ gã đã chết. Máu loang rộng gần kín mặt nước.

Hắn la lớn,

"Sao mày giết nó, chưa chết mà."

"Đụ mẹ, tao giết..." Thằng bạn gầm lên, mắt long sòng sọc, đỏ ngầu.

"Mày điên rồi."

Buổi tối đóng quân, thằng bạn móc võng bên cạnh hắn. Đêm lặng. Tiếng cành khô gãy rơi, tiếng cú mèo gào như tiếng trẻ khóc, tiếng giày saut đạp trên lá khô của gã hạ sĩ đi tuần, kiểm tra những trạm gác.

"Mày ngủ chưa?". Thằng bạn hỏi.

"Chưa, tao thèm thuốc."

"Hút đi, tao hút với."

"Chỗ hành quân, không được bật lửa"

"Đụ mẹ, ngu vừa chứ. Trùm mền, bật lửa mà đốt."

"Ừ nhỉ, tao ngu thật."

Hắn làm theo chỉ dẫn, kéo tấm chăn mỏng phủ kín đầu, bật lửa châm thuốc. Hắn chuyền cho thằng bạn điếu Basto Quân Tiếp Vụ và điếu của hắn cho thằng bạn mồi. Đóm lửa nhỏ đầu điếu thuốc được che kín trong lòng bàn tay khum, những hơi khói thuốc phảng phất trong không khí lan xa. Thằng bạn bỗng lên tiếng, giọng buồn,

"Trưa nay tao giết thằng Việt cộng, tao biết mày nghĩ tao là thằng cuồng tín vô nhân đạo. Nhưng cái gì cũng có nguyên nhân, mày không phải là tao nên không thể hiểu."

Thằng bạn kể, làng nó dọc bờ biển, gần như nằm trong sự

kiểm soát của "Việt cộng", tách biệt hẳn với vùng "Quốc gia", vì thế trở thành vùng "oanh kích tự do", bom đạn tha hồ thả xuống, bắn tới. Dân làng phần lớn đã di cư sang các làng khác an ninh hơn. Chỉ còn lại ông già bà cả và cơ sở nằm vùng. Một hôm làng bị cày nát bởi một đơn vị Biệt Động Quân, ba cán binh bị khui hầm, bị bắt, những mái tranh bị đốt cháy, những luống hoa màu tang hoang. Lợn, gà vịt bị hóa kiếp. Làng gần như trở thành bình địa. Trước đó một hôm cha thằng bạn cùng ông bác ra chợ quận mua ít vật dụng. Hôm sau làng bị càn. Cơ sở qui cha thằng bạn làm Việt gian, chỉ điểm cho bọn ngụy ác ôn biết chỗ để khui hầm bắt các chiến sĩ cách mạng. Ông bị trói thúc ké lôi ra giữa sân, bị rạch miệng bằng lưỡi lam tới mang tai. Trước đám đông vài chục người già, một cán bộ đanh thép chỉ tay vào cha thằng bạn quì dưới đất, mặt sưng húp bê bết máu, vết rạch từ hai khóe miệng lên tận mang tai không ngừng rỉ máu,

"Tên này làm Việt gian, bà con có đồng ý xử tử không. Ai đồng ý giơ tay lên."

Ánh mắt quét qua từng khuôn mặt xanh xám. Những cánh tay rụt rè giơ lên, có cả cánh tay của ông bác, người đồng hành với cha thằng bạn xuống quận. Ông bác hiểu hơn ai hết, tên "Việt gian" tội nghiệp kia xuống quận chỉ để mua vài thước vải do vừa bán được cặp gà. Xấp vải ông tính nay mai sang thăm, sẽ đưa cho vợ và thằng con trai. Nhưng ông hèn, sợ nếu không giơ tay thì có thể sẽ đến lượt ông. Sau này ông phải trả giá cho cái hèn của mình. Ông uống rượu liên miên, trở thành bợm nhậu mỗi ngày nặng thêm. Một hôm ông ra quận mua rượu, về, vừa đi vừa uống, chân nam đá chân xiêu, xe nhà binh cán ông dập đầu.

Cha thằng bạn bị lôi ra bờ biển chôn sống, chỉ chừa cái đầu. Buổi tối thủy triều lên, cái đầu dần bị nước phủ, cha chết, cái chết chậm, đau đớn. Thằng bạn ở làng bên hay tin về cái chết của cha, hắn phẫn uất bỏ học, đăng lính. Khi mãn khóa, các binh chủng tác chiến vào tuyển quân. Thường Nhảy Dù ưu tiên chọn hàng quân đứng đầu, vì những tên này có chiều cao một mét bảy trở lên, sau đó đến Thủy quân lục chiến, rồi Biệt động quân…

Dĩ nhiên bọn lính được quyền từ chối nếu không muốn. Nó cao 1m72, Nhảy dù. Bằng lòng ngay binh chủng này, nó nghĩ sẽ có nhiều cơ hội để trả thù cho cha.

Hắn nghe thằng bạn tâm sự, nhớ lời thằng bạn đánh giày hồi còn ở QN, "Tao không cần biết, Việt cộng giết ba tao. Tao sẽ giết chúng nó, tao muốn trả thù!". Hắn cũng nhớ chú một thằng bạn khác ở miền Trung, ông ta là thủ lĩnh một phân nhánh của Việt Nam Quốc Dân Dảng, thù Việt cộng truyền kiếp. Bắt được tên nào, sau khi bằng cực hình tra tấn man rợ (một trong những món ăn chơi được xem sạch sẽ nhất là dùng đèn cầy đốt dái nạn nhân đến chín, nổ bụp.), để moi tài liệu, đồng bọn, ông ta đều cột bỏ vào bao bố thả trôi trên sông Thu Bồn, dễ chừng cả trăm mạng. Sự bạo tàn của ông ta vang dội không chỉ miền Trung mà lan xa đến tận miền Nam. Sau này ông ứng và đắc cử dâu biểu, Việt cộng đã phái người bám sát vào tận Sài Gòn "hóa kiếp" bằng vài hòn đạn chì. Ở quê nhà, cả gia đình ông bị đẩy xuống hầm. Một trái lựu đạn được ném xuống. Bà mẹ ôm cứng đứa con trai mới lên ba vào lòng, lấy thân che cho đứa bé. Kết quả, cả nhà chết hết, ngoại trừ đứa bé thoát, chỉ bị một mảnh lựu đạn tiện đứt bàn chân phải. Sau này lớn lên, vượt biên, đứa bé trở thành thủ lĩnh đấu tranh diệt cộng cực kỳ cuồng tín ở hải ngoại.

Oan khiên chồng chất oan khiên, oán thù lôi kéo oán thù.

Sau ba ngày lùng sục, đơn vị chả thấy gì ngoài gã cán binh bị thằng bạn giết bên bờ suối, và một lán trại bỏ hoang không xa. Có lẽ địch rút chạy hối hả vì nhiều dấu vết còn mới nguyên, một cái nịt vú, chứng tỏ tổ này có cả đàn bà, mặt đất nện trong láng còn sạch như vừa mới quét, và bếp lửa tàn tro còn hâm hấp nóng, bên cạnh bếp đống lá giang đã nấu chín, có lẽ nồi canh chưa kịp ăn phải đổ bỏ. Tràng đạn của thằng bạn là một lời cảnh báo.

Đơn vị trở về làng, nghỉ dưỡng vài hôm, chuẩn bị cho cuộc hành quân kế.

Sáng nay tiểu đội nhộn nhịp hẳn. Đêm qua trong phiên

gác tên khinh binh đã hạ thủ được một con cầy đi lang thang vào vùng cấm địa. Như người, chó hắn đói kinh niên, ban đêm thường lùng sục các hố rác của đơn vị, may ra vớ được tí cơm thừa, vỏ đồ hộp thơm mùi thịt. Con chó bật ngửa lên thiên đàng ngay nhờ viên đạn của tên khinh binh khi cu cậu sục mõm xuống hố rác.

Con chó chết cực chóng vánh, nhẹ nhàng. Hắn vẫn mong chết như thế nếu chẳng may "trúng số". Hắn sợ nhất phải trở về "trên đôi nạng gỗ", hay cụt tay, mù mắt. Sống vậy, hắn nghĩ còn khổ hơn chết. Hắn từng gặp một đồng đội lê lết hai tay trên hai miếng ván nhỏ có quai tròng như guốc, vì chả sắm nổi xe lăn, dọc vỉa hè khu ăn nhậu Nguyễn Tiểu La lần về phép trước. Thằng cựu đồng đội đang hành nghề ăn mày.Thiên thần mũ đỏ một năm trước nay biến thành đệ tử cái bang chỉ vì mảnh đạn đã tiện ngọt hai chân! Một đổi đời ngoạn mục.

Cả tiểu đội nhộn nhịp hẳn. Bữa thịt chó rất ra trò. Ba tên được phái sang làng bên tương đối khá hơn mua, vác về can đế 4 lít. Những tên còn lại nhóm lửa thui, cạo lông, xẻ thịt, nấu. Đủ ba món chủ lực, luộc, chả chìa, rựa mận.

Bốn lít đế, bảy đệ tử lưu linh, cộng một đống đồ mồi đã khiến bữa tiệc trở nên sinh động thái quá.

Thằng B vừa gặm miếng chả chìa, vừa oang oang,

"Tối qua, quá đã."

"Kể nghe."

"Tao chơi một em chỉ mới 16"

"Tốn nhiêu?"

"Một lon thịt ba lát."

Thằng P nhún vai,

"Còn đắt, tao cũng chọi một em, tuy hơi lớn tuổi hơn của mày, nhưng chỉ một bao gạo sấy"

"Mẹ, bọn mày hứng được với bọn đàn bà con gái ở đây, hay thực." Hắn la lớn.

Một thằng huỵch toẹt,

"Thì cũng là giống cái, cũng đầy đủ dú nhồn, còn hơn chơi chị năm."

Hắn nói,

"Thà chơi chị năm."

"Đạo đức à?"

"Đạo đức con mẹ gì. Có điều chơi mấy miếng giẻ rách này, đếch có tao."

Quả thế, mấy miếng giẻ rách, đen đúa, sần sùi, còi cọc, đói ăn, làm sao căng cứng nổi, để có thể đủ hứng khởi leo lên đỉnh khoái lạc. Thà chơi chị năm.

Thực ra, hắn không tham gia kiểu trao đổi tình dục này vì một phần các đối tác quá thiếu tiêu chuẩn, phần khác, lớn hơn, hắn cảm thấy bất nhẫn thế nào. Ra đời sớm, ngụp lặn trong vũng bùn suốt thời niên thiếu, nhưng hắn vẫn không thể thích nghi với những tệ hại. Hắm cảm thấy giữa hắn và những miếng giẻ rách kia có chung một mẫu số.

Trăn trở mãi trong chiếc võng, hắn không ngủ được. Hắn biết đêm nay, đêm mai ở đâu đó trong ngôi làng này nhiều đàn bà con gái đã hoặc sẽ tụt quần dùng miệng dưới đổi lấy một lon thịt ba lát, một bao gạo sấy nuôi miệng trên cho chính bản thân, cha mẹ già, con đói. Hắn buộc miệng văng tục, "Mẹ nó!"

----

(1) Nhật Ký của Anne Frank.

(2) Ví dụ ta yêu nhau - Nguyễn Thanh Trịnh, tức Đoàn Thạch Biền.

(3) Bản chúc thư trên ngọn đỉnh trời – Mai Thảo.

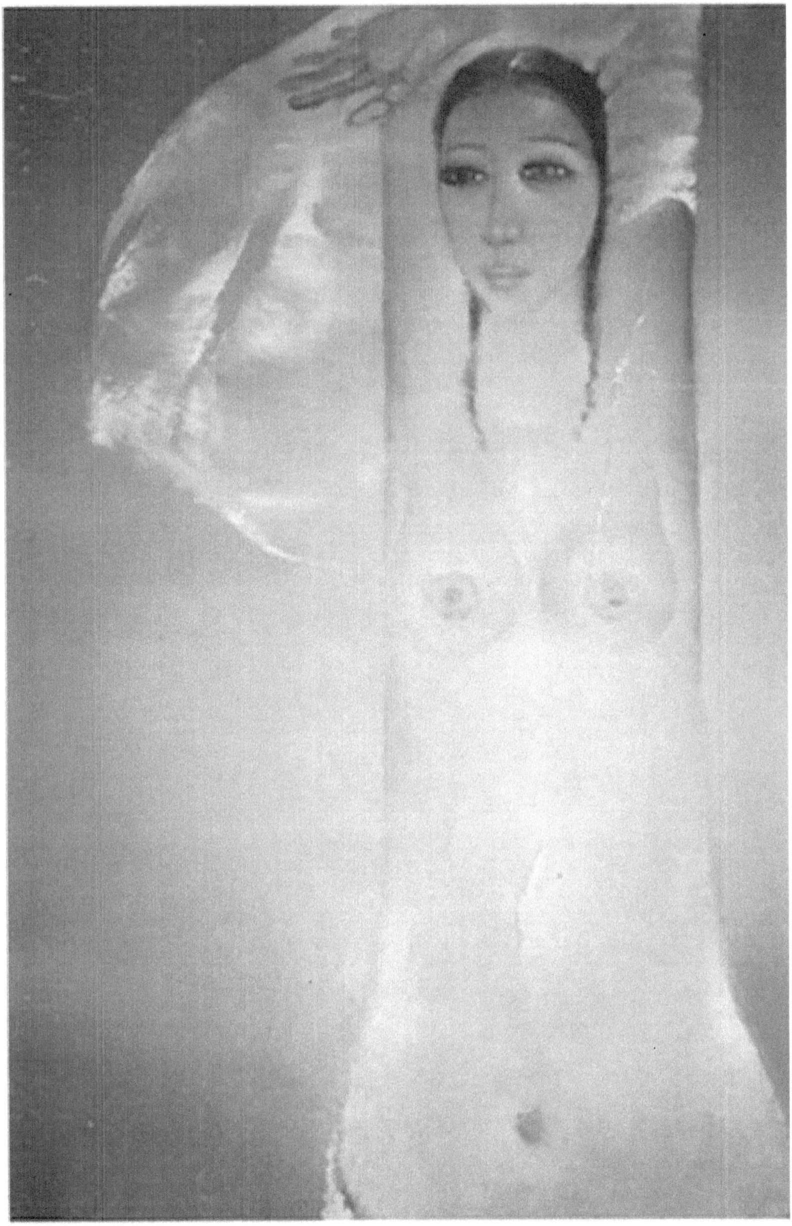

Nguyễn Trung

6

Con Luna ăn xong, nó đến cạnh chân ông già ngước mõm, liếm mép, vẩy đôi. Ông vuốt đầu nó,

"Ra ngoài kia với ngoại."

Ông già lăn chiếc xe đến gốc cây. Luna theo bên cạnh. Nó đến sát hàng rào gỗ nhìn xuống chân đồi. Freeway thưa xe. Dãy núi phía xa lóa trong nắng, bầu trời xám đục. Ông già chưa từng thấy màu trời xanh từ ngày đến Mỹ. Không khí ô nhiễm trầm trọng vì khỏi của các nhà máy công nghiệp thải ra không ngưng nghỉ ngày đêm. Khói che phủ màu xanh vốn dĩ. Báo chí nói thế. Tình trạng địa cầu ấm nóng có phải do khí thải công nghiệp hay không? Ông già chả phải khoa học gia, nên không dám kết luận. Mọi kiến thức ông có được về vấn đề này đều từ chữ nghĩa đã đọc. Tuy nhiên hiện tượng băng tan nhanh ở Bắc cực, mực nước biển dâng cao, nguy cơ nhiều thành phố ở nhiều quốc gia, cụ thể như thủ đô Jakarta của Indonesia sẽ chìm trong biển nước vài thập kỷ nữa, theo tiên đoán của các nhà chuyên môn, ít nhiều cũng làm ông băn khoăn. Dĩ nhiên đến lúc đó ông đã tan thành đất, nhưng các thế hệ mai sau sẽ thế nào nhỉ? Ông già bật cười. Đúng là lo con bò trắng răng. Trái đất đã hình thành và tồn tại hơn bốn tỉ năm. Bao nhiêu biến thiên. Bao nhiêu lần xóa bài làm lại. Qui luật vô thường. Khả năng thích ứng của muôn loài, không loại trừ con người. Với kỹ thuật và phương tiện hiện đại, người ta dễ dàng tạo ra những đảo nhân tạo, những thành phố nổi. Thậm chí người ta đã, đang đưa tàu vũ trụ lên sao hỏa nghiên cứu, tìm hiểu với dự tính sẽ di cư con người lên hành tinh xa xôi này. Như chuyện phong thần. Nhưng lịch sử nhân loại đã cho thấy mọi chuyện không thể đã trở thành có thể. Vài ngàn năm trước, khi loài người đinh ninh trái đất chỉ là một mặt phẳng, làm sao họ tưởng tượng được vào thế kỷ 20 con người đã bước xuống mặt trăng. Hơn cả chuyện phong thần.

Ông già lật trang trong tờ báo, trong mục Sinh hoạt cộng đồng ông thấy có thông tin về cuộc triển lãm hội họa của một họa sĩ trẻ sẽ mở cửa đầu tuần tới tại một Gallery trên Los Angeles. Ông muốn đi xem, chả hiểu con gái ông có rảnh không. Tối nay nó về ông sẽ hỏi.

Vạt nắng thoi thóp đỉnh những ngọn cây dọc hai vỉa hè. Hắn nghĩ chả mấy chốc nắng sẽ tắt, đêm sẽ đến. Một dạng sinh hoạt khác của thành phố này sẽ hồi sinh. Sôi sục, đa dạng, ăm ắp sức sống.

Quán nhậu chiếm hai mặt đường, một mặt hướng ra đại lộ xe cộ tấp nập, mặt còn lại là con hẻm lớn, gần như đường, nhưng vắng hơn. Những chiếc bàn thấp kê sát vách tường, thường mỗi bàn hai, ba đến bốn khách, từ lúc mở cửa đến khuya luôn kín ghế. Quán nổi tiếng với món lẩu thịt cầy hầm thuốc bắc, rất ngon, nói theo ngôn ngữ dân nhậu, rất bắt mồi. Những vại bia, những xị đế, tiếng cốc đĩa va chạm, tiếng cười, nói, chửi thề ầm ĩ cả góc phố. Dân Sài Gòn nổi tiếng về cái "đức" ăn nhậu. Già trẻ lớn bé đều biết nhậu. Hàng quán như nấm dại sau mưa. Lớn, bé, sang trọng với tiếp đãi viên đồng phục chuyên nghiệp hay xập xệ một bàn thấp, đôi ba ghế đẩu trong hẻm nhỏ với vài con khô mực, đĩa lạc rang, xị đế hạng bét. Tất cả đều có khách. Tất cả đều có đất sống.

Chiều xuống nhanh.

Trạm xe buýt nằm bên trái trên trục lộ chính, cách quán nhậu chừng 200m. Trạm vắng, chỉ một thiếu nữ và hai người nữa, họ mặc đồng phục xanh sẫm, hắn đoán có lẽ công nhân hãng dệt, huy hiệu trên ngực rất quen. Thiếu nữ áo dài trắng, tóc demi garçon, khuôn mặt hơi vuông bướng bỉnh, hắn đã đọc đâu đó cuốn Tướng Mệnh Học của một chiêm tinh gia nổi tiếng phán rằng đàn bà có khuôn mặt vuông tính tình cứng cỏi, mạnh mẽ. Từ đó suy ra thiếu nữ này chém chết cũng thuộc nòi bướng bỉnh, hắn mỉm cười kết luận.

Hai thằng bạn nhậu đã chia tay ngay cửa quán lẩu. Bọn chúng bắt xe xuống động tìm chị em ta "giải quyết sinh lý". Lính tráng chỉ có hai món không thể thiếu mỗi lần từ mặt trận về: rượu và gái điếm. Hai tên này vẫn còn tại ngũ, mỗi lần về phép không quên đến rủ hắn đi nhậu, sau đó dứt khoát thêm màn tìm chỗ "xả xú bắp".

Lần bị thương sau cùng, hắn ra hội đồng y khoa, giải ngũ. Trở lại đời sống dân sự, trước tiên hắn quyết thực hiện bằng được lời hứa với chính mình: sẽ dành một năm giang hồ vặt. Hắn muốn tìm lại không khí tự do, không còn bị câu thúc bởi giờ giấc, mệnh lệnh. Trên đường lang bạt hắn đến một vùng quê, gặp, quan hệ tình cảm với một cô gái. Do biến cố bất ngờ, cô gái bị thương, thọt chân, sau lấy và theo chồng ra TH. Hắn mất dấu cô gái từ đó. Tuy vậy hành trình vẫn tiếp tục qua nhiều địa danh nữa khắp miền Nam, trước khi dừng chân ở Sài Gòn. Để ổn định cuộc sống, hắn xin vào làm việc cho một công ty quảng cáo. Chuyên trách của hắn là thiết kế những mẫu quảng cáo cho các cơ sở kinh doanh, giải trí, phim ảnh… Nếu mẫu thiết kế được chấp thuận, sẽ chuyển sang bộ phận khác, phóng lớn trên những pano. Tùy yêu cầu của thân chủ, những pano này sẽ được gắn trên mọi vách tường các cao ốc trong thành phố, ngoài xa lộ, hai bên hông xe buýt của 168 tuyến đường trong nội đô. Công việc nhẹ nhàng, lương cao, thêm hoa hồng từ các mẫu thiết kế được chọn. Vật chất thoải mái, hắn thuê một căn nhà vùng ngoại ô, không xa lắm chỗ làm, và bắt đầu sáng tác tranh. Hành trình từ

A sang B, nếu có trường lớp sẽ đi nhanh, hắn tự học, chậm, song nhờ thế hắn tìm được cho mình một phong cách riêng, không bị những bóng lớn chi phối. Như tất cả mọi ngành nghệ thuật khác, độc lập và cá biệt là yếu tính cốt lõi của sáng tạo. Tranh Mark Rothko cực kỳ giản dị, ít màu, thường chỉ một mảng đậm hoặc nhạt nằm trên một mảng lớn hơn, khác sắc độ, và tên tranh không cầu kỳ, "trăn trở": Number 7, Number 8…., hay Blue and Gray, Red and Brown… Trước, chưa ai vẽ như thế, sau, nếu có người vẽ như thế thì cũng chỉ là bản sao của Mark Rothko mà thôi. Sự độc lập, cá biệt này giúp ông tồn tại.

Cũng từ ngày trả áo lính hắn thưa nhậu hẳn, công việc kiếm cơm và đam mê sáng tác không cho phép hắn sống bạt mạng, bất cần như đã. Vả lại, những tay nhậu hào sảng kiểu "Lương Sơn Bạc" không còn, thói quen nhậu tới chỉ trước kia khiến các cuộc nhậu "cung đình" với những cậu ấm thành phố bây giờ làm hắn mất dần hứng thú.

Bạn bè một thời sống chết, dễ chừng hai năm mới gặp lại, hắn vui, uống nhiều. Lúc còn ngồi trong quán hắn tương đối tỉnh, nhưng đứng đón buýt ở trạm, gió hiu hiu, hắn dần thấm, đầu óc quay cuồng, ruột gan nhộn nhạo. Hắn chạy vội ra lề đường, ngồi xuống ói xối xả. Thiếu nữ nhìn, lên tiếng, khi hắn trở lại trạm,

"Anh đi xe buýt không được đâu, sẽ ói tùm lum trên xe."

"Chắc vậy."

Thiếu nữ ngoắc một chiếc xích lô vừa ngang qua, rồi hỏi hắn,

"Anh về đâu?"

Hắn nói địa chỉ. Thiếu nữ bảo gã phu quay đầu xe, hướng dẫn đường đi. Nàng nhanh nhẹn dìu hắn lên xe,

"Cảm ơn cô."

Hắn nói. Chiếc xích lô rời lề đường.

Thành phố bắt đầu lên đèn, cửa tiệm bán xe Honda cạnh rạp chiếu phim sáng choang ánh điện. Những chiếc xe mới, chỉ vài màu thông dụng, đen, đỏ, xanh nhạt… đứng ngay hàng thẳng lối trông đẹp mắt. Phía đối diện là tiệm phở Bắc nổi tiếng tấp nập khách vào ra. Xa hơn, đầu ngã tư cây xăng Sell với biểu tượng con sò vàng trên nền đỏ chớp sáng đèn màu. Dưới lòng đường xe cộ chen chúc, tiếng còi inh ỏi. Thành phố về đêm sinh động hẳn. Hắn thấy khỏe hơn sau lần ói. Từ ngày giải ngũ, hết ngủ bờ ngủ bụi, hết lội sình, luồng rừng, rời bỏ được ngót 60kg gồm súng đạn, quân trang quân dụng, lương thực trên lưng, lại dinh dưỡng đầy đủ, hắn ngỡ sẽ mạnh mẽ hơn, thế mà ngược lại, hắn yếu đi rõ rệt. Ban đêm giấc ngủ không trọn, thậm chí nhiều đêm trăn trở mãi đến 3 giờ sáng vẫn không thể chợp mắt. Chả bù lúc trước, vừa đi vừa ngủ gà ngủ gật như trong mộng du dưới cái lạnh và mưa phùn buốt giá. Nhớ có lần chờ cano đưa sang sông, hắn ngồi dựa lưng vào bờ ruộng và... ngáy. Khi giật mình choàng tỉnh, đại đội đã mất tăm. Hắn hoảng quá, năn nỉ trả tiền cao để gã chèo đò đưa hắn qua sông, chạy muốn tắt thở mới bắt kịp đơn vị. Cũng may vùng an ninh, nếu không rất có thể hắn đã bị tó, chả biết chuyện gì sẽ xảy ra. Hú hồn.

Về đến chỗ trọ hắn xuống xe. Chợt nhìn thấy trên ghế ngồi một sơmi màu vàng nhạt, hắn cầm lên xem. Tập tài liệu một tiết học của thiếu nữ. Hắn nhìn tên chủ nhân trên đầu tập, LTTT, và tên trường, Đại Học Văn Khoa. Khi dìu hắn lên xe thiếu nữ đã bỏ quên tập tài liệu. Quay lui, chắc chắn thiếu nữ đã đi. Hắn nhủ thầm, mai sẽ đến trường trả tập tài liệu cho thiếu nữ.

*

Hắn đứng chờ thiếu nữ bên kia đường, dưới bóng mát cây bã đậu. Cổng trường rộng mở, sinh viên túa ra từ các lớp, dưới đất, trên lầu. Thiếu nữ vẫn áo dài trắng, nàng ra cổng cùng hai cô bạn. Hắn băng ngang đường,

“Cô TT.”

Thiếu nữ nhìn hắn, reo,

"Á… anh…"

"Tôi đến trả cô tập tài liệu."

Hắn trao cho thiếu nữ cái sơmi. Thiếu nữ nhận, giọng vui,

"May quá. Cảm ơn anh"

Hắn đứng chôn chân, lúng túng. Một trong hai cô bạn nói với thiếu nữ,

"Bọn mình đi trước, mai gặp."

Dáng họ dần xa. Các sinh viên, hoặc đi bộ, hoặc xe đạp, honda cũng tản nhanh. Hắn bước song song với thiếu nữ, hè đường rộng rợp bóng mát, những tán cây cao, bề thế. Buổi trưa đứng bóng nhưng không nóng lắm. Tiếng ve râm ran trên các tầng lá. Hắn ngập ngừng,

"Tôi muốn mời TT ly nước…"

Thiếu nữ vui vẻ,

"Được thôi, mình vào quán kia nhé."

Bản tính hồn nhiên, mạnh dạn của thiếu nữ khiến hắn vui và sự e dè lúc đầu nhanh chóng tan biến. Quán chỉ cách cổng trường khoảng ba trăm mét. Họ chọn bàn ngoài cùng, chỗ ngồi được bóng mát của tán cây ngoài vỉa hè phủ che. Nâng ly Coca Cola uống một ngụm lớn. Vị ngọt và lạnh giúp hắn sảng khoái. Hắn quay nhìn ngôi trường màu vàng nhạt đã bắt đầu vắng lặng. Người lao công ra, khép hai cách cửa sắt. Hắn bỗng nhớ L sàng,

"Tôi có một người bạn trước đây rất thích học Văn khoa, rất tiếc cô ấy không toại nguyện."

"Cô ấy giờ ở đâu?"

"Tôi không biết, tám năm rồi."

"Nhiều người học Văn khoa vì thi không đậu các trường khác."

"Còn TT?"

"TT học không tệ, ba má sang Pháp hồi TT mới 2 tuổi. Ba là đảng viên Việt Nam Quốc Dân Đảng, ở lại sớm muộn Việt minh cũng hỏi thăm. Vì TT còn quá nhỏ, phải gửi lại cho ông chú, đợi xong tú tài đôi, sẽ sang đoàn tụ. Ông bà muốn TT học Y, nhưng TT không thích."

"Sao TT chưa đi?"

"Đang chờ hoàn tất hồ sơ. Rảnh, TT ghi danh học cho vui."

"TT may mắn."

"Anh thích gì?"

"Tôi đang vẽ."

"A, vẽ, TT cũng thích."

"Hôm nào mời TT lại chỗ tôi xem tranh."

Thiếu nữ reo lên,

"Quá tuyệt, nhất định TT sẽ đến."

Nâng ly nước uống một ngụm. Đặt ly xuống bàn, thiếu nữ hỏi,

"Anh học bên Cao đẳng mỹ thuật?"

"Tôi tự học."

"Vậy chắc anh mê vẽ lắm nhỉ. Nhiều họa sĩ tài danh của thế giới, cả ta nữa, không trường lớp, nhưng họ rất nổi tiếng. Nhà trường chỉ dạy kỹ thuật, cái này dễ, nhưng để trở thành họa sĩ, còn tùy thuộc nhiều yếu tố khác, không dễ tí nào."

"TT rành nhỉ."

"TT suy từ thực tế, Văn khoa, Cao đẳng mỹ thuật, Quốc gia âm nhạc… mỗi năm ra trường bao nhiêu người, nhưng để trở thành họa sĩ, nhạc sĩ, nhà văn được bao người."

Cho đến sau này, khi trở thành tình nhân của nhau, hắn vẫn tự hỏi lực đẩy nào khiến mọi chuyện tiến nhanh và thuận lợi như có bàn tay định mệnh sắp xếp. Định mệnh? Hắn không tin. Có lẽ do bản chất hồn nhiên, mạnh mẽ của TT, hắn nghĩ thế.

*

Cánh đồng phía trước mênh mông một màu vàng chanh. Bầu trời đầy mây, những cuộn mây trắng ửng sáng trong nắng chiều. Gió mạnh, tiếng gió vi vu xô dạt những thân lau về một phía. Dưới gốc cây lớn cạnh bờ mương, TT nằm gối đầu trên đùi hắn, nàng ngước nhìn khuôn mặt đã rất đỗi thân quen hơn nửa năm nay, giọng nhỏ,

"Anh thích chứ khung cảnh này?"

Hắn vén lọn tóc lòa xòa trên vầng trán phẳng, cúi hôn nhẹ đôi môi hồng,

"Thích, anh thích lắm."

"Ước gì mình có một căn nhà nhỏ ở đây."

Hắn bật cười,

"Một túp lều gianh hai quả tiêm zdàng. Cải lương vừa vừa thôi tiểu thư."

Nàng cũng cười,

"Lâu lâu sến một tí cho lãng mạn."

Hắn lại cúi hôn, lùa lưỡi vào miệng nàng, tìm chiếc lưỡi mềm, ướt nước của nàng. Nụ hôn sâu làm hắn rạo rực. Nàng ôm chặt đầu hắn, nói qua hơi thở gấp,

"Em yêu anh."

Nàng ưỡn người lên, khuôn ngực phập phồng, hai đỉnh vươn cao, chiếc áo bật tung nút bấm, khoảng thịt phía trên nịt ngực phơi lộ, hắn kéo nịt vú xuống sâu, núm vú đỏ thẫm sưng mọng, hắn ngậm, nhay nhẹ.

"Nhột em… anh…"

Nàng hổn hển. Hắn kéo phần còn lại của nịt vú. Hai đỉnh hồng thẫm được giải phóng, bung lên. Hắn hôn say sưa hết bên này đến bên kia. Nàng quằn quại,

"Anh… anh…."

Hắn hỏi qua hơi thở,

"Nhé, lát về anh vẽ cưng nhé?"

"Khỏa thân?"

"Tất nhiên. Chân dung cưng có ba tấm rồi."

"Thôi… em sợ…"

"Nhảm chưa, sợ cái gì?"

"Vẫn biết rất vô lý, dù chả hiểu sợ gì, em vẫn sợ."

"Mệt quá, bắt anh năn nỉ mãi."

Hắn nói, giọng không vui, nàng đan hai bàn tay vào mái tóc hắn,

"Giận em đấy à?"

"Không."

"Nhìn cái mặt kìa. Vuốt giận. Thôi thì em… em bằng lòng."

Hắn sung sướng,

"Cảm ơn cưng. Anh vui lắm, nhất định sẽ là một tác phẩm để đời. Anh yêu em."

Nàng dụi mặt vào ngực hắn,

"Phải để anh vẽ khỏa thân anh mới yêu hở?"

"Nói vậy mà nói được!"

"Em đùa mà."

"Đói không cưng, mình về Ngã Sáu ăn mì vịt tiềm nhé?"

"Dạ."

Nàng rời đầu khỏi đùi hắn ngồi dậy, sửa lại y phục, phủi những cọng cỏ khô bám trên váy. Hắn bước tới chiếc Honda 67 dựng cạnh, đạp máy. Tiếng động cơ nổ nhẹ. Nàng nhanh nhẹn leo ngồi phía sau, vòng tay ôm eo ếch, áp má vào lưng hắn. Chiếc xe chạy chậm trên con lộ đất đỏ ra xa lộ, hướng về thành phố.

Tượng đài Phù Đổng Thiên Vương giữa Ngã Sáu được chiếu sáng từ những đèn pha nằm khuất trong bệ cỏ chung quanh chân tượng, sừng sững cao giữa bầu trời đêm. Góc phố, bên dưới mặt tường một ngôi nhà cao tầng phủ kín tấm pano quảng cáo kem đánh răng Hynos với logo đầu Chà Và cười, khoe hàm răng trắng nõn, là những xe lưu động san sát bày bán đủ mọi món ăn chơi lẫn ăn thiệt. Cơm tấm bì chả sườn, phở, bún thịt nướng, bún bò, bún riêu, bún ốc. mì, hủ tiếu, bánh cuốn, bột chiên… Hàng trăm món. Khách đông, đủ hạng, từ phu xích lô, sinh viên, học sinh, đến những cặp tình nhân trẻ, cả gia đình đầy đủ vợ chồng con cái. Thế giới ẩm thực thu nhỏ này đáp ứng được nhu cầu của khách ăn đêm, nức tiếng không chỉ ở thành phố này, mà còn vang danh khắp mọi tỉnh thành. Đến Sài Gòn chưa một lần ghé Ngã Sáu vào buổi tối là thiếu sót lớn.

Hắn gọi hai tô hủ tiếu và một cốc chè ba màu cho TT, một chai 33 cho hắn. Trong lúc chờ, hắn nói với nàng về cuộc triển lãm hắn dự tính sẽ tổ chức tháng sau,

"Triển lãm đầu tiên, thành quả của gần một năm miệt mài."

"Anh hồi hộp không?"

"Chút chút nhưng hết rồi."

"Tranh anh màu sắc êm đềm, dịu dàng, lãng đãng. Khác hẳn với cuộc đời anh mà có lần anh đã kể."

Hắn cười,

"Khác là thế nào?"

"Em nghĩ nó sẽ dữ dội, khốc liệt…"

"Tác phẩm là kết quả của ước mơ được thăng hoa. Đó là cái phần thiếu mong được lấp đầy. Kẻ nghèo mơ giàu, người xấu mơ đẹp… Anh cũng vậy, luôn mơ những điều tốt lành, xóa đi mọi bất ưng."

“Văn tức là người, hội họa chắc cũng thế?’

“Đúng, thực sự bản chất anh nhạy cảm, yếu mềm. Nhưng có lẽ vì ra đời sớm, anh luôn gồng mình để tự tồn, riết, trở thành lớp vỏ bọc cứng cỏi.”

Ăn xong hắn chở nàng về nhà trọ. Trên đường đi hắn luôn nghĩ đến cảnh lát nữa thôi, hắn sẽ được nhìn tấm thân no tròn sinh lực của nàng, và những đường cọ, sắc màu. Hắn vui, đưa tay xuống vuốt ve bàn tay nàng đang ôm chặt eo ếch hắn.

7

Ông già đưa tay xuống vuốt đầu Luna. Cái đầu xù, lông vàng óng, Léonberger, trông giống đầu sư tử thật

Một đôi chim bồ câu lượn vòng rồi rồi đáp đậu trên cọc hàng rào. Chúng rỉa lông cho nhau ra chiều âu yếm. Con Luna đang lim dim bỗng vùng dậy, phóng nhanh về hướng đôi chim. Chúng hoảng hốt vụt bay. Con Luna nhìn theo, cất vài tiếng sủa. Ông già gọi,

"Luna, lại đây".

Con chó "thông thái", biết những hai ngôn ngữ. Con gái ông nói với nó bằng tiếng Anh, ông, tiếng Việt. Cả hai ngôn ngữ này nó đều nghe, hiểu và chấp hành nghiêm chỉnh. Ông già nhìn Luna, cười, khi nó trở lại,

"Chúng đang yêu nhau, mày ghen à?"

Luna ngước nhìn ông, mặt tỉnh rụi, ra điều chả thèm để tâm đến phê phán của ông già.

Đôi chim bay thấp xuống phía freeway rồi vòng lên, chao một vòng rộng, đáp trên nhánh cao. Con Luna hục hặc mấy tiếng nhưng vẫn nằm yên. Có vẻ như nó hiểu chả làm gì được đôi bạn tình này.

Khu ông đang ở tuy cũng trên đồi nhưng chưa phải cao cấp, giá nhà không cao ngất ngưởng như khu của một bác sĩ, bạn ông. Nơi ấy chỉ khoảng mươi biệt thự, mỗi biệt thự nằm giữa khu vườn rộng, trang trí theo phong cách Nhật bản hay Âu châu. Lối đi rải sỏi trắng, chen chúc đủ loại kỳ hoa dị thảo, hồ bơi hiện đại, suối nhân tạo từ trên cao đổ nước xuống, từng tảng đá chất chồng khéo léo. Bạn ông nói, để vời được những Decoration specialist này thường phải chờ đợi vài tháng, bọn chúng bận dựng cảnh trong các phim trường ở Holywood, tối mày nám mặt. Ban đêm không điện đường, cốt để tạo cảnh hoang dã, nhưng trực thăng quần đảo suốt đêm trên cao. Một sinh vật nhỏ xuất hiện dưới đất, ví dụ một con chồn, con sóc chả hạn, cũng bị trực thăng lập tức phát hiện, rọi đèn theo dõi. Cư dân vùng này tự nguyện đóng tiền thuê Security company lo chuyện an ninh.

Tuy nhà cửa ở xứ sở này, nhất là của giai cấp thượng lưu, trung lưu, quá tiện nghi, nhưng buồn. Mỗi nhà là một ốc đảo, hoàn toàn biệt lập với chung quanh. Vắng lặng như giữa rừng sâu núi thẳm. Có khi cả tháng, thậm chí cả năm, ông già chưa thấy mặt gia chủ kế cận.

Chả bù tại quê hương ông, suốt đêm vẫn lục đục huyên náo. Ông già nhớ lúc chưa ngồi xe lăn, có lần ông về Việt Nam, trái múi giờ không ngủ được, 2 giờ sáng ông ra cửa sổ khách sạn nhìn xuống đường, tuy đã vắng bớt nhưng thành phố có vẻ vẫn chưa có dấu hiệu mỏi mệt, vẫn lũ lượt xe hai bánh, xích lô máy, động cơ nổ chát chúa, người ta đi đâu, làm gì giờ này?

Con Luna lại đứng dậy lững thững đến sát hàng rào, nhìn xuống freeway. Gió hơi mạnh, những bụi cúc vàng chao đảo.

Cũng may ông già còn có dĩ vãng để quay về. Nếu không, ông ông chả biết dùng thời gian dư thừa vào việc gì.

Hình ảnh TT vẫn chưa ra khỏi đầu ông già.

Căn nhà nhỏ nằm cuối vườn, dưới tàng cây trứng cá rậm lá, chủ cất thêm để cho thuê, cách biệt hẳn với nhà lớn bằng một rào dâm bụt xanh thẫm, bốn mùa nở rộ hoa, đỏ ối. Hàng rào có một cổng gỗ. Chủ nhà muốn người thuê độc lập, nên giao chìa khóa cổng hắn giữ để tiện qua lại nếu muốn. Hắn rất ít gặp họ, trừ mỗi đầu tháng hắn vòng ra cửa trước, vào trả tiền nhà. Cánh cửa hàng rào hắn chưa một lần mở. Hai vợ chồng chủ nhà chưa già lắm, sống khép kín, lặng lẽ. Ông chồng là công chức tòa hành chánh thành phố, bà vợ ở nhà nội trợ. Đứa con trai độc nhất khoảng mười lăm, cũng ít nói như cha mẹ. Ngoài thời gian ở trường, cậu luôn ngồi ngoài hàng hiên, cặp kính cận chúi vào trang sách. Có lần qua trả trả tiền nhà, hắn liếc nhìn, *Lục mạnh thần kiếm*. Chà, cậu bé hẳn là tín đồ trung thành của sư phụ Kim Dung.

Hắn rất hài lòng chỗ trọ này. Biệt lập, yên tĩnh, thoáng mát. Căn nhà nhỏ được hắn giữ gìn sạch sẽ, ngăn nắp. Tuy độc thân, đang vẽ tranh nhưng hắn rất thành kiến với cái bọn gọi là "văn nghệ sĩ" đầu bù tóc rối, ăn ở bẩn thỉu, nói năng ngông nghênh. Đa phần, theo hắn, các thiên tài này tài cán chỉ bằng gang tay, nhưng dự phóng thì phủ trùm thiên hạ! kiểu"đi trong sân mà nghĩ chuyện trên trời". Thứ hàng giả này nhan nhãn mọi nơi, mọi thời.

Hắn dừng xe trước mái hiên, tắt máy. TT xuống trước, nhanh nhẹn bước lên thềm, mở cửa. Nàng cũng có một chìa khóa riêng. TT mò tay trên vách tường sát cửa tìm khóa điện, bật. Ánh sáng chan hòa. Nhà gồm một phòng khách, một phòng ngủ, căn bếp và buồng vệ sinh. Phòng khách ít vật dụng, chỉ một giá vẽ trong góc cạnh cửa sổ. Một bàn nhỏ thấp kề bên, trên mặt bàn sắp ngăn nắp những típ sơn dầu. Palette pha màu tựa chân giá vẽ. Kệ sách áp tường. Tủ lạnh nhỏ. Hai ghế mây. Góc trái gần cửa những bức tranh vẽ xong xếp dài. Lần đầu bước vào nhà TT ngạc nhiên, trong tưởng tượng nàng là hình ảnh bừa bộn tiêu biểu vốn dĩ của một nghệ sĩ. Định kiến này đã bám rễ trong đầu nàng từ bao giờ, đến trở thành phản ứng có điều kiện, nghĩ đến nghệ sĩ là nghĩ đến sự nhếch nhác. Sau này qua hắn nàng dần dần xóa bỏ được định kiến này. Hắn nói, không như đa số mọi người thường lên án, nghệ sĩ là bọn bê tha, lười chảy thây, theo hắn, trái lại họ lại là những kẻ kỷ luật, ngăn nắp rất mực. Người ta có thể xuất thần một vài câu, thậm chí một bài thơ hay, nhưng để có được hàng ngàn câu thơ làm nên Truyện Kiều không thể sản sinh từ ngẫu hứng. Đó là kết quả của ngày đêm miệt mài tư duy, trăn trở. Bức tượng đá cẩm thạch David (1), Núi Rushmoren với 4 vị tổng thống Mỹ (2), bức tranh Guernica (3), Tháp Eiffel (4), Golden Gate Bridge (5), tượng Nữ Thần Tự Do (6)... Nếu không kỷ luật, trật tự và quyết tâm cộng tài hoa, trí tuệ thì làm thế nào tạo được những kiệt tác như thế?

Hắn nói với nàng lúc cả hai đã vào hẳn bên trong,

"Mình bắt đầu nhé?."

"Dạ."

"Để anh sắp xếp bố cục, ánh sáng."

Hắn kéo chiếc ghế mây đặt cạnh cửa sổ, thắp hai ngọn đèn cầy cắm trên bàn, tắt điện. Căn phòng lung linh trong ánh sáng chập chờn, bên ngoài cửa sổ bầu trời thăm thẳm, trăng sắp rằm rải xuống khu vườn một màu vàng nhạt.

"Anh không mở điện, thế này làm sao vẽ?"

"Được chứ, anh muốn bức tranh mang không khí hư ảo. Em cởi đồ ngồi vào ghế, tay gác trên thành tựa, quay nhìn ra cửa sổ"

TT e ấp cởi y phục, nàng vòng tay che ngực.

"Cởi luôn xì líp, cưng."

"Thôi…"

"Đi mà, nghe lời anh…"

"Kỳ quá…"

Hắn bước tới ôm nàng, hôn ngấn cổ cao, khoảng ngực trần. Hắn lần tay xuống tụt chậm mảnh vải mỏng ra khỏi hạ thể.

"Anh..."

Nàng nói khẽ. Thân hình nàng đẹp quá. Hai gò ngực vun cao, núm vú sưng mọng vênh vểnh, chảy xuống khoang bụng phẳng, tỏa ra vòng hông nở và chồm lên gò mu cao, đen mịn lóng lánh như kim nhũ từ ánh sáng của hai ngọn đèn cầy. Hắn cố trấn tỉnh dìu nàng ngồi vào ghế, sửa dáng. Ánh sáng chập chờn phủ lên thân thể nàng một lớp kem mịn.

"Ngồi yên nhé. Bao giờ mỏi, mình nghỉ."

Hắn kéo giá vẽ vào sâu bên trong, đặt khung bố mới lên giá, bắt đầu phát thảo bằng cọ nhỏ.

Không gian bên ngoài, trong phòng yên tĩnh. Tiếng dế râm ran. Trăng lên cao, ánh sáng dội trên bục cửa sổ một màu sữa. Nàng ngồi bất động, bàn tay trái chồng lên bàn tay phải trên thành ghế, những ngón thuôn, nuột nà. Mặt nàng hướng ra khu vườn đẫm trăng, những vũng tối trên khuôn mặt nhìn nghiêng làm nổi rõ những khoảng sáng, khiến dung nhan nàng như hư như thực. Thân thể nàng cũng thế. Nửa bắp đùi tắm ánh trăng. Một phần mông cũng no tròn, ửng sáng. Tất cả đều lung linh mờ tỏ.

Thỉnh thoảng nàng than mỏi, đứng lên bước về phía hắn, nhìn hắn vờn thoăn thoắt những nhát cọ, cảm thấy yêu hắn gấp bội.

Khuya sâu. Nàng chợt xoay người về phía hắn,

"Nghỉ nhá anh, cho em về, mai tiếp."

Hắn buông cọ, lớp sơn lót đã mang vóc dáng nàng.

Nàng mặc áo, cài khuy. Hắn ôm nàng, môi tìm môi, hôn sâu,

"Uhm… Thôi anh, cho em về…"

"Anh yêu em."

"Em cũng yêu anh."

Nàng vừa nói vừa sửa lại áo váy.

Hắn đưa nàng về. Thành phố vẫn nhộn nhịp dù đã khuya. Hàng quán hai bên đường vẫn sáng đèn, những tiện ăn, điểm nhậu vẫn tấp nập, ồn ào. Nhà ông chú ở đường ĐTH, trong con hẻm lớn. Ngôi biệt thự nhỏ, nằm giữa vòng tường cao, vườn rộng, cây cao rợp bóng. Hắn hỏi,

"Về khuya thế này, ông chú không la sao?"

"Ông du học từ nhỏ, hấp thụ văn hóa phương tây. Theo ông thì em đã trên 18, tự làm chủ bản thân."

Hắn cười,

"Làm chủ được không?"

Nàng cắn vai, dụi mặt vào lưng hắn,

"Không biết."

Nàng bấm chuông. Tiếng chuông vang sâu. Hắn đợi bà người làm ra mở cổng mới quay đầu xe.

Hắn kéo khuôn mặt nàng sát gần, hôn nhẹ lên đôi môi mọng,

"Mai nhé."

"Dạ, mai."

*

Ba hôm, từ chập tối đến khuya, hắn miệt mài vẽ. Cũng có lúc hắn đèo nàng chạy lòng vòng ra bến Bạch Đằng vừa ăn đu đủ bào bò khô chan tương ớt vừa hóng gió. Hắn rất khoái khẩu món ăn chơi này. Vừa ăn vừa xuýt xoa. Thêm một chai bia nhỏ. Tuyệt. Nàng cũng ăn như hắn nhưng uống nước mía. Nàng nói,

"Mai mốt sang Pháp, chắc em sẽ nhớ, thèm món này."

"Anh sẽ mua vật liệu gửi qua cho em chế biến, dễ mà."

"Rắc rối lắm anh ơi."

Đến đêm thứ tư cơ bản bức tranh đã hoàn chỉnh, chỉ vài nét nhấn nữa thôi. Hắn nói với nàng,

"Em xem, thế nào?"

Nàng đến trước giá vẽ,

"Đẹp quá, anh"

Bức tranh có màu xanh đen chủ đạo, những vũng sáng màu cam thay đổi sắc độ, tương phản sinh động. Khí hậu lãng đãng trùm phủ cả mặt tranh tạo cảm giác nửa thực nửa mộng. Tranh tuyệt không gợi cảm xúc dung tục, dù hai đôi vú cao, núm vú sưng mọng vênh vểnh.

Nàng xoay người ép sát thân thể vào hắn,

"Em đâu đẹp bằng người trong tranh."

"Đẹp hơn."

"Thôi đi ông, chỉ nịnh."

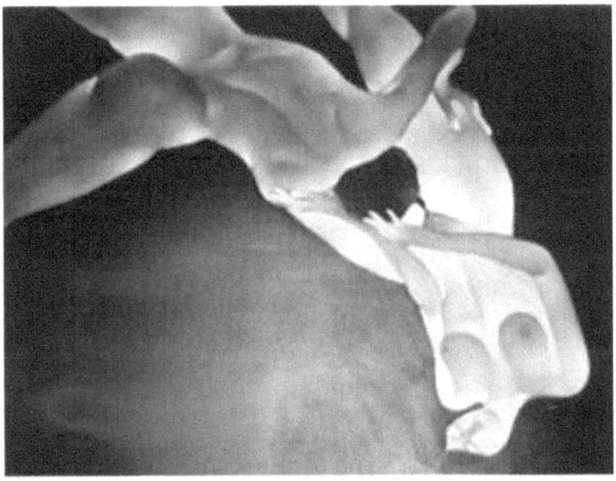

Nàng nói, nụ cười rạng rỡ. Hắn biết nàng sung sướng lắm. Đàn bà trăm người như một, sẽ hài mãn nếu được khen đẹp. Mà nàng đẹp thực, khuôn mặt hơi vuông bướng bỉnh, tóc demi garçon, hai hàm răng đều hạt, môi mọng, da trắng mịn, ngực no căng, hạ thể mũm mĩm.

Hắn vòng tay ôm siết tấm thân bé nhỏ, bế nàng đặt nằm xuống nền gạch, hôn hối hả khắp mặt. Nụ hôn di chuyển dần xuống ngấn cổ cao, vòng qua nách, leo lên hai đồi vú, vờn quanh hai núm sưng mọng. Nụ hôn xuống sâu hơn, sâu hơn. Lật úp, nụ hôn bò quanh hai mông tròn căng. Lại lật ngửa. Hắn vùi mặt vào.

"Anh… anh…"

Nàng oằn người, giật nẩy, hai bàn tay níu tóc hắn kéo mạnh, hai đùi mở khép liên tục.

Đã được chị Th, rồi L sàng phục vụ, nhưng đây là lần đầu hắn thực hiện hành động này với người yêu. Sự khích thích đẩy hắn vào trạng thái mất kiểm soát.

Hắn trườn lên, rót vào tai nàng

"Cho anh nhé?"

"Đừng anh…"

Hắn biết nàng nói nhưng không hiểu mình nói gì. Hạ thể nàng lênh láng, hai mắt nàng nhắm nghiền, người nàng rần rật nóng, hơi thở nàng gấp rút.

Hắn thận trọng xâp nhập vào nàng.

"Ối… Anh ơi..."

Nàng khép nhanh hai đùi, đẩy hắn ra. Nhưng như trong cơn mê, hắn lại tìm cách đi vào nàng.

"Ối… Ối… Chết em anh ơi…"

Cuối cùng hắn cũng vào được. Nàng nấc từng cơn theo động tác hối hả của hắn.

"Đau quá… Em chết… Thôi anh ơi…"

"Em… Em…."

Hắn cuống cuồng. Sắp đến đỉnh, hắn cố làm chủ, vội rút nhanh, bắn xối xả lên bụng nàng. Khắp người sượng cứng, máu chảy cuồng trong huyết quản. Hắn đổ ập. Nàng khóc. Nhìn những vệt máu trên nền gạch bông, Hắn thì thào,

"Anh yêu em."

Nàng ôm hắn, gối đầu trên ngực hắn,

"Đừng bỏ em."

"Không bao giờ."

Nước mắt vẫn ứa ra, thấm ướt ngực hắn. Đau? Tiếc nuối? Hắn không biết. Hắn yêu nàng. Từ nay, thực lòng hắn nghĩ, nàng sẽ chiếm giữ một phần đời quan trọng của hắn.

----

(1) Tượng David là một bức tượng do Michelangelo điêu khắc từ năm 1501 đến 1504, là một kiệt tác của nghệ thuật điêu khắc thời Phục Hưng và là một trong hai tác phẩm điêu khắc vĩ đại nhất của Michelangelo (cùng với Pietà).

(1) Núi Rushmore - Khu Tưởng niệm Quốc gia là một tác phẩm điêu khắc được tạc vào khối đá granite trên núi Rushmore, gần thành phố Keystone, tiểu bang South Dakota, Hoa Kỳ. Là tác phẩm của Gutzon Borglum và sau này là con trai ông, Lincoln Borglum, Núi Rushmore thể hiện bốn gương mặt Tổng thống Hoa Kỳ với chiều cao 60 foot (18 m), từ trái sang phải lần lượt là George Washington, Thomas Jefferson, Theodore Roosevelt và Abraham Lincoln.

(2) Nếu Pablo Picasso (1881 – 1973) được suy tôn là họa sỹ vĩ đại nhất của thế kỷ 20, kiệt tác Guernica của ông có thể được coi là bức tranh kỳ diệu nhất thế kỷ cho đến tận giờ.

(4) Alexandre Gustave Eiffel (sinh 5 tháng 12 năm 1832 – mất 27 tháng 12 năm 1923); phát âm tiếng Pháp: [efɛl], tiếng Anh: /ˈaɪfəl/) là một kỹ sư kết cấu, nhà thầu, một nhà chuyên môn về các kết cấu kim loại người Pháp và là một nhà khí tượng học. Ông nổi tiếng vì đã thiết kế Tháp Eiffel, xây dựng năm 1887–1889 cho Triển lãm Thế giới năm 1889 tại Paris, Pháp, và cốt cho Tượng thần Tự do, ở Cảng New York, Hoa Kỳ

(5) Cầu Cổng Vàng (tiếng Anh: Golden Gate Bridge) hoặc Kim Môn kiều là một cây cầu treo bắc qua Cổng Vàng, eo biển rộng một dặm (1,6 km) nối liền vịnh San Francisco và Thái Bình Dương. Cầu này nối thành phố San Francisco, California của Mỹ - mũi phía bắc của Bán đảo San Francisco - đến Quận Marin, bao gồm cả Quốc lộ Hoa Kỳ 101 và Quốc lộ 1 California qua eo biển. Cây cầu là một trong những biểu tượng được quốc tế công nhận nhất của San Francisco, California và Hoa Kỳ. Cầu đã được Hiệp hội kỹ sư dân dụng Hoa Kỳ (American Society of Civil Engineers) tuyên bố là một trong những kỳ quan thế giới hiện đại.

Khi được hoàn thành vào năm 1937, Golden Gate Bridge là cây cầu treo dài nhất trên thế giới, và đã trở thành một biểu tượng quốc tế của San Francisco, California, Hoa Kỳ, với nhịp chính dài 4.200 feet (1.280 m) và tổng chiều cao 746 feet (227 m). Kể từ khi hoàn thành đến nay đã có tám chiếc cầu khác có chiều dài vượt qua Cầu Cổng Vàng. Tuy thế, đây vẫn là cây cầu treo dài thứ hai ở Hoa Kỳ, sau cầu Verrazano-Narrows ở New York.

(6) Tượng Nữ thần Tự do (tên đầy đủ là Nữ thần Tự do soi sáng thế giới; tiếng Anh: Liberty Enlightening the World; tiếng Pháp: La Liberté éclairant le monde) là một tác phẩm điêu khắc theo phong cách tân cổ điển với kích thước lớn, đặt trên Đảo Liberty tại cảng New York. Tác phẩm này do kiến trúc sư người Pháp Frédéric Bartholdi thiết kế và được khánh thành vào ngày 28 tháng 10 năm 1886. Đây là tặng vật của nhân dân Pháp gửi nước Mỹ.

8

"Máy bay không người lái bị bắn rơi bởi hệ thống tên lửa phòng không của Iran. Đây là hành động tấn công khi không bị khiêu khích nhắm vào phương tiện thám sát trong không phận quốc tế", quân đội Mỹ tuyên bố.

Trong khi đó, Iran cáo buộc máy bay không người lái của Mỹ đã xâm phạm không phận nước này. Trong một tuyên bố đưa ra sau vụ việc, Vệ binh cách mạng Iran cho biết bộ truyền phát tín hiệu nhận dạng của máy bay không người lái đã bị tắt, và gọi đây là "sự vi phạm các nguyên tắc hàng không".

"Không phận của chúng tôi chính là giới hạn đỏ, Iran luôn luôn đáp trả và sẽ tiếp tục đáp trả mạnh mẽ bất cứ quốc gia nào xâm phạm không phận của chúng tôi", Ali Shamkhani, thư ký Hội đồng An ninh quốc gia tối cao, tuyên bố.

"Vụ việc hôm nay là bằng chứng cho thấy cách dân tộc Iran đối phó với kẻ thù. Chúng ta không có ý định tham gia vào chiến tranh, nhưng chúng ta luôn sẵn sàng cho chiến tranh", Hossein Salam, tổng chỉ huy Vệ binh cách mạng Iran, tuyên bố.

Ông già đọc mẩu tin trên cũng trong tờ Rigester New Daily sáng nay khiến ông bần thần.

Ông nhớ lai "Sự cố Vịnh Bắc bộ", khơi ngòi cho cuộc chiến Việt Nam, gây tang thương oan trái suốt 20 năm, 3 triệu người chết, hàng triệu ly tan, thù hận, mãi đến hôm nay vẫn còn tồn tại.

Không khéo lại xảy ra chiến tranh.

Chiến tranh luôn là "trò chơi" của những siêu cường. Các thế lực này luôn tạo ra chiến tranh (nhân danh tự do, nhân quyền...) hết Á châu đến Trung đông. Không có chiến tranh, vũ khí sản xuất ra bán cho ai? Chưa kể khí cụ mới liên tục ra đời, phải tìm chỗ để thải kho vũ khí cũ chứ. Không có chiến tranh các nhà thầu đảm nhận tái thiết lấy việc đâu để làm? Không có chiến tranh, bao nhiêu nghành nghề liên quan xa gần sẽ trì trệ, công nhân sẽ thất nghiệp, hãng xưởng sẽ phá sản... Vòng tròn dây chuyền lẩn quẩn này, từ ngàn xưa đến ngàn sau, mãi mãi phi nhân nhưng đã và sẽ mãi mãi tồn tại.

Bởi vì, mặt nào đó nó lại giúp xã hội tiến bộ, phát triển. Nghe có vẻ vô lý song ngẫ m sâu, lại đúng.

Chỉ tội nghiệp các quốc gia nhược tiểu. Những con chốt thí.

Những con chốt thí này không phải không hiểu ra thân phận của mình. Khổ nỗi dẫu có hiểu cũng không thể làm gì khác hơn là phải đi theo hướng các "ông lớn" đã vạch.

Ông già nhớ lại những năm tháng xưa.

Cuộc hành quân đã sang ngày thứ 3, nhiều làng mạc đơn vị đã đi qua.

Chả có biến cố nào trọng đại ngoài một nữ du kích bị bắt.

Nhìn cô gái còn trẻ, chừng 20, 21, dù một bên má sưng vù và một mắt bầm đen, cũng dễ dàng nhận thấy cô gái tuy không sắc nước hương trời nhưng chắc chắn trên trung bình, nhất là dáng thon thả, chứng tỏ cô gái xuất thân thành thị chứ không phải từ đồng chua nước mặn. Qua điều tra sơ khởi cô gái khai trước kia là học sinh, vừa đỗ tú tài 2, chuẩn bị vào Đại Học Sư Phạm, Sài Gòn, cô đã thi và đã trúng tuyển. Lúc này tình hình chính trị tại miền Nam rất rối ren. Các tổ chức đấu tranh, nhất là của sinh viên học sinh bùng nổ rầm rộ. Biểu tình, hoan hô, đả đảo diễn ra hàng ngày trên đường phố. Cô tham gia. Bị bắt. Trong tù cô được một tổ chức nằm vùng tuyên truyền, móc nối, cô "giác ngộ cách mạng". Ra tù, cô vào bưng, trở thành chiến sĩ giải phóng quân. Cô gái bị bắt vì đơn vị hành quân quá bất ngờ, cô chậm chân trốn không kịp. Hắn nhìn cô gái, nghĩ đến cảnh ngộ những ngày sắp tới cô phải trực diện, hắn không thể không bứt rứt. Hắn đã biết, đã từng nghe tả cảnh "địa ngục trần gian" ở những phòng điều tra, hỏi cung. Chỉ nghe thôi, đã rùng mình sởn da gà, nói gì phải trực tiếp nhận chịu.

Những màn kiểu nhỏ sáp đèn cầy vào các nơi nhạy cảm như đầu vú, âm hộ, hay đóng kim gút vào mười đầu ngón tay, chỉ là trò trẻ con, là những món khai vị thanh cảnh nếu so với hàng trăm "món mặn" khác: Đóng ngập cây đinh mười phân vào đầu gối. Dùng kìm nhổ sống từng cái răng. Nướng đỏ miếng sắt to bằng bàn tay ịn vào bụng hoặc lưng. "Rang" phạm nhân trần truồng trong chảo lớn trên bếp ga phừng phừng. Đập đuôi con rắn nước thúc nó phóng mạnh vào cửa mình. Lấy dao cùn xẻo thịt đùi. Bắt nằm giữa hai tấm ván ép chặt như nướng cá bằng bốn ốc dài bốn góc rồi nện bằng búa tạ tấm ván phía trên, cái đau kinh hoàng không chỉ một nơi mà toàn thân, từ đầu đến gót chân... Nói chung, tất cả mọi kiểu cách nào khiến phạm nhân đau đớn, khiếp hãi nhất mà chuyên viên tra tấn nghĩ ra, đều được phép thử nghiệm, áp dụng. Làm sao cô gái nhỏ nhắn kia chịu đựng nổi những đòn tra tấn của bọn người vốn chỉ thích hành hạ kẻ khác làm niềm vui. "Nghề" tra tấn giống mọi nghề khác, khởi đầu còn ngần ngại, chùn tay, nhưng riết, quen mắt quen tai, trở nên tầm thường, nhàm. Thế là những món khác được điều nghiên, được thử nghiệm, "tân kỳ" hơn, hiệu quả hơn. Nghĩa là dã man hơn, đau đớn hơn.

Cuộc đời lắm điều kỳ lạ. Người ta nhân danh mọi mỹ từ

cao đẹp: tự do, dân chủ, nhân quyền để tha hồ làm chuyện bất nhân, bạo tàn. Người ta tìm tòi, nghiên cứu nhiều loại khí cụ có tính sát thương cực cao, cực độc, cực nhiều cũng để bảo vệ những mỹ từ trên. Lịch sử nhân loại đã cho chúng ta biết vào thời Trung cổ, hầu hết mọi quốc gia phương Tây đều có những pháp đình chuyên xử "bọn dị giáo", với mọi hình phạt cực kỳ man rợ:(1), thiêu sống lũ "ma quỷ" trên dàn hỏa, đổ chì nóng chảy vào hai mắt, dùng cọc sắt đóng từ hậu môn lên đầu, lột da ném vào thùng trấu... cùng những màn tra tấn khủng khiếp nhân danh Thiên Chúa, đấng toàn năng lòng lành. Các phòng hỏi cung ngày nay cũng rập khuôn y chang, cũng nhân danh này nọ nghe kêu rổn rảng.

(Dụng cụ cắt đầu gối dã man thời Trung cổ của tòa án di giáo Tây Ban Nha làm bằng gỗ gắn những thanh sắt nhọn, đằng sau có ốc vít điều chỉnh khép mở. Khi hành hình, đầu gối phạm nhân bị đặt giữa hai miếng gỗ, và vặn vít từ từ để hai thanh gỗ khép lại, các mũi nhọn sẽ cắt lìa đầu gối.)

Cô gái bị ném ngồi giữa nắng, tay bị trói thúc ké, áo ngực rách lộ nịt vú, tóc rối bù, mặt xanh tái, một bên má sưng vù và một mắt bầm đen. Hậu quả của màn thẩm tra sơ khởi.

"Nước... cho xin miếng nước..."

Âm thanh thều thào phát ra từ hai môi khô, nứt nẻ.

Thằng lính có trọng trách canh giữ đứng dậy lôi cái bi đông nhựa kê vào miệng cô gái,

"Theo Việt cộng chi cho khổ, em gái."

Thằng lính vừa cho cô gái uống nước vừa cười cợt. Cô gái cúi gầm mặt, im lặng.

Có lệnh di chuyển. Không phát hiện gì thêm. Chiều, trở về chỗ đóng quân, cô gái được giao lại cho ban 2 tiểu đoàn. Từ đó cô gái sẽ được chuyển về trung ương để cơ quan an ninh "làm việc". Hắn lẩn thẩn tự hỏi, rồi ra cô gái sẽ thế nào? Câu hỏi như một dấu chấm than!

*

Ngày thứ 4 của cuộc hành quân.

Làng nhỏ, chỉ vài mươi nóc gia, nằm sát chân núi. Làng quá nghèo, mái tranh xơ xác, ruộng khô nẻ, vườn tược thiếu người chăm sóc, những vồng cải thiếu nước tưới còi cọc, những trái mít tuy đã già vẫn chỉ nhỏ như bắp chân trẻ con, những con mương cạn khô không người nạo vét. Cấp trên cho biết đây là địa bàn hoạt động rất tích cực của Việt cộng, phải luôn cảnh giác.

Sau một vòng lùng sục chả phát hiện được gì, dân làng bị lùa ra khoảnh ruộng khô. Không có đàn ông thanh niên, chỉ toàn đàn bà con gái và ông già bà cả. Vài mươi nhân mạng được chia làm hai nhóm, một gồm trẻ con và bô lão. Nhóm còn lại toàn phái yếu.

Gã hạ sĩ nhất chỉa mũi M16 về phía nhóm này, ra lệnh,

"Đứng ra giữa, hàng ngang, nhanh lên"

Gần 20 nhân mạng riu ríu tuân lệnh. Họ run sợ, mặt tái mét, tóc bù rối, quần áo tả tơi.

Gã hạ sĩ nhất hét, hung hăng,

"Có giấu tài liệu gì trong người không?"

"Dạ khôn, tội nghiệp tụi con en ơi, cơm không có mà ăn,

lấy chi mô tài với liệu.” Một thiếu phụ mếu máo, giọng Quảng Trị nặng, líu lo. Bà ta đáng tuổi mẹ gã hạ sĩ nhất nhưng vẫn xưng “con” với gã ngọt xớt.

“Ai tin nổi mấy mụ. Tất cả cởi áo ra.” Gã hạ sĩ nhất ra lệnh.

“Tội nghiệp quá en ơi.”

“Có chi mô nà…”

Tiếng van lạy, tiếng khóc. Gã hạ sĩ nhất chỉa súng vào mớ giẻ rách, lên nòng,

“Cởi không?”

Tiếng khóc đồng loạt vỡ òa, nhưng tất cả, kẻ nhanh người chậm, đều phải tuân theo mệnh lệnh. Những quả bầu chảy thỏng cuống thâm đen, những trái cam vênh vểnh, những hạt cau nhu nhú… Đủ cỡ, đủ kiểu. Nhiều người vòng tay che. Gã hạ sĩ nhất trừng mắt,

“Bỏ tay xuống.”

Gã hầm hầm duyệt qua một lượt, lấy mũi súng lật qua lật lại những trái vú lớn, vẻ truy tìm tài liệu cất giấu đâu đó. Trở về vị trí đối diện, tiếp tục ra lệnh,

“Cởi quần ra.”

Tiếng khóc vừa dịu xuống lại bùng lên.

“Im ngay, cởi ra.”

Cuối cùng tất cả đều trần truồng, co ro, dù trời giữa trưa, nóng đổ lửa. Gã đứng hơi lâu trước một con bé khoảng 14, hai vú như hai quả cam, núm hồng sưng mọng, hạ thể no tròn lớt phớt lông tơ. Tuy tất cả đều lam lũ, da mặt sạm đen, hốc hác, tay chân nức nẻ cục mịch, nhưng phần da thịt được che kín bởi quần áo cũng tương đối không đến nỗi nào, nhất là bọn con gái chớm dậy thì. Sau một một lúc ngắm nghía, hạch hỏi chán chê, gã hạ sĩ nhất cho tất cả mặc lại quần áo, không quên thòng,

“May không có tài liệu, có, tàn đời.”

*

Buổi tối thấy gã hạ sĩ nhất trăn trở mãi, không ngủ, tiếng sột soạt của chiếc võng ni lông, tiếng hít hà. Hắn nằm cách không xa, hỏi vọng,

"Làm gì thế, sao chưa ngủ?"

"Tao mới chơi chị năm, quá đã."

Không đợi hắn lên tiếng, gã tiếp,

"Vừa chị năm vừa nhớ con bé hồi trưa, chịu không thấu."

"Ông mất mẹ cái nhân tính rồi." Hắn rủa.

"Ha… ha… nhân với tính cái đầu buồi, bày vẽ. Con bé có cái nhồn mum múp đẹp dê kêu."

"Thiệt tình, hết thuốc chữa."

"Ha… ha… được bú cái nhồn nớ, giảm thọ 10 tuổi tao cũng chịu."

Gã hạ sĩ nhất là tiểu đội trưởng của hắn, tiểu đội khinh binh, luôn đi đầu. Hành động gã làm ban trưa dĩ nhiên đại đội trưởng không biết, chả tên nào mách lẻo. Dù sao nhờ gã cả tiểu đội được một phen rửa mắt. Hắn cũng không mách lẻo, chả phải vì được "rửa mắt", chỉ vì chuyện mách lẻo, dù chính đáng hắn vẫn nghĩ hèn hèn thế nào. Nhưng thâm tâm hắn không thuận tình với hành vi tồi tệ này. Chưa đủ kinh nghiệm cùng hiểu biết để phân tích, truy tìm nguyên nhân dẫn đến hành động của gã hạ sĩ nhất. Sau này đủ lớn, nhớ lại, hắn nghĩ, biết đâu trong cái đầu nhỏ bé kia, gã luôn bị ám ảnh cái chết có thể đến bất cứ lúc nào. Tuổi trẻ, tương lai mù mịt. Xác thịt luôn kêu gào trong một thân xác cường tráng, trẻ măng, và nền giáo dục của gia đình, xã hội, môi trường quân ngũ gần như không có… khiến gã lạc lõng, bơ vơ, sống và ứng xử dựa vào bản năng. Nếu bản năng được định hướng tốt thì may mắn cho đời, ngược lại, hậu quả khó lường. Lắm chuyện nếu xét trên bình diện đạo đức chung chung quả không thể thông cảm, chấp nhận, nhưng nếu xét ở vài trường hợp nào đó, kẻ phạm tội nhiều khi không ý thức được việc mình làm, hắn phạm tội một cách… hồn nhiên. Chuyện ngày ấy, xét sâu, cả hai, người bị hại và kẻ gây hại, đều đáng thương.

Nhưng bấy giờ hắn chưa nhận ra điều đó, chỉ cảm thấy bất nhẫn, bất nhân.

“Tui nói thật, ông chẳng khác chi thằng Bạt ti dăng rạch mặt.”

“Ê, tao không hiếp dâm nghe mày.”

“Sớm muộn thôi.”

“Không bao giờ, dù sao tao cũng là người Việt Nam, đâu như tụi Đại Hàn”.

Hắn từng nghe kể về sự tàn bạo, dã man của lính Đại Hàn. Thảm kịch Mỹ Lai truyền thông Mỹ, kể cả Việt Nam làm rùm beng, so với bọn lính Đại Hàn tuy không qui mô bằng, nhưng mức độ man rợ, bạo tàn lớn hơn nhiều. Cảnh tra khảo tù binh bằng kiểu cách thời Trung cổ bên phương Tây, cảnh hiếp xong một nạn nhân, rồi giết bằng hình phạt xẻo vú, xẻo cửa mình trước khi đâm cọc tre nhọn xuyên từ nơi này lên là chuyện cơm bữa ở những vùng chúng hành quân.(2)

Sự man rợ, bạo tàn của chiến tranh không chỉ là sản phẩm của bọn lính viễn chinh mang đến, nhân danh bảo vệ tiền đồn tự do Nam Việt Nam, mà còn là đặc sản cây nhà lá vườn, mức độ man rợ, bạo tàn xem chừng không thua.

Những ai ở miền Trung hẳn không lạ gì tên tuổi một trung úy cực kỳ nổi tiếng, là hung thần của thị xã HA. Mỗi lần gã và thuộc hạ từ vùng hành quân trở về, mọi hàng quán trong thị xã hầu như đóng cửa. Riêng địch quân thì sợ gã hơn trẻ con sợ ma. Bắt được tù binh, sau khi đã khai thác moi tin tức, gã luôn xẻo hai tai (phơi khô, xỏ dây đeo cổ thay dây chuyền vàng)(3). Chưa hết, gã mở dây trói cho phạm nhân chạy trốn, nhưng chỉ độ trăm bước, gã vung tay lả lướt, lưỡi dao oan nghiệt bay vèo, ghim trúng tim kẻ “trúng số”, chết không kịp ngáp. Luyện tay nghề bằng loại bia người này, võ công gã tiến bộ rất nhanh, khó ai địch lại. Nghiễm nhiên gã trở thành độc cô cầu bại, danh trấn giang hồ.

Chiến tranh và bạo tàn có vẻ như một cặp song sinh. Hắn vốn mẫn cảm nên suốt bảy năm ở lính, điều làm hắn không chịu nổi chả phải vì gian khổ, cũng chả phải cái chết luôn rình rập, mà vì phải chứng kiến quá nhiều điều khiến hắn sợ đến một ngày nào hắn biến thành vô cảm, như bọn làm nghề tra tấn, sẽ ăn mất ngon, ngủ mất yên nếu không nhìn thấy máu, nước mắt và sự quằn quại đau đớn của kẻ khác.

---

(1) Ở San Francisco, Mỹ, có một viện bảo tàng trưng bày những hình cụ tra tấn cùng vô số tài liệu của các tòa án xử người dị giáo thời Trung cổ tại các quốc gia theo Thiên Chúa giáo.

(2) Năm 2017, một ông tướng Đại Hàn đã viết báo công khai xin lỗi mọi hành vi của quân nhân Đại Hàn tham chiến ở Việt Nam trước 75.

(3) Mấy mươi năm xưa nhà văn Nguyễn Mộng Giác xuất bản bộ trường thiên đầu tiên của ông: Mùa Biển Động, có một đoạn ngắn nhắc đến hung thần này, với dây chuyền lỗ tai ngươi, đã bị các nhà phê bình zăn học, các ngài chống Cộng cực đoan chửi tắt bếp, chụp cho ông một cái mũ cối to tổ chảng, rằng ông đã bịa đặt, mục đích cốt bôi tro trét trấu vào tập thể chiến sĩ VNCH ngời ngời chính nghĩa.

Nguyễn Khai

9

Đôi bồ câu lại vụt bay lên cao, lại sà xuống freeway, lại vòng một vòng rộng trước khi trở về vị trí cũ, cành cây trên cao.

Con Luna nằm yên dưới chân ông, mắt lim dim như ngủ. Bóng cây bắt đầu ngả về hướng tây, trưa chuẩn bị lấn sang chiều. Không khí ấm hơn. Ông già kéo tấm chăn xuống, chỉ che nửa phần thân dưới. Một bạn già của ông nhận xét, thời tiết Cali gần giống Việt Nam, nhưng hay hơn nhiều, nắng quanh năm, mưa ít, mùa đông không quá lạnh như các tiểu bang khác. Thích nhất là khí hậu dù lạnh hay nóng cũng khô ráo, không ẩm, rít ráp như Việt Nam. Đã có thời ông già vô cùng bực bội khi nghe hầu hết người về quê sang đều ta thán cái xứ sở gì mà bẩn thỉu, bụi bặm và nóng bức không sao chịu nổi. Ông già lầu bầu một mình, bày đặt, làm như chưa từng sống ở đó, chưa từng nếm trải mọi bất ưng, từ khí hậu đến môi trường. Nhưng ông già nhớ lần về quê hơn 20 năm trước, ở Hà Nội, suốt đêm không sao chợp mắt được, giường ra toát ra mùi ẩm mốc nồng nặc. Ông kéo ghế sát cửa sổ nhìn xuống đường. Sinh hoạt về đêm tuy thưa hơn ban ngày, nhưng sự xô bồ vẫn thái quá nếu so với sự yên lặng đến gần như tịch mịch của khu nhà ông đang ở. Ông già hiểu ra hoàn cảnh sống đổi khác, thân xác thích nghi với môi trường mới, không thể không đổi khác lề thói tư duy. Tuy vậy ông vẫn tự trách mình, tệ thật, chỉ mới xa quê hương không lâu, ông đã không thể hòa nhập nếp sống cũ. Căn gác gỗ ọp ẹp ở động má Hai. Những đêm mưa lạnh cóng giữa rừng sâu, những ngày đổ lửa trên cồn cát mênh mông, những tối nằm dưới giao thông hào ngập bùn sình... Tệ thật, chỉ vài năm đổi đời, ông đã như thế này. Một chút ẩm mốc đã làm ông mất ngủ. Tệ quá.

Trên cao, giữa tàng lá rậm, đôi chim bồ câu tỉa lông cho nhau, ra chiều âu yếm, ông già nhìn, khẽ mỉm cười.

Nàng hẹn 6 giờ chiều. Tan sở, hắn đến thẳng điểm hẹn, thuận đường hơn về nhà.

Quán nằm ngoại vi thành phố. Từ quán nhìn ra, bên kia lộ là mênh mông ruộng xanh. Bên phải cánh đồng là hương lộ, song song sát kề con kênh nhỏ, chỉ 3 thước chiều ngang nhưng chảy dài, thẳng tắp về phía lũy tre tít mù xa. Bên trái là hàng rào kẽm gai, phân chia địa giới căn cứ quân sự và thổ ngơi canh tác của dân quê thuộc một quận sát kề thành phố. Nơi này tọa lạc rất nhiều hãng xưởng. Công nhân từ các quận vây quanh cũng như ngụ cư ở nội thành dễ dàng đến, nhiều tuyến xe buýt khứ hồi liên tục.

Hắn và TT thường dùng nơi này làm điểm hẹn hò, một phần tuy không xa thành phố nhưng không khí khác hẳn, thoáng mát, yên bình. Phần khác, từ nhà nàng đến nơi này chỉ 10 phút xe gắn máy, nếu không, xe buýt cũng thuận tiện. Ngày ấy phương tiện liên lạc còn rất hạn chế. Không internet, không điện thoại. Muốn gặp nhau nếu chưa hẹn trước chỉ còn một cách duy nhất là đến nhà. Sau này cả hai đã tìm ra một lối liên lạc nhanh, hữu hiệu, dù tốn chút đỉnh tiền: thuê các tài xế xe ôm chuyển tin. Sáng nay qua cách vừa nói, hắn nhận của nàng lời nhắn "rất quan trọng": em cần gặp anh gấp để cùng tìm giải pháp khả thi. Linh tính cho hắn biết nhất định nàng sẽ mang đến một tin không vui. Hắn nóng lòng, liên tục xem giờ trên đồng hồ đeo tay. TT luôn đúng hẹn, "em rất ghét trễ hẹn, đã yêu nhau, còn bày đặt giữ thế giá.", nàng thường phê phán các cô bạn luôn cho người tình chờ dài cổ mỗi lần hò hẹn, "để các chàng không có cớ làm cao". Theo nàng, cách hành xử như thế chứng tỏ các nàng chưa yêu đúng mức. Tình yêu đích thực không có chỗ cho tính toán trẻ con, vị kỷ. Chỉ vì hắn đến sớm, tan sở hắn đi ngay, trừ 15 phút xe, hắn đến sớm hơn 45 phút. 45 phút bên nhau trò chuyện, đối với các cặp tình nhân sẽ chỉ như thoáng chốc, nhưng để chờ đợi, thời gian dường như ngừng trôi. Hắn lại đưa tay xem giờ.

Ngẩng lên, hắn thấy nàng đang dựng xe sát mái hiên.

Áo sơmi xanh nhạt, quần jean bạc màu, tóc ngắn, khuôn mặt không phấn son, trông nàng trẻ hơn hẳn so với tuổi. Nhìn nàng người ta sẽ nghĩ là nữ sinh đệ nhất cấp, không ai tin nàng đang là sinh viên. Nàng bước vào quán, Hắn vội đứng dậy kéo ghế,

"Em ngồi."

"Nóng quá."

Nàng ngồi xuống. Hắn nhìn trán nàng lấm tấm mồ hôi. Nóng thật. Nắng chiều ngả bóng râm mái hiên dài gần đến lề đường, nhưng cái oi bức có vẻ vẫn nguyên cường độ,

"Em uống đá chanh nhé? Cho mát."

"Dạ."

Hắn quay người bảo cô chủ quán làm cho nàng ly đá chanh. Hắn nhìn nàng, hỏi,

"Em nói có chuyện quan trọng là chuyện gì?"

"Hôm qua em mới nhận được pasport của tòa Đại sứ Pháp"

"Nghĩa là em sắp đi?"

Hắn lại hỏi, giọng không bình thường. Điều vẫn làm hắn chợt thức những đêm khuya đang trở thành hiện thực. Dù đã biết chắc sẽ có ngày này, và dù đã chuẩn bị tinh thần, nhưng lòng hắn vẫn quặn đau. Hắn nâng ly cà phê đá uống một ngụm nhỏ, cố làm chủ cảm xúc,

"Mừng em..."

Nàng nhìn thật lâu vào mắt hắn,

"Mừng thật không?"

Hắn tránh ánh mắt nàng, nhìn ra ngoài. Bóng râm mái hiên đã lấn chiếm gần trọn mặt đường, Hoàng hôn đang đến. Nàng vẫn không tha,

"Em hỏi, mừng thật không?"

"Em biểu anh phải nói thế nào?"

"Em đã vất pasport xuống cống."

"Em đùa được à?"

"Em nói thật, không đùa."

Vẻ mặt nàng toát ra sự quyết liệt, dứt khoát. Dù đã biết rõ bản tính nàng, bướng, mạnh mẽ nhưng hắn vẫn không tin nàng đã hành xử như thế. Vất pasport đồng nghĩa với việc từ chối ra đi. Có lẽ nào.

"Em có điên không, nếu điều em vừa nói là sự thật?"

Nàng bỗng chồm người qua mặt bàn, nắm tay hắn,

"Em đã có thai."

Hắn choáng váng. Sau lần đầu ở nhà hắn, tình yêu của hai người càng thắm thiết. Hắn yêu nàng, không chỉ đơn thuần như một người nam với một người nữ, mà hơn thế, hắn tìm thấy ở nàng một tri âm, tri kỷ. Nàng cũng thế. Văn chương, nghệ thuật, cách xử kỷ tiếp vật… Có vẻ như sự đồng điệu bao trùm mọi lĩnh vực, kể cả quan hệ xác thịt.

"Thực ra đó không phải là trở ngại lớn. Em đã nghĩ đến chuyện phá thai. Dễ thôi, nếu sợ tai tiếng khi phải vào nhà thương công thì đến phòng mạch các bác sĩ, thiếu gì. Nhưng em sẽ không phá, không đi Pháp, vì em yêu anh, muốn sống với anh."

Hắn xúc động, bàng hoàng. Nhưng chuyện nào dễ dàng, giản dị như nàng nghĩ. Còn gia đình, song thân nàng ở Pháp, và vợ chồng ông chú, những người đã cưu mang nàng từ tấm bé, thương yêu, bảo bọc nàng chả khác gì con. Hắn nói với nàng mọi trở ngại sẽ đến nếu nàng quyết định như đã.

"Bởi vậy em cần bàn bạc với anh để tìm giải pháp."

"Nhưng chắc chắn ba má em và ông chú sẽ không cho chúng ta lấy nhau."

"Nên em quyết định sẽ theo anh."

"Trời!"

Bản tính quyết liệt của nàng có cơ lộ rõ,

"Không trời với đất gì ở đây. Nếu thực sự yêu em, chúng ta phải cùng tìm giải pháp."

Hắn suy nghĩ thật lâu, cuối cùng hắn nói với nàng,

"Anh tính thế này…"

Và trình bày với nàng kế hoạch của mình. Nàng trầm ngâm. Chiếc cằm vuông như vuông hơn, đôi môi dày tham lam - đôi môi đã bao nhiêu lần hắn ngậm, quấn quít - mím chặt, nàng hỏi, nhưng hắn biết nàng đã chấp thuận phương án,

"Được không anh?"

"Anh không biết, nhưng anh nghĩ xác xuất thành công rất lớn."

Nắng tắt, những ngọn đèn đường đã sáng. Quán cũng đã bật điện. Hắn gọi cô chủ quán tính tiền.

"Giờ mình về NTP ăn cơm tay cầm nhé. Anh đói lắm rồi. Em chắc cũng đói". Hắn nói và nắm tay nàng ra khỏi quán.

"Dạ, quán cũ phải không anh?"

"Phải, quán cũ".

*

Dễ chừng đã gần hai năm hắn mới trở lại nơi này. Vẫn con

đường trải nhựa rợp bóng mát của hai hàng bã đậu hai bên dẫn vào trung tâm sư đoàn. Cuối đường, rẽ trái về hướng doanh trại tiểu đoàn của hắn. Đơn vị đã hành quân gần hai tháng, nghe nói vẫn địa đầu giới tuyến. Vùng này những năm cuối thập niên bảy mươi luôn sôi động, báo hiệu biến động lớn có thể sẽ xảy ra. Tuy đã giải ngũ nhưng hắn vẫn cập nhật tin tức đơn vị cũ qua đồng đội xưa. Đứa nào đã xanh cỏ, đứa nào mất tay cụt chân, đứa nào thăng quan tiến chức. Tiểu đoàn trưởng nào hoán đổi đơn vị, đại đội trưởng nào đã "về miền gió cát". Cũng lạ, ngày còn tại ngũ hắn hoàn toàn không thích nghi được với môi trường ngập ngụa máu me, lỉnh kỉnh súng đạn và sự bạo tàn. Thế nhưng trở về đời sống dân sự hắn vẫn thường nhớ những tháng ngày khổ cực, cận kề cái chết. Nhiều đêm nằm cuộn tròn trong tấm chăn dày, trên mặt nệm phủ ra trắng thơm mùi sà phòng, trong căn phòng ấm cúng, an toàn giữa vùng ngoại ô yên bình, hắn nhớ chiếc võng ni lông dưới mái poncho những đêm mưa rả rích, ở một xó rừng nào đó trên cao nguyên Đak Lak. Ngày ấy chỉ cách bây giờ chưa đầy hai năm, vậy mà hắn vẫn nghĩ xa lắm, cuối đáy dĩ vãng tít mù thăm thẳm. Hắn nhớ đôi giày saut lúc nào cũng sũng nước những ngày hành quận mùa đông. Hắn nhớ những nồi canh lá giang chua lè, không thịt thà, chỉ với muối, những ngày trễ tiếp tế vì thời tiết hay chiến sự. Hắn nhớ máu trào ra thành vòi quanh bàn tay hắn, cố chẹn lên ngực thằng khinh binh thuộc tiểu đội hắn trúng đạn. Khuôn mặt mất máu tái xanh, đôi mắt trợn trừng, khoang miệng há hốc, giọng thì thào không còn sức, "Mẹ ơi, con chết…". Thằng bạn chết thật, máu ra quá nhiều, làm sao giữa rừng sâu, cáng được hắn ra khoảng trống, gọi trực thăng đến cứu? Hắn nhớ những ngày chờ ra hội đồng y khoa, biệt phái về đại đội chung sự nghĩa trang Biên Hòa, hắn nhớ những xác người đủ dạng, cụt đầu, mất nửa thân mình, khúc thịt cháy như con bê thui không chân tay. Hắn nhớ tiếng vo ve của đám ruồi xanh quần đảo quanh những gói poncho trực thăng đưa về từ các mặt trận. Hắn nhớ… Nhưng có ai hỏi hắn có muốn trở lại cảnh sống cũ không? Hắn sẽ trả lời nhanh và dứt khoát, không bao giờ. Hắn nhớ, như nhớ về những kỷ niệm đau thương cần xóa quên.

Thằng bạn làm văn phòng ở hậu cứ. Nhìn hắn, cười vui,

"Trông mày bây giờ không ai nghĩ mày đã từng là lính nhảy dù."

"Sao vậy?"

"Cứ như sinh viên dài lưng tốn vải."

"Ha… Ha… Tao đang làm việc cho một công ty quảng cáo, tối ngày ngồi trong phòng có máy lạnh, dĩ nhiên da dẻ không đen đúa cỗi cằn như xưa. Tại mày quen với hình ảnh tao khi trước."

"Có lẽ vậy. Nè, vào đây có chuyện phải không?"

"Đúng, tao cần mày giúp."

"Chuyện gì?"

"Từ từ, sắp đến giờ nghỉ trưa, bọn mình vào chợ Sư đoàn làm một chầu. Lâu quá tao không uống với mày."

"Tuyệt. Chờ tao chút."

Hắn thu vén nhanh chồng hồ sơ trên bàn cất vào tủ, khóa cửa xong, thằng bạn quàng vai hắn nhanh nhẩu,

"Đi, tao cũng đang thèm vài ve."

Chợ Sư đoàn vẫn không khác. Chung quanh bãi đất trống chiều dài khoảng trăm thước, bề ngang khoảng năm mươi thước là san sát những mái tôn chung vách, bán đủ loại thức ăn thức uống thông dụng, cơm bữa, cơm phần, phở, bún bò, bún riêu, hủ tiếu… và nước ngọt đủ loại, trà đá chanh đường… cùng hai món chủ lực, rượu đế và bia. Hắn nhớ ngày mới về đơn vị, bọn ma cũ rủ hắn vào đây nhậu, bị chúng giễu cợt, "lính sữa, bóp dái không xong, bày đặt nhảy dù. Không khéo mới nghe tiếng súng đã vãi cứt ra quần". Ma mới bị chạm nọc, bèn ra điều ta đây có thừa tố chất, thách bọn chúng uống rượu thi. Hắn hùng hổ,

"Mỗi thằng một ly cối rượu đế. Một, hai ba, uống. Đứa nào uống cạn và nhanh, thắng, có quyền uống thả cửa, không chung tiền trả."

Kết quả, hắn… bất tỉnh ngay tại bàn sau khi vừa thanh toán xong ly cối của mình. Bọn ma cũ vác hắn về đơn vị, vất nằm chết giấc dưới cột cờ trọn đêm. Sáng hôm sau thường vụ tiểu đoàn phải gọi xe cứu thương chở hắn vào bệnh viện sư đoàn súc ruột. Về, bị thêm ba ngày chuồng cọp. Nhớ đời.

Sau vài chai 33, hắn kể thằng bạn nghe cuộc tình của hắn với nàng, và cái thai, quyết định ở lại Việt Nam cùng hắn xây tổ uyên ương. Hắn kết luận

"Tao cần mày giúp."

Hắn trình bày kế hoạch, thằng bạn nói,

"Chuyện nhỏ, nhưng liệu có kết quả không?"

" Tao không biết."

*

Hắn đến, bấm chuông. Bà người làm ra mở cửa, hắn nói,

"Tôi muốn gặp ông bà chủ."

"Dạ, mời cậu."

Bà người làm không lạ gì hắn. Bao nhiêu lần bà đã mở cửa cho nàng mỗi lần hắn đến đón hoặc chở nàng về.

Cả nhà vừa xong cơm tối. Nàng và vợ chồng ông chú ngồi salon xem truyền hình, uống trà.

"Thưa cô chú ạ. Chào em."

Hắn lên tiếng khi vừa bước qua ngưỡng cửa. Ông chú nhìn hắn, vui vẻ,

"Cậu ngồi, uống trà nhé?"

Ông nhấc ấm trà, định rót vào chiếc tách ông vừa đẩy tới trước mặt. Hắn vội vã,

"Thưa chú, cháu không uống được nước trà."

Ông chú cười,

"Nghe nói cậu từng ở lính, sao không uống được nước trà?"

"Dạ,.."

Hắn ấp úng. Nhìn nàng, hắn nói,

"Cho anh xin ly nước lọc."

Nàng đứng dậy vào phòng ăn rót, đem ly nước đặt lên bàn, phía hắn,

'Mời anh."

"Cảm ơn em."

Hắn nhìn bức tranh treo tường đối diện chỗ hắn ngồi, của một họa sĩ rất nổi tiếng vào thời kỳ đó. Bức tranh vẽ thiếu nữ quấn khăn rằn đứng cạnh cần xé đầy cá, trên tay nâng một con cá khác. Màu xanh chủ đạo chi phối diện tích mặt bố. Những con cá lấp lánh vảy bạc cùng những sợi mây đan được mô tả tỉ mỉ và sinh động. Hắn thích màu sắc cũng như phong cách tạo hình của họa sĩ, mượt mà, ánh sáng mạnh và lạ. Theo tiểu sử trong các cuộc phỏng vấn được ghi lại trên báo chí, ông ta cho biết, tuy có học Cao Đẳng Mỹ Thuật, nhưng chỉ hai năm thì bỏ học, tự tìm lối đi riêng cho mình, và được giới phê bình cũng như công chúng chấp nhận. Hắn nhớ đến nhiều họa sĩ khác, bạn hắn, không thiếu người đậu cao, từ hạng hai ba lên đến thủ khoa, thậm chí có đứa học thêm hai năm nữa, để trở thành thầy dạy vẽ cho lớp trẻ đến sau, nhưng hầu như đều vẽ chả ra gì. TT nói đúng, nhà trường chỉ dạy kỹ thuật, cái này dễ, ai cũng học được, nhưng để trở thành họa sĩ, cần lắm tài năng và sáng tạo. Cái này thuộc thiên bẩm. Hắn nghĩ thế không phải để biện minh cho sự "vô học" của mình, hơn ai hết hắn hiểu rất rõ khả năng và trình độ tư duy, khai phá của bản thân vốn giới hạn, tầm thường. Cố lắm hắn cũng chỉ là một họa sĩ tầm tầm như hàng triệu họa sĩ khác trong cõi nhân sinh này, có cũng được, không cũng chả hại gì cho ai cả. Nói theo ngôn ngữ bình dân, không mợ chợ vẫn đông. Cho nên nhận xét vừa nêu hoàn toàn mang tính khách quan của một người thưởng ngoạn và yêu nghệ thuật tạo hình.

Mắt vẫn không rời khỏi bức tranh, hắn tán thán,

"Tranh đẹp quá, thưa cô chú."

Ông chú vui vẻ,

"Tôi mua nó năm ngoái tại triển lãm của ông ấy ở Continental Hotel"

"Cháu rất ngưỡng mộ ông họa sĩ này"

Bà cô hỏi hắn,

"Nghe TT nói cháu cũng là họa sĩ, phải không?"

"Dạ, nhưng so với mấy ông ấy cháu chỉ như gò mối bên cạnh những ngọn núi cao."

Hắn cố tình lái câu chuyện sang lĩnh vực hội họa, để kéo dài thời gian đi vào trọng tâm của buổi gặp gỡ hôm nay. Nhưng hắn biết sẽ không thể thế này mãi. Tương lai của hắn và nàng đặt cả vào lá bài hắn sắp thẩy ra chiếu bạc.

Hắn nâng ly nước uống một hơi dài, gần cạn. Đặt ly về vị trí cũ, hắn nhìn thẳng vợ chồng ông chú một lúc đủ lâu để trấn tỉnh, hắn đã đọc ở đâu đó, rằng muốn làm chủ tình thế, điều tốt nhất là nên trực diện với đối tượng. Hắn nói (những điều hắn đã nghĩ và đã thầm tập luyện hàng trăm lần từ khi lên kế hoạch), ban đầu còn ngập ngừng, nhưng càng về sau càng trơn tru, lưu loát hơn,

"Thưa cô chú, hẳn cô chú đã biết cháu và TT yêu nhau. Hai hôm trước TT cho cháu biết đã có pasport sang Pháp đoàn tụ với gia đình. Tin làm cháu choáng váng. Choáng váng hơn khi TT bảo đã vất pasport xuống cống, không đi Pháp nữa…"

Bà cô thốt kêu,

"Vất xuống cống, đùa à?

Bà nhìn TT, nàng im lặng, nhưng vẻ mặt ngầm xác định lời hắn là đúng. Bà cô gằn giọng,

"TT, con điên rồi."

Ông chú tức giận,

"Hỏng, cô chú để con được tự do, không ngờ con quá trớn. Không được, con phải sang Pháp, ba mẹ con đã chờ hơn 20 năm nay. Chú sẽ gọi điện cho ba con, xin lại cái pasport mới."

"Chú ơi, con không đi đâu."

Ngừng một chút, nàng nói nhanh,

"Con đã có thai với anh T."

Ông chú, cả cô, đều sửng sốt. Cô trợn mắt nhìn nàng, Ông chú như không nghe rõ,

"Con nói gì?"

TT cúi gầm mặt một lúc lâu, nàng chợt ngẩng lên, nhìn thẳng về phía vợ chồng ông chú, quyết liệt,

"Con không đi Pháp… Con đã có thai… Con yêu anh T… Con muốn sống với ảnh…"

Nàng nói nhanh, ngắn nhưng thâu tóm trọn vẹn mọi điều muốn nói. Hắn cảm thấy phục và yêu nàng hơn. Ngay từ buổi mới quen, hắn đã đoán biết cá tính nàng mạnh mẽ, can cường. Bây giờ là lúc nàng thể hiện rõ nhất cá tính này.

Hắn nghĩ đã đúng thời điểm để hắn ném vào chiếu bạc con bài tẩy, con bài tử sinh.

Hắn thõng tay lấy chiếc túi xách đã dựng dưới chân ghế salon, chỗ hắn ngồi. Mở giây kéo, chậm rãi lôi ra một trái lựu đạn MK3, loại mới nhất Mỹ vừa bổ sung không lâu cho quân đội VNCH, loại này nhỏ, gọn, nhẹ hơn loại cũ, MK2, nhưng tính sát thương cao hơn, dễ đeo dắt vào dây ba chạc hơn (một loại dây thắt lưng có hai nhánh quàng lên cả hai vai, bất cứ lính tác chiến nào cũng biết). Hắn vẫn chậm rãi, rút khoen an toàn, bỏ trái lưu đạn đã mở khóa vào chiếc ly thủy tinh hắn đã uống cạn nước (đó là lý do hắn viện cớ không uống được nước trà, cái tách nhỏ như trái chanh, xin ly nước lọc, loại ly thủy tinh cao, to, đủ chứa trái mãng cầu sắt). Kẹp chiếc ly bằng hai ngón tay, hắn đưa lên cao, cách mặt sàn gạch bông khoảng nửa thước. Hắn nói,

"Cháu hiểu làm thế này là liều lĩnh, cạn tàu ráo máng, nhưng không còn hướng giải quyết nào khác hơn…"

Dừng một chút lấy bình tĩnh, đồng thời suy nghĩ sắp xếp câu cú cho mạch lạc, cụ thể, hắn tiếp,

"Con và TT yêu nhau. Nếu cô ấy không có thai, con sẽ khuyên cô ấy đi Pháp, dù như thế con sẽ vĩnh viễn mất TT, đau đớn lắm. Con rất yêu TT, con mong TT sẽ có một tương lai tươi sáng. Cũng có nghĩa con không thể ích kỷ. Nhưng cô chú cũng vừa biết, TT đã có thai, TT muốn sống với con… Nếu cô chú không bằng lòng tác hợp cho hai đứa thì… con sẽ thả chiếc ly này xuống sàn, cùng chết chung…"

Vợ chồng ông chú hốt hoảng. Bà cô mặt tái mét,

"Cháu… cháu đừng làm bậy…"

Ông chú bình tĩnh hơn nhưng giọng nói không còn quyền uy như năm mười phút trước,

"Con gài lại chốt an toàn đi, ta sẽ nói chuyện… Đừng nông nỗi thế…"

Hắn do dự vài mươi giây, ra cái điều bất đắc dĩ lắm, đặt chiếc ly lên bàn, móc trái lựu đạn ra khỏi ly, cẩn thận giữ chặt cần bung, cài khoen an toàn, bỏ lại vào túi vải,

"Dạ… con nghe lời chú."

Hắn nói, liếc nhìn TT. Nàng vẫn gằm mặt. Ông chú nâng tách trà chiêu một ngụm. Giọng ông trùng thấp, tựa một tiếng thở dài,

"Thôi thì cô chú bằng lòng cho hai đứa lấy nhau. Tuy nhiên chỉ là phần cô chú, TT còn cha mẹ, chú không thể lạm quyền. Vậy hai đứa cứ sống chung, chú sẽ điện ngay cho anh chị L xin ý kiến…"

Kế hoạch của hắn và nàng đã thành công. Hắn thầm cảm ơn thằng bạn đồng ngũ khi xưa, đồng lõa trong màn hù dọa vừa rồi, cho hắn mượn trái lưu đạn đã lấy ngòi nổ (trò phổ biến của bọn lính ba gai. Mỗi khi hành quân về, đi nhậu, thường thủ theo một trái lựu đạn đã tháo ngòi nổ. Vào quán, ăn uống no say, bỏ trái lựu đạn – thực nhưng dỏm - vào ly, gọi chủ quán tính tiền. Một thằng kẹp cái ly bằng hai ngón tay, đưa cao, nói "phong long", "Chà, thả xuống, ly bể, lựu đạn nổ, zui phải biết...". Mười lần như mười, chủ quán... rộng rãi tặng các thiên thần mũ đỏ chầu nhậu, gọi là để thắt chặt tình quân dân cá nước.)

Hai ngày sau nàng thuê xe ba gác chở hết đồ đạc đến nhà trọ của hắn. Chả có gì nhiều. Bàn học, hai vali quần áo, một con thú nhồi bông lớn như em bé, bàn trang điểm nhỏ.

Đêm đầu tiên nằm gối đầu trên tay hắn, nàng say sưa nói về tương lai. Cái tương lai ăm ắp hạnh phúc. Hắn vừa đi làm vừa vẽ. Nàng cũng sẽ đi làm. Nàng cho biết đã thi và đậu vào Hàng Không Việt Nam, làm hôtesse de l'air(1) (nàng khá giỏi tiếng Pháp, sinh ngữ chính của nàng hồi còn trung học và Văn khoa).

Như vậy đó, hắn chính thức có vợ. Người vợ không cưới hỏi, không hôn thơ hôn thú.

---

(1) hôtesse de l'air : tiếp viên hàng không (tiếng Pháp). Thời đó muốn thi vào nghành này phải đủ hai tiêu chuẩn. Thứ 1: Nhan sắc và chiều cao đạt trung bình cộng. Thứ 2: giỏi tiếng Pháp.

10

Vẫn trên tờ báo, chiến sự Trung đông càng ngày càng nóng.

Hai mươi năm nay, ông già đã nhẩn nha đọc bộ sách đồ sộ của vợ chồng sử gia Wiil Durant. Bộ sách nhiều nghìn trang nhưng không khô cứng như nhiều tác phẩm cùng loại. Nghĩa là rất hấp dẫn, thú vị. Chả hạn khi viết về nền văn minh Ấn Độ, W. Durant có nhắc đến một ông vua Mông Cổ (thời kỳ này Ấn Độ cùng một số quốc gia trên lãnh thổ Châu Âu lẫn Châu Á bị Mông Cổ xâm lăng). Ông vua này (ông già quên tên) được W, Durant cho là trí thức nhất so với các ông vua khác của nhân loại, mọi thời đại, dù ông... mù chữ (tuy làm vua ông ta vẫn không thèm học, cho rằng bọn hay chữ đa số đều hèn, không nghĩa khí. Chỉ mê ăn chơi, săn bắn và hành hạ tội nhân). Thời trẻ, thừa hưởng cái gent cực kỳ tàn bạo của tiền nhân, ông ta giết người không chùn tay, cai trị bằng bàn tay sắt. Lấy cảnh lột da người, thọc gậy vào hậu môn, sắp lớp phơi nắng để nhìn tội nhân đau đớn hấp hối lâu trước khi tắt thở, làm thú vui. Thế mà bỗng một ngày ông vua này xoay hẳn tính tình 190 độ. Cho người đọc ông nghe mọi loại sách vở (ngày nay tại Ấn Độ còn giữ được một thư viện của ông vua này, vài mươi ngàn cuốn, cực kỳ giá trị, cũng như còn giữ được nguyên vẹn một kiến trúc vô tiền khoán hậu cũng của ông. Đó là lăng tẩm vợ ông(1).

(Lăng mộ hoàng hậu Taj Mahal)

Ông ta còn tìm nhiều trí thức, học giả ra lệnh dịch mọi sách hay của thế giới, trong đó có cả những sách triết học của Hy Lạp thời ấy. Và thay vì cai trị Ấn Độ bằng bàn tay sắt, ông dùng chính sách khoan dung, ôn hòa. Sử dụng mọi nhân tài. Đất Ấn trải qua một thời kỳ ngắn tốt đẹp.

Nhưng đan xen với những chuyện hấp dẫn này là hàng ngàn cuộc chiến tranh ở mọi nơi, từ Á sang Âu, trải dài bao nghìn năm.

Cho đến bây giờ...

Bây giờ... Thổ đưa quân sát biên giới, Iran chuẩn bị đối đầu, Taliban tiếp tục cài bom khắp nơi, khủng bố hàng ngày ở Afghanistan, có lúc vài chục người chết, hàng trăm người bị thương. Trực thăng Nga bị xạ kích... Hàng nghìn tin tức, hàng trăm cảnh máu xương, hàng triệu người bỏ quê hương nhà cửa tài sản đổ về Âu châu tìm đường sống, chả khác gì cảnh vượt biển của vô số dân Việt mấy thập niên trước...

Hắn được biết ngọn đồi này sẽ là một tiền đồn. Cuộc hành quân cấp sư đoàn sẽ tiến sâu vào Hạ Lào. Căn cứ địa nghe nói bất khả xâm phạm của quân đội miền Bắc. Cũng nghe nói đây là một phép thử, thăm dò tiềm lực của đối phương.

Nay mai các phương tiện cơ giới và và vật liệu xây cất sẽ được trực thăng vận tải- UH-1 Huey - mang đến. Đại đội của hắn cùng ba đại đội nữa, thuộc tiểu đoàn, đảm nhận trọng trách rà soát chung quanh ngọn đồi để tìm, diệt địch quân, nếu có, tạo một chu vi rộng "sạch sẽ", an toàn cho tiền đồn.

Càng đi sâu vào địa giới này hắn càng nhận thấy hoạt động của đối phương rất sáng tạo và kỳ công. Thảo nào máy bay Mỹ đã rải thảm hàng tấn bom dọc huyết lộ này mà xem chừng kết quả khá tiêu cực. Hắn đã đọc, đã nghe nói đến đường mòn Hồ Chí Minh. Trước đây trong tưởng tượng của hắn con đường này có lẽ không khác lắm những đường mòn hắn thường thấy ở thôn quê, khác chăng, thay vì quanh co qua làng, qua xóm, qua bờ tre, ruộng đồng… thì sẽ vắt qua núi, qua đồi, qua rừng, qua suối… Khi tận mắt nhìn, hắn mới "hết hồn". Đối phương lấy đâu ra nhân lực để thực hiện công trình cực kỳ vĩ đại này? Con đường dài hàng nghìn cây số xuyên qua những cánh rừng bạt ngàn, tựa một hang động, bên trên là dàn dây leo đan kín. Cách đó trên dưới vài ba cây số có một đường mòn khác, cũng ngụy trang cẩn thận nhưng thỉnh thoảng lại "sơ ý" để lộ những dấu vết tố cáo đây là huyết lộ chuyển quân, xăng dầu đạn dược… Thế là máy bay "hồ hởi" thả hàng tấn bom dọc mục tiêu giả này, nào hay không xa mục tiêu bị băm nát kia là những chiếc xe tải ngày đêm cần mẫn chuyển người, vũ khí, lương thực… cung ứng cho chiến trường. Ở những vùng có núi đá, đối phương tận dụng những hang thiên nhiên có sẵn hoặc dùng thuốc nổ khoét các "phòng" dọc vách đá, đủ sức chứa vài người đến vài chục người, trong các "phòng" này làm sẵn nhiều móc treo võng. Bom B52 rải thảm, tiếng nổ khủng khiếp, sức công phả chấn động lan xa hàng cây số, mặt đất rung chuyển cuồn cuộn, nghiêng ngả.Dù không trúng mảnh bom cũng sẽ vỡ màng nhĩ, trào máu thất khứu, cầm chắc cái chết, may hắn hơn (hay xui xẻo?) thành kẻ khiếm thính. Đối phương đã tìm ra cách "hóa giải" bằng cách chui vào các hang đá này, dùng bông gòn bịt tai và leo lên võng nằm. Sự đong đưa, nhún nhảy của võng sẽ vô hiệu hóa sức công phá của bom. Hắn nghĩ đến trận Điện Biên Phủ, trận thảm bại khiến Pháp phải cay đắng chấm dứt 100 năm cai trị Việt Nam. Theo tướng chỉ huy quân đội Pháp bấy giờ, căn cứ Điện Biên Phủ sẽ không thể thất thủ nếu địch quân không rót trọng pháo từ những đỉnh đồi quanh lòng chảo. Điều này hoàn toàn bất khả thi, vì địch quân làm gì có trực thăng để vận chuyển những ổ súng nặng hàng ngàn ký lô lên các đỉnh đồi. Họ không ngờ địch quân đã bằng sức người, cột thừng hàng đoàn dài, kéo pháo lên đồi. Chuyện không thể trở thành có thể. Và Điện Biên Phủ tiêu tùng.

Mỗi ngày đại đội hắn dậy từ 5 giờ sáng, nấu cơm, ăn lót dạ, di chuyển, tiếp tục mở rộng địa bàn rà soát.

Đứng bóng. Dừng quân cơm trưa. Đại đội phân tán mỏng, lấy khẩu phần đã chuẩn bị sẵn buổi sáng ra ăn. Bỗng hắn nghe tiếng rên từ lùm cây cạnh con suối, cách chỗ hắn và ba thằng bạn đang ngồi chừng bốn thước. Vớ vội cây súng bên cạnh, ba thằng bạn cùng làm thế. Cả bọn thận trọng bò đến chỗ phát ra tiếng rên. Sau lùm cây, mấp mé bờ suối, một bộ xương bọc da, xanh mướt, nằm thoi thóp. Hai ống chân như hai que củi khô thò ra từ chiếc quần ngắn màu cứt ngựa đã bạc thếch. Một tên lính chĩa súng về phía bộ xương, một cán binh,

"Đứng dậy, giơ tay lên."

Tên cán binh vẫn nằm, không nhích động, gã dương hai viên bi, trắng dã, trong hai hố sâu, nhìn lên, Từ cái miệng với hai vành môi thâm tái, nứt nẻ, trên khuôn mặt tựa chiếc đầu lâu thỉnh thoảng bọn hắn móc được từ các hố bom, phát ra tiếng thì thào,

"Nước... cho...xin... miếng... nước..."

Hắn đoán tên cán binh bò ra đây định uống nước nhưng kiệt sức không tiếp cận được dòng suối, thấp hơn bờ chừng nửa thước. Hắn cũng đoán quanh đây thế nào cũng có lán trại của đối phương. Quả thế, một toán khác reo lên tở mở, chúng vùa phát hiện góc rừng bên trái là một lán trại bỏ trống.

Mũi súng vẫn không rời mục tiêu, tên lính quát,

"Nước con mẹ gì, đứng dậy, giơ tay lên,"

Vẫn bất động, và vẫn,

"Nước..."

Hắn lên tiếng,

"Nó sắp tử rồi, đứng lên sao nổi."

Tên lính không giảm cường độ hùng hổ,

"Không nổi cũng phải nổi... Đứng lên..."

Vô ích. Bộ xương vẫn bất động. Tên lính lại quát,

"Tao hô một hai ba, mày không đứng dậy, tao bắn..."

Dứt tiếng thứ ba, gã cán binh không hề nhúc nhích. Tên lính vọt miệng chửi thề,

"Đụ mẹ, đéo khá... Ê, phải làm sao bọn mày?"

Hắn nói,

"Thì báo cáo với đích thân."(1)

Đại đội trưởng được tin, gọi y tá đến, khám, kết luận, tên cán binh thế nào cũng chết. Gã bị sốt rét đến thời kỳ hết thuốc chữa. Đồng đội tháo chạy, gã theo không nổi, khát, bò ra đến bờ suối thì kiệt sức.

Đại đội trưởng quyết định bỏ mặc gã cán binh. Không thể cáng gã về tiền đồn, quá xa, vả lại, cáng được cũng chỉ tốn công, đàng nào gã cũng chết.

Hắn nhìn tên cán binh co quắp bên dòng nước róc rách vô tâm, hắn nhìn hai hố mắt trắng dã tuyệt vọng, nghĩ đến thân phận bọt bèo của kiếp người trong chiến tranh. Gã cán binh chắc hẳn có cha mẹ, anh chị em. Ở một nơi nào đó trên đất Bắc xa xôi, những người thân của gã không làm sao hình dung nổi ruột thịt của họ đang đến gần cái chết từng phút trong một xó rừng thăm thẳm dọc Trường Sơn. Hôm qua một thằng lính thuộc trung đội của hắn dẫm phải bom bi, loại bom này, theo sáng kiến của tướng Mc Namara, tư lệnh quân đội Mỹ thời kỳ này. Hàng tấn bom bi được rải xuống rừng núi miền Nam VN và Hạ Lào, song song với hàng rào điện tử(2), hai loại vũ khí cực kỳ tai hại cho đối phương (mỗi trái bom lớn chứa hàng ngàn quả bom bi, nhỏ như trái cam, mỗi trái bom bi lại chứa hàng ngìn mảnh sắt nhỏ. Khi quả bom lớn thả xuống, chạm đất sẽ nổ và tung ra khắp hướng những trái bom bi, tên cán binh nào "trúng số" dẫm phải, cầm chắc sẽ trở về trên đôi nạng gỗ, cộng mặt rỗ, nếu may may mắn không mù). Thằng lính quả là "trúng số" chân trái, lên gần đầu gối bị phá nát, thịt gân bầy nhầy, và khuôn mặt đẫm máu, hàng nghìn mảnh bom đã ghim vào mặt, kể cả đôi mắt. Hắn nhìn, không khỏi rùng mình. Đã đành thằng lính thoát chết, nhưng mai kia hết chiến tranh, sẽ sống thế nào đây với cái chân cụt và đôi mắt mù?

Ngày thứ tư chấm dứt nhiệm vụ, đại đội trở lại ngọn đồi. Cùng ba đại đội khác của tiểu đoàn trải đều quanh bãi tròn đã được cơ giới san bằng, thiết lập công sự chiến đấu. Đào hầm có lỗ châu mai, mỗi hầm gồm hai hoặc ba người. Trong thời gian các đại đội lãnh nhiệm vụ rà soát một địa bàn rộng lớn quanh ngọn đồi, công binh đã cơ bản hoàn tất công việc tạo lập một tiền đồn kiên cố. Đỉnh đồi được xe ủi san bằng thành một vòng tròn rộng, đường kính khoảng 200m, trung tâm là hầm chỉ huy tiểu đoàn, vuông, mỗi cạnh chừng 6m, sâu khoảng 4m, trên là hai mái hầm. Đạn pháo của đối phương thuộc loại xuyên phá, sẽ chỉ nổ khi xoáy sâu xuống lòng đất nếu gặp khoảng trống. Lũ chuyên viên chế tạo khí cụ giết người đã nghiên cứu và thiết kế loại đạn pháo này nhằm mục đích phá hầm. Phe ta bèn nghĩ ra cách hóa giải. Làm hai mái hầm thay vì một, mái thứ nhất gác ngang những cột gỗ to, loại dùng làm cột đèn đường, trên lót những ri sắt, và chất cao khoảng một thước bao cát, dựng cột chống, để tạo khoảng trống cũng chừng một thước, lại gác ngang những cột gỗ và ri sắt, chất thêm một thước bao cát nữa. Như vậy nếu hầm chẳng may lãnh pháo, đạn sẽ xuyên qua lớp bao cát thứ nhất, gặp khoảng trống, phát nổ. Mái thứ hai sẽ bảo vệ các nhân mạng bên dưới. Kể ra cách hóa giải này, trên lý thuyết, là hết sức hiệu quả. Lưng chừng ngọn đồi là một hàng rào kẽm gai nghiêng 45 độ, dưới chân đồi thêm hai rào kẽm gai nữa, cách xa nhau một khoảng rộng chừng 20m, phủ một "thảm" kẽm gai đan hình mắt cào cài đầy mìn bẫy. Chung quanh chân đồi xe ủi sang bằng tạo thành một chu vi trống chừng 200 mét. Đứng trên vọng gác bốn góc nhìn xuống, một sinh vật nào, dù chỉ nhỏ như con chồn con cáo, sẽ bị phát hiện ngay nếu lạc vào vùng đã khai quang. Cũng có nghĩa mức an toàn, bất khả xâm phạm của tiền đồn ở thang điểm cao gần như tuyệt đối.

Có lẽ đối phương biết vậy nên đã áp dụng chiến thuật là ngày đêm rót pháo không nghỉ xuống tiên đồn. Rừng núi bao la, địch lại di động các ổ pháo nay hướng đông, mai hướng bắc… không làm sao phát hiện được, dù hàng ngày bốn đại đội thay phiên lùng sục một phạm vi rộng vây quanh. Chiến thuật này của địch hiệu quả, liên tiếp từ ngày thiết lập tiền đồn, không ngày nào không có thương vong. Tinh thần binh sĩ tụt dốc thê thảm. Nhiều buổi sáng thức dậy hắn cũng như hầu hết đồng đội đều nghĩ, vừa được sống thêm một ngày.

Một buổi sáng, theo đúng thời dụng biểu, hắn phải xuống suối cõng nước về cho tổ. Hắn nhập bọn cùng nhiều thằng khác, ở các tổ, dẫn đường và bảo vệ là một trung đội của đại đội nào đó, tới phiên. Đường khá xa, xuống đến chân đồi, qua hai hàng rào kẽm gai và khoảng trống, còn phải đi thêm non cây số đường rừng mới đến suối. Trung bình để cõng hai can nước, hắn cũng như anh em phải mất nửa buổi. Mệt, nhưng bù lại, được tắm rửa thả cửa. Tẩy uế, mát.

Khi cõng hai can nước lên gần đến mặt bằng tiền đồn thì địch pháo kích. Tiếng nổ chát chúa khắp nơi, một trái pháo trúng ngay mục tiêu cách hầm của hắn bốn căn hầm khác. Chí ít cũng hai tên nghẻo. Một trong hai tên tửu lượng thần sầu, chưa bao giờ hắn thấy tên này say. Nhiều lần lĩnh lương, rủng rỉnh tiền bạc, cả bọn kéo ra quán chén thù chén tạc. Lần lượt các bợm nhậu đều gục ngã, tên này vẫn ung dung ngồi rung đùi, tì tì thanh toán hết đám chai lọ đồng bọn bỏ dở. Bạn bè mượn hỗn danh một nhân vật của Kim Dung gọi hắn, "Độc cô cầu bại". Tửu lượng cao, có khí phách, không hèn. Dưới mắt hắn, thằng này hơn chán vạn những tên lính, từ cá kèo lòng tong đến lon lá bảnh chọe, về mặt tư cách. Hắn xuất thân từ bần cùng nên cách đánh giá con người có lẽ khác hơn thiên hạ. Với hắn, giá trị một cá nhân phần lớn tùy thuộc vào nhân cách. Sau này, do nghề nghiệp, hắn có cơ hội tiếp xúc với mọi nhân vật, từ tầm tầm đến chót vót, hắn nhận thấy phần lớn đều tầm thường, hèn hạ, phét lác. Kiến thức và tư cách tệ hại không ngờ.

Hắn hất vội hai can nước xuống đất, chạy thục mạng về hướng tiền đồn, qua cổng nhỏ, hầm chỉ huy bề thế nhô cao. Hắn nghĩ nhanh, nếu chạy về hầm cá nhân phải vượt qua bãi rộng, xa, vả lại dĩ nhiên không kiên cố bằng hầm chỉ huy. Hắn quyết định vào đó. Chui được qua cửa nhỏ hình thước thợ, hắn thở phào nhẹ nhõm. An toàn rồi, cầm chắc sống thêm được một ngày. Hắn nhìn quanh. Hầm rộng, cao quá đầu khoảng hai gang tay. Bóng đèn tròn được thắp sáng bằng bình ắc qui, vàng ủng. Hầm tuy rộng nhưng chỉ sáu nhân mạng, thiếu tá tiểu đoàn trưởng, đại úy bác sĩ, thượng sĩ thường vụ, trung sĩ nhất truyền tin, hai tà lọt. Vửa ngồi xuống tấm ri kê dọc vách hầm làm ghế, gã trung sĩ nhất sà tới,

"Mày cho tao ngồi với."

"Ông ngồi trong đi, ghế trống mà."

"Không, tao muốn ngồi ngoài."

Hắn nhích vô, gã hạ sĩ quan vừa ngồi xuống thì một tiếng nổ váng óc. Hầm sập. Điện tắt, bóng tối phủ chụp cùng đất cát đổ tràn. Nếu không nhờ tấm ri sắt xắn xuống từ nóc hầm,tạo một khoảng trống nhỏ che chắn, bằng không có lẽ hắn đã bị chôn sống. Khắp người đau buốt. Hắn đưa bàn tay trái còn cử động được cầm một cánh tay đã đứt lìa vừa đập vào ngực. Trong hoảng loạn, hắn than thầm, bỏ mẹ, mình đứt một cánh tay. Cơn đau càng lúc càng dữ dội, thân thể như bị nướng trên lửa. Đau quá, hắn ngất.

Hắn hồi tỉnh trong Quân y viện Sư đoàn I. Mặt, đầu và cánh tay phải quấn băng trắng. Kết quả giám định sơ khởi: phỏng cấp độ 2, gãy hở xương hàm trên, mắt lưỡng thị, nhìn mọi vật thành hai, do cơ chéo mắt trái bị chùng vì chấn động, sáu mảnh đạn ghim trong vỏ não và một mảnh ở vai trái. Nằm Y viện Quân đoàn I năm ngày, chuyển về bệnh xá DV, rồi Tổng y viện CH. Người ta phải nhổ hai răng cửa để luồng ống nhựa chuyền sữa dinh dưỡng vào bao tử vì xương hàm bị niềng không thể nhai thức ăn(3).

Một thằng bạn vào thăm hắn kể lại. Gã trung sĩ nhất truyền tin đã chết thay hắn. Một trái pháo đã rơi ngay góc hầm, chỗ hắn và gã hạ sĩ quan ngồi, hầm sập, tấm ri sắt trên nóc hầm xắn xuống, chặt đứt thân thể gã làm đôi, hắn nhớ lại cánh tay đập vào ngực, thì ra của gã trung sĩ nhất, Trong cơn đau toàn thân, hắn đinh ninh cánh tay là của mình. Chỉ trong một sát na, và hai gang tay. Nếu hắn không nhích vào nhường chỗ, thì tấm ri đã xắn hắn làm đôi thay vì gã trung sĩ nhất. Số mệnh? Nhiều năm sau, hai từ "số mệnh" vẫn quẩn đọng trong đầu. Môt dấu hỏi lớn có lẽ mãi mãi theo hắn cho đến ngày chung cuộc. Hắn cũng nhớ đến thằng Độc cô cầu bại đã "trúng số" cùng thời gian. Hắn hỏi,

"Tụi nó thế nào, thằng Độc cô cầu bại?"

"Tan xương, khi đào lên chỉ gom được một đống thịt trộn máu, đất, thượng sĩ thường vụ phải chia hai gói poncho chuyển về cho thân nhân."

Hắn thở dài. "Độc cô cầu bại" trong tửu trường. Nhưng với đạn pháo, hắn bại thê thảm.

Ba tháng nằm viện, hắn được trả về đơn vị, chờ ngày ra Hội đồng y khoa. Hy vọng lần này, với thương tích kha khá, sẽ được giải ngũ.

Giải ngũ, hắn còn trẻ, chưa qua khỏi tuổi 25, bảy năm chinh chiến quá đủ để hắn hiểu thế nào là chiến tranh, cùng những hệ lụy tang thương. Thời gian rất dài phía trước, những ước mơ, hoài bão sẽ được thực hiện. Hắn vui.

----

(1) Với thiết kế đối xứng độc đáo cùng những chi tiết trang trí tỉ mỉ, tinh xảo, Taj Mahal được đánh giá là kiệt tác nghệ thuật vô giá. Nhờ xây dựng bằng đá cẩm thạch trắng, lăng mộ có thể phản chiếu, thay đổi màu sắc một cách kỳ ảo theo từng thời điểm ánh sáng trong ngày. Năm 1983, UNESCO vinh danh "viên ngọc" của nghệ thuật Hồi giáo Ấn Độ này là di sản thế giới.

(2) Đích thân, ám danh chỉ đại đội trưởng của binh chủng ND.

(3) Hàng rào điện tử là tên gọi hệ thống các phương tiện điện tử phát hiện thâm nhập được quân đội Mỹ sử dụng dọc theo khu phi quân sự ở Vĩ tuyến 17 và đường mòn Hồ Chí Minh như một biện pháp trinh sát mặt đất tự động nhằm phát hiện các hoạt động vận chuyển của Quân đội Nhân dân Việt Nam lưu thông qua khu vực này trong thời kỳ chiến tranh Việt Nam. Tuy nhiên, công trình này đã xem như bị phá sản từ sau năm 1968, sau khi Quân đội Nhân dân Việt Nam mở cuộc Tổng tiến công Mậu Thân và cuộc tấn công căn cứ Khe Sanh.

(1) Sau này hắn bị ung thư thanh quản, cũng không ăn được bằng miệng, người ta đục một lỗ nhỏ ở khoang bụng, nối ống nhựa vào cuống bao tử, chuyền sửa dinh dưỡng vào. Có lẽ nửa thế kỷ trước y khoa chưa làm được việc này, nên hắn phải"hy sinh" 2 cái răng cửa!!!

*

Đã một lần hắn trình diện Hội đồng Y khoa và qui hồi nhiệm sở cũ vì thương tích không trầm trọng, còn khả năng cầm súng. Lần này chắc chắn trả áo lính, với đôi mắt nhìn một thành hai, cầm súng bắn ma à?

Trong khi chờ đợi, công việc hắn làm mỗi ngày là tạp dịch doanh trại buổi sáng. Thỉnh thoảng biệt phái qua đai đội an ninh hậu cứ của sư đoàn, đi "rỏn" vùng ven đô, quanh Ấp Đồn, nơi có bãi huấn luyện nhảy dù cho tân binh, và cũng là nơi hàng năm binh sĩ của binh chủng, từ binh nhì đến mai vàng mai bạc, kể cả một hai sao, đều phải trở lại chốn này, thực hiện bốn lần "xòe cánh dù" trên "vùng trời bình yên" gọi là bồi dưỡng (Thơ mộng kể gì! Cầm chắc các em gái hậu phương sẽ từ trọng thương đến chết nếu được diện kiến các đấng tráng sĩ lả lướt dưới cánh dù hoa, nhất là các đấng này trên ve áo điểm xuyến thêm một vài đóa mai vàng). Buổi chiều và tối chui rào ra ngoài tìm bạn nhậu, và nếu hứng tình thì tìm chỗ xả xú bắp. Hắn hình như có số... đào hoa. Lính trần xì dầu, không lon lá, lại chả đẹp giai, học giỏi, con nhà giàu, chỉ được cái mặt không rỗ, mắt không lác, chân không vòng kiềng, và… da mặt dày! Vậy mà cũng đắt đào ra phết. Chủ snash bar, cashier quán cà phê, một hai chị tuổi tác sắp "tà tà bóng ngã về tây".

Da mặt dày, khoản này hắn thuộc hàng cao thủ!

Năm ngoái được một tuần nghỉ phép, hắn về ở nhà một thằng bạn, Tối, thằng bạn thường rủ hắn đến một tụ điểm nghe hát hỏng, chén thù chén tạc với các anh chị tập tành muốn làm văn nghệ sĩ. Có một em tuổi chả còn xuân song xét mọi mặt đều trên trung bình. Em lấy chồng năm 21. Chồng em là trung úy, xuất thân từ trường bộ binh Thủ Đức, đã "đền nợ núi sông" năm em 26. Từ đó, đã ba năm phòng không chiếc bóng, gia nhập nhóm để thỉnh thoảng đọc một hai bài thơ do em sáng tác, than khóc niềm cô đơn lẻ bóng. Thế nhưng em vẫn rất chảnh. Em tuyên bố, tất cả không xứng đáng, đừng léng phéng tán tỉnh, vô ích. Hắn nghe, nổi máu háo thắng, bèn lên kế hoạch. Bốn ngày kiên trì năn nỉ ỉ ôi, cuối cùng em cảm động, bằng lòng cho hắn chở về. Nhà em ở cư xá TĐ. Đến nơi hắn xin vào nhà uống nước, tham quan luôn nơi ăn chốn ở, nghe nói em sống một mình, chắc buồn lắm. Nhìn bản mặt vốn chả lấy gì làm vẻ vang cho nền thẩm mỹ, lại chảy dài thiểu não như mặt ngựa của hắn, em thương hại, bằng lòng. Vừa bước vào trong, hắn hất cẳng ra sau khép cửa, nhào đến ôm em, vật xuống sàn gạch. Em vùng vẫy, định la. Hắn bịt mồm. Với sức trai, loay hoay một hồi hắn cũng tụt được quần và… vào được sào huyệt. Em khóc hơn cha chết, chửi rủa hắn không còn manh giáp. Hắn quì lạy xin tha tội, ca cẩm vì… yêu em quá, không làm chủ được mình, vân vân và vân vân. Hồi lâu tiếng khóc nhỏ dần rồi… chả hiểu sao em lại tin mấy lời nhăng cuội của hắn.

"Anh yêu em thật chứ?"

"Thật, anh thề…"

"Ba năm nay em không yêu ai, anh xạo, em chết."

Hắn được dịp ba hoa, thề non hẹn biển rối rít. Khiến em mụ mẫm, chẳng những tha tội mà biết hắn còn hai ngày phép cuối, em hào phóng "ủy lạo" thêm bốn tám giờ mây mưa ra trò. Khi tường trình kết quả với đám văn nghệ sĩ nửa mùa, hắn cường điệu, bốc phét đôi chút. Rằng do tài tán tỉnh thần sầu của hắn, em bằng lòng cho không biếu không. Sự thực có ăn gan hùm hắn cũng chả dám ngang nhiên đè em ra, nếu hắn không đoán biết giữa đám nhí nhô của cái gọi là đàm trường văn nghệ, ngó tới ngó lui toàn một lũ ấm ớ, kiến thức ăn đong, tài cán chưa đầy khuôn chén, ngoại hình cả đẫn. Giữa đám mù thằng chột làm vua, hắn dù gì cũng cao ráo hiên ngang, lại ra điều am tường văn chương thi phú. Ông Phạm Công Thiện *Mặt trời không bao giờ có thực* thần đồng ngoại ngữ. Ông Nghiêm Xuân Hồng viết *Người viễn khách thứ 10* mượn văn chương mần chính trị. Âm thanh và Cuồng nộ có khi hai ba trang chả viết hoa xuống hàng chấm phẩy. *Uyên ương gãy cánh* thơ mộng hết biết. *Thằng người chịu chơi* hào huê phong nhã. Bà Phùng Khánh dịch *Bắt trẻ đồng xanh* hay tuyệt. *Nhịp cầu trên sông Drina* Nguyễn Hiến Lê chuyển ngữ được giải thưởng tổng thống. *Liên, đêm, mặt trời tìm thấy* đoạn tuyệt hắn với vần vè cũ rich. Ôm em trong tay mà nhớ em ngày sắp tới nghe đã chi lạ… Hắn đem mớ kiến thức giả cầy ba rọi ra lòe. Thế mà bỗng sáng như đèn ô tô giữa chập chờn đèn cầy. Em cho hắn chở về đồng nghĩa với thuận ngầm: em đã chấm hắn. Từ điểm xuất phát này đi đến màn… tụt quần không xa lắm, nếu dám liều và lì. Hai "đức" này hắn có thừa.

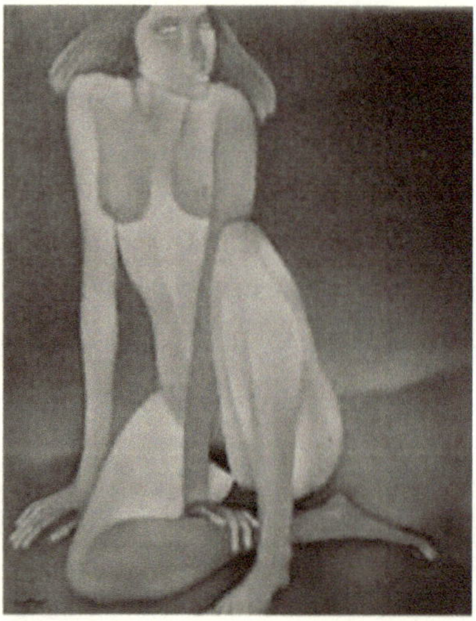

Một điều lạ, tất cả những đối tượng từng quan hệ tình cảm với hắn, đều thuộc đàn chị, hơn hắn, ít, vài ba tuổi, nhiều, có khi hai con số. Từ năm 14 với chị Th, rồi L sàng, và bây giờ… Dĩ nhiên với những đối tượng này, hai từ thơ mộng hoàn toàn vắng bóng. Nhìn đám đồng ngũ nâng niu, hí ha hí hửng, thở vắn than dài mỗi lần nhận được thư của các em gái thương yêu từ hậu cứ chuyển ra, có cái chữ nhòe nước mắt (chả hiểu nước mắt thật hay nước máy nhỏ vào cho thêm phần lãng mạn), hắn những muốn chửi thề, bố khỉ, một lũ cả thộn. Sau này khi rơi vào tình trường thực sự hắn mới nhận ra một điều đau lòng, tuổi trẻ của hắn không có tình yêu, nói cách khác, sự vẩn đục của bản năng đã giết chết mọi mộng mơ trong hắn. Tình yêu, hắn vẫn đinh ninh chỉ thuần túy là cảm giác tê điếng của hai bộ phận sinh dục. Đó là nỗi bất hạnh lớn nhất. Hắn cố bù đắp nhưng xem ra thất bại nhiều hơn thành công. Khi đến với bất cứ đối tượng nào, cái trước tiên hắn quan tâm là có "ngon cơm" không! Thói tật tệ hại này theo hắn suốt đời, gây buồn khổ cho những người yêu hắn, một đời hy sinh vì hắn. Hắn đã đọc đâu đó, ấn tượng mạnh nhất, khả dĩ chi phối mọi ứng xử trong suốt cuộc đời thường là những ấn tượng đầu đời. Có vẻ đúng, với hắn.

Hắn đến nhà một thằng bạn bằng xe ôm. Nhà ở cuối xóm khu Mã Lạng. Có lần hắn hỏi Ph (tên thằng bạn),

"Sao gọi là Mã Lạng?"

"Tao không biết."

Có lẽ phải tìm đọc Sơn Nam, Vương Hồng Sển may ra sẽ tỏ. Thành phố này lắm địa danh nghe buồn cười, Bà Quẹo, Bà Điểm, Bà Hom, Thị Nghè, Chợ Đuổi, Ông Tạ… Kể cả tên người, cũng ngộ, ông Năm Đồng Thời, chị Tư Thua, cô Ba Ngộ, anh Sáu Bảnh… Khác hẳn xứ Huế cung đình, Nam Giao, Vĩ Dạ, Kim Long, Đông Ba, Gia Hội, và Công Tằng Tôn nữ Thục Quyên, Huỳnh Lê Bảo Ngọc, Nguyễn Phước Danh Toại…

Hắn quen với Ph qua giới thiệu của một đồng ngũ. Ph vui tính, phổi bò, hơi ngây thơ nhưng rất tốt. Đã đi làm hơn ba năm từ ngày ra trường. Trước Ph học Nông Lâm. Được miễn dịch vì "lý do gia cảnh": con một, mẹ già. Bà mẹ vẫn bán chạp phô ngoài chợ nhỏ cách nhà không xa. Ph từng nói với mẹ, "Mẹ ở nhà cho khỏe. Con thừa sức lo cho mẹ mà." "Ăn không ngồi rồi tao chịu hổng thấu..." Hắn hiểu, đúng vậy, hắn từng nhìn thấy những người già, con cái đi làm, một mình vào ra lặng lẽ như bóng ma. Buồn đứt ruột.

Hắn nói với thằng bạn,

"Đi nhậu với tao."

"Không được, hôm nay tao hẹn đi cinê với em"

"Chà, sướng nhé, tha hồ xào khô."

"Mất dạy, bọn lính tráng chúng mày."

Hắn cười nham nhở,

"Mẹ, bày đặt thanh cao. Không đi nhậu thì cho tao mượn bộ đồ."

"Trong tủ, muốn mặc gì vào trỏng mà lựa."

Đi nhậu, hắn thường mượn quần áo dân sự của thằng bạn, một phần hắn không ưa bộ quân phục, phần khác, tránh tai mắt quân cảnh. Rất ít khi hắn có phép, toàn chui rào. Bị vồ, cầm chắc mấy ngày trọng cấm, Phiền.

Hắn đến quán bar quen đường NVT. Chị chủ quán đã ngủ với hắn. Chị ta chừng 38, 39, không đẹp, hơi thấp nhưng thon thả, và có làn da mịn, trắng. Theo cách đánh giá riêng của hắn, chị thuộc loại "ngon cơm".

Chị chủ quán thấy hắn, vội rời chiếc ghế cao sau quầy, õng ẹo đến bàn. Chiếc váy lụa bó sát thân hình, ngắn cún cởn, phơi đôi chân trắng, hai bắp đùi nung núc. Phía trên bộ ngực to như muốn chồm khỏi cổ áo rộng,

"Gớm, cả năm không thèm tới em."

"Anh đi hành quân..."

Ban đầu hắn ngượng khi xưng hô anh em với chị chủ

quán. Nếu lấy chồng sớm, chị thừa sức làm mẹ hắn. Nhưng dần dần cũng quen. Trong môi trường này hãy quên đi chuyện tuổi tác, đàn bà và đàn ông. Giản dị thế thôi.

"Người hùng của em uống gì nào?"

"Cho anh chai 33."

Chị chủ quán bảo tiếp viên mang bia đến cho hắn. Chị kéo ghế ngồi cạnh, mùi nước hoa thoang thoảng dễ chịu,

"Em uống với anh nhé. Hôm nay em đãi."

"Ái chà, chuyện gì đây?"

"Chả có chuyện gì cả. Tự nhiên em thích uống với anh."

Quán không đông lắm, chả có tên ngoại quốc nào, toàn khách Việt.

Phi trường cách con đường này khoảng 600m, nằm trong vòng đai dày đặc mìn bẫy bao quanh chu vi hàng chục cây số. Trong ấy có bar rượu, gái gú, đủ món ăn chơi, trụy lạc hơn cả các bar ở QN. Những năm đầu thập niên 70, tình trạng chung rất lộn xộn, lính Mỹ tụ ở đó, không còn lang thang bên ngoài, nguy hiểm. Không như ở QN, các bar đường NVT "nghiêm chỉnh" hơn. Cũng có màn xào khô, xào ướt nhưng kín đáo và nhất là không có vũ khỏa thân, thổi kèn, úp chảo trắng trợn giữa thanh thiên bạch nhật cho đồng bọn vỗ tay cổ vũ.

Hắn uống và đấu hót với chị chủ quán nhưng đầu óc lại nghĩ đến "Độc cô cầu bại". Có lẽ thân nhân gã đã nhận được gói poncho, có lẽ gã đã nằm đâu đó trong nghĩa trang Biên Hòa. Người ta nói chết bất đắc kỳ tử, linh hồn không siêu thoát, vẫn ngỡ mình còn sống, vất vưởng quanh chỗ chết. Nếu đúng thế thì có lẽ linh hồn gã vẫn lẩn quẩn trên ngọn đồi bị cày nát bởi đạn pháo, trên những ngọn cây khô cháy… "Độc cô cầu bại", mày hãy đi đi, mày chết thực rồi. Hãy đi và đầu thai xứ khác, nơi không có chiến tranh, bom đạn, chết chóc. Hắn cảm thấy mắt cay cay, muốn khóc. Hắn vẫn phục lòng can đảm, nghĩa khí của gã, Nhớ lần hành quân ở Cây số 17, Quảng Điền, một đồng đội bị bắn rụng, nằm rên la giữa bãi trống, không ai dám bò ra kéo vào, địch hờm sẵn bên kia, nhúc nhích là lập tức ăn đạn ngay, "Độc cô cầu bại" bảo nối dây võng thật dài cột quanh hông gã, dặn, khi gã bò ra, tiểu đội đồng loạt nổ súng, kể cả đại liên M60, thật rát, không cho địch ngóc đầu lên. Gã như con nhái, trườn nhanh tới, ôm thằng bị thương, bên trong hai thằng bỏ súng kéo sợi dây võng lôi chúng nó vào. Trót lọt. Thằng bị thương được chuyển về hậu phương, thoát chết. Hắn nhìn "Độc cô cầu bại" ngồi dựa ngửa vào vách giao thông hào, phạch ngực áo thở dốc, mặt tỉnh rụi, "Đụ mẹ, nóng tắt thở....". Hắn nể gã quá. Vẫn được tiếng không hèn, nhưng so với "Độc cô cầu bại", hắn thua xa.

Chị chủ quán uống đến chai thứ 4 thì có vẻ say. Chị ngã hẳn vào lòng hắn, hai trái vú mềm cạ sát ngực và mùi nước hoa nhẹ làm hắn ngây ngất. Hắn vòng tay ôm chị chủ quán siết chặt, chị rên khẽ,

"Anh..."

Tiếng rên của con mèo cái rượng đực. Hắn định luồn tay xuống váy chị thì từ ngoài bốn thằng thanh niên nghênh ngang đi vào. Thằng nào cũng cao to, mặt mày bặm trợn. Áo full, quần jean, có thằng trên bắp tay xăm đầu lâu với hai ống xương chéo, thêm hàng chữ, "Ơn Đền Oán Trả". Ngầu.

Thằng đi đầu hướng tia nhìn vào quầy,

"H ơi!"

Không động tĩnh. Gã đảo mắt quanh, thấy H đang cuộn tròn trong lòng hắn. Tia nhìn chiếu thẳng vào mặt hắn,

"Mày là ai?"

"Yêu cầu bạn lịch sự một chút, tôi với bạn chưa quen, sao lại mày tao nhanh vậy?"

"Đụ mẹ, tao hỏi mày là ai?"

Gã hét lớn. Tiếng hét làm chị chủ quán ra khỏi cơn mê.

Nhìn thấy gã, chị hớt hải,

"Anh Q, đây là bạn em."

"Sao em nằm trong lòng nó?"

Và tia nhìn vẫn hướng vào mặt hắn,

"Đụ mẹ, mày biết tao là gì của H không?"

Hắn nâng ly bia uống cạn, từ tốn đặt ly xuống bàn, từ tốn đưa tay vào lưng quần, sau vải áo full, lấy ra trái lựu đạn MK3 (trước khi đến quán hắn đã không quên cài vào thắt lưng), từ tốn rút khóa an toàn bỏ vào ly đã uống cạn bia, đưa ly lên cao, nói với chị chủ quán,

"Em bật đèn sáng lên, bảo khách trả tiền, ra về, cả tiếp viên nữa."

Chị chủ quán tái mặt, giọng run,

"Anh..."

Hắn trừng mắt, quát,

"Làm ngay, không on đơ..."

Chị chủ quán vội làm theo lời hắn.

Khi quán đã vắng, đèn sáng, hắn nhìn bọn anh chị, chậm rãi,

"Các bạn 4 người, tôi một, dĩ nhiên tôi không địch lại. Thôi thì mình chết chung cho vui."

Thằng đi đầu vội vã,

"Ê... ê... đừng làm bậy... Có gì mình thương lượng..."

Khi bọn anh chị biết hắn là lính dù, cuộc thương lượng nhanh chóng đưa đến kết quả: Bọn chúng vẫn bảo kê quán bar nhưng không xía vào chuyện riêng tư của hắn và chị chủ quán.

"Nhưng bạn nói bạn là kép của H mà."

"Từ hôm nay H tự do."

Khuya, chị chủ quán chở hắn về phòng trọ của chị trên đường NH, hắn ngồi sau chiếc Vespa mini đỏm dáng, vòng tay ôm ngang hông, đầu áp vào lưng chị, nói,

"Thực ra anh nổ thôi, trái lựu đạn đã tháo ngòi nổ. Thứ bửu bối này bọn anh đứa nào cũng thủ một trái, phòng thân"

"Zdậy mà em hết hồn…"

Hắn cười, đưa tay ôm gon hai trái vú, bóp, xoa."

'Yên nào, em đang lái xe."

Căn phòng thuộc loại cao cấp, đồ nội thất ít nhưng gọn, đẹp. Hắn thả người trên mặt nệm rộng. Máy điều hòa không khí phát ra tiếng rì rào nhẹ. Mát lạnh. Chị chủ quán nói,

"Anh tắm trước, để em xuống gọi hủ tiếu, lát mình ăn."

Nơi này thật tiện. Cạnh cầu thang, ngoài hè đường có xe hủ tiếu của vợ chồng lão Tàu già và cô con gái dung nhan ngang ngửa Thị Nở, mập, lùn, mặt đầy mụn.

Chị chủ quán xuống gọi, mười phút sau cô gái mang khay lên. Đủ bộ, hủ tiếu, rau xanh, mắm ớt và cả bình trà nóng, hai tách nhỏ.

Hắn và chị chủ quán đã tắm. Hai tô hủ tiếu cũng đã được 2 người tận tình thanh toán. Cô gái vừa lên dọn dẹp, lấy tiền, bưng khay xuống. Hắn nói,

"Ở đây sướng thật."

"Tiền nào của nấy mà anh."

"Mỗi tháng nhiêu?"

Chị chủ quán nói, hắn giật mình, hơn cả lương hắn.

Chị chủ quán bỗng đứng lên. Chiếc váy ngủ mỏng như giấy bóng, ngắn, ỡm ờ, che một cách… không che gì cả phần cơ thể bên trong, với hai trái vú to, núm sẫm màu, vênh vểnh, bụng thon, gò thịt phủ lông phì nhiêu. Chị nhìn hắn cười lả lơi,

"Đẹp không?"

"Đẹp."

Chị chủ quán quì xuống hai bên hông hắn, hạ thể sát mặt,

"Vậy yêu em đi."

"Gợm đã nào. Mới ăn xong."

Chị chủ quán thì thào,

"Nhưng em muốn ngay bây giờ. Em chờ anh lâu rồi."

"Xạo."

"Thật mà… Ba tháng nay, kể từ lúc vắng anh, em chả gần ai. Vả quá thì thủ dâm, em chán bọn đàn ông bu quanh. Chả ai ra hồn.

Có thể chị chủ quán nói thật, có thể dối, nhưng quan trọng không? Điều hắn cần đâu phải cái gọi là "tình yêu" mà đồng đội hắn thường sướt mướt, tụng ca.

Sáng 5 giờ hắn đã dậy, ân ái một lần nữa, lần thứ tư, trước khi làm vệ sinh, trở về đơn vị. Hắn vẫn có mặt buổi chào cờ thường nhật vào lúc 7 giờ. Hắn thầm mỉm cười nhớ lại bốn trận tình hôm qua. Chị chủ quán ngón nghề cũng thuộc hàng cao thủ.

Trương Đình Uyên

11

Ông già chợt nhớ hộp bánh Trung thu con gái ông mang về lúc tối. Ông đã hỏi,

"Con mua à?"

"Dạ không, của nhân viên tặng."

"Chỗ làm của con cũng có người Việt Nam sao?"

"Dạ có ba. Bây giờ chỗ nào cũng có người Việt."

"Phải rồi, ba đọc báo, người ta thống kê chỉ riêng quận Cam đã có hơn 400.000 người Việt. Chả bù ngày cha con mình mới tới, phố Bolsa quê mùa như một tỉnh lẻ của Việt Nam những năm 60."

Ông già nhớ hồi nhỏ mỗi mùa Trung thu thật vui. Nhớ những lồng đèn ngôi sao, những chiếc xe lăn tự chế bằng giấy báo, bằng lon sữa bò vụng về, xấu xí, nhưng thuở đó sao mà thích, đến bỏ ăn quên ngủ. Ngày nay hàng trăm mẫu mã đẹp, tinh xảo, bằng nhựa, thiếc, được thắp sáng bằng pin, đủ màu sắc của Trung Quốc nhập vào Việt Nam, giá rẻ, trẻ con nghèo cũng có thể mua, nhưng có lẽ không thú bằng xưa. Thế mà đã ngót 60 năm. Thời gian, nhanh thật.

Ông già lăn xe vào nhà bếp, bê hộp bánh, bình trà nấu bằng điện ra đặt lên bàn. Chả có ai cùng ăn bánh, uống trà. Thôi thì một mình, đành vậy.

Đôi chim bồ câu vẫn đậu trên nhánh cây cao. Chúng vẫn âu yếm rỉa lông cho nhau.

Yên tĩnh quá. Có vẻ như mọi biến động của cuộc đời không dính dự gì đến môi trường này.

Căng thẳng giữa Washington và Bình Nhưỡng trên bán đảo Triều Tiên, Iran và cấm vận của Mỹ, Trung Quốc đang làm biển Đông dậy sóng...

Thế giới này không một ngày yên bình. Chiến tranh, chết chóc, đói nghèo vẫn xảy ra không nơi này thì chỗ khác.

Ông già nghĩ, thấm thoát đã bốn mươi bốn năm. Non nửa thế kỷ. Bao nhiêu biến thiên. Đứa con trai đầu chào đời năm Bảy lăm giờ đã là trung niên, vợ con đầm đề. Ông già đã thành ông nội, ông ngoại từ lâu. Chúng nó, những đứa con của ông, đứa ở Pháp, đứa ở Canada, đứa ở Nhật... Công ăn việc làm đẩy chúng mỗi đứa một phương. Cũng may, tất cả đều ngoan, hiền, thành đạt. Ông nghĩ đến công lao của nàng...

Hắn chạy xe xuống phố. Cờ giải phóng hai màu xanh đỏ phất phới các ngã tư. Vòng lên Bảy Hiền, chạy dọc LVD. Phố vắng, nhà nhà cửa đóng, hai bên đường ngổn ngang giày saut, nón sắt, quần áo lính, rằn ri, cứt ngựa, có cái còn nguyên mai đen trên ve áo. Lần đầu, và có lẽ một lần duy nhất, hắn chứng kiến cảnh tan hàng của một quân đội bại trận. Hắn từng xem những phim tài liệu cảnh các thành phố bên châu Âu thất thủ trong đệ nhị thế chiến. Tang hoang, đổ nát. Chỗ này tiếng súng, nơi kia nhà cháy, dân chạy loạn, lếch thếch, mặt mày lơ láo, hoảng sợ... Nghe nói các tỉnh nhỏ, nhất là miền Trung cũng thế, kinh hoàng lắm. Cướp giật, hãm hiếp, giết chóc. May quá, vùng đất này vẫn nguyên vẹn. Thỉnh thoảng một chiếp jeep lướt qua, trên xe năm bảy thanh niên, băng đỏ quanh cổ tay, súng dài súng ngắn, loa phóng thanh oang oang, "Đồng bào nghe đây, nghe đây… Cách mạng đã thành công, ngụy quân ngụy quyền đã đầu hàng…"

Lịch sử sang trang. Hắn chưa biết rồi sẽ thế nào. Lòng hắn nửa vui nửa buồn. Vui vì chiến tranh chấm dứt, thái bình trở về. Từ nay không còn nữa cảnh chết chóc, máu xương. Buồn vì vợ chồng hắn sẽ ra sao đây. Công ty hắn làm đóng cửa. Giám đốc có lẽ đã ra nước ngoài. Vợ hắn tập huấn xong, chờ ngày đi làm, nay tình hình bỗng thay đổi. Xem như cả hai thất nghiệp. TT lại có thai. Không của chìm của nổi. Ông chú vợ giàu có, nếu muối mặt nhờ vả, tất nhiên được. Nhưng vì tự trọng, hắn đời nào chịu hạ mình. Thà chết đói. Vợ chồng hắn cầm cự được bao ngày? Sau đó sẽ ra sao? Ngang qua Chí Hòa, hắn thấy trước một dãy nhà dài, nơi này là kho gạo của một công ty xuất nhập cảng ngũ cốc tư nhân, dân chúng bu đen. Người ta đang "hôi" gạo. Xe lam, ba gác, xính lô đạp, xích lô máy, honda… chen nhau chở gạo "hôi" từ kho. Hắn dừng xe bên kia đường, nhìn, nghĩ, giả dụ có muốn hắn cũng không tài nào tranh dành nổi đám đông kia.

Hắn lại đi, hết đường này sang đường khác, nơi nào cũng cửa đóng. Trước tòa Đại sứ Mỹ cảnh tượng không khác kho gạo. Cửa sắt mở toang, người ta giành nhau khuân ra ngoài bàn ghế, piano, studio, đèn bàn, đèn trần, quạt máy, tủ lạnh, giường, nệm… Kể cả màn cửa, thảm trải sàn nhà, tranh treo tường, đồ gia dụng, lò nướng, muỗng nĩa ly cốc bát đĩa… Nói chung cái gì khuân vác bưng bê nổi đều được tận tình chiếu cố.

Trên vỉa hè từng tốp bộ đội súng AK 47 cầm tay, lơ láo, ngơ ngác tò mò nhìn ngang nhìn dọc. Có lẽ đã bao năm quá quen với những cánh rừng bạt ngàn, những suối khe đầy muỗi mòng, những hố bom sâu, những trận B 52 rải thảm long trời lở đất… bất ngờ bị ném vào môi trường hoàn toàn lạ lẫm, họ bị choáng ngợp trước cảnh thị thành hào nhoáng.

Hắn trở về nhà. TT đang lo bữa ăn trưa.

Lửa than làm mặt nàng ửng hồng. Hai cánh tay trần nuột

nà vương ra từ chiếc áo cánh mỏng ngắn tay. Trời nóng, nàng không mặc nịt vú, ngực nhô cao khiêu khích. Dưới, cũng chỉ mặc chiếc xì líp nhỏ xíu, vừa đủ che cái cần che. Khổ nỗi, sự che chắn ỡm ờ này càng làm hắn bứt rứt. Nàng đang thái dưa leo, dừng tay quay nhìn hắn, hỏi,

"Thế nào anh?"

"Phố xá vắng tanh, ngổn ngang quần áo giày nón lính. Người ta bu đen kho gạo Chí Hòa, tòa Đại sứ Mỹ hôi của."

"Hy vọng không loang về đây."

"Ở đây có gì để hôi?"

Dừng một chút, hắn âu yếm nhìn nàng, đùa,

"Chỉ vợ đáng giá. Nhưng đứa nào dám hôi, chồng giết không tha."

Nàng bật cười,

"Trói gà không chặt. Phách tướng."

Mùi thịt kho ngào ngạt.

"Sắp xong chưa? Chồng đói quá."

Nàng nguýt yêu,

"Mười phút nữa thôi. Chỉ được cái ăn là giỏi."

Hắn cười,

"Còn cái khác giỏi không kém. Cưng biết mà."

"Thôi đi ông tướng, lại sắp nham nhở."

Hắn tháo dây giày, vung chân ném vào góc nhà, đến ôm vợ từ phía sau, hôn lên cổ nàng,

"Yêu quá."

Nàng xoay lại, nhìn hắn âu yếm,

"Để em dọn cơm…"

Hắn cúi xuống, vạch áo, ngậm một đầu vú, nàng thở hắt,

"Thôi… Anh than đói mà…"

"Thì đói… Anh đang ăn nè."

Nhưng hắn cũng buông nàng ra.

Da trắng mơn mởn, mùi thơm thoang thoảng, núm vú hồng nhuận… Đã bao lần hắn ôm ấp, vuốt ve, nhưng lúc nào nhìn thấy hắn cũng rạo rực. Hắn yêu vợ, tình yêu ngọt ngào, cũng sôi nổi nhưng khác hẳn với những người đàn bà từng đi qua đời hắn. Với họ hắn chỉ lo thỏa mãn bản thân. Nàng thì khác, mỗi lần ân ái, hắn luôn tìm cách tạo hài mãn tối đa có thể cho nàng. Hắn vẫn bảo lưu quan niệm, tinh thần và thể xác quan trọng như nhau, hỗ tương cho nhau. Cái này duy trì, nuôi lớn cái kia. Không thể có thứ tình yêu "chay tịnh". Chỉ là trò mơ mộng của những anh chị dở hơi. Hắn yêu vợ, mong nàng hạnh phúc. Hạnh phúc theo nghĩa tròn đầy nhất, từ thể xác đến tâm hồn. Những đêm ôm nàng trong vòng tay, hít sâu mùi thơm da thịt, nhìn hai đồi ngực căng, phần hạ thể mũm mĩm, hai má ửng hồng, đôi môi mọng, những hạt răng trắng đều, hắn rót vào tai nàng,

"Anh yêu cưng, yêu quá."

Nàng vùi đầu vào ngực hắn,

"Em cũng yêu chồng."

Hắn xoa tay trên bụng nàng,

"Còn mấy tháng nữa cưng?"

"Sáu."

"Sao chưa nghe thấy gì cả?"

"Mới ba tháng đã đòi thấy gì."

"Anh nóng lòng quá… Con trai hay con gái?"

"Phải năm tháng bác sĩ nội soi, mới biết được trai hay gái."

Hắn trườn xuống, nàng vò rối tóc hắn,

"Chồng... chồng..."

Một lát hắn bò lên. Nàng trân người. Vòng tay siết chặt lưng hắn,

"Yêu em mãi nghe mình yêu..."

Cuộc ái ân trong hồi tưởng làm hắn quên đói.

Hắn thừ người, chôn chân cạnh bàn bếp, cái bàn hắn tự đóng từ lúc nhà có thên thành viên.

Bữa cơm được nàng dọn ra trên sàn xi-măng. Thịt ba chỉ tôm đất rim mặn. Bò xào dưa leo. Canh bí rợ. Nồi cơm nhỏ. Chén, đũa.

Nàng lôi hắn về thực tại,

"Ông tướng, nghĩ gì mà mặt thộn ra thế?"

Hắn giả lả, suýt xoa,

"Ngon quá, vợ vô địch."

"Ngồi xuống, ăn đi... Chỉ giỏi nịnh"

Như mọi bữa cơm khác, hắn thấy rất ngon, dù thanh đạm. Hắn hiểu, ngon không vì cao lương mỹ vị, mà giản dị, vợ hắn nấu. Trong vị ngọt của hạt cơm trắng, lát thịt rim, muỗng canh bí, hắn như cảm thêm vị ngọt của ánh mắt, nụ cười, vòng tay của vợ.

Nàng thu dọn. Hắn cầm ly nước đến của sổ nhìn ra. Khu vườn vẫn yên tĩnh như mọi ngày. Tàng cây trứng cá ngoài sân lay nhẹ trong gió chiều. Nắng xô ngả bóng râm của tàng cây hơi nghiêng về phía hàng rào dâm bụt. Trên giá vẽ góc nhà, bức tranh đang vẽ dở dang. Phần trên mặt bố những nhát cọ hằn các mảng sơn sậm màu. Hắn đang thực hiện bức tranh mang tựa, *Sơn Cúc*. Hắn muốn mô tả hình ảnh người nữ lung linh giữa rừng cúc vàng ửng sáng trong sương mù lãng đãng, đã hiện ra trong đầu khi hắn đọc xong một truyện ngắn của bạn hắn, *Thư về đường Sơn Cúc* (1). Thằng bạn mắt lúc nào cũng hấp háy. Cận nhưng không chịu đeo kính. Cũng lạ, giọng Huế trọ trẹ, xấu trai, cù lần, nói năng lắp bắp vô duyên. Hắn nhớ nhiều lần cùng nhà văn trẻ này đến nhà một người bạn vong niên làm thơ. Ông ta có cô con gái nhỏ nhắn dễ thương tên Giáng Hà, chàng thích nàng, sáng tác một "ca khúc" có tựa đề thập phần thơ mộng, Dòng sông xuống trần. Trăm lần như một, chàng ôm đàn hát tặng nàng sáng tác của mình, điều buồn cười là chàng tuyệt không biết một nốt nhạc, đàn càng mù, vậy mà cứ tỉnh như ruồi, cầm đàn gảy từng tưng và trọ trẹ... rống, mọi người đều phải "gồng mình" nghe chàng bày tỏ tấc lòng. Một bạn nhậu, cũng làm thơ, nhận xét, tự cổ chí kim, chắc không có màn tra tấn nào tàn bạo bằng! Chưa bao giờ trong đời hắn thưởng thức một "ca khúc" dở như vậy, bằng một giọng ca cũng dở không kém. Thế mà văn thằng phải gió lại mượt mà, tinh quái, ướt sũng lãng mạn. Văn là người. Xem chừng nên xét lại.

Hình ảnh kho gạo, tòa Đại sứ Mỹ, những lá cờ hai màu xanh đỏ, quân phục, nón sắt, giày saut vung vãi khắp vỉa hè lại tái hiện. Đang xảy ra một cuộc đổi đời, nhìn bề mặt, chỉ là nhưng biểu hiện tầm tầm, nhưng hắn linh cảm sẽ vô cùng khốc liệt những ngày sắp tới. Hắn muốn phớt lờ thực tại, hắn muốn chỉ nghĩ đến vợ, hắn muốn bảo vệ hạnh phúc đang có, tách lìa khỏi mọi biến động. Nhưng hắn biết sẽ không thể. Những ngày sắp tới, công ăn việc làm, và đứa con sẽ chào đời. Hắn sẽ trực diện hàng trăm nan đề. Hắn biết nàng cũng rất lo, nhưng bản tính cương cường, nàng giấu kín nỗi lo trong lòng.

*

Ba tháng, hắn ngược xuôi tìm việc làm vẫn không có. Kể cả những công việc nặng. Mỗi tối thấy hắn thất thểu trở về, gieo mình xuống giường, ngước nhìn trần nhà im lặng, nàng đến ngồi cạnh, vuốt ve khuôn mặt hốc hác của hắn, nhỏ nhẹ,

"Đừng nản, anh, thế nào cũng tìm ra việc mà."

Hắn cầm tay vợ, nhìn gò bụng vun cao, nhìn khuôn mặt xanh tái, hắn rơm rớm,

"Anh vô dụng quá."

Nàng ôm hắn,

"Chồng không vô dụng, chỉ tại thời cuộc…"

Hắn hôn lên trán, môi nàng,

"Anh yêu em."

Hắn chả biết nói gì hơn ngoài câu đó. Hắn yêu nàng, yêu vô cùng. Hắn nghĩ sẽ làm bất cứ chuyện gì để nàng được sung sướng. Hắn bất lực nhìn nàng héo mòn.

Tuần trước, áp mặt vào gò bụng vợ căng tròn, nhô cao, hắn nhớ câu văn của Nguyễn Thị Thanh Sâm, *"người ta sinh ra từ một cái gò, gò bụng của mẹ, và chết đi cũng dưới một cái gò, nấm mộ ngoài nghĩa trang"*(2). Hắn nói với nàng,

"Ước gì chồng chui được vào bụng vợ. Chồng muốn vợ sinh ra."

"Kỳ vậy?"

"Không kỳ, chồng muốn thế thật. Người chồng yêu nhất, tôn thờ nhất là mẹ, bà mất khi chồng mới lên sáu, nhưng ấn tượng về bà với mái tóc dài vấn cao, đôi mắt to thăm thẳm mãi mãi chồng không quên. Tình yêu của chồng, cho vợ, cũng lớn như cho mẹ. Vậy chồng muốn vợ sinh ra, cớ gì kỳ?"

Nàng ôm đầu hắn, vuốt ve,

“Mình làm vợ cảm động quá, em yêu mình.”

Thế nhưng hắn không làm gì được cho nàng trong hoàn cảnh hiện tại.

Hắn hỏi nàng,

“Mình còn cầm cự bao lâu nữa vợ?”

“Nếu trả xong tiền nhà tháng này, tằn tiện tối đa, cũng được nửa năm nữa, ít nhất sau khi vợ sinh”

“Phải đổi chỗ ở thôi, nơi này rất tốt, nhưng với tình hình tài chính của mình, anh nghĩ phí quá.”

“Chồng nói đúng.”

“Ngày mai anh sẽ đi tìm.”

Hắn tìm được chỗ ở mới, gần Cầu Bông, trong con hẻm sâu cạnh dòng kinh nước đen bốc mùi hôi thối lưu cửu. Tiền thuê rẻ. Đó là một căn phòng mỗi bề chừng ba thước, thấp hơn mặt hẻm khoảng bốn tấc. Phòng có gác, cầu thang gỗ ọp ẹp bên ngoài, dẫn lên căn trên (đã có hai chị em công nhân hãng dệt thuê), cùng diện tích như phòng dưới. Cả hai căn đều vách bằng ván thùng, mặt trong dán kín bằng những tờ báo đủ cỡ, đủ loại. Nhật báo, Nguyệt san Thế Giới Tự Do, tuần san Phụ Nữ Diễn Đàn. Có cả báo khiêu dâm Play Boy… Sau này nhìn vách, hắn đùa với nàng,

“Em coi, tranh trừu tượng chưa chắc đã hay bằng.”

Nàng cười,

“Nhà của họa sĩ mà.”

Sắp đến ngày nàng sinh, hắn vẫn thất nghiệp.

Một buổi chiều trên phố về hắn bị một toán dân phòng chặn lại. Gã trưởng toán, trung niên, nói với hắn,

“Xuống xe, cho xem giấy tờ.”

Lố nhố quanh gã năm bảy đứa mặt non choẹt, trên cánh

tay đứa nào cũng có một băng đỏ quấn quanh, bọn này dân vẫn bỉ thử, "cách mạng ba mươi."

Hắn móc bóp đưa gã xem thẻ căn cước. Một thằng oắt con rảo quanh hắn chợt lên tiếng,

"Cách mạng rồi mà còn tiêu cực."

"Chú nói gì tôi không hiểu." Hắn thắc mắc.

Thằng oắt con ra điều "giác ngộ cách mạng",

"Tóc dài, quần ống loe, tàn dư Mỹ Ngụy."

Một thằng khác nhanh nhẹn quì xuống đưa kéo vào ống quần hắn cắt một đường dài từ dưới lên gần nửa bắp chân. Quá bất ngờ, hắn đứng chết trân. Mãi đến khi gã trưởng toán đuổi,

"Đi đi cha nội, nhớ thâu nhỏ ống quần nhá."

Hắn bàng hoàng nổ máy xe. Phố đông, chen chúc xích lô, ba gác, xe đạp, bộ hành. Hắn điều khiển chiếc Honda dame qua mọi ngã quen thuộc dẫn về tổ ấm của vợ chồng hắn mà lẩn quẩn mãi trong đầu khuôn mặt thằng oắt con, cây kéo. Xe chạy không nhanh nhưng ống quần bị xẻ vẫn phần phật trong gió. Đầu óc hắn váng vất như say, suýt mấy lần tông vào người đi đường.

Vào nhà, hắn ngã vật ra giường, trào nước mắt. Chưa bao giờ hắn thấy nhục nhã và bất lực hơn. Một tên lính dù, bao lần vào sinh ra tử, giờ phải đứng chôn chân cho một thằng nhóc chưa sạch cứt mũi lên lớp, xẻ quần!

Đã đành bất cứ hoán đổi quyền lực nào cũng mang theo bao nhiêu vui, buồn, khổ đau, hài mãng cho hàng triệu những thân phận nhỏ nhoi, tùy chỗ đứng, quan điểm, phe phái. Qui luật này từ bao đời, trải dài mấy nghìn năm từ thời lập quốc đến nay là bất biến. Không bàn đến đúng sai, phải trái (lịch sử sau này sẽ phán xét bình tĩnh và công minh), chỉ thấy bao nhiêu hưng vong, bấy nhiêu tang thương. Xưa, công hầu khanh tướng hôm qua, nay ngồi trong đại lao chờ ngày ra pháp trường. Hơn nửa thế kỷ trước, tại miền Nam, Dương Văn Minh lên, anh em Ngô Đình

Diệm chết thảm, tam đệ "dựa cột", hàng nghìn "công thần" bị tù đày, thất sủng. Mỗi triều đại mới, thường, dọn sạch triều đại cũ, Gia Long thống nhất sơn hà, Quan Trung bị đào mồ, con cháu, gia tộc, cựu thần… bị xử tử, lao lý. Cả hai đều được hậu thế xưng tụng, nhưng hãy thử tưởng tượng xem, dưới thời Gia Long, Quan Trung và "bè lũ" bị xem như thế nào? Bị đối xử ra sao? Lịch sử như một dòng sông, dửng dưng chảy, có lúc qua ghềnh qua thác, lắm khi êm ả phẳng lặng, cuốn trong nó bao nhiêu oan khiên. Hắn nhớ câu, "sinh lầm thế kỷ". Bật cười, nụ cười vừa giễu cợt, vừa cay đắng.

Hắn đủ sáng suốt để nhìn rõ mọi tang hải đang xảy ra, nhưng hắn chỉ là giọt nước bé mọn trong dòng sông lịch sử mênh mông. Vả lại, tâm hồn hắn vốn mẫn cảm, dễ bị ngoại cảnh lung lạc.

Mượn một cụm từ của người Cộng sản, "thời kỳ quá độ". Nhưng "quá độ" thế này quả thực ngoài sức chịu đựng của hắn.

Vợ vừa tắm xong. Nàng từ phòng tắm cẩn thận bước qua cửa vào nhà, tóc ướt nước, bụng lặc lè. Nói là "phòng tắm" cho oai, thực ra cạnh cầu thang, bên ngoài, chủ nhà dựng thêm một buồng nhỏ, chừng thước vuông, "phòng" tương đối kín đáo nhờ tấm nhựa dày thay cửa, trong kê một thùng "phuy" cắt đôi, nước được chuyển qua ống nhựa từ căn bếp của gia chủ vào "phuy". Nước bẩn chảy vào một rảnh nhỏ ra cống.

"Mình à, em vừa đi khám thai, có thể tuần sau sinh."

Hắn ngồi bật dậy,

"Chắc không mình?"

"Có lẽ, vợ tính cũng đúng ngày rồi."

"Anh vui quá."

"Em cũng vậy, vợ chồng mình sắp lên chức."

Nàng sà vào lòng hắn. Ôm nàng, nhìn khuôn mặt hơi xanh, nhìn chiếc cằm vuông bướng bỉnh, nhìn hai môi mọng, nhìn ánh mắt sáng, hắn cúi xuống áp mặt vào gò bụng căng, hình như có tiếng quẫy đạp của một sinh linh sắp chào đời. Hắn cảm thấy trên cõi trần này chả có gì quan trọng nữa. Mọi bực bỏ từ bao chuyện bất ưng hàng ngày phải chứng kiến, chịu đựng không còn làm hắn đau đớn. Hắn nhủ thầm, tất cả rồi cũng sẽ qua, sẽ qua…

----

(1) Thư về đường Sơn Cúc, truyện ngắn Hoàng Ngọc Tuấn., Anh từ trần vì bạo bệnh ngày 9-7-2005.

(2) Nguyễn Thị Thanh Sâm, truyện dài Cõi Đá Vàng.

12

Cô y tá mở cửa thò đầu ra,

"ĐVT"

Hắn đứng bật dậy theo cô y tá vào trong, qua hành lang ngắn, đến trước một cửa phòng cô ta chỉ tay vào trong,

"Vợ anh nằm phòng này"

"Cảm ơn chị"

Hắn vừa nói vừa bước vội qua cửa. Phòng dài, hai bên sát tường hai dãy giường. Nàng nằm gần cuối dãy bên phải. Hắn đến. Mặt nàng xanh tái, khuôn mặt của những người mất máu, bên cạnh, trong lớp vải bọc, một hài nhi đỏ hỏn, mắt nhắm. Có lẽ cu cậu đang ngủ (mấy tháng trước, qua nội soi, bác sĩ đã cho vợ chồng hắn biết, là con trai). Hắn nhìn, cúi hôn vầng trán phơn phớt lông tơ. Một niềm xúc động dâng trào. Đứa bé, sợi dây thiêng liêng buộc chặt vợ chồng hắn. Đứa bé, kết tinh của một tình yêu không bình thường. Đứa bé, chứng nhân hùng hồn gấp vạn lần những tờ hôn thú lẽ ra vợ chồng hắn phải có.

Hắn cầm tay vợ,

"Em khỏe chứ?"

"Dạ khỏe, chồng, vợ vui quá."

Hắn đưa bàn tay nàng lên hôn,

"Anh cũng vậy, vui không gì bằng."

Nàng ôm con trai vào lòng, hôn khắp mặt,

"Chồng biết không, nó 3 ký 4 đấy."

"Chồng mù chuyện này, lớn hay nhỏ?"

"Bác sĩ bảo bình thường".

Người y tá lại xuất hiện, nói,

"Anh lên văn phòng trả viện phí, nhận giấy khai sinh"

Cầm tờ giấy nhỏ, tên cha, ĐVT, tên mẹ, LTTT, tên con, ĐVP, hắn cảm động quá. Từ nay hắn chính thức làm cha. Làm cha, hắn nhớ hình ảnh người đàn ông nằm thiêm thiếp trên chiếc giường sắt, mắt trái băng kín, cánh tay bó bột. Đã bao năm rồi hắn không về, cũng chả liên lạc. Hắn sợ đối diện với sự thực, hắn buồn nhiều hơn vui. Dễ chừng đã hơn 10 năm, khoảng thời gian không dài, nhưng với hắn, chất chồng bao nhiêu biến cố, từ một thằng oắt con bước xuống cuộc đời với trận đòn đau và tô cháo lòng trộn máu miệng. Rồi bị bán vào nhà thổ, trở thành thằng dẫn mối cho điếm. Rồi lính tráng, rồi gặp nàng, lấy nàng, và bây giờ làm cha. Cuộc đời thực kỳ lạ. Hắn vẫn nghĩ sẽ trầm luân mãi mãi trong vũng bùn tối tăm, đọa lạc. Nhưng hắn đã ngoi lên được. Nàng, có lẽ là một trong những động lực giúp hắn thấy rõ bản thân để hoàn thiện nhân cách, thấy được vô vàn những điều tốt đẹp, cho dù cuộc đời không lúc nào cũng một màu sáng.

Ngày thứ ba, mẹ con nàng được xuất viện, hắn gọi xích lô đưa về nhà.

Bà chủ nhà vồn vã, giọng Bùi Chu, nặng,

"Cô về đấy à. Lào, bác xem lào, lạy Chúa tôi… kháu nhỉ".

Cô em ở gác trên cũng chạy xuống. Tuy là chị em ruột nhưng từ ngoại hình đến tính cách khác hẳn nhau. Cô chị ốm, phẳng lì, khoảng 25, lúc nào cũng cau có, càm ràm những chuyện chẳng đáng. Ngược hẳn với cô em, chừng 16, cười nói huyên thuyên, vóc người đẫy đà, mông vun, ngực lớn, mắt ướt có đuôi, tướng đi như rắn. Hắn từng đọc, với đôi mắt và dáng đi này, cô bé nhất định tính năng tình dục rất mạnh. Cô này hồi vợ chồng hắn mới dọn đến bị hắn bắt quả tang đã nhìn lén cảnh cụp lạc của hắn và nàng. Hôm ấy hắn đang vẽ, nàng nằm trên giường đọc sách, chiếc váy ngủ tốc cao, xì líp nhỏ, mỏng, phơi trọn vùng đồi vồng cao màu mỡ, hắn nhìn, bỗng hứng tình bỏ cọ nhào lên giường ôm nàng sờ soạng. Nàng cười thành tiếng,

"Nhột vợ…"

Hắn vùi mặt vào ngực nàng,

"Thèm quá…"

"Mới hồi hôm…"

"Nhưng bây giờ nhìn vợ, chồng lại thèm…"

"Nè, cứ thế này, một tháng thôi, không đi nổi, phải bò đấy. Dâm đạo lộ".

Hắn nham nhở,

"Không dâm bất thành nam tử."

"Câu này do chồng chế ra à?"

"Vậy đó… rồi sao?"

Hắn nhanh chóng cởi y phục cho mình, cho vợ. Hắn nhìn thân hình trần truồng của nàng, người như lên cơn sốt, dễ chừng đã hàng trăm lần hắn đối diện tấm thân thân yêu này, nhưng cường độ xúc động vẫn chưa mảy may giảm sút. Hắn lại ân ái với nàng. Một lúc, hắn nói,

"Vợ ngồi trên nhé?"

Hắn đổi thế nằm dưới. Chợt hắn mở choàng mắt nhìn lên trần gỗ, linh tính báo cho hắn biết đang bị nhìn lén. Trước đó khoảng 5 phút, hắn đã nghe có tiếng động rất nhỏ, hình như có vật gì xê dịch nhưng hắn không lưu tâm. Khe trống giữa hai tấm ván dài lót sàn vụt sáng, chứng tỏ kẻ nhìn trộm qua khe hở đã né người sang bên khi thấy hắn nhìn lên. Hai chị em làm khác ca. Chị ban ngày, em ban đêm. Như vậy kẻ nhìn trộm nhất định là cô em.

Chờ vợ đi chợ, hắn ra chỗ chân thang, gọi,

"O ơi, xuống anh nhờ chút".

Cô bé thò đầu ra,

"Gì vậy anh?"

"Xuống đây, anh cần em giúp"

Cô bé vừa bước qua cửa, hắn nhào tới vật em nằm ngửa ra giường. Cô bé hốt hoảng,

"Anh làm gì thế, em la lên bây giờ"

"Yên tâm, anh không làm gì đâu. Em nhìn lên trần đi, có phải lúc nãy em nhìn trộm anh chị?"

Cô bé nhìn lên, khe hở sáng cắt một đoạn nửa gang tay. Cô bé ngồi dậy, mặt đỏ ửng, lắp bắp,

"Em… em… không biết… em… không nhìn…"

Hắn bật cười lớn,

"Thì thôi, làm gì mà cuống lên thế?"

Hắn đến giá vẽ, trộn ít bột màu với dầu mau khô (Quick drying oil), cầm cái bay vẽ cùng palette vừa pha chế màu gỗ trần nhà, nói với cô bé,

"Lên gác, anh trám lại khe hở"

Cô bé ngượng ngập theo hắn lên cầu thang. Căn gác có diện tích bề ngang như bên dưới nhưng ngắn hơn, căn hắn có thể kê thêm một bàn bếp cuối phòng, căn này thì không, muốn nấu ăn phải xuống dưới, dùng chung với gia chủ, nhưng hai chị em dường như chỉ ăn ở hãng, hắn chưa từng thấy hai người xuống bếp bao giờ. Khe hở gần góc, ngay gường của vợ chồng hắn. Bình thường chỗ này đặt tấm nệm lớn, nơi ngủ của hai chị em. Không hiểu sao cô bé lại khám phá ra khe hở. Hắn đoán có lẽ cô bé tình cờ phát hiện khi thay ra. Tiếng động rất nhỏ lúc nãy hắn nghe được cầm chắc do tấm nệm bị kéo sang bên.

Hắn dùng bay vẽ vét sơn trét vào khe hở. Việc làm gọn nhẹ và nhanh, chỉ mất trên dưới ba phút,

"Xong rồi, khoảng hai tiếng là khô"

Hắn đứng lên, nhìn cô bé, cười,

"Vài năm nữa lấy chồng sẽ biết mọi thứ, biết trước không tốt đâu"

Cô bé cúi mặt bẽn lẽn,

"Anh này… Em đã nói không nhìn mà..."

Hắn cười phá, xuống thang.

"Ừ thì em không nhìn…"

Cô gái mắc cỡ cả tháng, luôn tránh mặt nhưng mãi thấy hắn vẫn tỉnh queo, gặp cô vẫn cười chào, thăm hỏi niềm nở như chưa từng xảy ra việc gì, dần dần cô gái lấy lại tự nhiên.

Em bé vẫn ngủ ngon, không thèm quan tâm đến mọi người đang vây quanh. Cô bé nói với nàng,

"Chị cho em bồng một tí, dễ thương quá."

Nàng trao em bé cho cô gái,

"Con trai, anh chị sướng nhé."

Đáp lời cô gái, hắn cười vui,

"Giống anh không?"

Cô gái hôn trán em bé,

"Thơm quá. Không, chả giống anh tí nào, giống mẹ."

Hắn làm bộ thiểu não,

"Ôi, con gái giống cha giàu ba họ, con trai giống mẹ khó ba đời, khổ rồi con ơi."

*

Có thêm một thành viên tí hon, khu nhà sinh động hẳn. Cô em thường xuyên xuống chơi với em bé, trông hộ những lúc nàng đi chợ, nấu ăn. Cô chị chỉ xuống hai ngày cuối tuần được nghỉ. Bà chủ nhà, cô con dâu cũng ghé, bày vẽ mọi kinh nghiệm nuôi con. Hắn đảm nhận nhiệm vụ… cao quý: giặt tã. Bình thường nếu trông thấy những miếng vải nhầy nhụa phân là hắn lợm giọng muốn ói. Vậy nhưng từ ngày có em bé, sáng nào hắn cũng mang một thau to tướng đầy tả bẩn vào buồng tắm để giặt, xả, vắt khô, phơi đầy những sợi kẽm giăng ngang dọc miếng sân con. Chẳng những hắn không cảm thấy gớm, ngược lại, tẩn mẩn vò kỳ từng cái tã, kỳ cho đến lúc trắng tinh như mới.

Em bé được 5 tháng tuổi, lớn từng ngày, và cũng đòi ăn rất bạo. Mẹ không đủ sữa, phải dặm thêm sữa bột. Thời buổi khốn khó, hắn vẫn thất nghiệp, sữa nhập lại quá đắt, vợ chồng hắn phải bán dần những gì có thể bán được để có tiền mua sữa. Chiếc áo dạ hội, đôi giày cao gót, bộ trang điểm ba mẹ nàng gửi về từ Pháp nhân sinh nhật nàng trước 75. Sưu tập tem hắn tích cóp, mua, đổi bao năm. Kể cả những ống sơn dầu, những cây cọ vẽ của Pháp hắn quí chưa dám xài, những thứ này hắn mua từ ngày còn đi làm ở công ty quảng cáo, tiền bạc dư giả. Hết những món đáng giá, đến các loại tầm thường, tấm chăn nhà binh gọn nhẹ nhưng rất ấm, những cuốn sách cũ, ống thủy ngân đo nhiệt độ… Dần dà căn phòng trống trơn, chỉ còn độc chiếc giường, bàn gỗ, hai ghế đẩu, giá vẽ. Và những bữa cơm chỉ tương rau chủ lực. Hắn nhìn nàng xanh xao, quần mỹ a đen, áo bà ba tối màu, nón lá tưa vành mỗi khi từ đâu về, cảm thấy xót xa, lòng quặn đau. Cô tiểu thư khuê các ngày nào, tóc ngắn, quần jean, áo full, ngổ ngáo trên chiếc Honda dame đâu rồi? Mỗi lần đến với hắn, chưa thấy mặt đã nghe oang oang,

"Em mua món anh thích nè."

Nàng nhanh nhẹn dựng xe, ào vào nhà, tìm đĩa đổ ra từ bao ni-lông món "anh thích"; Đu đủ bào trộn bò khô, rau răm chan tương ớt cay xé.

Nàng mở tủ lạnh lấy chai 33 nhỏ rót vào hai ly thủy tinh đã có đá cục, phần nàng chỉ một phần tư chai, còn bao nhiêu phần hắn,

"Em uống với anh, nhưng một tí đưa cay thôi"

"Đưa cay, ngôn ngữ của dân nhậu, em học ở đâu thế?"

"Món này không cay à? Em nói dựa vào thực tế, chả học ai cả."

Cả hai vừa ăn vừa suýt xoa. Nàng huyên thuyên đủ chuyện, thầy ĐH lúc nào cũng khăn đóng áo dài như ông đồ Nho, thầy VHC ốm nhách, môi thâm sì, đệ tử của nàng tiên nâu thấy rõ. Đến chuyện tên NN mần thơ tặng nàng, đăng báo khoe vung thiên địa, thơ không đến nỗi nào nhưng "nhìn bản mặt gà mái ưa không nổi". Bây giờ chả còn học hành, trường lớp, thầy trò, chả còn văn chương, thi phú. Chỉ tối mày nám mặt lo sữa cho con. Cả hắn nữa, khung bố trên giá vẽ mấy tháng rồi vẫn trắng một màu… tang. Đêm hôm qua gối đầu trên cánh tay hắn, bên cạnh đứa con thân yêu say giấc, nàng ôm hắn, thủ thỉ,

"Sao mình không vẽ?"

"Còn lòng dạ nào vẽ với vời."

"Vợ biết vẽ là niềm vui lớn của mình, không vẽ khác gì chặt mất cánh tay"

"Nhưng đứng trước giá vẽ, đầu óc anh chỉ nghĩ đến sữa cho con, có gì đâu mà vẽ?

"Thì vẽ cái có gì đâu ấy, cũng hay đấy."

Hắn đã suy nghĩ điều nàng nói. Phải, tại sao không vẽ những khổ sở, quay quắt làm đầu óc hắn muốn nổ tung hàng ngày? Hắn nhìn khung bố trắng, hắn nhìn những ống sơn, hắn nhìn cái palette vấy màu, tự nhủ, phải vẽ. Nhưng sáng nay phụ vợ pha sữa cho con, hắn thấy hộp sữa đã cạn, nghĩ đến ngày mai, ngày mốt lấy gì cho con bú, lòng hắn lại rối bời.

Mùa mưa đến, vợ chồng hắn bỗng đối đầu với một tình huống bất ngờ.

Căn phòng thấp hơn mặt sân, mưa lớn, nước ngập miếng sân con chảy không kịp xuống cống, tràn vào phòng, ngập nửa chân giường. Vợ chồng hắn phải gửi con lên gác, cùng nhau dùng thau nhựa, soong nấu ăn tác nước ra ngoài, có khi gần trọn đêm không ngủ. Ba tháng trời cùng chồng "trị thủy". Nàng thiếu ngủ hốc hác, xanh xao.

Hắn thương nàng đứt ruột, nếu tình trạng này kéo dài, nàng sẽ quỵ. Nhưng mùa đông rồi cũng qua.

Sang xuân. Hắn chợt nẩy sáng kiến, vẽ thiệp Xuân gửi bán.

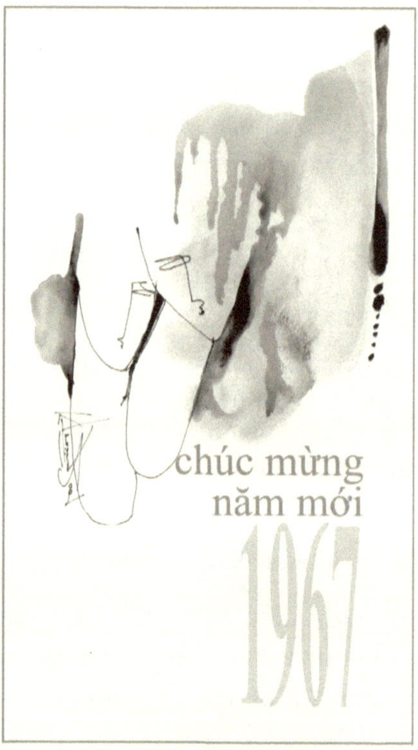

Hắn có quen với một nhân viên chạy máy cho xí nghiệp in thành phố. Cậu này vẫn "thuổng" giấy láng, dày, bán ra ngoài chợ đen, kiếm thêm thu nhập. Nguồn cung này cực rẻ, lại dồi dào. Hắn mua, dùng lưỡi lam cắt ra thành từng tấm cỡ tập vở, gấp lại, và vẽ bằng bút sắt đủ các mẫu: thiếu nữ với hoa, chim…, hoa mai, hoa đào, gác chuông giáo đường, mái chùa… điểm chút màu nước vui tươi, sinh động. Hắn vẽ nhanh, mỗi ngày có thể vẽ 50 thiệp, nếu có mối. Vẽ xong tìm mua bao thư đúng kích cỡ, mang xuống vỉa hè LL, NH, trước cửa bưu điện, bến xe, các nhà sách... gửi bán. Mẫu thiệp xuân, Noel lạ, vẽ tay, mỹ thuật, không cái nào giống cái nào, bắt mắt khách mua. Hắn bán được có khi ngót 30 thiệp mỗi ngày. Mừng quá, có tiền mua sữa cho con, cải thiện bữa cơm hàng ngày, lại dư chút đỉnh sẽ bù vào vài tháng sau Tết.

Vợ chồng hắn rất vui.

*

Hắn vẫn không tìm ra việc làm. Đứa con trai đã biết bò, phải cho ăn thêm bột pha chất đạm, từ cá, thịt. Nàng mua thịt heo nạc kho khô, làm chà bông, giã nhuyễn thành cám, cá cũng thế, bỏ vào lon guigo, đến bữa nàng khấy bột, trộn đều vài muỗng chất đạm đút cho con.

Đêm sâu. Hắn vẫn không thể chợp mắt. Số tiền dành dụm sau đợt vẽ thiệp Giáng Sinh, Xuân sắp cạn. Hắn lo quá. Sẽ lấy gì mua sữa, thức ăn cho thằng bé? Vợ chồng hắn cơm rau qua ngày, khổ thật, nhưng chịu được, thằng bé thì không. Hắn từng xin vào làm công nhân vài xí nghiệp, nhưng tất cả đều từ chối khi biết hắn là "lính ngụy", lại thuộc binh chủng Nhảy Dù, một binh chủng nợ máu rất nặng với nhân dân. Khốn thế. Hắn chức tước, lon lá gì cho cam. Chỉ là thằng lính quèn, như thiên lôi, sai đâu đánh đó, nợ nần với ai? Vậy mà bây giờ bị xếp vào thành phần nguy hiểm. Hắn phải làm gì để sống, để nuôi vợ nuôi con? Nàng chợt thức, nhìn qua thấy hắn vẫn mở mắt nhìn trần nhà. Nàng hỏi, giọng ngái ngủ,

"Chồng không ngủ à, nghĩ gì thế?"

"Anh lo quá."

Nàng dụi mặt vào ngực hắn,

"Ráng ngủ đi, lo cũng chả giải quyết được gì, phú cho số mệnh thôi."

Hắn gắt,

"Vợ nói vậy mà nghe được à?"

Nàng ngước nhìn hắn, giọng nhỏ,

"Vợ xin lỗi, tại thấy chồng mất ngủ, vợ xót ruột."

Hắn ôm nàng thở dài,

"Anh cũng xin lỗi đã dấm dẳng."

Đêm đang nghiêng về sáng. Ngoài lộ thỉnh thoảng một xích lô máy vụt qua, tiếng động cơ lớn, vang xa. Hắn quay nghiêng vuốt tóc vợ,

"Ngủ đi."

Phía trong, thằng bé say giấc, mái tóc tơ vàng óng, đôi mắt khép với hai hàng mi dài. Bóng đèn ngủ 6 vol dội trên khuôn mặt trẻ thơ bụ bẫm một lớp kem trắng mịn. Nhìn con, lòng quặn đau. Hắn thương con đứt ruột.

Xế trưa hôm sau con dâu bà chủ nhà xuống chơi với em bé, nhìn mớ thiệp xuân còn lại hôm tết trên bàn, chị cầm một cái lên xem,

"Đẹp quá, chị xin một cái nhé?"

"Chị lấy đi, mấy cái cũng được". Hắn vui vẻ.

"Một cái thôi, để chị khoe với ông xã."

"Ông xã" chị dân chợ trời, mua bán đồ cũ, chủ yếu máy móc gia dụng. Mỗi tuần anh ta dành 2 ngày lùng sục khắp hang cùng ngõ hẻm của thành phố rộng lớn này tìm mua bất cứ thứ gì thuộc loại đồ điện còn xài được (thậm chí đã hỏng nhưng sửa dễ dàng, chả hạn quạt bàn cháy moter, anh ta mua giá đồng nát, mang về quấn lại moter, đánh bóng, làm mới. thế là thành hàng "xịn"), lò sưởi xách tay, nồi cơm điện, lò nướng, máy xay sinh tố, radio chạy điện hoặc pin.... "Ông xã" xem cái thiệp xuân, xuống phòng hắn, đề nghị,

"Tôi đang tìm người "tút" lại những logo trên máy móc bị mờ, cậu khéo tay, chắc làm được, mình hợp tác nhé?"

Luôn luôn trên các món đồ điện gia dụng đều có logo của cơ sở sản xuất, chả hạn chữ Sony hoặc Zamaha trên quạt máy hay lò sưởi. Trong quá trình tân trang, guồng quay đánh bóng hoặc bột chà, dầu chùi đồng có thể sẽ làm mờ các logo, hắn sẽ dùng tài khéo tay của mình "tút" lại những logo này, chuyện quá nhỏ.

"Ông xã" thích hắn lắm, những logo do hắn phục hồi y như mới, nhìn qua, khó phân biệt chân giả. Với mồm mép của anh ta, các món hàng cũ sì, sau khi tân trang, bán ra có khi lời gấp 4, 5. Hắn được trả công hậu hĩnh, tiền sữa, chất đạm cho con đỡ lo. Sau này anh ta cho hắn theo mỗi lần lùng sục tìm nguồn hàng.

Một hôm anh ta và hắn đến mua hàng tại một ngôi biệt thự nhỏ. Nơi đây hắn từng nhiều lần đến hồi còn tại ngũ.

Thời gian ấy hắn đang dưỡng thương. Viên đại úy già trông coi hậu cần của sư đoàn gọi hắn lên trình diện. Ông ta hỏi,

"Nghe nói cậu biết vẽ?"

"Vâng."

"Tôi có người bạn được biệt phái về làm quận trưởng CT, anh ta muốn vẽ lại một bức tranh xưa trên tường, cậu làm được không?'

"Dạ được"

"Tốt quá, vậy chiều hết giờ làm việc, tôi qua đón cậu đến nhà anh bạn tôi, nhé?"

"Vâng."

Biệt thự tuy nhỏ nhưng đẹp, phòng khách rộng, bày biện mỹ thuật. Salon kiểu cổ điển, góc trái là tượng điêu khắc bằng thạch cao lớn như đứa trẻ lên ba, đặt trang trọng trên bục gỗ cao chừng nửa thước, sao lại danh tác Nữ thần tình yêu, khỏa thân, có cánh, tay cầm cây cung, tượng rất nổi tiếng thời Phục Hưng. Vách tường chính treo bức sơn dầu lớn của một họa sĩ Việt Nam, vẽ hiện thực "như chụp" vang danh khắp nước. Vách trái để trống, gia chủ muốn hắn sao lại bức *La liberté Guidant le peuple* của Eugène Delacroix(1), kích thước lớn, chiếm trọn vách tường.

(La Liberté guidant le peuple 1830 của Eugène Delacroix.)

Hắn nhận công việc với nhiều hứng thú. Bức tranh nổi tiếng cả thế giới đã hơn 150 năm, dù chỉ sao lại nhưng hắn vẫn xem là công việc "sáng tạo" nghiêm túc đầy cảm hứng.

Bà chủ khoảng 30. Vợ bé có lẽ, vì so với bà này, ông trên 60. Đẹp, mắt trong, mũi dọc dừa, môi mọng, cổ cao, ngực nở, trường túc. Sống trong biệt thự ngoài bà chủ có thêm một tài xế, cũng quân nhân, do ông chồng điều về nhà phục vụ vợ, và một người chuyên lo vườn tược, vệ sinh trong ngoài, gã này là lính Việt cộng, tỉnh ngộ, tìm về "chính nghĩa quốc gia", theo ngôn ngữ "chiến tranh chính trị", gọi là "chiêu hồi", được ông quận trưởng bảo lĩnh. Ngoài ra, thêm một người nữa, con sen phụ trách bếp núc. Tất cả đều ở nhà dưới bên kia hồ bơi, chỉ lên khi bà chủ gọi. Chức quận trưởng vào thời ấy quyền thế và bổng lộc nhiều. Lính ma lính kiểng, quà "cống hỷ" của con buôn nông, lâm sản… và hàng trăm thứ hái ra tiền từ những dịch vụ vô danh (nên dĩ nhiên… mờ ám) khác. Hắn nghĩ, để có được chỗ ngồi này, nếu không ô dù lớn bao che, hắn phải vài trăm cây mới mua được, chẳng chơi.

Nhưng thôi, đó là chuyện của ngài quận trưởng, hắn chả cần biết làm gì.

May cho hắn, ngài quận trưởng thích nghệ thuật. Chả hiểu thích thật hay "trưởng giả học làm sang". Kiểu nào cũng tốt cả. Còn hơn chán vạn tai to mặt lớn, hắn từng bước vào các dinh thự của tầng lớp này, phô trương kệch cỡm không chịu nổi.

Công việc kéo dài cả tuần. Bà chủ mỗi ngày thường xem hắn vẽ. Hắn cố tình vẽ chậm để được nhìn trộm nữ chủ nhân. Bà ta luôn mặc chiếc váy ngủ dài phủ gót chân, đủ mỏng cho người đối diện thấy chập chờn bên trong thân thể bà, từ hai đồi ngực không nịt vú đến vùng bụng phẳng, và thấp nữa, vòng xì líp đậm màu nhỏ xíu che ỡm ờ phía trước, phía sau nung núc đôi mông tròn như hai trái bóng.

"Cậu vẽ ngực của cô cầm cờ đẹp quá." Bà chủ nói.

Hắn đánh bạo,

"Ngực bà chắc không thua…"

Bà chủ cười vui vẻ,

"Sao cậu biết?"

Hắn dừng tay, quay nghiêng nhìn, tia nhìn chiếu thẳng vào hai trái vú lớn,

"Tôi thấy…"

Bà chủ cười thành tiếng,

"Cậu quá lắm nghe."

Và dương cặp tròng, long lanh ướt, nhìn hắn, hỏi,

"Cậu có người yêu chưa?"

"Lính tráng không lon lá như tôi, ma nào thèm."

"Cậu cao ráo lại có tài, tại cậu không muốn thôi."

"Tôi muốn lắm chứ... Có mối nào bà chủ giới thiệu..."

Bà chủ tới sát hắn, mùi nước hoa hơi gắt nhưng mời gọi. Bộ ngực chỉ cách hắn nửa gang tay, khiêu khích. Mùi thơm của nước hoa trộn với mùi da thịt làm hắn ngây ngất say. Bà ta nhìn hắn, tia nhìn lả lơi, nói nhỏ,

"Cậu muốn, tôi cho..."

Bất ngờ quá, hắn lúng túng. Nhưng tà tâm đã nảy mầm mỗi ngày thêm lớn từ lần đầu diện kiến, hắn không còn sáng suốt để lượng đoán tốt xấu. Mặc, ra sao thì ra. Hắn tự nhủ. Chỉ thánh nhân mới dửng dưng nổi trước tấm thân ngồn ngộn thế kia. Ném vội cây cọ vào chậu nước ngâm, hắn ôm bà chủ, hối hả,

"Muốn... muốn lắm..."

và quì xuống, úp mặt vào hạ thể ẩn hiện sau lớp vải mỏng.

"Ở đây không được... Nhỡ ai... Vô trong đi..."

Hắn theo bà quận trưởng khát tình vào phòng ngủ.

Người thiếu phụ trẻ ăm ắp sinh lực có lẽ nhiều ngày bị "bỏ đói", nên cả buổi chiều hắn bị (được) bà ta quần tả tơi. Với kinh nghiệm và sức trai, hắn làm bà ta chết đi sống lại nhiều lần. Trước khi chia tay, bà chủ ôm hắn, hôn nồng nàn, thỏ thẻ, "Anh thường xuyên đến với em nhé..." (hắn lên chức "anh" ngon lành, dù so tuổi tác, hắn kém bà quận trưởng hơn nửa con giáp), hắn "Vâng, vâng" luôn mồm. Nhưng hai ngày sau, bức tranh hoàn tất, hắn biến luôn. Hắn đủ khôn để tự cảnh giác, chớ dại đùa với lửa, thế nào cũng có ngày ôm đầu máu. Không ăn đạn chì cũng sứt ốc gãy gọng.

Để phục hồi nguyên khí, nhá nhem tối, trước khi về doanh trại, hắn ghé tiệm phở, chén sạch một tô xe lửa, cộng một ly cối soda hai hột gà.

Ông ăn chả bà ăn nem. Chồng bà "mải mê công vụ", tuy già nhưng lắm đào non, lưng bữa nửa tháng mới "qui cố hương" một lần. Đạn dược phung phí bên ngoài, về nhà chỉ trả bài cho phải đạo. Chả bổ béo gì, nhưng bà chủ cố ngậm bồ hòn làm ngọt, cho trong ấm ngoài êm. Dầu gì cũng quận trưởng, quan trên trông xuống người ta trông vào. Khổ nỗi, tấm thân phơi phới thanh xuân, ăn uống bổ dưỡng lại tối ngày nằm dài đọc tiểu thuyết diễm tình (thời ấy chưa có computer nên làm gì có phim nhà nghèo và truyện 18+, nếu có chắc bà ấy... điên), làm sao bà chủ chịu cho thấu. Hắn trẻ, sạch nước cản, lính lác không lon lá, đi đêm với hắn mấy ai ngờ, bà chủ mình vàng vóc ngọc thế kia, hết người sao đi xập xình với thằng lính cùi. Chính chỗ không ngờ nhất lại là chỗ an toàn nhất, bà chủ thừa thông minh hiểu rõ chân lý này, cho nên hắn được chấm nào có gì lạ? Trong đời, hắn thường "trúng số" những quả ái tình "trời cho" như thế.

Chỉ 3 năm, bà chủ già đi nhanh chóng. Áo bà ba quần mỹ-a thay váy ngủ mỏng tang khêu gợi, mặt để mộc không phấn son, móng tay cắt ngắn chả quét son. Bà chủ mang dáng vẻ một bà nội trợ bình thường hắn thấy hàng ngày mọi nơi. Đổi đời quyết liệt quá. Chồng học tập cải tạo. Từ ngồi cao, bỗng rơi xuống làm "thành phần tư sản" có chồng ác ôn, tội ác tày trời. Sự đổi đời này không làm người ta già đi mới là chuyện lạ.

Chắc chắn bà chủ nhận ra hắn, nhưng hoàn cảnh đã khác, bà ta phớt lờ, như chưa từng biết nhau.

Hai người mua được khá nhiều đồ còn tốt, rẻ mạt. Chủ nhân có lẽ không cần tiền, chỉ muốn tống khứ bớt những thứ xa xỉ, tố cáo hùng hồn cái dĩ vãng bóc lột, hối mại quyền thế. Nếu ngày nào cũng "trúng mánh" như đã, hắn nghĩ chẳng những đủ tiền lo cho con, có thêm chất dinh dưỡng cho bữa cơm hàng ngày, mà còn có thể thừa, dành dụm nữa.

Hai năm trôi qua, thằng bé đã lớn, lủn chủn khắp nhà, mọi vật dụng phải dời lên cao, cu cậu vớ được hoặc bỏ mồm trệu trạo nhai, hoặc xé tan tành nếu xé được, và đã bập bẹ gọi ba mẹ. Mùa đông, vài ba hôm có mưa lớn, nước vẫn tràn vào phòng xâm xấp nửa chân giường, thằng bé không chịu lên gác với hai cô hàng xóm, đòi hắn đặt vào thau giặt đồ, đủn lòng vòng khắp phòng, cười sằng sặc thích thú. Chiều con, hắn vẫn phải tạm gác công tác "trị thủy" chơi với thằng bé. Nàng nhìn hắn bò bì bõm đủn chiếc thau nhựa khắp phòng ngập nước, âu yếm,

"Ướt hết, cảm lạnh bây giờ."

Hắn nhìn nàng, quần cộc lộ đôi chân thon trắng mịn, tóc vấn cao, má ửng hồng vì lạnh và mệt, đang quì gối tát nước ra ngoài bằng thau nhựa, cảm thấy yêu vợ quá, muốn nhào lại ôm hôn. Nhờ tiền bạc thoải mái, tinh thần phấn chấn, bữa cơm có thêm dinh dưỡng, nàng đã có da có thịt, trông ra dáng mệnh phụ. Tóc không còn cắt ngắn mà để dài ngang lưng thường được kẹp gọn, phơi ngấn cổ cao, trắng, đổ xuống hai vai tròn. Gái một con trông mòn con mắt. Quả thế, nàng đẹp, cái đẹp của một người đàn bà no đủ tình yêu, từ thể xác đến tâm hồn.

Một hôm anh con trai chủ nhà bận việc, hắn đi lùng hàng một mình. Trời đãi, hắn vớ được món hàng khá ngon lành, một máy may hiệu Singer còn tốt. Kỳ kèo bớt một thêm hai, cuối cùng gia chủ bằng lòng bán với một giá, theo lượng định của hắn, nếu làm mới lại, "tút" cái logo, vô dầu nhớt, món hàng sẽ lời khẳm. Hắn móc bóp, đếm tiền định trao cho gia chủ. Bất ngờ một thanh niên có vẻ bụi bặm từ phía sau bước tới trước, hỏi gia chủ,

"Ông bán nhiêu dzậy?"

Gia chủ thật thà nói giá tiền. Gã nhanh nhẹn,

"Tôi trả thêm ba nghìn."

Gia chủ nhìn hắn ngập ngừng,

"Nhưng tôi đã bán cho chú đây."

"Bán buôn, phải nghĩ đến lợi hại chứ ông chủ."

Gia chủ nhìn hắn lúng túng. Hắn nóng mặt,

"Nè ông bạn, tôi mua rồi mà."

"Bạn trả tiền chưa? Chưa chứ gì. Vậy cái máy may này nào đã thuộc về ai. Đúng không?"

Gã quay sang gia chủ,

"Ông chủ quyết định đi."

"Tôi... tôi...."

Hắn sừng sộ. Gã cũng không vừa. Lời qua tiếng lại càng lúc càng căng. Cuối cùng chuyện phải đến, đã đến. Hắn tuy hơi ốm nhưng 7 năm quân đội đã rèn cho hắn một sức khỏe khá tốt. Đánh nhau, một chọi một, hắn không ngán bất kỳ ai. Cuộc tỉ võ bất phân thắng bại, hắn lãnh của gã mấy quả đấm lệch mũi, ngược lại gã cũng nhận vài trái direct phù môi. Bỗng hắn nghe có vật cứng nện vào lưng. Hắn ngã vật ra trước, trán va mạnh vào bực thềm, máu tuôn xối xả. Đau buốt, Hắn chống tay cố đứng dậy nhưng đầu óc quay cuồng, hắn lại nhã chúi. Bất tỉnh.

Bốn ngày nằm bệnh xá quận, hắn về nhà với một vành... tang trắng quấn quanh đầu.

"Ông xã" cô con dâu bà chủ xuống thăm, nói,

"Cậu nóng tính quá, cũng may không đến nỗi nào, nếu có bề gì khổ cho vợ con. Từ nay cậu đừng đi tìm nguồn hàng nữa, ở nhà lo ba cái logo và tân trang thôi."

Nàng cũng nói,

"Nóng tính và sĩ diện như anh không thích hợp với chuyện bán buôn đâu, nhất định sẽ lại có lúc thượng cẳng chân hạ cẳng tay. Thà tương rau mà yên thân, anh ra ngoài em ở nhà cứ nơm nớp, đau tim lắm."

Thực ra cái nghề này hắn đã rành, từ khâu tìm nguồn hàng, đến sửa chữa, tân trang và bán ra. Với sự khéo tay, hắn nghĩ, thành phẩm của hắn sẽ ăn đứt anh con trai chủ nhà, nhưng hắn không thể. Thứ nhất phòng trọ của hắn chỉ bằng cái lỗ mũi, mặt bằng đâu để chứa hàng cùng dụng cụ tân trang: moter chùi bóng, cưa, đục hàn xì để cắt, vá, dầu, bọt chà láng... Nguyên căn phòng khách lớn của gia chủ còn chật cứng, huống hồ. Thứ hai, dẫu hội đủ mọi điều kiện vật chất, dứt khoát không bao giờ hắn trở thành đối thủ cạnh tranh với ân nhân. Lòng tự trọng và đạo đức làm người không cho phép hắn hành sử vô liêm sỉ như thế.

Không ra ngoài, thu nhập thấp. Chỉ đủ tiền lo cho bữa ăn của thằng bé, vợ chồng hắn phải thắt lưng buộc bụng. Nàng nói,

"Miễn lo được cho con, may mắn lắm rồi."

Hắn ậm ừ ra vẻ đồng tình, nhưng thâm tâm lại nghĩ, phải tìm viêc khác. Nhìn nàng tằn tiện từng đồng, hắn xót ruột quá. Cô tiểu thư ngày nào chưa từng biết túng thiếu là gì, chưa từng đụng tay đến cái ăn cái mặc. Ở nhà cao cửa rộng. Sách vở, văn chương, hội họa, âm nhạc và tương lai tươi sáng phía trước. Nếu đừng yêu hắn, nếu xuất ngoại đoàn tụ với gia đình, hắn sẽ có hướng đi khác, hoàn toàn không như bây giờ.

Bây giờ, vợ chồng con cái phải chui rúc trong căn phòng ẩm thấp, chạy ăn từng bữa, thiếu trước hụt sau.

Phải tìm công việc mới thôi.

(1) Tranh "Tự do dẫn dắt nhân dân" (La Liberté guidant le peuple 1830) có hình ảnh biểu tượng Nữ thần tự do trong tư thế xông lên, tay đang phất cờ khí thế hào hùng, dẫn đầu một đoàn người cầm súng đứng trên tuyến đầu chiến lũy. Hình ảnh của cậu bé đội nón mềm, mỗi tay cầm một khẩu súng ngắn đã tạo cảm hứng mãnh liệt do văn hào Victor Hugo tạo dựng 30 năm sau đó nhân vật Gavroche trong quyển tiểu thuyết Những người khốn khổ (Les Misérables 1862).

*

Hắn ngồi uống cà phê dưới mái hiên của nhà hàng TT. Sài Gòn lúc nào cũng nhộp nhịp, xô bồ. Dưới lòng đường chen chúc xe đạp, xe lam, xích lô máy, xích lô đạp, Honda, bộ hành... Tiếng động cơ, còi xe ầm ĩ. Ai cũng có vẻ tất bật. Bên kia, trên vách cao ốc nhiều tầng một bảng lớn chiếm gần trọn diện tích mặt tường vẽ ba người tiêu biểu cho ba giai cấp. Một thanh niên đeo kính trắng, áo sơ mi ngắn tay, ôm chồng sách dày, đại diện giới trí thức. Một thiếu nữ quấn khăn rằn, áo bà ba đen, đại diện giới nông dân. Một thanh niên nữa, đầu đội mũ bảo hộ lao động, áo xanh, đại diện giai cấp công nhân. Ba người cùng cười tươi, ngước mặt nhìn lên về một hướng. Hậu cảnh là cánh đồng lúa vàng trải dài, xa xa nhà máy với cột lớn nhả khói lên nền trời xanh. Ngang phía dưới một băng đỏ, chữ vàng: Đoàn kết để tiến nhanh tiến mạnh lên Chủ nghĩa xã hội. Nét vẽ rắn rỏi, từng mảng màu được tính toán khéo léo. Đọc báo hắn biết đây là tác phẩm đoạt giải lớn trong cuộc thi sáng tác tranh cổ động vừa tổ chức năm qua trên qui mô toàn quốc. Nghành đồ họa có vẻ được xem trọng dưới chế độ mới. Hắn có tham dự một vài triển lãm fineart tập thể. Nhìn chung, lối vẽ hiện thực của thập niên 30 về trước làm nghệ thuật tạo hình Việt Nam dừng lại, trở nên lạc hậu so với hội họa thế giới. Và gây không ít lúng túng, bỡ ngỡ cho đa số họa sĩ xuất thân từ miền Nam. Xem những bức tranh hiện thực của họ, thấy tội nghiệp. Cũng vẽ công nhân nhà máy, cũng thu hoạch nông sản, cũng hộp tổ phân công, vần công… nhưng thanh niên nam nữ rất… tiểu tư sản, nho nhã, yểu điệu thục nữ, ngực lép, cổ dài kiểu Modigliani và nhất là tay, vốn khó vẽ, thường được giấu kín đâu đó, sau một cỗ máy, một bó lúa chẳng hạn. Khác hẳn họa sĩ miền Bắc, hình họa vững nhưng lúc nào cũng lên gân, gồng mình, rất kịch và giả, lối tạo hình, bút pháp ảnh hưởng nặng Liên Sô và "các nước Xã hội chủ nghĩa anh em" thời ấy. Tóm lại, với tư cách một người thưởng ngoạn, hắn thấy hội họa Việt Nam nếu đi trên con đường này chả chóng thì chày sẽ vào ngõ cụt.

Một phần vì áo cơm, một phần hắn thấy làm hội họa theo chỉ đạo hiện thực như thế không hợp thể tạng hắn, nên không còn hứng thú tham gia.

"Nghĩ gì mà mặt mày thộn ra thế?"

Thanh niên vừa nói vừa kéo ghế ngồi đối diện hắn. Một

thằng bạn quen. Cũng dân cầm cọ, nhưng vẽ tệ, chả tiếng tăm gì. Đã rửa cọ. Hắn đưa tay cho thằng bạn bắt, cười,

"Lâu quá không gặp mày."

"Ừ, mấy năm rồi nhỉ?"

"Gì mà mấy năm, chỉ trước giải phóng."

"Một năm, thế mà tao cứ nghĩ phải ít nhất ba năm."

Thằng bạn quay vào trong gọi tiếp viên,

"Cho một cà phê đen đá"

Rồi nhìn ra đường,

"Phố xá lúc nào cũng đông, nhưng buồn quá."

"Buồn?"

"Mày nhìn xem, một màu ảm đạm, chỉ rặc toàn áo bà ba, quần đen, không buồn à?"

Hắn giật mình, vì lo chuyện cơm áo, hắn chả để tâm những việc gì không giúp gia đình hắn thoát cảnh chạy ăn từng bữa. Thằng bạn nhận xét không sai, trước đây trai gái bát phố quần là áo lượt, đủ màu, đủ kiểu, nay chỉ độc hai màu đen trắng, hoặc nếu có màu cũng chỉ xám xịt, buồn tẻ. Thiên hạ ai cũng muốn biến thành vô sản, lao động tiên tiến.

"Bây giờ mày làm gì?" Hắn hỏi.

"In lụa. Còn mày?"

"Thất nghiệp."

"Tao có xem loạt thiệp Tết của mày, chỗ tao đang cần họa sĩ tạo mẫu. Muốn làm không? Tao giới thiệu."

Hắn mừng quá,

"Muốn… còn gì bằng."

Đó là một cơ sở nhỏ, thằng bạn phụ trách phơi lụa và in cùng với chủ nhân. Hắn sẽ chịu trách nhiệm thiết kế mẫu mã.

Trước đây có một họa sĩ lo việc này, nhưng anh ta vừa vượt biên. Hắn đến đúng lúc. Chủ là một trung niên, xuất thân Mỹ nghệ Bình Dương. Anh ta đã xem các thiệp Tết của hắn, thích, nên nhận cho hắn vào làm việc ngay. Lương căn bản không cao, nhưng nếu mẫu được chọn sẽ có thêm huê hồng. Thời điểm này in lụa rất được ưa chuộng ở Việt Nam. Các cơ sở kinh doanh lớn nhỏ đều cần Thiệp Tết, Thiệp Giáng Sinh, Thiệp cưới, Thiệp Sinh nhật, Thiệp mời ăn mừng thành quả, Thiệp mời giới thiệu sản phẩm… in máy nhanh và tiện nhưng không sang bằng in lụa. Thành ra cơ sở có việc làm quanh năm, và dĩ nhiên hắn có cơ hội phát huy tay nghề. Nhờ thời gian dài ở QN vẽ ký họa nên những mẫu mã của hắn đa dạng, sinh động, ăn khách. Cơ sở phát đạt, hắn trở thành con cưng, lương tăng, huê hồng bộn. Thu nhập rất khả quan. Vợ hắn vui, thời gian đầu lương và lợi nhuận phụ trội hắn mang về đầy đủ. Khổ nỗi, thằng bạn thuộc dân nhậu, có băng nhóm hẳn hòi. Vài lần hắn nể tình nhập băng, dần dần trở nên thành viên tích cực, phải cắt bớt thu nhập để… chu toàn bổn phận hội viên. Cũng không sao, phần của vợ con vẫn thoải mái. Chỉ phiền, chiều nào hết giờ làm, thay vì về nhà, hắn cũng cùng thằng bạn đến các tụ điểm văn nghệ uống bia hơi, tán phét. Vui đáo để, và cũng… hư đáo để.

Thói thường, có ăn nhậu, có bốc phét là có… gái gú nhăng nhít. Các món này vốn họ hàng mật thiết, hỗ tương, đối đãi cho nhau nhịp nhàng, ăn khớp.

Một hôm có em hình như lần đầu lạc vào tụ điểm. Thằng bạn nói,

"Trông em xăng nhớt đầy đủ, thằng nào tán được, tao chịu một chầu mút chỉ."

Hắn khoác lác,

"Chuyện nhỏ, để tao."

Hắn đứng dậy cần ly bia qua bàn em,

"Anh ngồi được chứ?"

Em ngước nhìn hắn. Tia nhìn không có vẻ gì ở thế thủ như hầu hết mọi cô gái trong tình huống tương tự, ngược lại, đầy ngạo mạn,

"Ông bạn, muốn gì đây?"

Hắn hơi bất ngờ nhưng trấn tỉnh được ngay,

"Chà, anh rất thích tính cách của em. Cho anh ngồi chứ?"

"Tự nhiên, ghế trống mà."

Hắn kéo ghế ngồi đối diện em. Ngắm kỹ, nhan sắc em trung bình cộng, nét ngổ ngáo hiện rõ trong đôi mắt xếch, sắc lẻm và chiếc miệng rộng, môi trên hơi vểnh. Tướng tá lại cao ráo, khỏe mạnh, nở nang. Em mặc áo full rộng cổ, ngực lớn, lộ rãnh lõm sâu kích thích trí tưởng tượng. Như đánh giá của thằng bạn, "em thơm".

"Mình uống nhé, anh bao giàn."

Em bật cười lớn,

"Tôi uống nhiều, coi chừng cháy túi, về vợ cho ngủ ngoài hiên đừng trách."

Gặp thứ thiệt rồi, hắn nghĩ, song đã phóng lao phải theo lao, hắn ra vẻ bất cần,

"Không sao, nếu quả thực em uống nhiều thì lâu lâu gặp tửu đồ tương xứng, ngủ ngoài hiên cũng đáng."

Em uống cừ thật, hai người uống hết nửa can bia hơi (mỗi cang 20 lít), em vẫn tỉnh queo. Men làm em hưng phấn, không khảo cũng khai. Em vừa bị đuổi khỏi một quán bar. Những năm đầu giải phóng chưa có bia ôm nhưng vẫn còn môt ít quán bán bia rượu được phép hoạt động, với điều kiện không đèn đóm mờ ảo, các tiếp viên phải nghiêm chỉnh. Một anh chàng vào quán, uống vài chai, tưởng như xưa, dở trò "xào khô", bị em tát cho một bạt tai tóe lửa. Chủ quán lên lớp không nên đối xử với khách như thế, vả lại cái nghề này vốn chả tốt lành gì, cho khách sờ mó một tí, mất mát gì đâu. Em nóng máu lời qua tiếng lại. Kết quả em bị đuổi việc. Buồn, em đi lang thang, thấy chỗ này bán bia hơi, em ghé làm vài ly giải sầu.

"Anh nghĩ có tức không, mình làm tiếp viên chứ có làm đĩ đâu."

"Trước em làm gì?"

"Giáo viên. Mất dạy, túng quá phải đi làm tiếp viên"

"Trời, dữ như em, học trò chắc sợ té đái."

Tối vãn hát, hắn đưa em về. Nhà em ở một quận ngoại thành. Qua khỏi BQ, hắn thấy phía bên trái lộ có công viên nhỏ, đúng hơn, là bãi trống, chính giữa vươn cao một một bia lớn kẻ tên khoảng 180 liệt sĩ (hắn không nhớ chính xác) đã hy sinh vì bị phi cơ trực thăng ngụy xạ kích khi đơn vị này tấn công vào phi trường. Bia dựng trên bệ nhiều tầng, cao quá đầu người. Tầng đầu ngang tầm ngồi. Hắn nói,

"Mình vào đây nghỉ một tí, anh hơi choáng váng."

Em chưa kịp trả lời hắn đã nhanh chóng quẹo vào. Hắn choáng váng thật. Cả ngày chả ăn gì, bao tử rỗng, lại đổ vào một phần tư can bia, không say mới lạ.

Hắn dựng xe, tắt máy,

"Mình đến bệ bia ngồi hóng gió một lát, cho tỉnh."

Cả hai vừa đặt mông chưa kịp an tọa thì một tia đèn pin từ sau bệ tượng rọi ngay vào mặt, cùng lúc một toán dân phòng xuất hiện. Gã đi đầu, trưởng toán, gay gắt,

"Anh chị tính vào đây dở trò tiêu cực phải không?"

Một gã khác lớn tiếng,

"Anh chị định làm chuyện bậy bạ chỗ này à?"

Một gã khác nữa,

"Giải hết về phường cho cấp trên xử lý."

Phường là một ngôi nhà lớn, có lẽ của gia đình tư sản nào

đó đã trốn ra nước ngoài bị chính quyền trưng thu. Sân rộng trước trụ sở phường được chiếu sáng bởi hai ngọn đèn pha công suất lớn, nhiều người đang tất bật trang trí một xe hoa. Trên nóc xe dựng đứng chân dung bác khoác áo đại cán màu trắng tươi cười vẫy tay chào. Chân dung kích thước lớn nhưng vẽ quá tệ, chẳng những chả giống mà về mặt mỹ thuật là một sự bôi bác nặng nề. Hắn chợt nhớ tuần sau là ngày Phòng cháy chữa cháy, sẽ có xe hoa diễu hành của các cấp, từ phường, xã đến quận trong địa bàn thành phố. Các xe hoa đẹp sẽ được cấp bằng khen, vì vậy mọi cơ quan đều nỗ lực trổ tài để giật được mảnh giấy khen. Vẻ vang lắm.

Hắn và em lo sợ. Chả hiểu sẽ thế nào đây. Nhất là hắn, nếu chuyện đến tai nàng, hậu quả khó lường. Nửa can bia hình như không còn mảy may tác dụng. Cả hai tỉnh như sáo. Càng tỉnh hắn càng lo, hắn nhìn ra ngoài, nhìn chân dung bác. Chợt lóe lên ý nghĩ, có lối thoát rồi.

Từ lúc bị giải về phường, hai người theo lệnh đồn trưởng công an, ngồi trên băng ghế sát cửa trong phòng chờ xử lý.

Hắn đứng dậy, thò đầu ra, nói lớn, làm như vô tình tự thán,

"Vẽ chân dung bác như thế này bất kính quá."

Ông phường trưởng, trung niên, sơ mi màu cứt ngựa bỏ ngoài quần cũng màu cứt ngựa, đội mũ cối. Hắn đoán có lẽ ông này từ quân đội chuyển sang, quay ngoắt nhìn hắn,

"Cậu kia, vừa nói gì?"

"Thưa, tôi nói ai vẽ chân dung bác không đạt."

"Cậu là ai?"

"Thưa, tôi là họa sĩ thuộc hội Mỹ thuật thành phố Hồ Chí Minh"

Thực ra hắn vừa nói khoác, hắn chả phải hội viên. Vào hội là phải họp hành, học tập, bồi dưỡng tay nghề, nghiệp vụ, tư tưởng… linh tinh, hắn tối kỵ mấy món này, và càng không muốn hơn nếu bị ràng buộc, câu thúc bởi những nội quy, điều lệ rắc rối. Ánh mắt ông phường trưởng dịu xuống nhanh chóng,

"Cậu vẽ tốt hơn chứ?"

Hắn quả quyết,

"Thưa vâng ạ."

Hắn bước ra sân, tỏ vẻ muốn chứng minh lời nói,

"Các anh cho tôi mượn sơn cọ, cái thang cùng hình mẫu bác."

Hắn leo lên nóc xe, vung cọ trổ tài, thoăn thoắt. Ba tiếng sau bức chân dung hoàn tất. Dĩ nhiên đẹp, giống nhiều lần hơn họa phẩm của anh thợ vẽ vườn nào đó. Mọi người trầm trồ. Tội trạng của hắn và em không ai nhắc đến, trái lại, đều nể trọng ra mặt. Trước khi về, hắn thòng,

"Ngày mai tôi sẽ đến giúp trang trí xe hoa."

Ông phường trưởng vui mừng như vớ được vàng, bắt tay hắn, cảm ơn rối rít. Trên đường về em hỏi hắn,

"Anh là họa sĩ?"

Hắn vênh mặt,

"Chứ sao, đồ bỏ à?"

Em im lặng, một lúc em nhẹ áp má vào lưng hắn. Xong rồi. Một con nhạn đang là đà. Nhưng như có truyền giao cách cảm, hắn chợt nhớ vợ con. Đưa tay xem đồng hồ. Một giờ sáng. Hắn biết chắc nàng đợi hắn, chưa ngủ. Con nhạn này đã là đà, chuyện bắn hạ, mần thịt là chuyện trong tầm tay. Để đó, thư thả hẳn tính. Bây giờ phải về thôi.

Hắn đến nhà gần 2 giờ sáng. Gõ cửa. Trong vũng sáng yếu của bóng đèn ngủ, nàng cỏ vẻ xanh xao, mệt mỏi. Nàng nói, giọng buồn,

"Sao hôm nay chồng về trễ thế?"

"Em không ngủ à, đợi anh làm gì?"

“Chồng chưa về làm sao em ngủ được.”

Câu trả lời nhỏ nhẹ, cam phận. Hắn xúc động, quàng tay ôm nàng, hôn nhẹ lên môi nàng, rồi vừa thay đồ ngủ vừa nói rõ lý do tại sao hắn về trễ, chỉ khác tí chi tiết, thay vì “em” là một người bạn ở vùng ấy, nhờ hắn trổ tài để gã lấy điểm với chính quyền sở tại,

“Anh có hứa ngày mai sẽ đến trang trí giúp họ. Em đi với anh cho vui.”

“Ai chăn cu P, anh quên à?”

“Ừ nhỉ.”

Hắn thương nàng quá. Từ ngày lấy hắn và có con, nàng biến thành người khác, hoàn toàn đối nghịch với cô tiểu thư yểu điệu thục nữ, yêu văn chương, âm nhạc, hội họa. Nàng đoạn tuyệt hẳn với quá khứ. Có lần hắn hỏi nàng,

“Sao độ này em biếng đọc sách, trước, em mê lắm mà?”

“Chồng và cu B là hai cuốn trường thiên hấp dẫn em đọc hàng ngày đó thôi.”

Hắn nhìn nàng thương cảm. Trước sau, hắn vẫn yêu nàng, tình yêu luôn tròn đầy như buổi đầu, dù tháng năm chất chồng, dù thanh xuân phai tàn. Nhưng hắn cũng tự biết nhược điểm của bản thân: nhạy cảm, mê cái đẹp, của lạ, dễ bị quyến rũ, sa ngã. Đó là nguyên nhân dẫn dắt hướng đi đời hắn vào những ngã rẽ bất ngờ. Hắn không nguôi dằn vặt, tự bỉ. Luôn nhủ lòng, phải tu chỉnh, để xứng đáng với sự hy sinh, thủy chung, tình yêu không so đo, mặc cả của nàng. Nhưng chỉ được lưng bữa nửa tháng, hắn lại rơi vào lầm lỗi. Giằng co này tái đi tái lại hàng nghìn lần trong suốt cuộc đời, khiến hắn lúc nào cũng sống trong nỗi bất an, không ngừng tự phê phán, hối hận, hứa sửa sai và phản bội lời hứa. Phải chăng hắn là nghệ sĩ. Bản chất của nghệ sĩ vốn thế? Hắn cảm thấy biện minh này mang hơi hớm trá ngụy hèn nhát.

Lê Hải Triều

12

Cảnh quang trên đỉnh đồi phía trái làm ông già ngạc nhiên. Hơn tuần nay ông không để ý. Giờ, nhờ dõi mắt theo đôi chim bồ câu bay về hướng đồi ông mới phát hiện, một ngôi nhà lớn đã mọc lên từ lúc nào. Ngôi nhà sơn trắng, ngói đỏ vươn cao khỏi rặng cây xanh, vòng tường thấp bao quanh, những thân cọ thẳng vút in trên nền trời xám đục một màu sẫm, nhìn xa, giống những cây cọ vẽ màu nước cắm ngược. Ngôi nhà, vườn tược, hoa cỏ, cây xanh đều được tiền chế, nuôi trồng sẵn, to nhỏ cỡ nào cũng có, chỉ việc dùng trực thăng mang tới lắp ráp, đào hố chôn, vài ngày là xong, tinh tươm, mỹ thuật, tươi xanh, màu sắc, giống loại phù hợp với môi trường chung và ý thích của gia chủ. Kỹ thuật xây cất bây giờ, nhất là ở những quốc gia tiên tiến, ảo hóa như chuyện thần thoại. Xem phóng sự trên TV, ông thấy ở Trung Quốc người ta hoàn tất một buillding cao hàng chục tầng chỉ trong vòng... 6 tiếng đồng hồ. Lúc còn khỏe ông già có dịp du lịch nhiều nơi, từ Á sang Âu, Trung Đông, Bắc Phi... được tiếp cận, nhìn ngắm bao nhiêu công trình xây cất đồ sộ, hiện đại. Tháp đôi Petronas cao nhất thế giới ở Malaysia; Tòa nhà cũng được xem là cao nhất, đẹp nhất ở Dubay, trụ sở Liên Hiệp Quốc ở NewYork, Mỹ, nhà thờ Đức Bà Paris, Pháp, Những giáo đường cực kỳ hoành tráng trên khắp Âu châu, nhà hát Con Sò ở Australia, Những ga xe lửa sâu trong lòng đất ở Nga, cây cầu lót sàn bằng kiếng bắt ngang vực sâu giữa hai vách núi ở Trung Quốc...

Ngay tại Việt Nam ngày nay, qua phim ảnh, internet, và qua những lần về nước lúc còn khỏe, hắn biết những thành phố mới, những xây dựng qui mô, những cao ốc hiện đại vài chục tầng, những thương xá không thua bất cứ quốc gia phương Tây nào về mặt qui mô, tân kỳ; Khu phố ngầm dưới công viên Tao Đàn cũ...

Nhưng ở đâu cũng vậy, chỉ mặt nổi thôi. Sự thật đại đa số những phận người vẫn chạm mặt hàng ngày với đói nghèo, bệnh tật không tiền thang thuốc. Vẫn chui rúc trong các ổ chuột bẩn thỉu. Thủ đô hiện đại, rực rỡ của Ấn Độ, có những tỉ phú xây nhà cao tầng bằng đá hoa cương, với hàng trăm phòng, tường dát vàng, kể cả hồ tắm, phòng vệ sinh, bồn cầu bằng vàng nguyên khối; những đền đài uy nghi chạm khắc kỳ công, mỹ thuật. Nhưng hãy ra ngoại thành, vào khu ổ chuột, sẽ thấy sự cơ cực của giới cùng đinh. Ông già từng xem các clip ghi hình nhiều nơi cư trú tồi tàn của dân nghèo ở quê hương ông, tự hỏi, làm sao người ta sống được trong môi trường đó. Vậy mà họ vẫn sống, vẫn tồn tại, các thế hệ con cháu vẫn ra đời. Kỳ diệu và lạ lùng thay.

Ông già đã một thời có cuộc sống không khá hơn bao nhiêu.

Nàng nói,

"Hôm nay em cho chồng điểm tâm món này, tuyệt cú mèo."

"Vợ làm, món gì lại chả ngon."

"Giỏi nịnh. Thế nước lã có ngon không?"

Hắn vòng tay ôm, xoay mặt nàng về phía hắn, xoa tay lên vùng bụng đã nhu nhú, cúi hôn đôi môi dày mọng ướt, ngấn cổ cao trắng mịn, khe lõm giữa hai bầu vú đã lại no tròn,

"Không có gì vẫn ngon, nữa là"

"Thôi đi ông, nịnh mãi không chán à?"

Nàng cũng ôm hắn, vuốt tay lên má, dụi mặt vào ngực, tiếp,

"Vợ yêu chồng."

"Bằng chồng yêu vợ không?"

"Hơn."

Hắn cúi xuống hôn nàng,

"Ôm vợ, lần nào cũng rạo rực, kỳ."

Nàng nhẹ đẩy hắn ra, nguýt yêu,

"Lại sắp dở trò…"

Đêm qua gối đầu trên ngực nàng, nhìn hai bầu vú vẫn còn săn chắc, trắng mịn dù nàng cho con bú, hắn nghĩ, sẽ không bao giờ hết yêu nàng, hết nâng niu tấm thân nàng.

"Chồng lại thèm…"

"Thiệt tình… Không biết bao nhiêu cho đủ… Thôi… Để vợ lo điểm tâm, trễ làm bây giờ."

Hắn làm bộ thở dài,

"Món chồng thèm nhất lại không cho ăn…"

Song món "tuyệt cú mèo" nàng khoe là đây, cơm cháy chiên dòn rắc thịt chà bông, thêm vài nhánh ngò trên mặt cũng bắt mắt và khích thích khẩu vị lắm.

Hắn ngồi vào bàn, nhìn đĩa điểm tâm cạnh tách cà phê bốc khói thơm đậm, hắn cảm nhận sự ngọt ngào của tình vợ chồng. Hắn mong sẽ mãi mãi như đã, không cần gì nữa. Mặc kệ thời thế đổi trắng thay đen, mặc kệ mọi biến động. Một công việc hợp khả năng, vững chắc, và giá vẽ, những cây cọ, những ống màu. Đủ rồi. Cuối tuần nếu không đưa vợ con dã ngoại, hít thở bầu khí thiên nhiên trong lành thì hắn ngồi trước khung vải trắng vọc sơn. Sẽ tái hiện bằng sắc màu hạnh phúc của hắn, những trăn trở, kiếm tìm cái lạ, cái mới. Được ném những mảng màu lên mặt bố, được hít thở mùi thơm của sơn, của dầu, với hắn, đồng nghĩa với hô hấp. Tưởng tượng một ngày nào đó không còn được gần những thứ thân yêu này, hắn không biết mình sẽ ra sao.

Dùng xong bữa điểm tâm, hắn hôn nàng. Bước tới chiếc giường nhỏ, nhìn thằng bé ngủ say, hai má bụ bẫm, đôi môi chúm chím, hắn cúi hôn vầng trán phẳng. Ra xe đến chỗ làm.

Cơ sở chưa mở cửa. Lạ, có chuyện gì thế? Hắn đến gần, nhìn qua khung kính nhỏ trên mặt cửa, bên trong tối, không đèn đóm. Hắn ra xe ngồi chờ thêm mươi, mười lăm phút, vẫn không động tĩnh. Nắng lên cao, hắn dõi tia nhìn theo bóng nắng đã liếm tới chân cửa. Tia nhìn chợt bắt gặp mảnh giấy thò ra qua khe hở. Hắn vội bước tới, cúi nhặt, đọc: "Gia đình anh đi xa". Thông tin chỉ vỏn vẹn có thế. Hắn đến nhà thằng bạn, gã cũng biệt tăm.

Hắn về nhà, nàng hỏi,

"Sao chồng lại về?"

Hắn cho nàng hay tình trạng lạ ở cơ sở. Hai người đều hoang mang.

Vài hôm sau, qua người thân của thằng bạn, hắn được biết gã và gia đình anh chủ đã vượt biên. Không lâu sau cơ sở in bị trưng thu. Hắn có thể tiếp tục công việc, nếu muốn. Nhưng lương tiền sẽ theo biên chế, không như cũ. Vả, hắn không thích làm việc cho nhà nước. Họp hành, chỉ đạo, khắc phục, phấn đấu… Bốn năm, hàng trăm khẩu hiệu nhàm nhạt, hắn từng nghe, từng thấy, từng biết, đến phát ngấy. Hắn tự do đã quen, đã thành quán tính. Chẳng bao giờ, thà gặm đất, nhất định không chui vào cái rọ tù túng ấy.

Thằng bé đã lên bốn. Vợ hắn đang mang thai đứa con thứ hai. Hắn lo quá, căn phòng nhỏ, làm cách nào chứa được bốn thành viên trong tương lai gần? Nhất là những đứa con rồi sẽ lớn, sẽ rất cần không gian riêng.

Đã ba năm nay thằng bé không còn ngủ chung. Vợ chồng hắn sắm cho cu cậu chiếc giường nhỏ. Vài ngày đầu thằng bé không chịu, nhưng dần dần cũng quen. Như tất cả mọi cặp đôi khác, hắn và nàng cần một bầu không khí riêng, cho sinh hoạt vợ chồng, nhất là với hắn, tính dục mạnh cộng với tình yêu cuồng nhiệt, gần như đêm nào hắn cũng phải đi sâu vào nàng một lần mới ngủ được. Nàng yêu hắn, chiều hắn, và cũng cần thiết muốn hắn ăn nằm với nàng mỗi đêm. Hắn từng nói với nàng, "tình yêu chỉ trọn vẹn và bền vững khi hòa hợp gối chăn". Quả thế, không bao giờ hắn chán nàng, và ngược lại. Đêm nào cũng ân ái, đêm nào cũng chả khác gì đêm tân hôn. Thậm chí còn tuyệt vời hơn, bởi kinh nghiệm và thấu hiểu thói quen, vùng nhạy cảm của nhau. Hắn và nàng nương đẩy, hợp tác để đưa nhau đến tuyệt đỉnh không sót lần nào.

Yêu nhau, hòa hợp từ tinh thần đến thể xác như thế, tưởng sẽ bình yên tận hưởng hạnh phúc cho đến ngày chung cuộc.

Thế mà hắn bỗng thất nghiệp. Phải làm sao?

Khuya, cả hai vẫn chưa ngủ. Hắn vuốt tóc nàng đang gối đầu trên ngực hắn,

"Sắp thêm đứa thứ hai, không thể ở đây, anh đã tính sẽ mượn trước anh S một số tiền mua căn nhà nhỏ, trừ dần vào lương. Chưa kịp mở lời thì gia đình ảnh vượt biên. Xui thật."

Nàng hôn lên ngực hắn, cười,

"Đợi chồng tính có mà bán lúa giống. Vợ đã tính từ lâu. Bốn năm nay vợ dành dụm được ít tiền đủ mua một căn nhà nhỏ vùng ngoại thành. Mai chồng đi tìm nhà. Chỉ ngoại ô thôi nhé. Trong nội thành đắt lắm, mua không nổi đâu."

Thì ra nàng đã tính hết. Đàn bà hay thật. Hắn ôm siết nàng, thở phào nhẹ nhõm,

"Yêu vợ quá. Chồng muốn thưởng cho vợ"

"Bằng cách nào?"

"Cách này."

Hắn đẩy nàng ngửa người…

Hơn tuần lùng sục, hắn tìm được một căn nhà tường gạch, mái tôn, ngang khoảng 4m, dài chừng 10m, vừa với số tiền nàng tích cóp. Rẻ mạt, chỉ bằng nửa giá so với một ngôi nhà cùng kích cỡ trong nội thành. Lý do: nhà nằm ở một địa phận rất… liêu trai chí dị: rìa khu nghĩa địa. Không nước máy, điện đóm câu lung tung, qua nhiều nhà, từ đầu hương lộ, chỗ tiếp giáp với nội thành dẫn vào trong, chằng chịt dây nhợ như mạng nhện. Thậm chí vài nhà còn xài đèn dầu hôi. Xóm chỉ vài mươi nóc gia, có cái tên nghe rất… ấn tượng, xóm Nghĩa Địa, nằm xen kẽ giữa những rặng tre gai, những lùm bụi um tùm và những mả hoang không ai cải táng. Xưa kia xóm nằm trong khuôn viên nghĩa địa nhưng một hai gia đình từ đâu đến cất đại nhà cửa, những kẻ đến sau noi theo, dần dần nghĩa địa thu hẹp, xóm hình thành. Dẫn vào xóm là con đường đất xuyên qua nhấp nhô mả mồ. Ngay bên hông, sát tường căn nhà hắn tìm được cũng có một mả xưa xây bằng đá ong, tấm bia đã sứt mẻ, ghi bằng chữ Tàu, mờ nhạt, chữ được chữ mất, hắn đoán ngôi mộ hoang phế từ rất lâu, thân nhân đã lưu lạc phương nào. Hắn nói,

"Với số tiền mình có, chả thể mua chỗ nào khác."

"Thì mua."

"Vợ không sợ à?"

"Người sống mới sợ, chết, sợ gì."

Đúng như tên gọi, xóm Nghĩa Địa. Đêm, tiếng chó sủa trăng, tiếng tu hú rúc, tiếng xào xạc rặng tre động gió, lập lòe ánh sáng của đom đóm chập chờn khắp nơi. Nhất là mùa đông, mưa vật vã ngoài trời tối đen như lọ, mưa ầm ĩ trên mái tôn, mưa phủ kín ngôi cổ mộ mỗi khi sấm chớp lóe sáng soi rõ tấm bia sứt mẻ ngoài cửa sổ. Hắn hỏi nàng,

"Buồn quá phải không vợ?"

Nàng ôm hắn, kéo tấm chăn phủ kín hai vợ chồng,

"Không, có chồng, em chả bao giờ buồn."

Hắn biết nàng nói dối cho hắn yên lòng. Môi trường này, không buồn có họa là thánh. Hắn hôn nàng. Đôi môi ngọt, mềm. Nồng nàn.

Thất nghiệp, nằm nhà, hắn giúp nàng làm những việc nặng: đóng lại cánh cửa long đinh, tô xi măng lại sàn rửa chén, xách nước từ giếng giữa xóm về đổ đầy 2 thùng phuy, tắm cho con khi nàng bận nấu cơm, giặt đồ… Rảnh, hắn miệt mài vẽ. Sắc màu, những bức tranh giúp hắn quên bớt âu lo. Hắn nghiệm thấy sự màu nhiệm của nghệ thuật, vùng đất mãi mãi bình yên mỗi khi hắn đắm mình vào. Cũng độ này, ngoài hội họa, hắn võ vẽ làm thơ, những bài thơ như một hình thức ghi nhật ký, hắn không có khiếu gieo vần, tạo chữ nên dĩ nhiên tệ, nhưng với hắn, ít nhiều đánh dấu những giai đoạn khó khăn không thể quên trong đời. Nhớ lại, hắn vừa buồn cười vì mớ chữ nghĩa thô vụng, vừa xúc động vì đã gợi nhớ bao điều,

Nửa khuya tỉnh giấc ngó ra
trăng trên vườn mộ đã tà bóng ngiêng
vắt khô hết mọi não phiền
nhẹ tênh hồn phách dong miền chân như.

Hoặc nữa

Dăm ba cốc rượu cay xè
Con thơ động giấc lè nhè suốt đêm
Vợ buồn mặt mũi lấm lem
Trời đau đổ trận ngoài thềm giọt sa
Canh tàn tỉnh rượu trông ra
Quanh ngôi cổ mộ cỏ gà lên xanh.

Cổ mộ. Sống gần, quen mắt, trở nên thân thuộc. Nhiều đêm có trăng hắn cùng nàng ngồi trên bờ tường thấp quanh ngôi mộ, đón gió mát từ nghĩa địa thổi vào, ngắm mặt trăng ra khỏi rặng tre, dần lên cao, vằng vặc, dội ánh sáng êm nhẹ xuống khu xóm im vắng. Hắn có cảm tưởng đã xa lìa hẳn mọi xô bồ, bon chen của thành phố, dù cách nơi này không xa. Nàng ngả đầu vào vai hắn,

"Ở đây không khí trong lành quá chồng nhỉ?"

"Yên tĩnh nữa."

"Vợ thích."

Hắn ôm nàng, siết mạnh,

"Anh yêu em."

Nàng nhìn hắn, âu yếm,

"Biết rồi, nói mãi…"

"Anh sẽ nói hoài, không chán, suốt cuộc đời này."

Nàng sung sướng nhích thêm, như muốn cuộn tròn trong lòng hắn,

"Ôm vợ chặt nữa đi, cho vợ ngủ."

Trăng lên đến đỉnh đầu. Gió càng về khuya càng mạnh. Xa, ngoài nghĩa trang, ánh trăng dội xuống những nhà mồ, những mộ bia cao thấp chập chùng. Cảnh vật như trong mơ. Biên giới giữa cõi sống và cõi chết có vẻ bị xóa bỏ.

Nàng ngủ thật. Đôi mắt khép, vành môi trễ, chiếc mũi thon. Nhìn khuôn mặt bình yên không gợn chút âu lo, hắn vừa thương vừa phục nàng vô vàn. Sự cam chịu và kiên cường âm thầm của nàng, như lực đẩy, giúp hắn vượt qua bao nhiêu bất ưng suốt bốn năm qua. Không có nàng, hắn nghĩ, có lẽ cuộc đời hắn đã trầm luân hơn.

Hắn in lụa được, nhưng không có mặt bằng mở cơ sở, chỉ hoạt động ở nhà, trong khu nghĩa địa ngoại ô, ai biết, ai vào? (ngày ấy giá có internet, quảng cáo qua online như bây giờ có lẽ chả đến nỗi nào). Mối lái quá ít, chỉ thỉnh thoảng người quen giới thiệu một hai mối, nên thu nhập chả bỏ bén gì. Hắn ngồi vẽ mà lòng dạ rối bời. Nếu tình trạng này kéo dài thêm vài tháng nữa, không biết sẽ thế nào. Đã một lần hắn chạy xe ra phố định gia nhập đội ngũ xe ôm, nhưng không dám dừng xe đón khách. Sĩ diện. Sợ người quen bắt gặp, nên chạy lòng vòng mãi, khi có được khách, nhẩm tính lại, có khi tiền xăng tốn hơn thu nhập. Đành từ bỏ ý định. Ôi cái sĩ diện hảo của bọn kẻ sĩ nửa mùa (như hắn), thật khổ!

Một kỷ niệm chua xót không quên được mãi nhiều năm sau.

Lần ấy hắn chở vợ con đến chúc tết một bà con xa bên vợ. Tuy đã đổi đời song gia đình này vẫn duy trì nếp sống của giai cấp thượng lưu, hai ba người làm, di chuyển bằng xe hơi, tết nhất vẫn lễ nghĩa tập tục nhiêu khê.

Người giúp việc theo lệnh chủ bày ra bàn ê hề bánh trái, mứt, chả giò, thịt heo đông, bánh chưng… đãi khách.

Thằng bé nhìn thấy đĩa chả giò, vội nhào đến, bốc, cho vào mồm, miếng này chưa kịp nuốt đã thồn miếng khác. Bà chủ nhà tế nhị nhìn chỗ khác, như không thấy. Hắn ngồi chết trân, xấu hổ quá. Viện cớ muốn ngắm hoa, nàng bế thằng bé ra vườn sau, tránh không cho con tiếp tục làm điều xốn mắt. Hôm ấy về nhà, hắn định đánh con một trận rõ đau. Nhưng nàng can ngăn, bảo tại mình nghèo, không lo đầy đủ cho con, nó còn bé, thấy món ngon, thèm ăn. Tại bố mẹ đâu phải tại con.

Lần ấy hắn cũng ghi "nhật ký",

Nhìn con ngốn miếng chả giò
Trong ba đỏ một hỏa lò lửa nung
Giận con ba sắp nổi khùng
Vuốt ve mẹ dỗ thôi Phùng (1) chóng ngoan
Uống ăn từ tốn đàng hoàng
Đứng đi nghiêm chỉnh họ hàng khỏi khinh
Cúi đầu ba gắng nín thinh
Nghĩ sâu cũng tại nhà mình thiếu ăn.

Một lần khác, thấy những bữa cơm tương rau mãi. Nhìn con ốm o, hắn đứt ruột, nói với nàng,

"Cả nhà đi ăn phở em."

"Anh đưa con đi, em không thích phở."

Hắn biết nàng sợ tốn tiền nói trớ. Hắn phải năn nỉ gãy lưỡi nàng mới chịu đi.

Bồi bàn vừa bưng tô phở ra, thằng bé nhìn thấy cục thịt mỡ vàng ươm, bất kể nóng, bốc ngay đưa vào mồm, nuốt trọng. Cục thịt to quá, cu cậu mắc nghẹn, trợn trắng. Nàng vội bế thằng bé lên, vuốt ngực, miệng suýt xoa,

"Khổ thân con tôi."

Hắn nhìn hai mẹ con, rưng rưng chực khóc. Sự tủi cực khiến hắn muốn điên.

Cuối năm ấy nàng sinh, đứa con trai thứ hai chào đời.

Cảnh nhà vẫn khốn khó, hắn làm đủ mọi nghề, kể cả cái nghề bất hợp pháp, khắc con dấu giả cho một nhóm chuyên làm giấy tờ ma. Bại lộ, cả bọn bị tóm, bị ăn đòn tả tơi và nằm ấp hơn ba tháng.

----

(1) Tên đứa con đầu của hắn

Khánh Trương

13

Bầu trời bỗng nhanh chóng chùng thấp. Mây xám phủ chụp bóng râm một vùng rộng, nơi địa phận khu đồi có nhà của đứa con gái, nơi, dưới bóng cây, hàng ngày ông già vẫn ngồi. Sắp mưa. Mùa này hay có những cơn mưa bất chợt. Nhưng chỉ chốc lát, mưa tạnh, nắng lại trở về. Ở Việt Nam thường gọi là mưa rào, hay mưa bóng mây, tiếng Anh gọi là shower. Ông già lăn xe vào nhà bếp, sẵn dịp ông muốn uống một ly cà phê. Mấy mươi năm trên xứ này, ông đã quen với cách uống cà phê của dân bản xứ, dùng bình lọc máy, pha thật loãng, thay nước trà. Ông không còn uống được cà phê pha theo cách Viện Nam, đậm, gần như đặc quẹo. Bụng đói uống vào xót cả ruột.

Ông già nhớ quán cà phê của lão Tàu già đầu hương lộ. Thỉnh thoảng ông vẫn cùng một vài người bạn ngồi tán phét, bên cạnh những ly cà phê bít tất và vài cái bánh tiêu, một loại bánh bột hình tròn dẹp, rắc mè, chiên phồng, món ăn sáng, ăn chơi của giới bình dân, xích lô, xe ba gác, công nhân, thợ hồ, sinh viên, học sinh nghèo... Tên gọi "cà phê bít tất" phát sinh từ cách pha chế: người ta cho cà phê vào bọc vải giống chiếc vớ đặt vào ấm nước sôi trên bếp, để lửa liu riu giữ nóng, cà phê tan, đậm đặc. Khách gọi, chỉ việc rót vào ly mang ra. Giản dị, nhanh, nóng hổi, cũng thơm ngát không thua gì cà phê phin. Ông già rất thích ngồi ở quán này, thân tình, gần gũi. Nhìn những anh, những chú phu xích lô, ba gác ngồi theo kiểu "nước lụt", chồm hổm cả hai chân lên ghế vừa húp từng ngụm nhỏ chất nước đắng, vừa oang oang đấu hót với các đồng nghiệp. Ông già cảm nhận họ thân thiết như ruột thịt. Có lẽ ông cùng giai cấp với họ, chạy ăn từng bữa, đói nghèo triền miên.

Cũng tại quán cà phê này ông già làm quen với một anh "cán ngố", biệt danh người miền Nam, cụ thể như Sài Gòn, vẫn dùng để chỉ dân mới vào từ miền Bắc, với hàm ý bỉ thử, rẻ khinh nặng cảm tính. Với ông già lại khác. Anh chàng này ngố thật, từ bộ quần áo kaki màu cứt ngựa nhàu nhĩ, đến cái nón cối cùng màu và đôi dép râu, cộng thêm khuôn mặt đen đúa, xương xẩu, lơ láo và cái chân thọt. Ngố, không sai tí nào! Anh ta là điển hình của hầu hết bọn trai tráng nhà quê khác ở miền Trung, miền Nam, chỉ khác bộ quân phục, nơi chốn xuất thân. Họ ít học, tối mày nám mặt với mưa nắng ruộng sâu, đến tuổi phải vào quân đội. Trong Nam gọi là "đi nghĩa vụ quân sự", ngoài Bắc gọi là "trúng tuyển" (Ôi, những mỹ từ!). Nếu hiểu như thế sẽ thấy anh "cán ngố" cũng dễ thương, tội nghiệp như hàng ngàn những anh nhà quê khác của nửa phần đất nước từ vĩ tuyến 17 trở vào.

Ông già nhớ buổi sáng đang ngồi trong quán nhâm nhi ly xây chừng thì từ ngoài cửa anh "cán ngố" bước vào, dáng đi không bình thường vì cái chân thọt, trên vai vác cái khung xe đạp vênh vẹo. Anh ta vừa càu nhàu,

"Tiên sư chúng nó, quân lưu manh..."

vừa nhìn quanh tìm chỗ ngồi. Quán đông, chỉ còn một ghế trống tại bàn ông già. Anh ta sà xuống,

"Cho tớ ngồi nhé đồng chí."

Sau đó, qua lời kể, anh ta đang trên đường ra "dợ giời" tìm trả "của nợ" lỡ mua. Tên "dợ giời" nào đó đã ngon ngọt gạ bán cho anh ta một khung xe đạp, bảo là hàng xịn, dán nhãn Pacific của Tây láng cóng. Tin lời, anh "cán ngố" dốc cả tháng lương rước về một khung xe sản xuất từ Chợ Lớn, bằng sắt thùng phuy cuốn tròn, chỉ ba bảy hăm mốt ngày là sụm,

"Đồng chí nghĩ có tức không cơ chứ?"

Ông già cười,

"Làm sao đồng chí tìm được thằng lưu manh? Mà dù có tìm được nó cũng chối biến, làm gì nhau."

"Thế pháp nuật để đâu?"

Uống hết cái xây chừng sau khi đã đấu hót linh tinh đủ chuyện trên trời dưới đất, anh "cán ngố" từ giã đứng dậy,

"Tớ nàm "bảo vệ" ở... Núc nào ngang qua, căng tin cơ quan tớ có bia bọt, mình nàm vài cốc."

Ông già biết, anh "cán ngố" nói làm bảo vệ lấy oai, thực chất chỉ là chân gác cổng hạng bét.

Nhìn cái chân thọt, ông già hỏi,

"Cái chân, chắc đồng chí giải ngũ vì bị thương?"

"Không, tớ ở tù, chúng đánh gãy đấy. Tớ nà bộ đội đặc công, bị bắt, chúng khảo bảo khai ra đồng bọn, tớ bảo không biết, thế nà chúng đánh gãy chân."

Tra tấn, nhân danh bảo vệ tổ quốc, chế độ nào cũng có ngành này. Ngày xưa, cơ quan an ninh, bây giờ, công an chấp pháp. Ông già đã từng nếm mùi cả hai. Hồi còn vị thành niên bày đặt biểu tình tranh đấu, bị bắt, bị hơ gang bàn chân lên bếp điện, gần phỏng, rồi cảnh sát dùng dây thun búng vào, đau té đái. Hình phạt răn đe con nít, cho chừa! Trưởng thành, không chơi trò trẻ con nữa, hưởng đủ các món ăn chơi cao cấp. Cũng cho chừa!

Hắn nói,

"Nhưng tôi muốn biết sẽ làm gì."

Gã nói,

"Trong khả năng cậu."

"Anh cụ thể đi.

Gã trung niên nhìn ra đường. Buổi chiều giờ tan tầm đường phố đông nghẹt, tiếng ồn đinh tai. Phía xa, giữa ngã tư, anh cảnh sát đứng trên bục gỗ tròn, mang găng tay trắng, miệng ngậm còi, đang hướng dẫn giao thông. Ngang chỗ hắn và gã trung niên ngồi, một chị bán hàng rong bị một xích lô máy quẹt ngã, quang gánh đổ nhào, vung vãi ra mặt lộ bánh phở vàng nghệ, nồi tôm thịt ba rọi rim, rau cỏ, nước mắm, ớt xanh… Nhìn, đoán được ngay món hàng: mì quảng. Vốn liếng đi đong. Chị hàng rong giẫy đành đạch,

"Chạy xe răng mà ác rứa trời..."

Giọng Quảng Nam đặc sệt. Có lẽ chị bán hàng rong từ miền Trung mới vào. Sau 30 tháng 4/1975 quân nhân chế độ cũ đi học tập, nhiều gia đình về vùng kinh tế mới, nhiều gia đình khác từ các tỉnh, nhất là miền Trung, đổ vào thành phố này. Họ làm đủ mọi nghề tay chân. Đàn ông đạp xích lô, phụ hồ, khuân vác, đàn bà bán hàng rong, ở đợ… Ở quê nhà họ vốn cực khổ quen, sinh ra đã chịu cảnh bom rơi đạn lạc, đất đai, ruộng vườn cằn cỗi, làm mửa mật chưa chắc no lòng ấm bụng. Sài Gòn, vùng đất hứa, cho dù, như mọi tỉnh thành khác, đang thay da. Như bất cứ cuộc lột xác nào, cũng gây đau đớn, nhưng thành phố này còn trẻ, nội lực còn sung mãn, dẫu thế nào vẫn dễ sống hơn.

Chị bán hàng rong ngồi bệt xuống hè đường, khóc, tru tréo,

"Hết sạch vốn liếng rồi, lấy chi sống hả trời!"

Anh xích lô máy muốn chạy tội,

"Đi đứng ẩu tả còn kêu ca gì?"

"Tui qua đường, chạy xe phải để ý chớ."

Chị bán hàng rong tiếp tục bù lu bù loa, anh xích lô cũng một mực đổ lỗi cho kẻ gặp nạn. Cảnh tượng có lẽ quá quen, người ta tránh sang bên tiếp tục đi, không ai thèm quan tâm. Ai cũng mong về nhà sớm, họ còn biết bao hệ lụy, hơi sức đâu lo chuyện bao đồng.

Gã trung niên nâng ly cà phê đá chiêu một ngụm, đặt ly xuống bàn, với tay lấy gói ba con 5 rút một điếu, bật quẹt đốt, rít dài, ngửa cổ thổi khói. Cử chỉ hình như cố tình chậm rãi. Hắn sốt ruột,

"Anh cho tôi biết phải làm gì."

Gã trung niên nhình thẳng vào mắt hắn,

"Cậu là họa sĩ, chuyện này hẳn không khó đối với cậu."

Gã dừng một chút rồi nói chậm và rõ,

"Cậu hợp tác với bọn tôi, khắc con dấu giả."

"Trời, bất hợp pháp, ở tù mọt gông."

Gã ngả người ra ghế, cười khẩy,

"Thời buổi này còn hợp với bất, có mà đói nhăn răng."

Hắn nghĩ đến vợ con, đứa thứ hai nửa năm tuổi. Tiền sữa, tiền chi dùng hàng ngày. Cả tháng nay túng đến nỗi bữa cơm chỉ toàn rau luộc, cà pháo muối. Tuần trước mua được 200g thịt, kho mắm ruốc mặn chát, vợ chồng nhường qua nhường lại, không ai động đũa, hắn nổi xung dằn chén cơm xuống bàn,

"Em nghĩ anh nuốt nổi một mình à?"

Nàng nhìn hắn, rưng rưng,

"Thấy chồng xanh xao, em chịu không nổi."

"Vài lát thịt mỡ, sẽ hồng hào sao? Còn em nữa, soi gương xem, em thế nào?"

"Nhưng anh còn làm việc, nhìn chồng ngồi trước giá vẽ với cái bụng toàn rau, vợ đứt ruột."

Cơn uất hạ nhanh. Hắn đứng dậy vòng qua ôm nàng, hôn lên mái tóc khô,

"Anh yêu em, anh làm khổ em quá, phải chi…"

"Phải chi thế nào?"

"Phải chi ngày ấy em đi đoàn tụ…"

Nàng đẩy mạnh hắn ra, mặt giận,

"Anh xem nhẹ tình yêu em dành cho anh."

Nàng lại rưng rưng. Hắn ôm chặt, vuốt má nàng, hôn lên đôi môi không còn mọng đỏ như vài năm trước, đã có dấu hiệu nứt nẻ,

"Anh xin lỗi…"

Nàng vùi mặt vào ngực hắn, giọng nghèn nghẹn, nàng nói một hơi dài, như tâm sự,

"Em yêu anh, khi lấy anh làm chồng là em đã quyết định bỏ hết, chỉ duy nhất một mình chồng thôi, bây giờ thêm hai đứa nhỏ nữa. Sống chết có nhau. Em chấp nhận bất hiếu… Ba mẹ đi Tây từ khi em mới lên 3, còn nhỏ quá, không theo được, ông bà tính sang bên ấy tạo dựng cơ ngơi, em ở với chú, đậu xong đại học sẽ sang, không muộn… Cũng có nghĩa em chưa từng biết mặt, máu mủ đương nhiên, nhưng ràng buộc tình cảm thì không. Anh thừa biết con người gắn bó với nhau đâu chỉ huyết thống. Em yêu anh, hiểu anh, trao thân cho anh, đồng nghĩa anh là một phần đời em, anh đau, em đau, anh buồn, em buồn, cảm giác của anh là của em... Chồng có hiểu không?

"Anh hiểu. Anh yêu em."

Hắn nhìn mâm cơm đã nguội lạnh, hắn nhìn những mảng màu dở dang trên khung bố, hắn nhìn ngôi cổ mộ ngoài cửa sổ lóa trong nắng trưa, hắn nhìn những chân nhang nàng vẫn thường cắm ngày rằm mùng một trong ô vuông đúc sẵn trước tấm bia mộ sứt mẻ, hắn nhìn rặng tre xào xạc gió. Hắn nhớ trái lựu đạn trong ly thủy tinh và khuôn mặt thất thần của bà cô, giọng nói đã bay mất quyền uy của ông chú. Hắn nhớ căn phòng ngập nước, đứa con trai đầu lòng cười sằng sặc trong thau nhựa, hắn nhớ những cái tả phơi ngang dọc miếng sân con, hắn nhớ vòng băng trắng quanh đầu khi hắn vì hộp sữa cho con, vì bữa cơm hàng ngày, đã phải thượng cẳng chân hạ cẳng tay như thằng du đãng Cầu Ông Lãnh… Bao nhiêu phấn đấu, bao nhiêu khốn khó, hắn không thể đầu hàng, không thể buông xuôi …

Đã đến mức tận cùng. Không còn cách nào khác, hắn nói với gã trung niên,

"Tôi bằng lòng."

"Thế chứ…."

"Nhưng anh cọc cho tôi một ít, tôi cần lắm."

"Tưởng gì..."

Gã nhanh nhẹn móc bóp đếm nhanh vất lên bàn khoảng 20 tờ hiện kim mệnh giá lớn,

"Cầm đỡ, mai mốt mọi việc trôi chảy bọn này không để cậu thiệt đâu."

Hắn nhét xấp tiền vào túi,

"Nhưng tuyệt đối đừng để vợ tôi biết, cô ấy không cho tôi làm đâu."

"Vậy làm sao tôi liên lạc được với cậu?"

"Hãy tìm chỗ nào kín đáo, hàng ngày tôi sẽ đến đó, chiều về, tôi sẽ nói dối vợ đi làm việc, như thế tiện cho cả hai."

"Rồi, sáng mai 9 giờ tôi gặp cậu chỗ này, sẽ đưa cậu đến địa điểm kín đáo như cậu muốn."

"Chỗ kín đáo" là một căn phòng trong nhà của một người đàn ông đứng tuổi. Theo giới thiệu của gã trung niên, ông ta là nhân viên sở bưu điện thành phố, sáng 7 giờ đi làm, 5 giờ tan tầm, trước giờ hắn về với vợ con một tiếng. Hắn ở nhà người đàn ông với danh nghĩa sinh viên trọ học. Hắn đến chủ nhà đã đi, hắn về chủ nhà vẫn còn bôn ba đâu đó trên đường, thành ra có khi cả tháng cả hai chưa gặp nhau một lần.

Gã trung niên nói,

"Một mình cậu một cơ ngơi."

"Chủ nhà không tò mò chứ?"

"Yên tâm, ông ta đi làm cả ngày, chả quan tâm đến cậu đâu, miễn hàng tháng trả tiền trọ đầy đủ. Tiền nhà tôi đã trả trước một năm, cậu khỏi lo."

Gã trung niên mang đến cho hắn tất cả vật liệu và đồ nghề hắn cần: khuôn dấu bằng cao su trơn, dao khắc… Trước đây hắn định làm nghề này, đó là thời gian hắn không còn đi tìm nguồn hàng với "ông xã". Thu nhập từ việc "tút" lại những logo chỉ đủ mua sữa cho con. Có người quen bảo hắn họa sĩ, khéo tay, sao không học nghề khắc dấu, tuy không làm giàu được nhưng có việc làm dài dài, không sợ đói. Một anh thợ khắc dấu nhận hắn làm đệ tử. Hắn học xong lý thuyết chưa kịp thực hành thì thằng bạn giới thiệu cơ sở in lụa. Có việc làm hợp khả năng, hắn bỏ dự tính. Nay hắn tự mày mò. Nhờ khéo tay, chỉ mươi ngày hắn đã có thể chính thức thực hành. Qua gã trung niên, nhóm người này (hắn không biết có bao nhiêu người, là những ai?) tỏ ra rất rộng rãi tiền bạc, cũng như tại sao thuê hắn, một người không có tay nghề. Hắn hỏi gã trung niên. Gã giải đáp: dân các tỉnh đổ về thành phố rất đông, ai cũng cần một giấy chứng nhận để trở thành thường trú nhân. Vì vậy cần nhiều con dấu, từ phường đến quận, tỉnh… làm giấy đi đường, giới thiệu, chứng nhận… Hàng trăm loại giấy má linh tinh. Bọn này ăn nên làm ra, tất nhiên cậu hưởng phần, như đã nói, bọn này không để cậu thiệt. Riêng cậu hỏi sao không mướn người có tay nghề, gã giải thích: tất cả những người hành nghề này đều nằm dưới sự giám sát ngầm của công an, thuê họ nào khác gì lạy ông tôi ở bụi này. Cậu chưa có tay nghề nhưng họa sĩ như cậu, trở thành chuyên nghiệp mấy hồi. Cậu mới toanh, an toàn.

Những con dấu hắn thực hiện, đủ loại, đủ cấp, đủ thành phố, quận huyện… từ Nam ra Bắc, mẫu là những giấy tờ có dấu thật, hắn cẩn thận scan lại và khắc, thật giống, không bỏ sót chi tiết nào. Qua "sư phụ" lúc học nghề, hắn biết mỗi con dấu đều có sai sót chỗ nào đó, như một thứ ký hiệu để người trực tiếp chịu trách nhiệm phân biệt chân giả, chả hạn vòng tròn ngoài cùng khuyết một đoạn ngắn, hay chữ H trong nhóm chữ Cộng Hòa Chủ Nghĩa... thiếu nét giữa... Vì thế hắn săm soi thật kỹ, kỳ cho đến bao giờ so sánh, hoàn toàn giống. Đôi lúc hắn thầm hỏi, sao họ cần lắm con dấu thế. Tuy nhiên với thu nhập không tệ, hắn tự nhủ, tìm biết làm quái gì, con cần sữa, vợ cần tiền chi dùng... Ra sao thì ra, đã phóng lao phải theo lao. Dừng lại đồng nghĩa với đói khổ. Công việc khá nhẹ nhàng, hắn làm nhẩn nha, có khi cả tuần mới xong một thành phẩm. Thì giờ thừa hắn nằm đọc sách. Từ thơ truyện đến phê bình, biên khảo. Từ chuyên ngành đến phổ thông thường thức. Đó là khoảng thời gian hắn đọc nhiều nhất, sách vở của miền Nam trước 75 hắn có sẵn, mua thêm từ chợ sách vỉa hè đến sách mới ở thư viện. Hắn đọc ráo, không chừa nguồn nào, kể cả Lê Nin toàn tập, in tất cả những gì ông lãnh tụ này viết thành chữ, không chừa điện tín, note vài ba câu cho người này kẻ nọ. Bộ sách hơn 50 cuốn, khô như củi, in rất đẹp (nghe nói ấn loát tại Nga), trên giấy mỏng, dai (các nhà làm pháo tết mua về, xé ra quấn làm pháo, tuyệt hảo), bìa cứng, giá bán rẻ như cho. Nếu không vì mục đích tuyên truyền, giá bán một cuốn đã bằng giá 50 cuốn. Lỗ nặng, tất nhiên. Có rất nhiều người quan niệm không đọc sách vở không hợp thể tạng hoặc của "địch", mất thì giờ, thêm bực mình. Hắn quan niệm khác, kiến thức đến từ đâu cũng đều bổ ích cả. Qua bộ óc tỉnh táo, không thiên kiến, loại trừ cảm tính, sẽ được gạn lọc, bỏ đi cái cần bỏ, giữ lại cái muốn giữ.

Hắn nói dối nàng đang cùng một người bạn hợp tác in lụa, công việc hắn vốn rành nhờ mấy năm làm việc ở cơ sở của anh chủ đã vượt biên. Người bạn có mặt tiền ở phố nên mối lái không tệ. Vài tháng nửa người bạn và gia đình xuất ngoại, mở tiệm in lụa chỉ cốt giết thì giờ chờ ngày đi chứ chả tha thiết chuyện tiền bạc, biết gia đình hắn túng quẩn nên người bạn nhường phần lớn thu nhập cho hắn, chỉ giữ một ít để cà phê, tiêu vặt. Hàng tuần tiền kiếm được khá sung túc. Nhưng hắn hiểu công việc đang làm sẽ không bền, nên phải bịa chuyện, nhỡ khi hắn nghỉ làm, nàng sẽ không ngạc nhiên. Nhìn nàng và hai đứa con vui, khỏe, hắn tự nhủ sẽ làm tất cả mọi việc trong khả năng để duy trì hạnh phúc này. Hắn yêu nàng, yêu con, yêu vô cùng.

Một lần nhận xấp tiền từ tay hắn, nàng hỏi,

"Sao nhiều vậy chồng?"

"À… anh ấy sắp cùng vợ con sang Mỹ diện HO, chả cần tiền bạc nữa, anh ấy muốn giúp mình trước ngày lên đường."

"Chồng có người bạn quá tốt."

"Ngày xưa là cấp chỉ huy của anh, mới cải tạo về nửa năm trước."

"Thảo nào… Thế bao giờ gia đình anh ấy đi?"

"Anh không biết chắc, nhanh, ba bốn tháng, chậm có thể một năm."

Nàng tuyệt đối chả nghi ngờ gì, hắn nhẹ người. Như vậy nếu hắn nghỉ đột ngột nàng cũng đã biết trước.

Đúng như tiên đoán, hắn nghỉ việc đột ngột. Chỉ khác, trong trạng huống… tắt thở!

Một buổi trưa công an ập vô, hắn nhìn thấy chủ nhà và gã trung niên bị còng tay đứng phía sau. Hắn bị bắt cùng tang vật ngổn ngang trên bàn. Sau này hắn được biết qua lời những công an trực tiếp thẩm tra hắn, thì chủ nhà và gã trung niên là người của một tổ chức gì đó có sào huyệt ở Thái Lan, phụ trách tuyển mộ kháng chiến quân cho "mặt trận" này. Những khuôn dấu giả do hắn làm dùng đóng vào các giấy tờ đi đường, giới thiệu, chứng nhận... Ba ngày liên tiếp hắn được "trọng đãi" đủ các món ăn chơi, từ đi tàu ngầm (trấn nước) đến đi máy bay (tra điện), và các "cao lương" tuyệt ngon khác nữa, sau đó bị ném vào phòng giam không khác một miếng giẻ rách, mình đầy máu, chỗ bầm tím, chỗ sưng vù. Cuối cùng người ta nhận ra hắn chỉ là một thứ thiên lôi, chả biết gì cả. Nhưng để trị cái tội ngu, hắn nằm ấp mất ba tháng, trong điều kiện tồi tệ, kinh hoàng của nhà tù hình sự. Hắn không muốn nhớ những món "cao lương" đã thưởng thức, càng không muốn nhớ bốn vách phòng giam, nơi nhân cách hoàn toàn bị triệt tiêu, nơi thú tính và bản năng làm chủ, nơi bạo tàn xưng danh, nơi con người đối với con người tệ hơn cầm thú. Mỗi lần buộc phải nhớ, hắn bần thần cả ngày.

Một tháng đầu tù tội, hắn tưởng mình sẽ phát điên. Điên, không phải vì những "món ăn chơi" được hưởng, cũng không phải lúc nào cũng tìm cách đối phó với lũ đầu trâu mặt ngựa (vì chưa thành án nên hắn không được chuyển về khám lớn, tiếp tục bị giam ở nhà tù địa phương, chung đụng với mọi thành phần cặn bã: trộm cắp, cướp giật, hiếm dâm, giết người...) Điên, vì đầu óc lúc nào cũng quay cuồng câu hỏi: mẹ con nàng sống chết thế nào? Chân yếu tay mềm với hai đứa bé, đứa lớn đi chưa vững, đứa nhỏ mới biết bò. Không tiền, nàng lấy gì nuôi thân, nuôi con? Đêm khó ngủ vì phòng giam nóng như lò nung (tiền thân của nơi này là khách sạn hạng trung, chủ đã trốn ra nước ngoài, chính quyền trưng thu, biến thành trại giam. Máy điều hòa bị gỡ bỏ, nhà xí tiêu chuẩn nguyên thủy chỉ dành cho 2 người, nay phải phục vụ những 20 nhân mạng, thường xuyên bị nghẹt. Mỗi lần nghẹt hôm sau nhân viên vệ sinh mới đến "thông nòng", ai nín được thì nín, không được ị trong bao ni lông, mỗi ngày được ra ngoài 15 phút, mang "của nợ" bỏ thùng rác. Mùi từ buồng vệ sinh phả đầy không gian phòng giam, quyện với mùi mồ hôi của 20 nhân mạng, cộng thêm chỗ nằm chỉ vừa đủ ngả lưng, trăn trở, nhúc nhích là tên bên cạnh la lối, thậm chí ngắt véo bầm người). Mệt quá chợp mắt là thế nào cũng gặp ác mộng. Những cơn ác mộng bóp nghẹt tim khi choàng thức. Đói ăn, thiếu ngủ, sợ hãi, lo âu… Hắn gầy rạc chỉ còn da bọc xương.

Tháng thứ 2 vợ hắn được thăm nuôi. Nhìn hắn bước thất thểu vào phòng (nhỏ, trống trơn, chỉ độc nhất một chiếc bàn, hai ghế hai bên dành cho tù phạm và thân nhân, góc phòng một công an đứng theo dõi), nàng khóc òa.

"Anh xin lỗi em." Hắn rơm rớm.

Nàng đưa tay áo chùi nước mắt, nghẹn ngào,

"Anh khỏe không."

"Anh vẫn khỏe"

"Anh ốm quá"

Hắn cố cười,

"Tại nhớ vợ, nhớ con."

Nhìn những thứ thăm nuôi, một lọ thịt ba rọi kho ruốc, một lọ thịt chà bông, gói kẹo ú, phong bánh ngọt. Hắn hỏi,

"Tiền đâu em mua những thứ này…"

Sau một lúc ngập ngừng, nàng kể, túng quá, đành đến nhờ vả ông chú. Tuy nàng chỉ kể lướt, bỏ nhiều chi tiết, nhưng hắn đủ thông minh hiểu nàng bị vợ chồng ông chú la mắng một trận nặng nề trước khi cứu vớt. Hắn ngồi thừ nhìn ra cửa sổ, nắng buổi sáng xuyên qua tàng bã đậu ngoài sân nhảy múa trên nền xi măng những đốn sáng. Ngoài hàng rào cao, đường phố vẫn tấp nập như bao giờ. Nàng với tay qua mặt bàn nắm tay hắn,

"'Đừng giận vợ tội nghiệp, cực chẳng đã…"

Hắn bóp tay nàng, nhìn vào đôi mắt đã bạc màu,

"Sao lại giận vợ? Chỉ thấy buồn vì anh vô dụng, làm khổ em."

"Em hiểu mà… Chỉ vì lo cho em và các con anh mới làm chuyện này… Vợ nào dám trách… Càng thương chồng hơn…"

Hắn nhìn nàng, thiết tha,

"Cảm ơn vợ…"

Cuối tháng thứ 3 hắn được gọi lên văn phòng. Người cán bộ trao cho hắn tờ ra khám, nói,

"Qua quá trình điều tra chúng tôi biết anh bị lợi dụng, không nằm trong tổ chức phản động, nên được trả lại tự do. Từ nay hãy phấn đấu để là một công dân tốt, nhé."

Hắn mừng quá, vâng dạ luôn mồm. Ra khỏi cổng hắn gọi xe ôm về nhà ngay, không một lần quay đầu nhìn lại chốn địa ngục hắn đã ngụp lặn ba tháng qua. Chắc chắn suốt đời hắn sẽ nhớ mãi khoảng thời gian này.

*

Nghỉ dưỡng hơn tháng, hắn lại đi tìm việc làm. Nhất định phải thoát ra ngoài vòng bảo bọc của ông chú, lòng tự trọng không cho phép hắn dựa vào thân tình máu mủ này. Có người quen trúng thầu một dịch vụ tương đối lớn: quét vôi lại trong ngoài mọi cơ quan trọng yếu của chính quyền trong địa bàn thành phố. Hắn và hai thanh niên nữa được người quen tuyển chọn. Hàng ngày bọn hắn mang theo xô, chổi và vôi bột đến các địa điểm được chỉ định, dọn dẹp bàn ghế, kệ, tủ ra ngoài, lót giấy báo kín sàn nhà, pha và chia nhau quét vôi lại các vách tường. Công việc không nặng, không nhẹ nhưng ổn định được vài ba tháng.

Từ khi ra tù, với tiền án, hắn biết sẽ không bao giờ nữa tìm được việc ở các cơ sở nhà nước. Hắn cũng chả lấy đó làm buồn, vì ngay lúc trước hắn đã dị ứng với các hãng xưởng quốc doanh, lương tiền chả bao nhiêu, lại bị ràng buộc hàng trăm điều lệ nhiêu khê.

Dẫu thất thường hắn vẫn muốn làm việc tự do. Thứ nhất,

không bị ràng buộc. Lý do khác, cực quan trọng: có nhiều thì giờ cho sáng tác. Hắn nghiệm ra tâm hồn sẽ bình an hơn khi đắm mình vào không gian màu sắc. Ở đó hắn tha hồ thả mọi khát vọng bay xa, bay cao, vượt ra ngoài câu thúc đời thường. Hắn thích vô cùng thời điểm giao thoa giữa ngày và đêm. Dậy, làm vệ sinh, pha ly cà phê ngồi sau cửa sổ nhìn ra mênh mông bên ngoài, bóng tối bị rạng đông đẩy lùi. Ngôi cổ mộ với tấm bia sức mẻ và những chữ Tàu rõ dần. Xa hơn, rặng tre lả ngọn nhẹ chao trong gió sớm. Xa hơn nữa, mộ bia thấp cao chập chùng. Uống cạn ly cà phê, hút hết điếu Basto xanh, hắn ngồi vào giá vẽ. Thế giới của ước mơ bắt đầu mở ra. Nàng cũng đã dậy, có khi lục đục dưới bếp chuẩn bị bữa điểm tâm cho cả nhà, có lúc dạng chân chen ngồi phía sau, tựa đầu trên vai hắn, vòng tay ôm hắn, yên lặng theo dõi từng mảng màu, từng đường cọ hắn ném lên khung bố. Trên chiếc giường đơn góc nhà, thằng con đầu đang say giấc, khuôn mặt trẻ thơ không gợn âu lo ẩn hiện sau vải mùng. Ánh sáng bắt đầu tràn vào qua cửa sổ, làm nhạt đi sự vàng vọt của bóng đèn treo lửng lơ từ mái tôn. Mọi vật bắt đầu rõ dần. Rạng đông. Nàng rời chỗ ngồi, nói,

"Nghỉ tay một chút, em làm ốp la chồng điểm tâm."

Tiếng xe ngựa lóc cóc của ông Tám thổ mộ rõ dần trên lối mòn dẫn vào nội thành, Tiếng rao *Ai... xôi bắp...* của chị Tư cuối xóm, tiếng xích lô máy nổ dòn... Một ngày mới bắt đầu với những sinh hoạt quá đỗi quen thuộc, bình dị. Hắn yêu môi trường này. Hắn cảm nhận niềm hạnh phúc đơn sơ, đằm thắm. Đó là thời gian sáng tác của hắn không bị chi phối bởi mọi cái bất ưng của thời thế và áo cơm. Đôi lúc hắn ngạc nhiên tự hỏi sao hắn vẽ được như thế. Những bức tranh có vẻ không liên quan đến thực tại, những bức tranh, như con lạch nhỏ tách khỏi dòng chảy cuồng bạo của sông lớn, bình yên trôi nhẹ nhàng qua những mảnh vườn xanh um bóng lá. Hắn hiểu ra nghệ thuật không là thứ gì to tát, nó nhỏ bé, khiêm nhường nhưng âm thầm nuôi lớn mọi mầm xanh, duy trì cuộc sống.

Hôm nay hắn và hai người bạn đồng nghiệp phải dứt điền

công việc đã dây dưa gần tuần rồi. Cơ quan này lớn, nhiều ban ngành, tiền thân là dinh thự của Pháp để lại. Tường dày, trần cao, hoa văn cầu kỳ, cầu thang uốn lượn và rộng, với lan can bằng gỗ bóng lưỡng. Trong một phòng lớn hắn nhìn thấy bức bích họa chiếm trọn một vách tường, đã cũ, nhiều nơi bị tróc.

Nhưng nhìn tổng thể, bức tranh tuyệt đẹp, vẽ theo phong cách cổ điển, tỉa tót cầu kỳ, tỉ mỉ, từng hoa văn đầu các thân cột, từng chiếc lá, từng nụ hoa, từng viên sỏi trên lối đi dẫn vào ngôi biệt thự. Phía trước, giữa khu vườn rợp cây xanh chen lẫn những khóm hoa đủ màu, các thiếu nữ đang nô đùa, đuổi bắt. Bức tranh mô tả sinh hoạt thường ngày của giai cấp thượng lưu Pháp vào thời kỳ quân chủ. Nhìn nét vẽ và phong cách hắn đoán họa sĩ này được vời từ Pháp sang, phải tốn rất nhiều thời gian để hoàn thành tác phẩm. Nay, theo chỉ thị của giới chức có thẩm quyền, bọn hắn được lệnh quét vôi xóa đi, cho sạch sẽ, tinh tươm. Trên những vách tường này sẽ không còn dấu vết của một thời đất nước trầm luân dưới ách thống trị của bọn thực dân da trắng. Thay vào đó, trong tương lai gần, sẽ là những bức tranh phù hợp với xu thế thời đại mới, công nông nghiệp tiên tiến, tiền đề cho sự thịnh vượng. Hắn tiếc ngẩn ngơ. Người ta đã đồng hóa chính trị với nghệ thuật. Thêm nữa, trình độ hiểu biết về văn hóa của giới chức thẩm quyền lại giới hạn quá. Hắn từng nghe nói chuyện làm mới lăng Khải Định ở cố đô Huế, người ta đã vô tư quét vôi lên các bức tường có bích họa hoặc hoa văn cổ xưa. Một hành động hủy diệt không mảy may áy náy những giá trị lịch sử! Ở các quốc gia tiên tiến, có trình độ văn hóa cao, họ vô cùng trân quí các công trình, từ kiến trúc đến nghệ thuật của tiền nhân. Dù tiền nhân đó đối dân tộc của họ có tội nhiều hơn công. Những đền đài, lăng mộ của các ông vua Hồi giáo Ba Tư gốc Mông Cổ thời Ấn Độ còn nằm dưới ách cai trị của họ, vẫn còn được bảo tồn nguyên vẹn. Ở các quốc gia đó, có cả một bộ ngành để thẩm định, gìn giữ, phục chế. Hắn đứng ngắm mãi bức tranh, ước gì tác phẩm này được phục chế. Đồng ý bức bích họa là tàn tích của chế độ thực dân, nhưng trên bình diện nghệ thuật, đó là một tác phẩm giá trị. Sao không tách chính trị khỏi nghệ thuật? Tên đồng nghiệp nói,

"Nhìn gì nghệt mặt ra thế, làm nhanh kẻo không kịp xong hôm nay."

"Tao không đành lòng quét vôi lên bức tranh này."

"Nè, mày có khùng không?"

"Mày không thấy bức tranh quí à? Nhìn năm bên cạnh chữ ký, tính xem, gần 80 năm rồi đấy, tuy không xưa lắm nhưng cũng thuộc loại đồ cổ, lại đẹp, xóa đi không tiếc à?"

"Mày khùng thật rồi, chắc phải đưa mày xuống nhà thương điên Biên Hòa"

Hắn thở dài, trình độ các người có thẩm quyền có lẽ không hơn tên đồng nghiệp này.

Hắn chợt nghĩ, để duy trì chế độ và đưa đất nước tiến nhanh, không phải chỉ có quân đội hùng mạnh, khẩu hiệu rổn rảng, mà cần vô cùng tầm nhìn thoáng, tri thức tốt. Có như thế, những "mặt trận phục quốc" như hắn đã vô tình vướng vào, mới không còn cơ hội khai sinh.

Ai Lan

14

Ly cà phê chưa uống hết, ông già nhìn ra, mưa đã tạnh. Nắng lên. Đúng là mưa bóng mây. Luống hoa dọc hàng rào những đài lá vẫn khô, nhẹ rung trong gió. Nắng làm màu lá tươi hơn. Một con bướm vàng cam chao cánh trên những đóa hoa đỏ.

Gió nhẹ. Ngày đã ngả sang chiều. Bóng cây đổ vào chân tường. Ông già lăn xe đến chỗ khóa nước, mở khóa, cầm mỏ vịt kéo theo xe lăn đến luống hoa, tưới. Một cách giết thời giờ. Từ ngày bị tai biến, quỹ thời gian của ông già quá dư giả, ông tìm cách tiêu bớt bằng cách làm những công việc sức khỏe, điều kiện cho phép. Có nhiều việc nếu bình thường như xưa, ông sẽ thích thú lắm nếu làm, chả hạn góc sân kia, sẽ đào một hồ nhỏ, tạo dựng một non bộ có suối róc rách chảy, có những cây tùng (bon sai). Góc kia nữa, sẽ cất một nhà bát giác, mái lá, nơi mỗi chiều ông sẽ bày thức ăn nhẹ, máy vi tính xách tay, vừa gõ chữ vừa nhâm nhi trà bánh vừa thỉnh thoảng nhìn xuống feeway ngược xuôi hai dòng xe nối đuôi bất tận. Hàng rào gỗ kia nữa, ông già muốn nhổ bỏ mọi cây cảnh cũ, trồng vài loại hoa mới, màu sắc sinh động, rực rỡ hơn. Nhưng với thân xác bất toàn này, làm thế nào biến dự định thành hiện thực? Ông già thở dài, mình vô dụng rồi.

Hết việc, ông ngồi nghĩ vẩn vơ đủ chuyện. Có những truyện nằm ngoài dự kiến.

Tiếng dế râm ran. Nhìn qua cửa sổ hắn thấy hàng nghìn đốm sáng trôi chậm trong màu đêm mênh mông. Gió xào xạc ngoài rặng tre gai. Dù mùa hè nhưng không oi bức lắm. Ngoại ô, ít nhà cửa xe cộ nên không khí trong lành hơn, yên tĩnh hơn, mát mẻ hơn. Hắn nhìn nghiêng, nàng vẫn còn thức.

"Sao cưng chưa ngủ?" Hắn hỏi.

"Mình nè…" Nàng gọi nhỏ.

"Gì vậy cưng"

"Sinh đứa này nữa là ba. Đủ rồi. Vợ buộc buồng trứng nhé?"

"Chồng muốn bốn đứa, hai trai hai gái."

"Nhưng mình nghèo quá, lo cho chúng không xuể."

Nàng cười, tiếp,

"Vả lại, sinh nhiều xồ xề, chồng chê."

Hắn cúi hôn một bầu vú đã không còn săn cứng, núm thâm đen,

"Không bao giờ, mãi mãi trong mắt chồng cưng là số một."

"Cái miệng dẻo như kẹo mạch nha… Dễ ghét… nhá chồng?"

"Nhá cái gì?"

"Vợ cột buồng trứng."

"Tùy cưng… - hắn cười - Nhưng trước khi cột, chồng muốn…"

"Thiệt tình…"

Tuy trách yêu, nhưng như tất cả mọi lần, nàng không bao giờ từ chối khi hắn vòi.

Cả hai lại quấn vào nhau, nồng nàn, mê đắm.

Từ hôm được tha về, hắn yêu nàng hơn, ham hố gối chăn không mỏi mệt. Nàng cũng vậy, trong tư thế sẵn sàng, chỉ đợi hắn biểu hiện. Có lẽ đó là nguyên nhân nàng mang thai đứa con thứ ba, dù cậu thứ nhì mới chập chững biết đi. Lần tái khám vừa rồi bác sĩ cho biết là con gái. Hắn vừa mừng vừa lo. Gia đình hắn sẽ có đủ gái trai. Nhưng thêm người thêm gánh nặng. Việc làm của hắn không ổn định, tháng có tháng ngồi ngóng dài người, toàn những nghề "trời ơi".

Một người bạn đến chơi, thấy cảnh nhà túng quẩn, gợi ý,

"Tao thấy nghề vẽ chân dung đang được mùa, sao mày không mở tiệm?"

"Tao chưa vẽ chân dung bằng bột đen bao giờ."

"Thử đi, tao nghĩ không khó đối với mày."

"Nhưng tiền đâu mua dụng cụ, thuê mặt bằng ngoài phố?"

"Tao có ông chú có nhà mặt tiền đường LVD mới đi học tập về, ổng muốn mở cái gì đó làm ăn, để địa phương không bắt đi kinh tế mới, nếu mày bằng lòng tao sẽ nói ổng hợp tác với mày mở tiệm vẽ. Ổng có tiền."

Hắn mừng. Người bạn về, hắn cạo lọ nồi, ghim giấy croqui lên tấm ván, mang hình chụp chân dung nàng phóng lớn, và vẽ, bằng bút lông. Quả như người bạn nói, không khó. Khách quan nhận xét, chân dung hắn vẽ so với các tiệm, không thua. Nàng khen, "đẹp và giống lắm." Lời khen như lực đẩy công suất lớn, hắn năng nổ bắt tay vào việc. Đầu tiên hắn chế bột đen: rót dầu nhớt vào lon sữa bò, làm bấc bằng vải, thắp sáng, kê ba cục gạch úp một nồi đất phía trên. Cho "ngọn đèn thần" cháy suốt đêm, sáng ra lật nồi cạo lớp khói đóng dày dưới đáy nồi (dầu nhớt cháy cho rất nhiều khói). Chỉ một đêm hắn sản xuất non 100g bột đen, dùng thoải mái vài năm. Ông chú người bạn bằng lòng hợp tác, chia 3/7. Ông ta chỉ bỏ ra khoảng 3 chỉ vàng mua chừng 20 khung kính. Giấy vẽ, bố, sơn dầu, cọ vẽ... Hắn miệt mài hơn tháng tìm hình các ca sĩ tài tử Việt Nam, Tây, Tàu, Mỹ... phóng lớn, vào khung, thêm vài cái bằng sơn dầu, phấn tiên (pastel), treo kín hai vách tường, và kẻ tấm bảng hiệu to đùng gắn ngoài cửa. Nhìn trong ngoài, bề thế, ra dáng lắm.

Thành công nhanh và bất ngờ ngoài dự kiến của hắn và chủ nhà. Mở cửa có khách ngay. Sau chiến tranh, gia đình nào, nhất là vùng quê, cũng có người chết, bên này hoặc bên kia. Vào cái thời hình chụp còn là một thứ xa xỉ, đại đa số chỉ có một tấm hình duy nhất: chân dung bán thân nhỏ như đầu ngón tay cái, đen trắng, trên thẻ căn cước. Hòa bình, mọi gia đình đều mong có một chân dung người đã khuất đủ lớn để thờ hoặc tưởng nhớ. 90% hình trong thẻ căn cước đều có dung nhan đáng phàn nàn, thuê thợ chụp lại, phóng đại càng tệ hơn. Thế là các anh thợ vẽ được mùa. Nhờ ba năm vẽ ký họa kiếm cơm và nhiều năm khổ công tập luyện, hắn tương đối vững hình họa, nên ngoài khả năng vẽ "giống như chụp" hắn có thêm tài vặt, nêm mắm dặm muối, biến thân chủ mặc áo bà ba, tóc tai bù rối thành chàng thanh niên thị thành, tóc chẻ đường ngôi láng cóng, vận vét tông, cà la oách bảnh chọe (nếu còn trẻ), hoặc khăn đóng áo the chữ thọ, quần lĩnh, ngồi chễm chệ trên trường kỷ chân ghế chạm đầu sư tử, tay tựa trên tựa ghế có đầu rồng ngậm châu (nếu đã đứng tuổi). Chưa hết, ngoài cửa sổ rèm vén là bát ngát ruộng ô vuông, xa xa sau lũy tre một vài mái tranh bình yên thả khói lam lên nền trời mây trắng. Cỡ 24x30, lộng kiếng có viền trắng thành 30x40. Thơ mộng, sang trọng hết biết. Nhiều cậu mợ thị thành còn chơi trội, thay vì vẽ đen trắng, họ đặt vẽ sơn dầu kích cỡ lớn như mặt bàn, mợ thì lấy khuôn mặt ráp vào một bức tranh cổ điển của các mệnh phụ quí tộc bên Âu Châu. Có cậu mê phim cao bồi, bắt hắn ráp mặt đội mũ rộng vành, cỡi ngựa, quần bò, áo da, quấn khăn quanh cổ, hông đeo súng, y chang một tấm hình quảng cáo thuốc lá Malboro trên báo Mỹ. Giới này có tiền, thuộc loại trưởng giả học làm sang, phất lên nhờ "dợ giời" hay mánh mung gì đó. Hắn chém thoải mái, một hai chỉ vàng, chuyện nhỏ, miễn đẹp, giống.

Vài chuyện vui, khó quên. Một hôm có chị nhà quê ghé vào, nói,

"Ông già tui chết nhưng không có hình, tui giống ổng lắm, cậu ngó tui vẽ ra ông già, được không?"

Hắn nói,

"Chị ngồi vào ghế kia"

Hắn chỉ chiếc ghế trước mặt, tiếp,

"Quay mặt về hướng tôi. Chịu khó ngồi yên nhé."

Hắn phát thảo khuôn mặt chị nhà quê lên khổ giấy 24X30, và bắt đầu dùng bột đen vẽ, làm má hóp lại, vài nếp nhăn trên trán, đuôi mắt có dấu chân chim, thêm khăn đóng áo dài. Hai giờ sau bức chân dung hoàn tất. Hắn nói với chị nhà quê,

"Chị xem giống tí nào không, cần thêm bớt gì thì bảo, tôi sẽ theo ý chị."

Chị nhà quê nhìn, bỗng quay lại ôm chầm hắn, nức nở,

"Chắc ông già linh thiêng, nhập vào cậu, khiến cậu vẽ giống quá."

Lần khác một thiếu phụ trẻ đưa hắn tấm hình đã vàng ố, chụp vài mươi người, mặc quân phục, đứng thành ba hàng trước một đồn bót, Hắn đoán đây là đại đội địa phương quân chụp hình lưu niệm chỗ doanh trại của họ. Thiếu phụ chỉ vào một đầu người đội mũ lưỡi trai, nhỏ hơn hạt bắp, mờ nhạt không rõ hình thù,

"Ảnh chết, em tìm hoài hổng có hình nào, chỉ có cái này, anh zdẽ được hôn?"

"Thấy gì đâu mà vẽ!"

"Zdậy phải làm sao anh?"

Hắn nhớ những phim trinh thám đã xem, các phòng điều tra đều có họa sĩ chuyên vẽ lại các tội phạm theo mô tả của nạn nhân hoặc nhân chứng, thử làm cách này xem. Hắn bảo thiếu phụ ngồi cạnh giá vẽ và tả khuôn mặt chồng theo trí nhớ: nhân diện, tóc, tai, mắt, mũi, miệng… Sau hai tiếng vẽ, tẩy, xóa, thêm bớt…Cuối cùng thiếu phụ vui vẻ,

"Anh họa sĩ tài ghê, giống ảnh lắm."

Vài trường hợp khác của các bộ đội muốn tái hiện khuôn mặt bạn bè đã chết mất xác ở xó rừng nào đó trong bạt ngàn Trường Sơn. Những hình này gửi ra Bắc cho thân nhân các liệt sĩ, còn gì bằng.

Sau nửa năm hắn mở thêm hai lớp dạy vẽ mỗi ngày, sáng từ 8 giờ đến 12 giờ. Chiều từ 2 giờ đến 6 giờ. Cũng thành công không kém, mỗi lớp không dưới 25 học viên.

Có tiền sinh tật. Khi đói khổ, hắn yêu vợ con vô vàn, nghĩ sẽ làm bất cứ chuyện gì để vợ con được thoải mái, và sẽ rất sung sướng cùng vợ con tận hưởng sự thoải mái đó. Thế mà chỉ mới có chút tiền rủng rỉnh hắn đã nhanh chóng trở nên hư đốn. Bè bạn, rượu chè, gái gú nhăng nhít. Quần áo đúng thời trang, xưa áo bỏ ngoài quần lè phè, đi dép mũ, nay đóng bộ bảnh chọe, giày da bóng lưỡng. Đổi chiếc xe Hoda dame gà tàng bằng chiếc Vespa rồi Lambretta. Trước, Basto xanh làm chuẩn, nay mỗi ngày hai hộp 3 con 5. Một hộp cho hắn, hộp kia mời bè bạn. Xưa, thỉnh thoảng được bạn bè mời vài cốc bia bọt đã thấy đời nở hoa, giờ, bia chai lớn không thèm, phải 33 chai nhỏ hay bia lon Budweise của Mỹ mới đúng tần số dân chơi! Rất nhiều đêm nằm cạnh vợ, nhìn mái tóc khô, hai gò má hóp, bộ ngực không còn săn cứng, vòng bụng nhão mềm, cửa mình thâm đen. Hắn xót xa. Hắn vẫn yêu nàng mãnh liệt, nhưng càng yêu càng cảm thấy xấu hổ, tự bỉ, hứa với lòng sẽ thế này thế nọ, để xứng đáng với tình yêu đó, một tình yêu cao cả, không so đo lời lỗ, một tình yêu son sắt, thủy chung. Yêu hắn, theo hắn, nàng quên hết những ước mơ của thời mới lớn; Quên những bài thơ, những bản văn tụng ca, tán tỉnh; Quên tấm thẻ passport xuất ngoại, vất xuống cống không đắn đo… Nàng có biết hắn hư đốn không? Có, nàng biết hết, nhưng câm lặng, chịu đựng, với niềm tin sắt đá và bao dung, lá rụng về cội. Có lần tình cờ hắn nghe nàng tâm sự với một chị bạn, "đàn ông như cánh bướm, thấy hoa là đậu, nhưng vợ con như bến đỗ, đi đâu rồi cũng có lúc sẽ quay về thôi." Phần hắn, ân hận và tái phạm lặp đi lặp lại đến trơ tráo. Nàng càng câm lặng hắn càng đau đớn. Mặc cảm tội lỗi dày vò hắn triền miên. Những lúc siết nàng trong vòng tay, cảm nhận sự rung động thể hiện trong đôi mắt dại, hàm răng cắn trên vai hắn, tiếng gọi hối hả *mình ơi, mình ơi... Em yêu mình*... Hắn thương nàng quá, người đàn bà này chỉ rung động với hắn, duy nhất, suốt bao năm tháng qua, và chắc chắn đến suốt đời. Vậy mà hắn không cưỡng nổi ham muốn. Khát vọng chiếm hữu khiến hắn như con thú bị bịt mắt, lăn xả vài tội lỗi. Hắn nghĩ đến vài thiếu nữ trẻ đã nằm dưới thân thể hắn. Tình yêu? Không. Chỉ là cảm giác thuần vật lý. Những đối tác chưa từng chia xẻ ngọt bùi, càng không đồng cảm. Lần nào sau cơn đồng thiếp, hắn thầm nhủ sẽ không tái phạm nữa. Nhưng lời hứa như viên bi trên mặt kính dốc, lăn nhanh. Nhan sắc mới, mồi chài, chinh phục... Hắn lại lao vào các trận tình ngoài luồng, để rồi lại đối diện với lương tri. Háo thắng, ích kỷ và lý trí luôn giằng co, hắn như con chim sa bẫy, càng vẫy vùng càng bị vòng lưới siết chặt.

Tuần trước hắn đường mật với một em vừa tròn 17. Em mê hội họa. Để đạt mục tiêu, hắn bốc phét vung thiên địa, ba hoa mọi chuyện liên quan đến vẽ vời, ông họa sĩ này trầm cảm tự cắt tai. Ông kia lòa mắt, vẽ bằng trí nhớ và kinh nghiệm. Ông nọ lập dị, nói năng hành sử không giống ai, để ria mép vuốt keo vểnh cao như gi-đông xe đạp. Có ông tài năng kiệt xuất, trên trái đất này ai cũng nghe tên, kể cả cái tính... dâm đạo lộ, già cóc đế còn lấy gái đôi mươi... Mớ kiến thức ăn đong từ sách vở, cũng khiến em tròn mắt nghe, ngưỡng mộ, tê liệt đầu óc, mụ mẫm ngồi sau yên xe cho hắn chở ra xa lộ, rẽ vào con đường đất, đến vệ cỏ dưới bóng cây ngày xưa hắn và nàng từng ngồi, tái diễn lại cảnh vén áo, mò hang cua, húp cháo lú. Em sượng trân, hổn hển,

"Anh ơi... yêu em thiệt không?"

"Thiệt, yêu muốn chết..."

"Đừng dối em nha anh..."

"Làm gì có chuyện đó, anh thề..."

Hắn leo lên người em.

"Anh ơi… em sợ…"

"Đừng sợ… Anh yêu em mà…"

"Anh ơi… Em sợ…"

Mặc "em sợ", bằng kinh nghiệm, hắn làm em tê liệt. Khi hắn thâm nhập được vào sào huyệt, em khóc,

"Em yêu anh, đừng bỏ em nghe anh."

Hắn nhai lại cái điệp khúc khô như bã mía,

"Không bao giờ, anh cũng yêu em…."

Hắn ôm em, cuống cuồng thỏa mãn con lợn lòng, nhưng còn đủ lí trí để thấy rõ sự dối trá đốn mạt của hắn với em, và sự phản bội đê tiện của hắn với nàng.

Hắn lặp lại mãi trò bẩn thỉu này, muốn thoát ra nhưng không được. Hắn nhớ từng đọc hồi ký của thánh Gandhi, ông kể lại cuộc đấu tranh giữa đòi hỏi nhục dục vô độ và sự kiêng khem cần thiết để thanh lọc tâm hồn. Ông đã thắng. Hắn không làm nổi. Hắn là đứa khốn nạn.

*

Sáu năm thoáng chốc. Cậu con trai đầu đã 10 tuổi, cậu giữa 7 và cô út 6. Hắn đã là một trung niên. Chỉ chững chạc ở nhân dáng, tư cách thì càng ngày càng tệ. Nhậu nhẹt, bè bạn và gái gú! Những thói hư bám theo hắn như bóng với hình. Ngày nào cũng nhậu. Có hôm không hiểu sao hắn chạy xe về được đến nhà, gõ cửa gọi "em ơi" xong là ngã vật ra mái hiên… bất tỉnh. Nàng và cậu con trai đầu cố lôi hắn vào giường. Nàng pha sẵn ly nước chanh, đợi hắn tỉnh, nhỏ nhẹ,

"Mình uống cho giã rượu."

Hắn nhướng mắt nhìn nàng. Khuôn mặt ngày nào trong sáng, phơi phới, nay đã có dấu chân chim hai đuôi mắt, chiếc áo cánh cọc tay cổ rộng trễ xuống, hắn nhìn hai núm thâm đen trên cặp vú nhão, cảm thấy bùi ngùi, hắn cầm tay nàng áp lên môi,

"Anh xin lỗi, anh tệ quá."

"Mình uống bớt lại đi, ngày nào cũng thế này, ruột gan nào chịu cho thấu."

Làm sao bớt được. Bạn bè hắn đông, toàn dân bất đắc chí. Có đứa đi học tập về, vợ bỏ, không nhà cửa công ăn việc làm. Có thằng giáo viên mất dạy, muốn chạy xe ôm không có xe để chạy. Có tên viết văn làm báo không chịu thấu triệt đường lối chính sách mới, chả nơi nào thuê mướn… Hắn tương đối khá nhất, lại bốc trời và ham vui nên hết giờ làm việc là tụm năm tụm ba, nhậu mút chỉ. Hắn bao giàn. Thậm chí còn "mua đứt" một nhà hàng ở đường THĐ, tay nào đói, không tiền, vào chén no, xong gọi quản lý bảo ghi cho hắn là có thể ung dung ra về. Chiều, hắn đến nhậu, thanh toán đủ. Nhờ rộng rãi nên bạn bè tìm đến, *bần cư náo thị vô nhân vấn, phú tại sơn lâm hữu khách tầm*. Hắn không phú nhưng chả thèm chơi chịu. Chỉ khổ cho nàng, một tay quán xuyến gia đình, ba mụn con, thêm anh chồng tối ngày say xỉn, gái gú nhăng nhít, việc nhà thì nhác, việc chú bác lại khôn! Cũng may, hắn còn đủ sáng suốt dành cho nàng số hiện kim cần thiết để lo cơm gạo, cái ăn cái mặc, phí tổn học hành cho ba nhóc tì.

Hắn muốn hứa với nàng "anh sẽ bỏ rượu không uống nữa", nhưng kịp ngậm miệng. Đã bao nhiêu lần đã hứa, bấy nhiêu lần nuốt lời. Hắn chỉ còn biết ôm nàng, hôn lên mái tóc bắt đầu rụng, đôi môi khô, vùng ngực nhão. Không bao giờ hắn hết yêu nàng, nhưng hắn biết cũng biết không bao giờ hắn mang đến cho nàng niềm vui trọn vẹn.

Nhờ thu nhập từ tiệm vẽ, hắn bán căn nhà cũ, thêm tiền mua căn mới này, rộng gấp đôi căn cũ, cũng thuộc ngoại thành nhưng xa xóm Nghĩa Địa, có điện, nước máy, nằm ở đầu hương lộ, gần quán cà phê của lão Tàu già, gần trường cấp một tiện cho bọn nhỏ đã đến tuổi đi học. Nhà có ba phòng, một cho hai cậu trai, một cho bé gái, và phòng của vợ chồng hắn. Tuy tiếp giáp với thành phố nhưng vùng này nhà cửa vẫn còn thưa, và tương đối còn yên tĩnh. Hắn bằng lòng chỗ cư trú mới, vẫn có được không khí ngoại ô, sát nội thành, đến chỗ làm việc chỉ 10 phút xe. Đưa đón các con tới trường cũng thuận đường.

Chưa uống hết ly đá chanh nhưng hắn mệt quá chìm nhanh vào giấc ngủ, tay vẫn nắm chặt tay nàng. Đợi hắn ngủ say, nàng nhẹ nhàng nằm xuống, ôm hắn, hôn nhẹ lên đôi môi nồng mùi rượu bia. Nàng yêu hắn thắm thiết, tình yêu gần như mù quángg.

Buổi sáng nàng dậy sớm như mọi khi, pha cà phê cho hắn và làm điểm tâm cho cả nhà. Hắn ra khỏi giường khi đồng hồ gõ 7 tiếng. Đầu óc còn váng vất. Lần vào buồng vệ sinh, cởi quần áo đứng dưới vòi sen. Nước lạnh giúp hắn tỉnh táo hơn. Trở ra, nàng nói,

"Uống cà phê, ăn sáng với các con, mình."

"Mệt quá, phải chừa thôi."

Nàng nhìn hắn, cười bao dung,

"Lần thứ bao nhiêu vợ nghe câu này…"

Mười năm! Bao nhiêu lần nhỉ? Dễ chừng hàng ngàn lần. Một vài hôm nghỉ dưỡng, cơn mệt qua đi, hắn lại nhớ không khí hàng quán, nhớ những ly bia vàng óng, nhớ giọng chim líu lo của thằng H, cùng quê với anh hùng dân tộc Quang Trung, nhưng lá gan có lẽ chỉ bằng hạt bắp. Nhớ khuôn mặt mai mái của thằng T, biệt danh Giám đốc kho đạn, nổ văng miểng. Nhớ thằng C gần 40 vẫn "phơi củi", thấy đàn bà con gái mặt mày lấm la lấm lét phát tội… Hắn lại bày cuộc nhậu, lại say, lại tự hứa, lại nuốt lời hứa… Vòng tròn lẩn quẩn cứ xoay vòng.

"Mình nè." Nàng ngập ngừng.

"Gì em?" Hắn hỏi.

"Hôm qua nhận thư ba. Chồng say quá vợ chưa kịp nói"

"Chắc có chuyện, ông chỉ viết thư khi có chuyện."

"Dạ, chồng đọc đi."

Nàng đưa hắn lá thư, tuồng chữ quen thuộc của cha vợ, cứng cáp, mạnh mẽ, chứng tỏ một cá tính bằng thép. 10 năm rồi, nàng đã ba con với hắn, nhưng mãi mãi, có lẽ cho đến chết, ông vẫn không tha thứ cho "thằng du côn", dám mang… lựu đạn uy hiếp em ông, cướp đi đứa con gái đầu lòng. Ngày xưa, 1943, ông là đảng viên cao cấp của Việt Nam Quốc Dân Đảng, sợ Việt Minh (tiền thân của đảng CS) thanh trừng nên đưa vợ sang Pháp tị nạn. Bấy giờ nàng mới lên ba đành nhờ chú em nuôi, dự tính mai mốt nàng trưởng thành sẽ sang đoàn tụ. Thế mà "thằng du côn" đã phá vỡ kế hoạch, còn ngạo mạn chả thèm một lời hối lỗi suối 10 năm! Không thể tha thứ được. Lá thư bảo nàng hãy vì ba đứa con, đưa chúng sang Pháp ăn học, điều kiện tốt hơn cho tương lai của chúng. Lá thư không một chữ nhắc đến hắn, cũng có nghĩa nếu bằng lòng nàng và ba đứa nhỏ sẽ sang đoàn tụ mà không có hắn.

Hắn đọc xong lá thư, trầm ngâm một hồi, hỏi nàng,

"Em tính thế nào?'

"Vợ không đi nếu không có chồng."

Nhìn nét mặt, cũng như biết rõ cá tính, hắn hiểu nàng đã quyết định, không phải bây giờ, mà từ ngày mới lấy nhau. Hắn đứng dậy, hỏi ba đứa nhỏ vừa ăn xong điểm tâm,

"Xong chưa, ba con mình đi?"

Quay sang ôm nàng, hôn nhẹ lên môi, hắn nói,

"Chiều về anh sẽ bàn với em."

Hắn khởi động chiếc Lambretta, cô con gái đứng phía trước, hai cậu trai ngồi phía sau. Như mọi lần, hắn đưa các con đến trường trước khi tới chỗ làm, cùng một con đường.

Suốt ngày, từ lúc đến tiệm cho đến giờ về, lá thư của cha vợ cứ lẩn quẩn trong đầu. Bỏ qua mọi lấn cấn, ông nói đúng, bọn nhỏ sẽ có tương lai tốt đẹp trăm lần hơn nếu sang Pháp. Hắn yêu nàng, và ngược lại. Khi quyết định vượt qua mọi chướng ngại để đến với nhau, cả hai tự hứa và thề nguyền sẽ sống bên nhau suốt đời, dù có thế nào quyết định này dứt khoát không thay đổi. Nhưng vì các con. Cha mẹ nào không muốn con sống tốt hơn, đẹp hơn?

Hôm nay hắn hắn không đi nhậu, về nhà ngay khi hết giờ làm, và cũng vào giường sớm. Trong ánh sáng dịu của ngọn đèn ngủ, mọi nếp nhăn trên khuôn mặt nàng bị xóa nhòa. Hắn nhìn nàng, hình dung ánh mắt, nụ cười, gò ngực, vùng hạ thể thời nào thanh xuân, trong căn nhà trọ ngoại ô, qua vũng trăng như sữa tràn vào từ cửa sổ, lần đầu hắn biến cô sinh viên trinh nữ thành đàn bà. Lần đầu tiên hắn cảm nhận sự giao thoa của hai xác thịt bắt nguồn từ tình yêu, sẽ gắn kết bền chặt mãi mãi. Dĩ vãng làm hắn bồi hồi. Hắn ôm siết nàng, ân ái với nàng đắm say, cuồng nhiệt như mọi lần. Tàn cuộc, nàng gối đầu trên cánh tay hắn, giọng nhỏ,

"Mình… em yêu mình."

"Yêu suốt đời chứ?" Hắn cười hỏi nàng.

"Dạ… suốt đời."

"Mình nè…'

"Dạ…"

Hắn nói với nàng suy nghĩ của hắn suốt ngày hôm nay. Nàng hãy đưa ba con xuất ngoại, vì tương lai của chúng.

"Nhưng làm sao vợ xa mình được? Không."

Nàng rơm rớm. Hắn vuốt tóc nàng,

"Một thời gian thôi. Sang bên ấy em làm bảo lãnh, anh sang sau."

"Làn sao bảo lãnh được. Mình không có hôn thú."

"Còn 3 giấy khai sinh của con, em quên à? Những giấy khai sinh này thừa chứng minh"

"Vợ không muốn xa mình ngày nào." Nàng lại ôm cứng hắn, nghẹn ngào.

"Anh cũng nào muốn xa vợ, nhưng ráng đi mình. Nửa năm, một năm là cùng. Vì tương lai của con."

Để bớt căng thẳng, hắn hôn nàng, đùa,

"Mỗi lần nhớ anh, mình chỉ cần ôn lại những cuộc ái ân, cụ thể như vừa rồi, sẽ đỡ vả ngay."

Nàng cắn mạnh vai hắn,

"Thôi đi ông, ghê."

Cuối cùng nàng bằng lòng giải pháp hắn đề nghị trong ràn rụa nước mắt.

Suốt thời gian đợi ngày chia xa, hắn không đi nhậu, chỉ quẩn quanh bên vợ con.

Hàng đêm, trong vòng tay hắn, nàng hào hứng đáp ứng bất cứ lúc nào hắn đòi. Hắn thì… vô độ, ham hố, miệt mài, như bao giờ. Hắn áp môi lên bất cứ chỗ nào trên tấm thân nàng. Mắt, mũi, miệng, ngực, bàn tay, ngón chân, vùng đồi, khe lạch dầm dề… Hắn yêu nàng, tình yêu càng dâng cao khi ngày chia xa càng gần. Hắn đã từng nói tình yêu và tính dục là hai mặt hỗ tương. Mặt này củng cố cho mặt kia. Hắn và nàng yêu nhau, hòa hợp gối chăn. Thanh xuân qua đi, những đứa con, thân thể nàng không còn hoàn hảo như xưa, mười năm đã cướp đi của nàng hai bầu vú săn, vùng bụng phẳng, hạ thể mũm mĩm tươi hồng, vậy mà chưa bao giờ hắn chán nàng và ngược lại. Mỗi đêm, trong nàng, hắn cảm nhận hơi ấm lan tỏa từ vùng ẩm ướt bao quanh. Hắn ôm siết, hít thở, ngậm nút mùi thịt da quen thuộc không chán. Hắn biết rồi đây những tháng năm xa cách nàng sẽ nhớ hắn biết chừng nào, khổ sở biết chừng nào. Và hắn, cũng cần nàng biết chừng nào.

*

Từ ngày vợ con ra đi, hết giờ làm hắn không muốn về nhà. Tất cả mọi vật trong ngôi nhà ấy đều gợi nhớ. Nhiều đêm choàng thức nhìn bên cạnh, mặt nệm trống làm lòng hắn quặn đau. Hắn nhớ trên cánh tay hắn tóc nàng xỏa tung, hắn nhớ đôi mắt khép, chiếc mũi thon, vành môi cong, hắn nhớ hai bầu ngực mềm, hắn nhớ vòng mông no căng khi nàng ôm, gác chân trên bụng hắn, hắn nhớ vùng đồi màu mỡ. Góc nhà kia là bàn học của ba đứa con, hắn nhớ hình ảnh cô con gái út tóc thắt bím, hai mắt to tròn, đôi môi cong giống mẹ, và những câu hỏi thường làm hắn bối rối,

"Ba ơi, sao có mặt trăng dzậy ba?"

"À… à… Mai mốt lớn lên, học cao con sẽ biết, bây giờ ba giải thích con cũng không hiểu."

Nhiều câu hỏi làm hắn nhột nhạt, xấu hổ,

"Ba ơi… Mẹ nói ba uống rượu nhiều hư gan, sao ba không nghe lời mẹ…"

Không về nhà, hắn lại tìm đến hàng quán, lại tụm năm tụm ba, lại chén thù chén tạc. Nhiều hôm say khướt, sáng ra thấy bên cạnh một em nào đó đang ngon giấc, thân thể trần truồng, tênh hênh. Hắn chỏi dậy, đầu nặng, mắt hoa, miệng khô. Hắn dần nhớ lại trận thư hùng đêm qua, nhầy nhụa xác thịt, thuần bản năng. Hắn gom áo quần vung vãi trên sàn gạch mặc vội, móc bóp vất lên mặt nệm vài tờ bạc, xuống lầu lấy xe về nhà, vào buồng tắm mở vòi sen. Đứng dưới tia nước lạnh, hắn nhớ nàng, nhớ con, thấy bản thân quá tồi tệ. Nhược điểm lớn nhất của hắn là tính dục quá mạnh, hai ngày không gần đàn bà là bức rức khó chịu. Hắn đã vô cùng có lỗi với nàng, nhưng không cưỡng lại nổi đòi hỏi của thân xác. Thay bộ quần áo mới, tới chỗ làm, trên đường đi hắn mong vô cùng ngày đoàn tụ. Hắn ý thức rất rõ đang lún sâu xuống vũng bùn đọa lạc, nếu cứ kéo dài mãi tình trạng này, sẽ có ngày vô phương thoát ra. Hắn sợ.

Tối qua hắn uống nhiều quá, hôm nay còn bị hành. Từ sáng đến giờ hắn chả làm được gì. Có bốn cái hẹn giao hàng hắn thất hứa đã nhiều lần vẫn chưa thực hiện. Ba tháng nay công việc dồn đống, khách than phiền, uy tín giảm, chủ nhà không vui. Mặc, hắn bất cần. Còn vợ con, hắn còn nghĩ đến trách nhiệm, nay một thân một mình hắn không màng đến uy tín. Bớt khách hàng, thu nhập giảm, đã sao. Càng nhiều tiền càng vung tay, càng nhậu nhẹt gái gú li bì. Trong hắn luôn tồn tại hai con người thường trực đối kháng, một người cha, người chồng rất đỗi thương con yêu vợ và một gã đàn ông yếu đuối, dễ sa ngã. Cuộc chiến trường kỳ giữa hai con người này làm hắn bất an triền miên. Gã đàn ông hư đốn luôn thắng nếu hắn có tiền. Nói cách khác, cách tốt nhất giúp hắn xa lìa được tội lỗi là chỉ nên sở hữu vừa phải tiền bạc.

Hắn không muốn về nhà, chưa hết say, cũng sợ đến các điểm nhậu.

Hắn chạy lòng vòng bất định. Đói. Nhìn thấy một nhà hàng nhỏ, hắn ghé vào. Quán tuy nhỏ nhưng ngăn nắp, sạch sẽ, mỹ thuật. Hắn nhìn quanh, vài bức tranh sơn dầu, tuy chỉ là tranh chép, song chứng tỏ chủ nhân có trình độ thẩm mỹ không tệ. Bỗng hắn ngạc nhiên nhìn thấy tấm ký họa hắn vẽ L sàng hồi còn ở QN, lộng kiếng treo chỗ quầy tính tiền. Hắn đứng dậy đến gần bức ký họa. Từ nhà bếp một thiếu phụ đi lên. Thiếu phụ còn trẻ, khoảng trên 30, hơi nhỏ con nhưng thân thể gọn gàng, cân đối. Hắn nhận ra ngay,

"L"

Thiếu phụ giật mình nhìn hắn và chỉ một giây, nhào tới ôm hắn,

"Anh T"

L ra dáng mệnh phụ, tóc vấn cao cài bông vải sang cả, ngấn cổ dài, trắng mịn, mắt gắn lông mi rậm, môi son hồng nhạt. Trông L đoan trang, không chút dấu tích xưa.

"L khác trước nhiều lắm."

L ôm cứng, hôn tới tấp khắp mặt hắn,

"Em mừng quá..."

L gọi hắn bằng anh xưng em ngọt lịm, dù hắn nhớ không lầm L lớn hơn hắn hình như 3 tuổi. Khi hai người ngồi vào bàn, L nhìn hắn,

"Mười hai năm nay em vẫn luôn nhớ anh, nên nhận ra ngay dù bây giờ anh đã là đàn ông chững chạc."

L tiếp,

"Đôi mắt buồn buồn làm sao quên cho được."

Hắn cũng mặc nhiên nhận chức "anh" thoải mái,

"Mê tín anh đến thế kia à?"

"Chính em còn ngạc nhiên, mắc chứng gì yêu anh, nhớ anh dai dẳng thế."

"Nói anh nghe, mọi chuyện, kể từ ngày ấy."

"Từ từ em sẽ kể. Giờ vắn tắt thôi, em đã có chồng, một con gái, năm nay 8 tuổi. Còn anh?"

"Cũng đã có vợ, 3 con. Vợ anh và 3 đứa nhỏ vừa đi Pháp tháng trước. Anh đang chờ bảo lãnh sang sau."

"Kỳ vậy, sao không đi cùng?"

"Chuyện dài."

Trong lúc hắn dùng bữa các món ăn do L chủ động gọi, L cho 2 nhân viên phục vụ và đầu bếp dọn dẹp, về nghỉ sớm và gọi điện thoại nói chuyện với một người đàn ông, hắn đoán, chồng L,

"A lô, anh đấy à?"

…

"Em bất ngờ gặp được bà cô, mừng quá, theo về nhà bả chơi. Mười mấy năm cô cháu mới gặp nhau, chắc lắm chuyện nói, cho em ngủ lại nhà bả đêm nay nhé."

…

"Em biết mà… Có bao giờ em rời cưng một giờ chứ đừng nói một đêm đâu. Hôm nay đặc biệt… Không có cưng, em cũng ngủ đâu có ngon…"

…

"Ngoan, mai em đền… Hôn cưng."

Gác điện thoại, L đến bên hắn,

"Từ ngày lấy chồng, em rất hiền thục, lần đầu tiên em sẽ hư."

L để xe lại quán, bảo hắn chở ra xa lộ, chạy về hướng TĐ, đến một khách sạn nhỏ.

"Đêm nay anh là của em."

L nói, âu yếm, khoác tay hắn lên phòng. Vừa vào trong nàng đã đẩy hắn ngã ngửa xuống giường, chồm lên, ôm hôn hắn hối hả,

"Mười hai năm, em mơ ngày này."

"Đi tắm đã nào, cho sạch sẽ thơm tho…"

Hắn tắm trước, L tắm sau. Nhìn L trần truồng bước ra, nhớ lại em cave ngày xưa, bây giờ L đẫy đà hơn, đầy đặn hơn. Vì thế hấp dẫn hơn. Ngực lớn không chảy xệ, hai núm vểnh cao, có lẽ đã thẩm mỹ, vòng bụng thon, hạ thể nung núc no tròn cắt tỉa gọn ghẽ. L sà tới, nằm trên hắn, hai trái vú lớn thỏng xuống, hắn đưa hai bàn tay nâng, xoa nắn,

"Đẹp hơn xưa."

"Thích không?"

"Thích."

"Bú đi."

Hắn say sưa với hai bầu vú mềm, ấm. Một lát, hắn hỏi,

"Ngón nghề ngày xưa của em chắc giờ điêu luyện lắm nhỉ?"

L cười,

"Chồng em mê hơn ghiền thuốc phiện".

L liếm khắp mặt hắn, ngậm môi hắn nút mạnh, thọc lưỡi vào miệng hắn ngọ ngoạy, rồi trườn xuống, áp dụng mọi tuyệt chiêu, thủ thuật, khẩu thuật, làm hắn điếng ngất,

"Cưng ơi, anh chịu hết nổi."

L thẳng dậy, đưa của hắn vào sâu,

"Ráng nhé, mửa sớm em hổng chịu đâu."

Thắt bóp, ngậm, vuốt, sàng… hắn rùng mình liên tiếp. Thầm nghĩ, "chồng em" ghiền là phải. Quả ngón nghề của L đã đến mức thuần thành.

Hắn cầm cự không thể lâu trước võ công thượng thừa của L sàng. Hắn mửa xối xả.

Trong vòng tay siết chặt và hạ thể vẫn chưa dừng co giật,

"Hơn xưa phải không?"

Hắn gật đầu, cố lấy lại hơi thở bình thường. Khoảng 10 phút sau, hắn nói,

"Nào, kể anh nghe đi."

L gối đầu trên vai hắn, giọng đều,

Như ảo thuật, miền Nam, kể từ cầu Hiền Lương, rơi vào tay Bắc phương nhanh đến chóng mặt. Lần lượt các tỉnh, Quảng Trị, Huế, Đà Nẵng, Nha Trang, Qui Nhơn và các tỉnh cao nguyên… theo nhau tiêu tùng. Dân chúng lũ lượt từ vùng cao đổ xuống, ra biển, vào Nam. L theo tên anh chị tìm ca nô ra Đệ thất hạm đội Mỹ, nghe nói đang neo đậu ngoài khơi. Quốc lộ 1 đông nghịt người. Già, trẻ, lớn bé, đàn ông, đàn bà… gồng gánh dắt díu nhau tất tưởi, hoảng loạn. Tiếng súng khắp nơi, khắp hướng. L và tên anh chị chạy chưa được bao xa thì rơi vào vùng giao tranh. Tên anh chị lãnh quả B40, tan xác, L trúng viên đạn xuyên đùi, ngất xỉu. Khi tỉnh dậy L biết mình đang nằm trong bệnh viện tỉnh. Ai đó đã đưa L vào đây. Viên đạn chỉ xuyên qua thịt, không trúng xương, chỉ mất nhiều máu. Nằm viện 20 ngày, ra viện. Thị trấn đã đổi chủ, cờ hai màu xanh đỏ phất phới khắp nơi, những quân xa cũ kỹ bám bụi đất chở đầy bộ đội dọc ngang mọi con đường. Vết thương chỉ mới kéo da non, còn đau. Không tiền, không nhà cửa, L đi thất thểu vô định. Chợt nhớ nhà gã thông dịch viên đến các bar nhiều lần với bọn lính Mỹ, gã đã ngủ với L vài lần, rất mê cách làm tình lừng danh của L. Nhà gã trong thị trấn, sống độc thân. L gõ cửa. Gã vui vẻ cho L trú ngụ, khi vết thương lành, L chấp nhận già nhân ngãi non vợ chồng với gã. Một cách trả ơn, đồng thời "cho yên thân", không lo chỗ cư ngụ và không sợ đói. Tình hình tạm ổn định, chính quyền địa phương lưu ý đến cái lý lịch tay sai cho Mỹ của gã, nay mời lên "nói chuyện", mai gọi "hỏi thăm". Đoán sớm muộn sẽ lắm phiền phức, gã bàn với L trốn vào Sài Gòn. Hai người mánh mung bán buôn ở chợ trời, sống được, khá thoải mái.

Một hôm cả hai bị công an bắt vì đổi dollars cho những người sắp vượt biên. Cán bộ chấp pháp L là một sĩ quan, có học. Liên khai là giáo viên Anh ngữ cấp 1 ở NT, không được tiếp tục nghề nên trôi dạt vài Sài Gòn, kiếm sống ở chợ trời. Qua trắc nghiệm, quả L rất khá Anh ngữ và kiến thức cũng rộng về nhiều lĩnh vực, nhất là văn chương. Gã sĩ quan tin. Khi được thả, viên sĩ quan hỏi L,

"Cô ở đâu?"

"Em chưa biết. Em chả có thân nhân ở đây."

"Thế cái cậu đổi đô la chung với cô không phải chồng à?"

"Dạ không, em gặp anh ấy ở chợ trời, quen thôi."

"Thôi được, tạm thời cô về sống với chúng tôi, mẹ tôi đang cần một người quán xuyến cái quán ăn của bà ấy. Cô bằng lòng không?"

L mừng quá, gật đầu ngay. Nhờ kiến thức và giao tiếp khéo, tổ chức qui củ, hợp lý, quán ăn xập xệ trước đây nhanh chóng được nâng cấp, dần dà hóa thân thành nhà hàng tuy nhỏ nhưng ấm cúng, mỹ thuật như hiện nay. Bà mẹ viên sĩ quan mất 5 năm trước, L và gã trở thành vợ chồng không lâu ngày L về sống cùng nhà. Năm sau L sinh một bé gái. Trong giới hạn nào đó cuộc sống của L khá bình lặng. L gần như quên hẳn dĩ vãng, lột xác, thích nghi với môi trường mới, đoan trang, hiền thục. Chồng thương, con ngoan. L hạnh phúc.

"Em yêu anh, 12 năm qua em vẫn mong gặp lại anh, chỉ một lần thôi, để sống với anh một ngày, một buổi, cho thỏa nhớ mong, khao khát. Em vẫn luôn tự hỏi, tại sao em yêu anh nhiều thế. Anh là mối tình thứ 2 sau tên ca sĩ vườn, nhưng hắn chỉ tồn tại trong em cùng bao đắng cay, còn anh, rất êm đềm, em nhớ mãi những đêm trăng ngoài bãi biển. Ngày mai em sẽ trở về với gia đình, em cũng yêu chồng em, và nhất là con gái em."

Hắn lại ân ái với L, cuồng nhiệt. Cả đêm hắn và L gần như không ngủ. Tâm sự, nhắc nhớ kỷ niệm xưa. Những lần hắn giải vây cho L khỏi tay bọn lính say sưa thô lỗ. Những lúc L cài mánh cho hắn hành nghề, vồ những tờ đô la đỏ của bọn lính nồng hơi men. Những đêm trăng L nằm gọn trong lòng hắn trong vùng sáng vàng dịu của bãi cát, chạy dài, lẫn vào bóng đêm. Những cuộc giao hoan ngất say trong căn nhà trọ gần các quán bar. Tâm sự cạn, lại ân ái…

Hắn cũng đồng ý với L. Chỉ một lần này thôi. L yêu chồng, yêu con. Yêu mái ấm hạnh phúc. Hắn chỉ là một kỷ niệm xa. Như thế đủ rồi. L không thể phiêu lưu thêm nữa, nhiều bất trắc, rủi ro. Chồng L, sau 10 năm, là một chức sắc lớn nghành công an, tai mắt khắp nơi. Sớm muộn sẽ bị phát giác nếu còn quan hệ. Và hắn cũng phải dừng lại, hắn không muốn làm hỏng hạnh phúc của L, thứ nữa, nếu vỡ lỡ, cuộc đời hắn sẽ cực kỳ tệ hại .

15

Ông già quay lui nhìn con lộ sau cổng sắt quanh co dẫn xuống khu phố bán buôn tạp nhạp và rất nhiều hãng xưởng. Một trong những hãng xưởng này là một công ty may mặc khá bề thế, nhiều nhân công. Giờ tan tầm lố nhố gái trai ùa ra bãi đậu xe, tiếng nói cười, tiếng máy nổ... hoạt cảnh sinh động. Nhìn họ, ông già nghĩ đến tuổi tác và bệnh tật, không khỏi cảm thấy buồn buồn. Ai cũng có một thời tuổi trẻ. Cái tuổi no căng sinh lực, chất chồng hoài bão, ngồn ngộn ước mơ. Tuổi trẻ qua đi, mọi điều dần trở nên tầm thường, không còn quyến rũ như thời thanh xuân. Kể cả tiền bạc, danh vọng. Bạn bè ông nhiều người đã ra đi. Không ít người khi còn sống uy danh lẫy lừng, vật chất thừa mứa. Chung cuộc ai cũng vào nghĩa trang, ai cũng chỉ một thời gian, nhanh, năm bảy tháng, chậm một hai năm, đều ra khỏi trí nhớ những người ở lại, không loại trừ những người thân nhất, như vợ chồng con cái.

Một điền nữa ông già nghiệm thấy đời người thường trôi theo một hướng nào đó hoàn toàn không chủ động. Như dòng suối phát khởi từ một điểm, điểm đến cuối cùng vẫn là biển cả mênh mông, như mọi dòng chảy khác. Nhưng trong hành trình dẫn về biển cả, mỗi dòng chảy đều có một "sinh mệnh" riêng. Sinh mệnh của hắn, cho đến hôm nay, qua hàng trăm biến cố, những biến cố trải dài suốt bao nhiêu năm, hình thành con người hắn, cuộc đời hắn, không sao đoán trước được.

ba yêu

pari lạnh quá ba à con mẹ anh hai anh ba sút ngày ngồi xác lò sưởi mà cũng không hết lạnh ông bà ngoại thì ngim các cô chú thì tàn nói chiện bằng tiếng tây chúng con hổng hiểu buồn quá ba ơi con nhớ ba...

Thư của con gái, nét chữ cua còng, be bét chính tả. Nó mới xong lớp Năm thì ra đi. Hắn rưng rưng cảm động, đọc đi đọc lại mãi những dòng chữ ngô nghê, một lèo, không viết hoa, chấm phẩy. Dù thế vẫn còn hơi hướm mũi tẹt da vàng, hắn biết vài năm nữa, khi đã thích nghi với môi trường mới, văn hóa mới, cô con gái yêu của hắn sẽ quên hẳn tiếng mẹ đẻ. May ra cậu con đầu còn giữ được một tí Việt Nam, cậu thứ hai và con bé này, vô phương. Cùng lúc, là thư của nàng, TT cho biết, việc bão lãnh không giản dị như hắn và nàng tưởng. Điều kiện tiên quyết và quan trọng nhất: nàng phải có công ăn việc làm, lợi tức đủ *couvrir(1)* hắn cho đến khi hắn tự nuôi thân được. Bằng không phải có người đủ điều kiện, nhận gánh trách nhiệm. Cha mẹ vợ thừa sức nhưng sẽ không bao giờ! Nếu hắn bớt ngang bướng, viết thư xin lỗi, năn nỉ, chắc ông bà thương con gái, sẽ động lòng, tha tội. Nhưng hắn đã cương 10 năm rồi, sẽ phải tiếp tục cương. Tình yêu hắn dành cho nàng lớn thật, nhưng cục tự ái trong lòng hắn cũng lớn không kém. Mặc, ra sao thì ra. Sau này hắn ân hận mãi vì sự ngang bướng gàn rỡ này đã đẩy hắn đi vào ngã rẽ khác.

Sáu tháng trôi qua, việc bảo lãnh vẫn chưa thể tiến hành. Nàng phải học thêm để đủ điều kiện xin vào làm những nơi lương cao, hầu *couvrir* hắn. Nghĩa là nàng và các con vẫn nằm dưới bảo trợ của cha mẹ. Hắn nhớ vợ, nhớ con, thấy cuộc sống thật vô vị. Hết giờ làm việc, ghé đâu đó ăn qua quít, không muốn về nhà, lại lang thang, và rồi lại tìm bè bạn, lại rượu chè, gái gú. Hắn nhận rõ sự sa đọa của bản thân mỗi ngày một trầm trọng.

Từ lần tái ngộ và một đêm sôi nổi, hắn chưa gặp lại L sàng. Hắn biết nếu gặp, hai người sẽ lại lao vào nhau, bất chấp hậu quả. Hắn đoán tâm trạng của L cũng tương tự. Chỗ làm hắn không xa nhà hàng của L, chỉ 20 phút xe, L rành, nhưng tránh ghé. Cả hai đều sợ sẽ sa ngã. Hậu quả khó lường.

L khác hẳn mọi người nữ khác đã từng quan hệ với hắn thời gian sau này. Không ai có thể so sánh được. Kinh nghiệm và kỹ thuật ân ái chỉ một phần, hắn thích L vì nhiều lý do khác. Cùng có chung một quãng đời thanh xuân cơ khổ; kiến thức, chiều sâu tâm hồn. Sau ân ái, có thể nằm ôm nhau hàn huyên mọi chuyện, tâm đầu ý hợp. L là một hiện tượng lạ. Có thể nói cách… cải lương, gần bùn mà chẳng hôi tanh mùi bùn. Hắn có yêu L không? Câu hỏi đã từng quẩn quanh trong đầu nhiều năm trước, rồi vợ con, cơm áo, bao nhiêu thăng trầm, hắn quên đi. Cho đến khi tái ngộ câu hỏi lại trở về. Hắn có yêu L không? Hắn bình tĩnh tự vấn và tìm thấy câu trả lời, hắn thích L nhưng yêu thì không. L thiếu cái hy sinh, chịu đựng của nàng, càng không có cái thiêng liêng hòa kết trong gối chăn như vợ chồng hắn. Với L, cũng rung động đấy, song sự rung động nghiêng về phía xác thịt, khác hẳn với nàng, xác thịt làm đầy thêm sự đắm say khai sinh từ tình yêu.

Khi đã rõ lòng mình, hắn dễ dàng hơn khi quyết định sẽ không tìm gặp L nữa. Quyết định này giúp cả hai không rơi vào sai phạm, chắc chắn dẫn đến hậu quả tồi tệ.

Một hôm hắn ghé tụ điểm bia hơi từng đến 10 năm trước. Gặp lại một bạn nhậu cũ, vẫn vậy, dĩ nhiên có già đi vì tuổi tác. Người bạn nhìn hắn, vui vẻ,

"Lâu quá không gặp mày."

Hắn nhìn quanh, diện tích tụ điểm vẫn như xưa, duy hàng dâm bụt ngăn cách nhà kế cận đã được thay bằng một tường rào xây gạch cao quá đầu người. Những bàn dài kê dưới các tán cổ thụ rợp bóng mát, hoặc các tấm bạt rộng, với hai hàng ghế đẩu hai bên kín người. Hắn nhận xét,

"10 năm, chả có gì khác."

Người bạn gọi thêm ly cho hắn. Bù khú từ chiều đến tối,

gợi lại bao chuyện cũ. Tên này đổi chỗ làm, tên kia vượt biên, tên nọ đã 4 con… Người bạn bỗng nhắc đến em giáo viên "mất dạy",

"Mày có gặp lại em sau lần ấy không?"

"Không, ừ nhỉ, mày nhắc tao mới nhớ."

Hắn uống nhiều nhưng chưa say. Độ sau này tửu lượng hắn thuộc hạng thượng thừa nhờ "tu luyện" chuyên cần. Tan cuộc, hắn chạy xe qua những con đường quen thuộc, khí hậu về đêm dễ chịu, mọi cửa hàng hai bên phố sáng đèn, nhộn nhịp. Đi đâu bây giờ? Hắn chưa muốn về nhà. Hay là đến em giáo viên "mất dạy"? Ừ nhỉ, sao không đến thăm. 10 năm, em thế nào?

Hắn ra ngoại thành, ngang qua bãi đất trống có tấm bia ghi tên 180 liệt sĩ, trụ sở phường… Cảnh vật đổi thay nhiều. Nhà cửa san sát hai bên đường, nhiều nhà 2, 3 tầng. Thành phố nới rộng, vài năm nữa vùng này sẽ không còn là ngoại ô. Hết chiến tranh, dân số tăng nhanh chóng mặt. Một thế hệ mới trưởng thành, đến với nhau, sinh sôi nẩy nở, cộng thêm dân các nơi tụ về, thành phố 3 triệu người, tăng vùn vụt thành 7, 8 triệu, không nới rộng, chỗ nào chứa? Chạy thêm chừng cây số nữa đến nhà em. Nhà vẫn ven đường nhưng sâu vào trong qua con lộ đất khá rộng với hai hàng so đũa hai bên, dẫn vào miếng sân trồng vài cây ăn trái, mít, nhãn, chôm chôm. Cách nội thành không xa nhưng không gian nơi này khác hẳn. Thoáng, yên tĩnh, trong lành. Tiếng dế râm ran từ những thửa rộng bao quanh, bầu trời ửng sáng hướng thành phố. Nơi đèn màu chao đảo, chớp tắt và tiếng nhạc, tiếng cười, tiếng ly cốc chạm nhau lanh canh, suốt đêm. Nơi các quán nhậu từ cao cấp xuống hạ đẳng lúc nào cũng đông nghịt. Hắn dừng xe sát mái hiên, cửa chính đóng nhưng cửa sổ mở, ánh sáng hắt ra, rải một phần trên miếng sân. Thiếu phụ ngồi trước chồng vở cao, đứng dậy nhìn khi nghe tiếng máy xe. Thiếu phụ mở cửa khi nghe tiếng gõ. Hắn nhận ra "em" ngay. Tuy có khác, nhưng cơ bản không thay đổi nhiều. Vẫn đôi mắt xếch, bén ngót, ngực lớn, mông tròn, hông nở, chân dài. Trong hình vóc nhãn tiền, "em" thu hút mắt nhìn của hắn hơn.

"Còn nhớ anh không?"

"Em" hơi nhíu mày. Chợt ồ lên,

"Anh... Ồ... không ngờ."

Hắn chưa biết tên "em", ngược lại, "em" cũng thế.

"Mời anh vào nhà chứ?"

"Dạ, mời anh."

Qua hàn huyên hắn biết Tr. (tên "em") được đi dạy lại và lấy chồng sau ngày gặp hắn một năm. Chồng Tr cũng dạy cùng trường, sống với nhau gần 3 năm, ly dị, vì hai vợ chồng không có con, mẹ chồng bảo tại Tr, buộc anh ta phải ly dị, lấy vợ khác, để có người nối dõi tông đường. Anh ta yếu đuối không dám cãi lời mẹ. Tr bị shock nhưng trấn tỉnh được ngay. Tr có yêu chồng trước đó, song qua cách hành sử vừa rồi Tr bỗng nhận ra bản chất của anh ta. Tr nghĩ, một người đàn ông nhu nhược như thế làm sao cùng nhau đi hết cuộc đời? Chỉ hơn năm sau anh ta cưới vợ mới. Lạ thay, vẫn không bầu bì. Mẹ buộc con dâu đi khám, Kết quả: vợ bình thường, cũng có nghĩa chồng có vấn đề. Sau ly dị Tr trở về căn nhà này sống với mẹ. Bà mất 4 năm trước. Tr vẫn ở vậy, không muốn tái giá. "một mình, buồn, nhưng em thấy khỏe". Hắn cũng cho Tr biết tình cảnh của hắn, Tr hỏi,

"Bao giờ anh sang với vợ con?"

"Anh không biết, tùy thuộc vào vợ anh."

Hắn nói cho Tr hiểu khó khăn của việc bảo lãnh. Đợi nàng học xong, đi làm lương cao, đủ khả năng bảo trợ hắn. Hắn cũng nói với Tr về cảnh sống hiện tại, rượu chè, sa đọa. Về nỗi sợ hãi khi mỗi đêm trở về căn nhà vợ chồng con cái hắn đã sống bao năm.

"Em hãy tưởng tượng xem, nửa đêm thức giấc trong bầu khí hoang lạnh, buồn biết chừng nào?"

"Phải thay đổi cách sống. Như thế không được đâu."

"Thay đổi? Trừ phi…"

Hắn cười, đùa,

"Em cho anh sống với."

"Bậy bạ quá…"

Hắn từ giã Tr khi gần sáng.

Từ hôm ấy hắn thường xuyên đến nhà Tr. Thỉnh thoảng hết giờ làm ghé ăn cơm. Những bữa cơm gợi nhớ sự đầm ấm của một gia đình hạnh phúc. Lâu dần, chuyên cần hơn, gần như mỗi ngày. Cũng lâu dần, việc phải đến đã đến.

Hôm ấy hắn vừa vào nhà, quá quen nên không gõ cửa, Tr vừa tắm xong đi ra, thấy hắn Tr giật mình, thối lui, tấm khăn lông quấn quanh vướn vào nắm cửa - cánh cửa ngăn chia phòng khách và nhà bếp, phòng vệ sinh, buồng ngủ - tuột khỏi người Tr rơi xuống, Tr hoàn toàn khỏa thân trước mặt hắn. Hai trái vú lớn, núm cương mọng, bụng phẳng, lỗ rốn sâu, gò cao nung núc như chiếc chảo úp, hông nở, đôi chân thon dài, da trắng mịn. Tr hốt hoảng đưa hai tay che ngực theo phản xạ, nhưng quên mất phần dưới. Hắn bước tới ôm Tr,

"Anh… đừng…"

Hắn như không nghe, hôn ót, mang tai, xoay mặt Tr, hôn môi, nút chiếc lưỡi mềm của Tr.

"Đừng… đừng…"

Tiếng "đừng" này hắn nghe nhiều lần, quá rành, nên vẫn giả điếc, hắn vật Tr ngã ngửa trên mặt bàn, vùi mặt giữa hai đùi Tr. vô thức dạng rộng.

"Đừng mà…"

Nhưng hắn không "đừng" được. Hai bàn tay Tr vò rối mái tóc hắn, nửa muốn đẩy ra, nửa như kéo vào. Khi đã biết Tr không còn phản ứng, hắn đứng dậy đưa vào. Tiếng đừng biến thành tiếng rên đứt quãng. Từ lúc nào, Tr ôm chặt hắn, hổn hển,

“Anh… anh ơi…”

Hắn đã đạt được điều hắn khao khát bấy lâu nay.

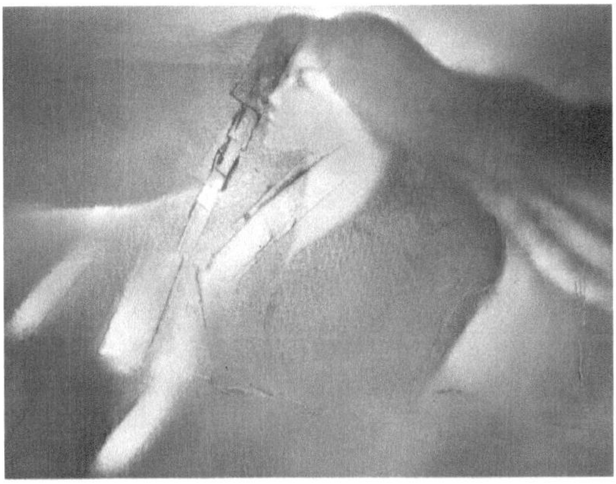

Sau lần đó, Tr nhanh chóng ngã vào vòng tay hắn. Người thiếu phụ trẻ, khỏe mạnh, khát tình, gặp phải hắn, sung mãn, kinh nghiệm, dạn dày, như mủ trôm gặp nước, nở bung. Tr thầm yêu hắn từ lâu, đắm đuối không thua gì nàng, được dịp, Tr buông. Mỗi lần ân ái, Tr nhiệt tình với biểu cảm đồng thuận cao.

Thấy Tr hưởng ứng chuyện gối chăn trên mức bình thường, hắn hỏi,

“Cưng như thế này làm sao chịu nổi 6 năm không có đàn ông?”

“Em thủ dâm.”

“Thủ dâm?”

“Dạ… Nhiều lúc bứt rứt quá, muốn tìm đại tên nào đó. Nhưng em đè nén được. Em thủ dâm. Rồi cũng êm.”’

“Đàn bà cũng thủ dâm sao.”

“Có chứ, nhiều nữa là khác. Nhưng họ giấu. Đàn bà mà. Tiết lộ anh nghe chuyện này, biết, cho vui. Khác với đàn ông, chỉ một lần là xuội lơ, phải một hai giờ sau mới nhúc nhích nổi. Đàn bà thì khác, nhiều lúc xem phim sex hay đọc trruyện 18+, em thủ dâm nhiều lần, hai chân mỏi run, đứng không vững, nhất là từ lúc gặp lại anh, đêm nào em cũng thủ dâm, em tưởng tượng đang ân ái với anh…"

Hắn trêu,

"Có anh, thủ dâm nữa không?"

"Hỏi lãng xẹt,.."

Hắn nhận ra Tr có nhiều điểm tương đồng với nàng, cá tính mạnh, yêu văn chương, hội họa, đáp ứng tình dục không kìm nén. Hắn cũng yêu Tr, thuyết phục Tr bán nhà chuyển về sống hẳn với hắn. Tr không chịu, bảo đã quen với sự tĩnh lặng vùng ngoại ô, vả lại bất tiện lắm khi đi dạy. Hắn bảo sẽ sắm cho Tr chiếc Honda dame, từ trường về nhà hắn chỉ 30 phút. Tr vẫn một mực không thuận. Cuối cùng hắn đành chấp nhận một cảnh hai quê. Vài ba hôm về nhà một lần. Hắn định sẽ bán nhà, sống hẳn với Tr.

Hắn dời giá vẽ về nhà Tr, bắt đầu sáng tác lại. Hắn nhận ra, chỉ có thể vẽ được khi tâm sinh lý ổn định. Ngày xưa, sau một đêm mặn nồng cùng nàng, sáng ra hắn ngồi vào giá vẽ với đầy ắp hưng phấn, hứng khởi. Đêm nào say quá, hắn về đến nhà là ngủ vùi. Sáng ra đứng trước khung bố, hắn loay hoay mãi không "vào" được. Nàng ra, hỏi,

"Sao chồng không vẽ đi?"

Hắn quay nhìn nàng,

"Giúp chồng, vợ yêu."

Hắn ôm hôn nàng, dìu nằm xuống nền xi măng,

"Mình, cửa…"

Hắn bước nhanh tới đóng cửa. Các con đã đi học. Nhà chỉ còn hai vợ chồng. Nàng nằm ngửa. Hắn quì xuống. Nàng nhích người cho hắn lôi chiếc váy khỏi thân thể. Nàng có thói quen không mặc đồ lót khi ở nhà. Hai gò vú, đồi thịt phì nhiêu vồng cao, nốt ruồi thân thuộc, mùi da thịt. Tất cả như ma túy. Nàng dang tay ôm khi hắn phủ trên người nàng,

"Đêm qua say quá không yêu vợ chứ gì. Nghỉ một bữa không được sao?" Nàng trách yêu.

"Vợ như mạch nguồn sáng tạo, có hơi vợ nó tuôn chảy, ngược lại, tắc nghẽn."

"Thôi đi ông, bẻm mép."

"Thật mà, anh rất cần cưng khi bế tắc."

Quả thế. Tàn cuộc, nàng vào phòng tắm, hắn ngồi vào giá vẽ. Lạ lùng. Hắn cầm cọ lên, rồi màu gọi màu, tranh nhanh chóng hiện dần.

Nay cũng thế. Có Tr, đam mê sáng tạo trỗi dậy.

Theo nghiên cứu, người ta cho rằng hoóc môn tình dục liên quan mật thiết đến nhu cầu sáng tạo. Quả thực sau khi gối chăn, hắn ham vẽ hơn, ý tưởng đến dễ dàng hơn.

Hắn vẽ, những bức tranh phản ảnh mọi băn khoăn, suy tưởng của hắn về nhiều vấn đề, từ siêu hình, trừu tượng đến tình yêu, đời thường, những bất ưng… Hắn biết nhiều bức trong loạt tranh này không công khai được. Nhưng hắn vẫn vẽ. Mặt nào đó, hội họa như chiếc chiếc cầu dẫn hắn vào vùng đất lạ. Ở đó có lắm kỳ hoa dị thảo nhưng cũng không ít hầm hố chông gai.

Sang tháng thứ 2 kể từ lúc sống chung, Tr nói,

"Anh ơi, em tắt kinh rồi."

"Em nói gì?"

Tr nghập ngừng, giọng nhỏ,

"Em… có thai…"

Hắn bàng hoàng. Tr có thai, đồng nghĩa với việc Tr chính thức đã là vợ hắn. Còn nàng thì sao? 10 năm, 3 mụn con. Bao ngọt bùi, cay đắng. Hắn yêu nàng, mãi mãi yêu nàng. Nhưng hắn cũng yêu Tr, trái tim của con người không chỉ một ngăn. Hắn phải làm sao?

"Anh có vẻ không vui?"

"Đâu có, anh rất vui..."

"Anh nói dối, em biết anh nói dối. Anh đang nghĩ đến chị TT."

Tr ngửa người nhìn trần nhà, một con thạch sùng chạy như biến vào góc nhà, có lẽ nó vừa nhìn thấy con muỗi bay ngang. Tiếng chặc lưỡi của tên săn muỗi vang trong đêm vắng, đơn độc, lạnh lùng. Tr rơm rớm,

"Em cũng là vợ anh, em không được quyền có con sao?"

"Em hay chị TT sinh ra cũng là máu mủ của anh, làm sao anh không vui được? Nhưng phải thú thật, anh hoang mang. Anh cảm thấy có lỗi với TT và em. Tâm trạng anh, nói thế nào nhỉ, vừa vui vừa buồn."

Tr thở dài,

"Em hiểu, lẽ ra em phải kìm chế, không nên đến với anh. Nhưng làm sao trói được con tim. Em yêu anh."

"Anh yêu chị TT, nhưng cũng yêu em."

"Thực không?"

"Dối em làm gì?"

"Nói lại đi, nói anh yêu em."

"Anh yêu em."

Tr ôm khuôn mặt hắn bằng hai tay, nhìn sâu vào mắt hắn,

"Không cần biết anh thật hay dối, em vẫn sung sướng lắm. Em không phải thánh thần, nghĩa là cũng ích kỷ như bất cứ một người bình thường nào. Em thương chị TT, em có lỗi với chị ấy... Nhưng mà em cần anh, con cần cha, chị TT đã có 10 năm với anh, hẳn rất hạnh phúc, bây giờ chị ấy hãy nhường cho em. Được ôm anh, kề cận anh, em vui lắm."

Hắn im lặng. Nói gì bây giờ? Tất nhiên nàng đau khổ lắm nếu biết chuyện, Tr cũng đau khổ không kém nếu hắn bỏ Tr sang Pháp với nàng và các con. Mọi trái ngang hiện tại rõ ràng bắt nguồn từ tính ngang bướng vô lối của hắn. Nếu hắn chịu hạ mình xin cha mẹ vợ tha thứ, nếu hắn đừng ngạo mạn coi sự tồn tại của hai đấng sinh thành ra nàng như con số không, thì làm sao hắn có cơ hội gặp lại Tr?

Có nên đổ thừa cho định mệnh chăng?

(1) Couvrir, *tiếng Pháp,* che chở, bảo bọc

*

Trên đường từ chỗ làm việc về nhà Tr, lá thư của nàng hắn vừa nhận được vẫn lẩn quẩn trong đầu. Nàng cho biết các con học tốt. Hai đứa nhỏ thích nghi nhanh, cậu lớn tuy khó khăn hơn nhưng nhờ nàng dạy kèm ở nhà nên cũng theo kịp chương trình. Nàng cũng đang học, Marketing, hơn 2 năm nữa mới xong. Nàng có sinh ngữ, tìm việc làm không khó, nhưng chẳng bằng cấp, lương chỉ tầm tầm làm sao bảo lãnh hắn? Muốn lương cao, phải học thôi. Nàng nói nhớ hắn muốn điên. Ban ngày, lo trăm chuyện, quên, nhưng đêm, giữa chiếu chăn lạnh lẽo, nhìn qua cửa kính, tuyết rơi trắng xóa, những cành thông bám tuyết trĩu xuống trong ánh sáng của vườn nhà. Xa, mờ trong sương đục, ánh đèn từ đỉnh nhọn của gác chuông nhà thờ vuốt cao. Nàng quắc quay với hình ảnh hắn. Ánh mắt, nụ cười, góc nhà nơi đặt chiếc giá vẽ, hắn ngồi, cọ sơn vờn bay trên khung bố, những mảng màu, những đường nét. Đêm, bàn tay hắn úp trên vùng nhạy cảm, thói quen làm nàng bị điều kiện hóa, không có những ngón tay táy máy, nàng ngủ không ngon giấc. Hắn nhận thấy mắt cay cay. Hắn thương nàng quá. Càng thương hắn càng hoang mang. Phải làm sao đây? Tr đã mang thai, Tr yêu hắn cuồng nhiệt, và hắn cũng yêu Tr. Nếu phải cân đo, so sánh, nàng nặng hơn. Nàng cho hắn tuổi thanh xuân và bao nhiêu thứ khác. Tr tuy nhẹ, nhưng cận kề bên hắn đêm ngày. Ngược lại nàng ở quá xa, nửa vòng trái đất. Phải làm sao? Câu hỏi không thể có giải đáp ổn thỏa. Hắn cô quạnh, mong vô cùng được tâm sự, giải tỏa nỗi lòng. Với ai? Những bạn nhậu, không được, đám này chỉ để bốc phét, bông phèng. Hắn chợt nhớ L sàng. Hắn phân vân. Gặp nhau lại không cưỡng nổi đòi hỏi xác thịt. Hắn hiểu rõ bản chất mình, quá mạnh chuyện tình dục, dễ bị cuốn vào thú vui chăn gối. L sàng thì lúc nào cũng hừng hực. Nhưng nhu cầu cần một đối tượng để trút bỏ bao điều chất chứa trong lòng quá mạnh. Hắn vòng xe lại, chạy đến nhà hàng nhỏ của L. Thấy hắn L vội rời quầy tiến về phía hắn, nhìn quanh, các tiếp viên đang lo tiếp khách, L hôn nhanh lên môi hắn,

"Anh… Lâu quá…"

Hắn nhẹ đẩy L ra, nói nhỏ,

"Người ta nhìn kìa, tới tai chồng em, chết cả lũ."

"Mấy cô phục vụ ở đây đều là thân tín của em, nhỡ thấy cũng không bép xép đâu."

"Cẩn tắc vô áy náy…"

Hắn ngồi xuống bàn trong góc, L cũng ngồi,

"Trông anh bơ phờ, bệnh à?"

"Không, anh có chuyện nan giải, đếm tìm em, xem có giúp được gì chăng."

"Chuyện gì vậy?'

Hắn kể, mười năm trước quen Tr trong một tụ điểm bia hơi. Mới gặp lại vài tháng trở lại đây, để rồi quan hệ giữa hai người trở nên gắn bó, và Tr mang thai. Hắn thú thực có yêu Tr, dĩ nhiên tình yêu này không sâu đậm như với vợ hắn, nhưng cũng không phải chỉ qua đường. Thêm nữa việc TT bảo lãnh hắn không dễ dàng như đã tưởng. Để thành tựu, ít nhất 2 năm nữa. 2 năm, bao nhiêu biến cố.

"Anh không thể bỏ Tr và đứa con sẽ chào đời, cũng không thể bỏ vợ. Phải làm sao?"

L nói dỗi,

"Dâm quá, thấy gái là tơm tớp, lãnh hậu quả, đáng kiếp."

"Thôi mà, hãy cho anh ý kiến."

L vẫn dấm dẳng,

"Kiến với cò gì. Hoặc bỏ vợ lấy Tr, hoặc bỏ Tr sang với vợ. Hoặc nhận cả hai, bà cả bà thứ."

"Thôi mà…"

Hắn nâng cốc bia uống một hơi dài gần cạn, nghiêng mặt nhìn dòng xe ngược xui ngang cửa. Ánh mắt vốn buồn càng buồn hơn, L ghen, dù biết sự ghen tương này vô lý, Nhưng L không thể không tiếp tục cay đắng,

"Sướng con cu mù con mắt, ông bà nói có sai đâu."

Hắn bắt đầu cảm thấy khó chịu,

"Anh mong em giúp anh tìm ra giải pháp khả thi, chì chiết nhau làm gì khi chúng ta đều đã có gia đình."

L nhìn vẻ mặt hắn, thấy đã quá trớn. Phải, cả hai đều có gia đình. L lấy tư cách gì nặng nhẹ hắn? L làm hòa bằng cách nắm tay hắn bóp nhẹ,

"Em xin lỗi. Tại em yêu anh, biết là vô lý nhưng em không làm chủ được mình. Thật tình em cũng không biết phải khuyên anh thế nào. Nan giải quá."

L bỗng chuyển đề tài,

"Mà thôi, số mệnh cả, không định trước được đâu. Mình tính không bằng trời tính. Riêng chuyện này tính được: ngày 8 tháng sau sinh nhật em, chồng em tổ chức, mời anh và Tr đến chơi, cho anh biết mặt chồng em, và em biết mặt Tr."

"Hay đấy. Anh sẽ đưa Tr đến."

*

Hôm trước hắn nói với Tr về L. Hắn bịa chuyện như L bịa với chồng, chỉ khác, L là chị một bạn thân của hắn ngày xưa, tình cờ mới gặp lại, hắn và Tr được mời sinh nhật, hắn đã nhận lời. Tr vui lắm, hắn đưa Tr đến chỗ đông người, đồng nghĩa với chuyện đã mặc nhiên xem Tr là vợ. Ngôi nhà trong khu vườn rợp bóng cây, nằm trên con đường khá yên tĩnh, ngay trung tâm thành phố. Nơi này xưa kia tập trung giới thượng lưu, quan chức chế độ cũ. Nay cũng không khác, nhưng là của chế độ mới. Lớp cũ hầu hết đã ra nước ngoài. L đón hắn và Tr ngay trước cửa. Hôm nay L mặc váy bó sát, thấp dưới gối nhưng rộng cổ, phơi nửa ngực, trắng nõn, làm nền cho chuỗi ngọc màu hổ phách sang cả. Em cave xưa kia váy ngắn tới bẹn, ngực không nịt vú, phơi hĩm cho bọn lính viễn chinh thoải mái sờ bóp có vẻ như chả liên quan gì đến bà quan sáu Công an bây giờ. Chiếc váy uốn lượn theo đường cong thân thể làm hắn nhớ đến căn phòng khách sạn vùng ngoại ô, suốt đêm, hắn đã sở hữu, ôm ấp, vày vò, vào ra. Hắn chậm bước, kề sát tai L, nói nhỏ,

"Em hấp dẫn quá, nhìn chịu không thấu."

"Thôi đi ông mãnh, Tr nghe được, cắt ku bây giờ."

Hắn cười, theo L bước vào phòng khách. Đã có chừng mươi cặp, hầu hết có lẽ đều là doanh nhân. Vài người, nhìn tóc tai quần áo, đoán được ngay là đồng nghiệp với gia chủ. Tr quàng tay hắn, trong bộ cánh bình dị, sơ mi trắng, quần tây xám nhạt, Tr có dáng vẻ hiền lành, khác hẳn hình ảnh ngổ ngáo bất cần lần đầu tiên hắn gặp tại tụ điểm bia hơi 8 năm trước. Hắn yêu hình ảnh này hơn, gợi nhớ nàng. Lạ, mỗi lần tâm hồn hắn xao động vì Tr, bao giờ hắn cũng liên tưởng đến nàng, thậm chí những lúc đang cùng Tr ân ái, hắn suýt kêu tên nàng khi lên đến đỉnh. Hắn yêu nàng qua Tr? Hắn nói với Tr,

"Em khác với các bà quí tộc mới kia."

"Quê mùa quá phải không?"

"Không, anh thích."

Chồng L chạc 50, tầm thước, đeo kính trắng, không giống những người cùng ngành với anh ta, thường khó đăm đăm, hắn vốn thành kiến. Chồng L tiến tới, L giới thiệu,

"Cậu T và vợ, bạn em."

Hắn nói nhanh,

"Chính xác hơn, tôi là bạn thân của em trai chị L hồi chị dạy ở NT".

Chồng L vui vẻ,

"Thế à? Chưa nghe L nói. Mời ngồi".

Anh ta chỉ hai ghế trống đầu dãy bàn dài. Một cô bé mặc áo đầm trắng, mặt bụ bẫm, chạy lại níu tay L,

"Mẹ."

L cười, bẹo má cô bé,

"Con gái cưng của L."

Tr cúi hôn lên tóc cô bé,

"Cháu dễ thương quá."

L nhìn bụng hơi nhu nhú của Tr, vui vẻ hỏi,

"Trai hay gái?

"Dạ, tháng tới tái khám, bác sĩ nội soi mới rõ."

L nháy mắt với hắn,

"Thích nhé, sắp làm cha rồi nhé."

Căn phòng rộng được soi sáng bằng chùm đèn kết hình hoa sen thòng xuống từ trần cao. Tuy rộng nhưng bày biện rất thoáng, đồ nội thất được chọn lọc tinh tế, phù hợp với màu tường, sàn gạch bông cùng "tông". Vài bức tranh sơn dầu vẽ theo lối hiện thực, tường phía trái một chân dung kích thước lớn chụp bốn người, bà cụ (hắn đoán là mẹ chồng L sàng) khăn mỏ quạ, áo nhung nâu, ngồi giữa, trên chiếc ghế với hai tay tựa uốn lươn, bóng lưỡng. Giữa hai chân bà cụ, bé gái khoảng 3, 4 tuổi đứng níu tay bà. Phía sau, vợ chồng L cười tươi. Bức chân dung gia đình được lồng trang trọng trong khung lớn mạ vàng quí phái. Hắn nhìn lối trang trí biết ngay là ý của L, sang nhưng bình dị. Như mọi tiệc sinh nhật khác, cắt bánh, khui rượu, vỗ tay hát chúc tụng và trao, nhận quà. Hắn biết trong các gói quà kia có những xấp đô Mỹ hoặc vài ba lá vàng. Sinh nhật, tiệc tùng là cái cớ để tiện việc "giao lưu". Dù chức vụ không tồi, nhưng với lương tiền của nhà nước, chưa đủ đi chợ một tuần, làm sao vợ chồng L sắm xe hơi có tài xế lái, ở biệt thự, đồ nội thất nhập từ nước ngoài, con học trường ngoại ngữ, trong nhà kẻ ăn người làm quán xuyến mọi công việc: chợ búa, nấu ăn, giặt giũ, làm vườn…? Thời nào cũng vậy, chức quyền đẻ ra tiền bạc của cải. Mọi chế độ, từ ngàn xưa đến ngàn sau, chuyện này mãi mãi không đổi, nhất là tại những quốc gia nhược tiểu và độc tài.

Men rượu làm mọi người hưng phấn, chuyện trò, tung hứng ồn ào.

Các doanh nhân thi nhau nâng cốc đon đả với các quan chức công an.

Một ông cỡ 50, mặt tròn, bụng lớn, mặc sơ mi dài tay cài khuy, khoác veston xám nhạt nâng ly mời một người mặc đồng phục công an, vai mang hàm cấp tá,

"Mời thiếu tá, mình cạn nhé. Trông thiếu tá trẻ quá."

"Trẻ gì, tôi sắp 40."

"Ồ… Tôi cứ nghĩ chỉ trên 30. Thiếu tá du học ở Liên Xô?"

"Không, Ba Lan"

Ông ta chỉ người ngồi cạnh, một trung niên mặt xương, đôi mắt hơi nhỏ nhưng bén ngót,

"Nhưng trong ngành của chúng tôi trường lớp không bằng kinh nghiệm, anh Ph đây trưởng thành trong kháng chiến, chả du học du hiếc gì cả, vậy mà chúng tôi phải học nhiều ở anh ấy mới mong theo kịp."

Gã doanh nhân vuốt đuôi,

"Dạ vâng, thiếu tá nói chí phải."

Gã nhìn ông trung niên, không biết nên xưng hô thế nào vì ông ta mặc thường phục, gã đứng dậy, cầm ly rượu, trịch trọng,

"Kính mời... đồng chí một ly, rất hân hạnh được biết đồng chí..."

...

Phía đầu dãy bàn dài, đối diện hắn và Tr là vợ chồng gia chủ.

Chồng L gắp miếng heo quay bỏ vào chén vợ, ân cần,

"Ăn đi em, đừng sợ mập, ở tuổi của em, có da có thịt một chút càng quý."

Quay sang hắn, hỏi,

"Cậu là họa sĩ, thế cậu thuộc trường phái nào?"

"Thưa, tôi không theo trường phái nào. Thực ra cái gọi là trường phái, tôi nghĩ, là sản phẩm của các nhà phê bình, phân loại, sắp xếp để dễ tán hươu tán vượn, thế thôi. Một họa sĩ có tư duy độc lập không vụ vào chuyện trường này phái nọ khi sáng tác. Họ vẽ theo cảm xúc, tùy nhu cầu nội tâm, họ chọn cách thể hiện phù hợp. Có khi rất "hiện thực", đôi lúc "biểu hiện", khi khác "trừu tượng"... Nói chung, họ tự do tuyệt đối khi ngồi trước khung bố, họ vẽ cái họ thích, họ cảm, họ rung động. Nhiều người dè bỉu, như thế là loạn chiêu, là không biết chọn cho mình một hướng đi trọng tâm. Những người này đã vô hình chung bị các nhà phê bình, sách vở thuốc rồi. Họ như những con ngựa bị che mắt hai bên, chỉ chạy theo một hướng độc nhất: phía trước."

"Tôi hiểu ý cậu, song với những người ngoại đạo như tôi, nhờ các ông phê bình, sẽ dễ dàng hơn khi xem tranh."

"Vâng, có lẽ thế. Những điều tôi vừa nói xuất phát từ tư duy của một người sáng tạo."

"Ở Việt Nam trước đây, miền Bắc theo khuynh hướng hiện thực, còn miền Nam?"

"Đa số chọn biểu hiện, vài người vẽ trừu tượng."

"Tôi không thích tranh của các họa sĩ miền Nam. Ủy mị quá."

"Tôi hiểu, xin lỗi nếu điều tôi sẽ nói không thuận ý anh. Nghe chị L nói anh du học Liên Xô. Tôi đồ rằng anh đã quen, bị điều kiện hóa bởi nghệ thuật xã hội chủ nghĩa, vị nhân sinh, theo hướng nhân sinh phải quán triệt tư tưởng: vì một thế giới tươi đẹp trong tương lai. Bởi thế nghệ thuật lúc nào cũng phải lên gân, biểu diễn cơ bắp. Giả quá và mệt quá. Cái thế giới tươi đẹp mà các anh mong đến nó ở xa tít mù, nếu không muốn nói là không tưởng, các anh bắt nghệ thuật chạy theo, làm sao không đứt hơi chết tốt? Về hội họa miền Nam, đồng ý với anh, họa sĩ miền Nam ủy mị thực. Họ thiếu tư duy độc lập, dẫn đến tình trạng chạy theo bầy đàn. Tôi tạm gọi là trào lưu. Đã có một thời họ tạo hình kiểu Modigniani, nhân vật luôn ốm nhách, cổ dài thòn, Việt Nam hóa bằng màu sắc u nhã, đường nét dịu dàng… Ai cũng vẽ thế, trăm bức như một, nhàm không chịu được. Đã vậy, khi học trong trường họ không chịu rèn luyện, đi tắt, dập màu lung tung rồi lật ngang lật dọc tìm ý, đặt một cái nhan thực bí hiểm, cốt hù dọa thiên hạ, thực chất chính tác giả cũng không hiểu, kiểu "tiếng thét trầm thống của rừng cây khô" hay "bản chúc thư của loài bò sát",... thành ra rất yếu về hình họa, điều này dễ nhìn thấy khi phải vẽ hiện thực. Thêm nữa, tinh thần phe nhóm khá nặng, họ lập hội lập hè, công kênh tâng bốc nhau, ai ở ngoài "luồng" bị "bỏ quên", tạo nên tình trạng có nhiều họa sĩ tài năng và kiến thức rất khá, không được "phe ta" đoái hoài, nên không được quần chúng biết đến, ngược lại một số họa sĩ kém mọi mặt nhưng nhờ "phe ta" bơm, trở nên nổi tiếng. Nói tóm, cần có một lớp họa sĩ mới, thoát ra ngoài hai khuynh hướng trên, nếu muốn hòa nhập với nhân loại hôm nay."

Men rượu khiến hắn ba hoa. Chồng L vỗ vai hắn, cười lớn,

"Ha… ha… Tôi chưa hoàn toàn đồng ý với cậu, nhưng tôi thích cậu. Rảnh, thỉnh thoảng ghé tôi chơi, mình có dịp uống vài ly, nói chuyện trên trời dưới đất, nhé?"

Trên đường về, Tr ngả mặt vào lưng hắn, ôm chặt,

"Hôm nay chồng em lẻo mép ghê."

"Chắc tại rượu."

"Nhưng em thích, nhìn anh sôi nổi như cậu trai mới lớn. Không cần biết đúng sai, chỉ thấy đáng yêu quá, nếu không có ai, em đã nhào tới sà vào lòng anh, cắn một miếng."

Tr cắn vào vai hắn, siết mạnh vòng ôm. Hắn biết đêm nay hắn phải "trả giá" cho sự "đáng yêu quá" Tr đã nhận xét. Một trả giá chắc cực kỳ sôi nổi. Hắn mỉm cười cầm bàn tay của Tr lên hôn. Bất giác hắn giật mình, mười năm trước khi đưa nàng về, hắn cũng làm thế với nàng.

Đinh Cường

16

Hôm qua một người bạn đếm thăm, anh ta cho biết "giám đốc mỏ than", bạn chung của hai người, vừa về nước Chúa. Ông bạn vừa từ giã "cõi nhân gian bé tí" này có biệt danh trên vì bất cứ ở đâu, lúc nào, gặp mặt là nghe... than! Chuyện công ăn việc làm, chuyện vợ con dâu rể, chuyện bè bạn gần xa, chuyện quê hương đất nước, thậm chí chuyện bên Tây bên Tàu, không mảy may dây mơ rễ má cũng được ông giám đốc kể lể và... than! Gặp mặt không nghe ông ấy than là chuyện không bình thường.

Từ nay vĩnh viễn hết được nghe than nữa. Không bình thường thật.

Bè bạn theo nhau ra đi mỗi năm, rồi mỗi tháng, mỗi tuần. Càng lúc càng nhanh, càng nhiều. Có người mới gặp tuần trước, tay bắt mặt mừng, còn tếu táo, bông phèn, hôm nay đọc báo đã thấy chân dung bảnh chọe với lời "Thành kính phân ưu". Già và cái chết đến nhanh phát chóng mặt. Ba hôm trước một cậu em chở đi mua ít vật liệu vẽ vời, về, ghé quán cà phê, gặp một nguờn bạn có thời làm báo chung, ông già kinh ngạc, người bạn tóc bạc trắng, mắt hấp háy sau cặp kính lão, da mồi, răng cỏ cái còn cái mất, lưng khòm, đi đứng chậm chạp. Nhân dáng hiện tại hoàn toàn khác với hình ảnh đã có trong đầu: một trung niên tràn đầy sức sống, áo da, quần jean, miệng ngậm ống vố, nói năng oang oang mạnh mẽ. Người bạn nhìn hắn trên xe lăn vớt tí trắc ẩn trong mắt, "Sao thế này?". Hắn mỉm cười, muốn nói, "Cậu không ngồi xe lăn, nhưng cũng không khác tớ lắm đâu".

Thời gian... Ngày xưa, nghe hai chữ "bóng câu", ví đời người qua nhanh như vó ngựa ngang qua cửa sổ, hình ảnh không gợi trong lòng ông già chút ấn tượng nào. Ồ, chỉ là trò lãng mạn vớ vẩn của bọn viết chữ ưa than mây khóc gió. Bây giờ ông già mới thấy quả thực thời gian đúng là "bóng câu".

Ngày tháng lừng lững trôi, tuổi già đến, chết... Cái cũ theo nhau tàn lụn, cái mới nẩy mầm. Vòng xoay vẫn xoay từ bao giờ đến mai sau. Mới ngày nào ông già còn là một thằng oắt con bơ vơ tự tìm cách sinh tồn, bây giờ đã con đàn cháu đống, mỗi đứa một hoàn cảnh, một hướng đời, có đứa hạnh phúc, có đứa gặp nhiều trắc trở... Chúng nó là những nhân tố trong hàng tỉ những nhân tố khác tạo ra dòng chảy bất tận mang tên dòng đời. Mấy tháng nay ngày nào ông già cũng lăn xe tới gốc cây, ngồi, chờ ngày lên cao để rồi dần dần trôi vào đêm, thả suy nghĩ lang thang về quá vãng với không ít bùi ngùi.

Mượn lời một thi sĩ, ông già tự hỏi, "Ta đã làm chi đời ta?"

Hắn dọn dẹp đồ nghề chuẩn bị ra xe về.

Vẫn như mọi ngày, giờ tan tầm đường phố ầm ĩ tiếng động cơ, tiếng còi xe và hàng trăm thứ tiếng khác, ồn khủng khiếp. Hắn nhớ những buổi dã ngoại lúc trước hắn thường đi với vợ con vào những ngày cuối tuần. Hóc Môn, Bà Điểm, Bình Dương, Biên Hòa, Cát Lái, Nhà Bè... Không khí trong lành, thoáng mát và nhất là yên tĩnh. Năm ngày tối mày nám mặt lo chuyện áo cơm, 2 ngày nghỉ, bên vợ con, giữa thiên nhiên trong lành, hắn thấy hạnh phúc không gì bằng. Những địa danh này hắn từng qua những năm chiến tranh, so với hiện tại khác lắm. Áo cơm bao giờ cũng là gánh nặng với đại đa số dân nghèo, song không còn sợ bom rơi đạn lạc, không còn một cổ hai tròng, ngày quốc gia ruồng bố, đêm du kích tìm về, bụng đói vì thiếu ăn, tinh thần luôn thắc thỏm, tai bay vạ gió có thể ập đến bất cứ lúc nào.

Hắn định ra kéo cánh cửa sắt thì một con bé khoảng trên dưới 10 tuổi ngại ngùng bước vào. Con bé ốm, da sạm đen, tóc chấm vai, mặc bộ đồ vải hoa nhàu nhĩ, khuôn mặt xương, có nét quen quen hắn từng gặp nhưng không nhớ lúc nào, ở đâu.

"Dạ… Con muốn gặp bác T…"

"Tôi đây, có việc gì vậy cháu?"

Con bé dương cặp mắt tròn trên khuôn mặt sạm đen, lúng túng,

"Dạ… Mẹ cháu gửi bác cái này…"

Con bé trao cho hắn một phong bì khá dày, mở ra, hắn bàng hoàng. Thư của D, cô gái có quán nhỏ ven sông 12 năm trước trên đường giang hồ vặt hắn đã trụ lại mấy tháng. Cô gái bị thương, thọt chân sau một lần cùng hắn hò hẹn chỗ bìa rừng, bên kia ngọn đồi dẫn về làng quê xơ xác. Nét chữ xiêu vẹo, kể lể dông dài, lủng củng. Tuy vậy đọc hết lá thư hắn cũng hình dung được khoảng đời 12 năm của cô gái với nhiều khổ ải, trầm luân.

D theo chồng, Ph, ra T.H., nơi đóng quân của đơn vị. Heo hút, buồn. Doanh trại nằm ngoài thị trấn, cách trung tâm chừng 7 km, ven quốc lộ, nối với một xóm nhỏ chừng ba chục nóc gia, vài quán cóc. Buổi trưa vài tốp lính độc thân bám xe đò ngang qua vào thị trấn chén thịt cầy rượu đế, no say, lại bám xe đò trở về. Thỉnh thoảng có tên bắt được một em đượi, theo em vào phòng trọ hay nơi nào đó thỏa mãn nhu cầu sinh lý, sáng ra mò về, đưa mông lãnh mấy chục roi tơi tả bàn tọa, bọn lính thường trêu, sướng củ sâm, bầm mông đít. Địa bàn này còn an ninh nên lính tráng thoải mái "đi hoang", không sợ bị đối phương "thịt".

Tuy cuộc sống chồng vợ không được tạo thành bởi tình yêu, nhưng D là một mẫu đàn bà điển hình của làng quê Việt Nam, khi đã lập gia đình, họ an phận với chức năng làm vợ, lo toan cho cái đơn vị nhỏ bé của mình bằng tất cả khả năng có thể, tuyệt không tơ tưởng gì khác. Để có thêm thu nhập bù đắp vào lương lính ba cọc ba đồng, D sang lại một quán nhỏ trong khu xóm, bán buôn giống lúc trước ở quê nhà. Ngoài những ngày hành quân, Ph thường phụ vợ vào thị trấn mua hàng, làm mọi công việc nặng. Bảy tháng sau ngày cưới vợ chồng D có đứa con gái đầu lòng, tuy sinh thiếu hai tháng, đứa bé vẫn mạnh khỏe, bụ bẫm. Hai vợ chồng rất vui,

"Em coi kìa, con bé có cái miệng giống em, đẹp gì đâu."

D ôm con, hôn vầng trán phẳng chưa rụng lông tơ,

"Yêu quá, con của mẹ.

Cuộc sống bình lặng trôi qua. Khi con bé lên hai thì D lại có thai. Cùng lúc, Bắc quân tiến nhanh, giữa tháng Tư 1975, T.H. mất, đơn vị tan hàng. Ph đưa vợ con chạy vào Sài Gòn, thuê một căn nhà nhỏ ven đô, cạnh kinh Tàu Hũ nước đen, bốc mùi hôi thối quanh năm. Ph xin làm thợ hồ cho một công ty xây cất của nhà nước. Lương quá hẻo. Có người quen chỉ dẫn, D lấy mối tàu hũ gánh bán rong khắp các hang cùng ngõ hẽm. Ban đầu lạ nước lạ cái, đường ngang nẻo dọc chằng chịt, D đi lạc, có khi tối mịt mới về đến nhà. Mỗi buổi sáng nhìn D bụng chửa, bước thấp bước cao vì cái chân thọt, oằn người dưới gánh tàu hũ, Ph đau quặn ruột. Nhưng biết làm sao. Cả hai vợ chồng đều ít chữ, ngoài những nghề lao động, họ còn biết làm gì? Nhưng tạo hóa oái ăm, càng nghèo càng đông con, đứa thứ hai, bé trai, đi chưa vững đã mang thai đứa thứ ba. Cảnh nhà mỗi lúc một tệ hại, chạy ăn từng bữa, lương thợ hồ và gánh tàu hũ không đủ lo cho ba đứa con mỗi ngày mỗi lớn, Ph tìm cách kiếm thêm thu nhập, nhưng biết tìm ở đâu? Một người bạn mách nước, Ph nhận thêm công việc dán nhãn cho một cơ sở sản xuất bánh kẹo tư nhân, lương tiền chẳng bao nhiêu, nhưng có thêm đồng nào hay đồng ấy. Căn nhà thuê vách ván, mái tôn chỉ vừa đủ kê hai cái giường, một góc làm bếp, giữa nhà một bàn gỗ và bốn ghế đẩu. Từ ngày có thêm thành viên mới, nàng út, buổi tối Ph phải dẹp bộ bàn ghế sang bên, trải chiếu ngủ vì phải nhường chiếc giường cho vợ và nàng út còn đang bú sữa mẹ. Nhưng cái cùng quẫn chưa dừng lại, Một buổi trưa D nhận tin, giàn giáo chỗ công trường đổ sập, Ph bị một thanh gỗ lớn ngã trúng lưng, nửa tháng nằm viện Ph trở về bán thân bất khiển dụng, phải ngồi xe lăn. Kinh tế gia đình trông cậy vào một mình D. Đứa con gái lớn mới xong lớp Năm, chuẩn bị vào Trung học đệ nhất cấp đành phải nghỉ học, phụ mẹ tìm cái ăn cho cả nhà. Gánh tàu hũ lời lỗ không bao nhiêu, D chuyển sang bán cháo lòng, cố định ở đầu ngõ dẫn vào khu xóm, cô con gái phụ mẹ bưng bê, rửa chén. Thu nhập khá hơn, song cũng chỉ đủ đắp đổi qua ngày, tương lai một màu xám mù mịt. Ph bàn với D mang gia đình về quê. Từ ngày hết chiến tranh, tuy cái xứ khô cằn sỏi đá ấy vẫn khổ cực lắm mới có cái ăn, nhưng dù sao vẫn sống được, vả lại ở quê nhu cầu không nhiều, vật giá rẻ, không quá âu lo cái ăn cái mặc, nhất là không còn cảnh bom rơi đạn lạc. Ph cầm tay D, ngập ngừng nói,

"Anh nói điều này em sẽ ngạc nhiên, lẽ ra anh sẽ giấu kín trong lòng cho đến chết, nhưng bây giờ anh đã thành người vô dụng, một mình em lo chắc không xuể. Nhiều đêm suy nghĩ, anh đành phải quyết định, một quyết định đau lòng, nhưng không còn cách nào khác."

"Chuyện gì nghe ghê vậy anh?"

Ph ấp úng hồi lâu rồi tìm lời nói tiếp,

"Thực ra anh đã biết bé N. không phải là con anh ngay từ lúc nó mới chào đời. Em sinh non trên 2 tháng, bé N vẫn khỏe mạnh, anh chả ngu dại gì mà không rõ tại sao. Nhưng em đã là vợ anh, tuy bé N không là máu mủ của anh, nhưng em đã sinh nó ra, trong vòng tay bảo bọc của vợ chồng mình, anh hoàn toàn xem nó như ruột thịt. Em thấy đó, anh thương N không khác hai em nó. Nay mình về quê, anh nghĩ bé N có sẽ có một tương lai khá hơn nếu nó về với cha ruột. Anh cũng như em, sẽ đau lòng lắm khi phải rời bỏ con, nhưng em thử nghĩ xem, sẽ thiệt thòi cho nó biết bao nhiêu nếu theo mình về quê. Anh nghĩ đến tương lai của bé N…"

Ph lúng túng không biết phải tiếp tục thế nào. Ph sợ D hiểu lầm anh chối bỏ con bé như trút đi gánh nặng đã tồn tại trong lòng suốt 12 năm qua. Điều này hoàn toàn không có trong suy nghĩ Ph, tuy chẳng máu mủ gì song chưa bao giờ Ph xem con bé là con riêng của vợ, Ph thương con bé chả khác mảy may hai đứa sau. Công bình mà nói, thời gian đầu khi con bé mới chào đời, lòng Ph không khỏi xốn xang, giận D đã dụ Ph vào thế "đổ vỏ ốc". Nhưng năm tháng qua đi, nhìn thấy D tần tảo, tận tụy, toàn tâm toàn ý lo cho gia đình, sự xốn xang giảm dần và mất hẳn. Đồng nghĩa với chuyện xem con bé như một phần thịt xương của mình.

Riêng D, khi nghe Ph nói, đã bàng hoàng, từ lâu nay D vẫn tưởng bí mật này chỉ của riêng mình. Một lần rao bán dọc đường LVD với gánh tàu hũ trên vai, tình cờ nhìn thấy tên hắn trên bảng hiệu, nhìn vào, tranh ảnh la liệt, sáng rỡ, học trò vài chục người ngồi thành hai hàng trước giá vẽ sát vách, hắn bảnh bao tới lui hướng dẫn, D đã chao đảo suốt nhiều ngày, D nhớ lại kỷ niệm xưa, nhớ thảm cỏ cạnh dòng suối, giữa đất trời lồng lộng và tiếng nước róc rách, tiếng chim ríu rít trong tán lá trên cao, nhớ nụ hoa vàng và cánh bướm, nhớ bìa rừng sẫm tối, nhớ những vảy mây trên bầu trời trong xanh lồng lộng gió. D đã cùng hắn ân ái lần cuối, D nhớ cảm giác sượng sần thịt da, nhớ nụ hôn mềm ướt, nhớ đôi môi tham lam trên đôi ngực săn cứng thanh tân, nhớ vòng ôm quấn quít... Giờ nhìn hắn đi đứng chững chạc, D tự hỏi phải chăng gã đàn ông này đã có thời ôm ấp mình, lấy đi tiết trinh mình, để lại trong mình một chủng tử? Câu hỏi khiến D bật cười, mình lẩn thẩn quá, cái chủng tử hắn tạo ra trong D ngày nào bây giờ đã 12 tuổi. Có lẽ khoảng cách giữa mình và hắn quá xa đến gần như không thực đã tạo thành câu hỏi. Sau lần đó D thường tránh con đường này, nếu buộc phải ngang qua, D cúi đầu lầm lũi đi nhanh.

Ph cũng đã biết chỗ làm của hắn, và cũng như D, Ph im lặng, với hy vọng mong manh, D sẽ không biết, để mãi mãi hình bóng hắn sẽ như một giấc chiêm bao.

Nhưng có thể nào giao N lại cho cha nó, D chưa bao giờ nghĩ đến chuyện này,

"Anh đã rộng lòng chấp nhận em và bé N dù rõ chuyện, em vô cùng cảm kích, đội ơn. Anh biết rõ từ ngày lấy anh, em tuyệt đối một lòng một dạ vì gia đình của chúng ta. Đói no cùng chịu. Bây giờ anh bảo em trao bé N về cho cha nó, em không làm được…"

D khóc. Ph cầm bàn tay chai sạm của vợ, cảm thấy thương vô cùng. Không người mẹ nào rời bỏ được con, cho dù trong bất cứ hoàn cảnh nào. Nhưng bây giờ Ph đã thành kẻ tật nguyền, gánh nặng đè trên hai vai gầy yếu, làm sao D chịu đựng nổi. Trả bé N về với cha nó là mong nó có một tương lai tốt đẹp hơn. Người thiếu phụ này bao nhiêu năm qua đã tần tảo lo cho chồng cho con, một lòng một dạ. Ph biết trong lòng D luôn ước mong các con sẽ khá hơn, no đủ hơn, ăn học tới nơi tới chốn. Nhưng làm cách nào thực hiện ước mong đó? Vẫn biết xa con, đứt từng khúc ruột, song đây là giải pháp tốt nhất. Suốt hai đêm Ph dỗ dành, bày tỏ thiệt hơn, cuối cùng D bằng lòng trong nước mắt,

"Nhưng liệu bé N có chịu không, em sợ…"

"Dĩ nhiên nó không chịu, nhưng mình phải thuyết phục, trẻ con chưa hiểu gì, ăn thua mình, nó sẽ nghe lời thôi."

Quả như tiên đoán, sau khi nghe D nói ra sự thực và quyết định của cha mẹ, bé N giẫy nẩy, nhất định cưỡng lại ý định của Ph và D, nói sẽ về quê cùng gia đình, không bao giờ đến với người đàn ông xa lạ nó chưa từng một lần gặp mặt, trong lòng nó chỉ duy nhất có một người cha, là Ph, mà thôi. D ngon ngọt dỗ dành, phân tích, lý giải cho con bé hiểu cái lợi cái hại của cha mẹ khi buộc phải xa nó,

"Nhưng bất cứ lúc nào con muốn cũng có thể về thăm cha mẹ, hai em mà."

"Về được không mẹ?"

"Dĩ nhiên được, chỉ cần nói, ba con sẽ mua vé xe đò ngay."

Cuối cùng con bé gật đầu ưng thuận.

Nó cầm lá thư của D đến địa chỉ mẹ nó chỉ mà lòng dạ rối bời, vừa lo sợ vừa buồn trào nước mắt.

Tiễn con ra trạm xe buýt, nhìn con bước lên bậc cấp vào trong, D không cầm được nước mắt, Con bé quay lui, cũng òa khóc. Xe chuyển bánh rời trạm, xa dần, D trở về, lòng dạ rối bời.

"Khi anh đọc lá thư này thì vợ chồng em và hai con đang trên đường về quê. Em mong anh chị hãy thương bé N, thay em lo cho nó ăn học tới nơi tới chốn. Vợ chồng em quá nghèo, N phải bỏ học, chúng em xót xa lắm, anh chị chắc hiểu". Hắn đọc xong lá thư, nhìn con bé, dang rộng hai tay ôm vào lòng, rưng rưng,

"Con..."

Nhớ lại lời cuối cùng D nói với hắn trước khi về với chồng, "Em phải quyết định trước khi quá muộn." Mười hai năm, giờ thì hắn đã hiểu.

Ph và D không biết nàng và ba đứa nhỏ đã sang Pháp, càng không biết hơn hắn đang sống với Tr. Nhưng không quan trọng, bé N là con của hắn, nàng hay Tr yêu hắn, tất phải vì hắn lo chu toàn cho bé N thôi.

Gia đình thứ hai của hắn có thêm một thành viên mới, bé N, Tr vui vẻ tiếp nhận thành viên mới này với rất nhiều ưu ái. Tr nghĩ, bé N như sợi dây thêm vào, buộc chặt cuộc đời hắn với gia đình này. Đầu tiên Tr đưa N xuống phố mua sắm đầy đủ quần áo, giày dép, bút viết..., và xin cho nó vào học ngay tại ngôi trường Tr đang dạy. N vào lớp 6 đúng ngay tuổi. Ban đêm tại nhà Tr kèm thêm nên con bé nhanh chóng bắt kịp học trình. Tháng đầu N nhớ cha mẹ, hai em, khóc suốt. Hắn và Tr kiên trì dỗ dành, đến tháng thứ hai con bé nguôi ngoai dần, cộng thêm tình thương của hắn và Tr giúp con bé dần dần thích nghi với môi trường mới. N chăm chỉ học hành, trút bỏ nhanh vóc dáng lam lũ, trở thành một con bé xinh xắn, lấy lại nước da trắng thừa hưởng từ mẹ và má lúm đồng tiền duyên dáng. Nó gọi Tr bằng "Má hai", Tr cũng mặc nhiên xem nó như con ruột. Hắn vui. Đêm, ôm Tr trong vòng tay, hắn hỏi,

"Bé N học tốt chứ?

"Tốt lắm, con bé thông minh giống bố."

"Chà, được em xếp vào loại thông minh, anh sướng."

Bụng Tr lớn dần, áp tai trên gò cao, hắn như nghe tiếng quẫy đạp của sinh linh nhỏ bé mang huyết thống hắn đang chờ ngày chường mặt ra với đời, cảm thấy yêu Tr chả khác gì ngày xưa yêu nàng. Đứa con, sợi dây thiêng liêng nối kết hắn và Tr.

17

Cậu bạn vong niên, trẻ hơn ông ngót ba mươi tuổi, nói với ông,

"Vợ em hai tháng nữa sinh, con trai, bọn em dự tính sinh tiếp đứa nữa, nếu là con gái thì tuyệt, bằng không, cũng thôi. Hai đứa đủ rồi."

Cậu ấy cưới vợ hai năm trước. Cả hai đều nghề nghiệp vững vàng. Chồng Electrical Engineering, vợ Accountant, xem chừng cậu ta rất hài mãn với hiện tại, từ tinh thần đến vật chất. Cuộc đời nào phải dòng sông lặng gió, bình yên, cứ thế sẽ chảy xuôi ra biển. Cậu bạn vong niên không nghĩ, sẽ không mãi êm đềm như thế. Dòng đời dài lắm. Như dòng sông, ngày hôm qua chảy xuống đồng bằng phì nhiêu, với những bến đò dưới bóng tre xanh, với những chiếc thuyền nan có cô chèo đò mắt nhung ướt tình, với bạt ngàn ruộng lúa tươi xanh... Hôm nay đã leo qua ghềnh, đổ xuống thác trong gió mưa bão tố. Cảnh trạng này không chỉ xuất hiện một lần, mà rất nhiều lần suốt hành trình từ khởi nguồn đến biển cả.

Ông già muốn nói với cậu bạn vong niên, làm sao biết được chuyện gì sẽ xảy ra trong tương lai? Ông đã sống gần trọn kiếp người, đã trải qua bao nhiêu biến cố, đã thấy đường đời tưởng chừng êm ả, nào ngờ có những ngã rẽ hoàn toàn không định trước. Nó làm chệch hướng, dẫn đưa ta xa lìa hẳn cảnh đời tưởng chừng bất biến, vững chải.

Như ông già, vẫn đinh ninh sẽ chả có gì đổi thay, cho đến ngày lìa bỏ cõi trần. Vậy mà...

Hôm nay cuối tuần không có lớp dạy, từ sáng, hắn miệt mài với cọ sơn, cốt vẽ cho xong tấm chân dung sơn dầu cỡ lớn, 0.9m x 1.2m. Thân chủ là một trung niên trên 50, hắn đoán có lẽ dân chợ trời hay mánh mung gì đó, vì qua cung cách gã này rất... đồng bóng. Gã đưa cho hắn một tấm hình đen trắng chụp gã hồi khoảng 40 tuổi, đề nghị hắn vẽ thành một bức sơn dầu lớn như mặt bàn, mô tả gã đang ngồi trong một thư phòng, phía sau là vách tường có kệ sách cao đụng trần. Trên mặt bàn, trước chỗ gã ngồi cũng cao nghệu một chồng sách. Nói chung, gã muốn hắn phù phép thế nào biến gã thành một học giả, hay ít ra cũng là một trí thức hay chữ. Lạ, qua trò chuyện, hắn thấy gã hoàn toàn không biết một chút gì văn chương chữ nghĩa cả.

"Chà... Vẽ như anh muốn không khó nhưng rất tốn công. Sáng tác tranh fine art, bức tường với kệ sách khái quát được, nhưng chân dung thì không, phải tỉa tót từng cuốn sách sao giống như chụp, mất rất nhiều thì giờ."

"Moa hiểu, toa cứ làm, moa không để toa thiệt đâu. Hai tháng trước toa có vẽ cho H.T. một chân dung lớn giá 2 chỉ, H.T. là bạn moa đấy. Cô ấy giới thiệu. Moa sẽ chi thêm chỉ nữa, toa bằng lòng chứ?"

Hắn mừng, trúng số rồi. Nhưng vẫn ra điều... bất đắc dĩ, ngần ngừ một lát mới gật đầu với điều kiện không hoàn tất nhanh được, phải trên dưới một tháng.

"Lâu thế. Không nhanh hơn được à?"

"Tôi sẽ cố nhưng không dám hứa."

Hắn ước tính chỉ mất tối đa ba ngày là xong. Đúng thế, xế

chiều ngày thứ ba hắn đã có thể ký tên. Lùi ra xa, ngắm bức chân dung, hắn hài lòng. Công bình mà nói, gã trọc phú bỏ ra 3 chỉ để có được bức chân dung… hoành tráng thế này kể cũng xứng đáng. Hắn vất cây cọ vào thau nước ngâm, kiểm soát lại những ống sơn đã vặn nắp kỹ chưa, lau tay định ra về thì L sàng đến.

Thiếu phụ sang cả trong bộ quần áo màu kem, hợp thời trang, dựng chiếc vespa láng cóng, tắt máy, khoan thai bước vào phòng tranh, tháo kính râm đưa mắt nhìn quanh trước khi tiến về phía hắn, ôm chầm, hôn dài lên môi hắn,

"Cưng…"

Mùi nước hoa phảng phất, vùng ngực trắng ỡm ờ trên cổ áo rộng khiến hắn như say,

"Đến anh, chắc có chuyện gì, phải không?"

L trả lời, phong cách của một cựu cave, thẳng thừng,

"Phải, nhưng mình ra ngoại ô, chỗ cũ, thứ nhất, em thèm anh quá, muốn ân ái với anh, có thể là lần cuối, thứ hai, chuyện hệ trọng, em cần anh cân nhắc trước khi quyết định."

"Em làm anh tò mò, chuyện gì vậy?"

"Từ từ em sẽ nói, đóng cửa, mình đi."

Hắn ra đẩy chiếc vespsa của L vào, kéo cửa sắt, khóa. L ngồi sau chiếc Lambretta, vòng tay quanh bụng hắn, ôm siết. Hắn cho xe nhập vào lòng đường, chạy về hướng xa lộ, len lách qua rừng người ngược xuôi, trở lại khách sạn cũ. Hắn vừa đóng cửa phòng, L đã ôm hắn từ phía sau, kéo ngã xuống giường, chồm lên, áp môi trên môi, hôn sâu, và vội vã cởi ngay y phục của mình, của hắn. L thở gấp,

"Cưng… cưng… yêu em đi..."

Hắn nhìn L ngồn ngộn khiêu khích, cảm thấy ngây ngất như say. Hắn lật L nằm ngửa, vừa cắn, hôn cùng khắp, từ hai trái vú xuống vùng đồi nở nang, cắt tỉa gọn, sạch. Hắn vùi mặt vào. L rít lên hoảng loạn,

"Chết em cưng ơi..."

Khi đã xong khúc dạo đầu. Như hai con thú đói, vồ vập, sôi nổi, mạnh bạo, đắm say. Đủ kiểu, đủ cách. Hoàn toàn để mặc bản năng làm chủ.

Cơn địa chấn qua, L gối đầu trên ngực hắn, thở dốc. Một lúc lâu, L nói, giọng buồn,

"Đây chắc chắn là lần cuối cùng em được ân ái anh."

"Chồng em biết à?"

"Không, cưng bình tĩnh nghe em nói đây."

Một đồng nghiệp của hắn vượt biên bị bắt. Để nhẹ tội, gã đã khai những bè bạn cùng nghề có biểu hiện tiêu cực trong sáng tác. Hắn có tên, với bức tranh hắn vẽ vài tháng trước, mô tả một tên đội mũ đen, tóc đỏ, mặt nhọn, mũi diều hâu gian hùng, môi ngậm trễ điếu thuốc, tay xòe ba lá bài, trên nắp túi thòi ra hai đầu bút, một đen, một đỏ. Bức tranh được vẽ sau khi hắn đọc

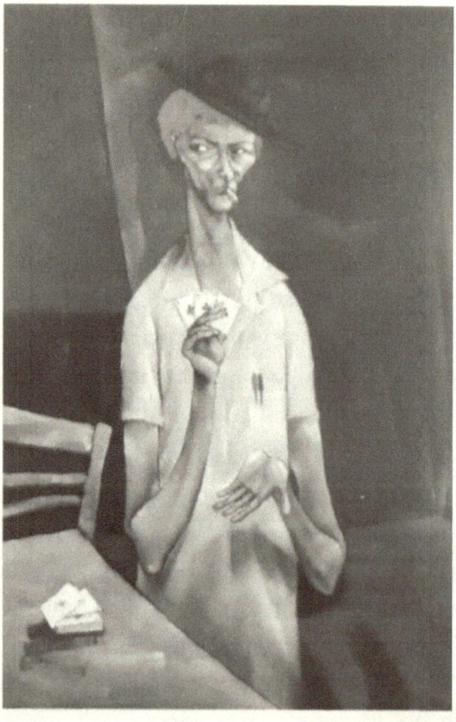

tiểu thuyết Số Đỏ của Vũ Trọng Phụng, hắn muốn qua chân dung Xuân Tóc Đỏ, nhân vật trọng tâm của tiểu thuyết này, ít nhiều liên quan đến những Xuân tóc đỏ thời hiện đại. Dĩ nhiên tranh bị xếp loại phản động theo đánh giá của cơ chế hiện hành. Chồng L được báo cáo, xử lý. Anh ta nói với L,

"Em đến bảo T trốn đi, trước khi bị gọi lên làm việc."

"Anh không can thiệp được sao?"

"Khó lắm, anh chỉ có thể giúp bạn em như thế thôi"

L cắn lên chóp mũi, rà lưỡi trên môi hắn, âu yếm,

"Cưng tính sao?"

Quá bất ngờ, hắn lúng túng,

"Tính thế nào bây giờ!"

"Vượt biên, cưng phải vượt biên thôi."

"Nhưng còn Tr và đứa con gái vừa nhận lại được, anh không thể bỏ."

"Thì mang theo."

L ôm, sờ soạng khắp người hắn, giọng đều, như tâm sự,

"Cưng vượt biên, sẽ không bao giờ còn gặp cưng nữa, em buồn lắm. Em yêu chồng, nhưng đó là tình nghĩa phu thê, có sự nể trọng, biết ơn. Với cưng thì khác, em yêu cưng bằng tình yêu của một người gặp được tri âm tri kỷ. Mỗi khi cưng vào sâu trong em, em luôn có cảm tưởng cưng và em là một… Nay xa cưng em như mất đi một phần thân thể, nhưng đành vậy thôi…"

L nói, giọng rưng rưng. Hắn hôn L, cảm thấy thương vô vàn. Trong lòng hắn L chiếm giữ một vị trí lớn. Có thể khẳng định, sau nàng và Tr là L, người nữ đã có chung với hắn một quá vãng khó quên thuở thiếu thời. Dù không phải tình yêu nhưng gần L hắn thấy thoải mái ấm áp, L từng chia ngọt xẻ bùi với hắn suốt quãng đời dài. Trong vũng bùn, mỗi người, bằng khả năng và hoàn cảnh, đã tìm cách thoát ra, vươn lên. Điểm đồng qui này như sợi dây buộc chặt hai người. Hắn từng nghĩ, nếu không gặp nàng và Tr, cũng như L không lấy gã công an, rất có thể hắn chọn L làm vợ.

Hắn đưa L về studio lấy xe. Một lần nữa L ôm chặt và hôn hắn đắm đuối trước khi lên xe, khởi động máy. Nhìn L và chiếc vespa mất hút giữa lòng đường tấp nập, hắn thở dài tự nhủ, có lẽ từ nay hắn không còn gặp lại L thật. Hắn chạy xe về nhà, đầu óc rối bời. Hoang mang, lo âu, chuyện gì sắp xảy ra? Đêm, hắn hỏi Tr sau khi kể lại chuyện L đã nói,

"Em tính thế nào?"

"Chị L nói đúng, phải đi thôi."

Hắn xoa tay trên bụng Tr, chiếc bụng no căng, gồ cao,

"Em sắp sinh. Nhỡ có mệnh hệ nào!"

Tr cầm bàn tay hắn đặt vào hạ thể, dạng rộng chân tận hưởng cảm giác nhồn nhột đê mê. Như nàng, hắn tạo cho Tr thói quen mỗi lần nằm bên nhau, Tr thấy thiêu thiếu nếu bàn tay hắn không ôm ấp, mày mò vùng nhạy cảm,

"Không chần chừ được cưng à. Anh mà bị bắt, đi tù, em chịu không nổi đâu. Điều em lo là làm sao đủ tiền cho ba người."

"Anh có một cậu học trò chuyên tổ chức vượt biên, hôm trước cậu ấy có gợi ý, với anh chỉ 2 chỉ, phụ tiền xăng nhớt thôi."

"Nhưng mình những ba người."

"Anh sẽ kể trường hợp của mình, nhờ cậy ấy giúp đỡ, chắc được."

Cậu học trò bằng lòng. Hắn giao hàng cho gã trọc phú, thêm ba chỉ nữa Tr đã tích góp từ trước. Hắn chu đáo chuyển studio cho một học trò lớn và khá nhất quản lý với điều kiện hàng tháng trích một phần lợi tức gửi về Trung cho cha mẹ bé N.

Đến ngày lên đường, đích thân vợ chồng L dùng xe nhà chở gia đình hắn xuống Rạch Giá. Chồng L đậu xe cách bờ sông không xa, con sông dẫn ra cửa biển. Nửa khuya, bóng tối bao trùm, bầu trời chi chít sao, gió hiu hiu, hắn không biết gì về thiên văn, chỉ đơn giản nghĩ, trời nhiều sao thế kia, hẳn không có mưa to gió lớn, biển sẽ êm thôi. Hắn xem đồng hồ đeo tay, phải hai giờ nữa ngày mới lên. Chồng L nói,

"Tối qua tôi có điện cho công an địa phương, cậu an tâm, về phía ta, không trở ngại gì. Phần còn lại phú cho trời."

"Cảm ơn anh nhiều lắm."

L kéo hắn ra xa, nghẹn ngào,

"Cưng… không biết có còn gặp lại… Em yêu cưng."

"Anh sẽ trở về, mình còn gặp nhau mà."

L khóc. Nếu chỉ có hai người, chắc chắn hắn sẽ ôm L, hôn lên đôi mắt đẫm ướt, vỗ về. Hắn đành nói khẽ,

"Nín đi em, họ biết bây giờ."

L cố trấn tỉnh. Bé N đến cầm tay hắn,

"Mình đi đâu giữa khuya thế này ba?"

"À… đến một nơi con có điều kiện tốt học hành để sau này thành tài con có cơ hội nhiều hơn giúp mẹ."

Con bé định hỏi nữa thì một chiếc ghe nhỏ tấp vào, gã trai trẻ nhảy lên bờ,

"Ba người?" Gã hỏi, ngắn gọn.

"Vâng, ba." Hắn trả lời cũng ngắn gọn.

"Xuống đi"

Vừa nói gã vừa nhảy vào ghe. Đây là một "taxi", tiếng lóng chỉ ghe nhỏ chở hành khách ra "cá mẹ". Cá mẹ, một khối đen không lớn lắm neo ngoài xa, lờ mờ dưới ánh sáng của sao trời. Rải rác từ bờ sông nhiều taxi cùng hướng về phía cá mẹ, điểm tập kết cuối cùng trước khi tiến ra khơi. Nhờ "hợp đồng" của chồng L và công an địa phương, cá mẹ ra đến hải phận quốc tế dễ dàng, không gặp trở lực nào. Thêm hai ngày hai đêm nữa, thuyền đến bờ biển Mã Lai, và được chuyển về Pulau Bidong, phân loại, chờ ngày đi định cư ở một quốc gia nào đó. Thời gian trên đảo, hắn nghe nói nhiều, rất nhiều, những gian truân, bất hạnh thuyền nhân phải hứng chịu trên biển cả. Bão tố, hải tặc, đàn ông bị giết bằng búa, rìu, đạp xuống biển, đàn bà con gái bị hãm hiếp chán chê, mang về thành phố bán vào các nhà thổ. Của cải bị cướp sạch… May mắn, gia đình hắn không gặp phải cảnh ngộ này. Nhờ là cựu quân nhân Nhảy Dù nên hắn và Tr, bé N được ưu tiên sang Mỹ. Tháng thứ hai tại trại tị nạn, Tr sinh. Thằng bé mang quốc tịch Mã Lai, sau này mới đổi sang quốc tịch Mỹ.

Một trang đời mới khởi đầu.

*

Gần đến ngày rời đảo hắn nhận thư của cậu em út báo tin, cha hắn vừa từ trần.

Hắn ra phía sau đảo. Khác với mặt trước địa hình thuận lợi, có thể bắc cầu ra vùng nước sâu để tàu thuyền cập bến, đưa người, thuốc men, lương thực, hàng hóa lên đảo. Mặt sau hiểm trở, chập chùng những khối đá lớn nhỏ chạy xuống biển, cheo leo, ngày đêm ì ầm tiếng sóng. Hắn ngồi trên một mỏm đá cao, nhìn ra mặt biển mênh mông, đường chân trời nhòa lẫn vào màu trời xám nhạt, nhìn những con sóng lớn miên man đập vào đá tảng, tung bọt trắng xóa. Bên kia đại dương là quê nhà, nơi hắn vừa từ bỏ ra đi, nơi, trên đồi cát lộng gió, mộ mẹ hắn không biết những đứa em đã xây lại chưa, và sắp tới, có lẽ cũng là nơi yên nghỉ của cha hắn.

Trong ký ức hắn còn đậm nét hình ảnh người đàn ông trung niên đội mũ phớt, sơ mi trắng luôn cài khuy bỏ trong quần, dáng đi chậm, hơi khòm, mắt nhìn ra xa, ít nói. Và rồi cũng người đàn ông đó một tay bó bột, mắt trái băng kín thấm máu, mặt bầm tím sưng vù, mắt còn lại nhắm kín, đôi môi khô nức nẻ, nằm bất động trên chiếc giường đơn trong quân y viện, sau những trận đòn tra tấn. Người đàn ông ấy vừa từ giã cõi đời, lìa xa vĩnh viễn mọi hệ lụy. Hắn không khóc nhưng lòng dạ quặn đau. Ra đi từ năm 13, bao nhiêu dâu bể, chưa một lần về thăm nhà. Hắn, thằng con đầu bất hiếu, sẽ không bao giờ nữa gặp lại người đàn ông đã khai sinh ra hắn, đưa hắn vào đời, cấy trong hắn những chủng tử tạo thành một nhân cách.

Chiều đang xuống, bóng tối dần loang, hắn đứng dậy trở về trại. Tr đón hắn dưới chân thang dẫn lên túp lều tạm bợ chắp vá bằng ván thùng, carton, bạt nhựa…, túp lều hắn mua lại với giá 2 chỉ vàng từ một gia đình rời đảo lúc hắn mới đến.

"Anh đi đâu em và bé N tìm khắp không thấy."

"À… anh ra sau đảo."

"Thảo nào… Trông anh bơ phờ quá!"

Hắn không trả lời, lên thang, ngả người nằm cạnh em bé đang say giấc. Em bé có khuôn mặt mũm mĩm, da trắng mịn, môi hồng. Hắn hôn nhẹ lên vầng trán phẳng, đứa con thứ 5, sau 1 đứa với D, 3 đứa với nàng, và bây giờ, với Tr. Tr cũng vừa lên ngồi cạnh hắn.

"Bé N đâu rồi em?"

"Chắc ra bến tàu xem người mới đến, lúc nãy loa phóng thanh vừa loan báo có thuyền mới vừa cập bến."

Tr vuốt tóc, kéo tấm chăn mỏng phủ kín người cậu bé, chỉ chừa khuôn mặt. Tr đưa mắt rảo một vòng, căn lều tuy nhỏ nhưng kín đáo, một mặt dựa lưng vách núi, hai mặt trái phải được che kín bằng ván thùng, mặt trước hướng vào trung tâm trại, tấm bạt nhựa kéo dài ra ngoài làm mái hiên. Trong lều sạp gỗ lớn là chỗ ngủ của hắn, Tr và em bé. Góc trái, sạp gỗ nhỏ, chỗ ngủ của bé N. Góc phải, căn bếp nhỏ. Hồi mới đến, cuối mùa mưa, đêm nghe tiếng mưa rải trên mái tôn, nghe tiếng những tàu lá dừa quật đập khắp nơi trong khu trại, nghe tiếng gió gào rú ngoài đại dương, Tr cuộn tròn trong lòng hắn tìm hơi ấm, cảm thấy căn lều tuy tạm bợ nhưng ấm cúng lắm. Tr biết hắn đang buồn, khuyên nhủ, an ủi chỉ là chuyện đãi bôi, Tr tìm cách lái suy nghĩ của hắn vào hướng khác, ít ra cũng làm đầu óc hắn phần nào bớt tiêu cực, dù chỉ trong thoáng chốc,

"Mình sắp đi, tìm người sang lại chỗ ở này đi anh." Tr nói với hắn.

"Thôi em ạ, nhường cho gia đình nào đông con, bán buôn gì."

"Trước đây mình mua những hai chỉ chứ ít sao?"

Hắn bật cười,

"Hai chỉ ở nước Mỹ, em tính xem, là bao!"

Nước Mỹ, nơi gia đình hắn sắp đến, theo đồn đãi, là xứ sở của thịnh vượng, giàu có, thừa ăn dư mặc, hành khất còn đi xe hơi. Nghe như chuyện phong thần! Rời nơi này đến Mỹ, cũng có nghĩa hắn xa thêm quê nhà hàng vạn cây số, ngày trở về hắn rất khó khăn. Mới tháng trước hắn còn nói với Tr cuối năm hắn sẽ đưa bé N về Trung cho nó thăm Mẹ, Dượng và các em, nhân tiện hắn sẽ ghé nhà gặp lại những người thân, trong đó dĩ nhiên quan trọng nhất là người đàn ông hắn gọi bằng ba. Có lẽ ông đã già, có lẽ lưng còng hơn, có lẽ dáng đi chậm hơn, có lẽ mắt nhìn vời vợi hơn… Vậy mà bất ngờ hắn phải bỏ lại tất cả để ra đi. Cuộc đời luôn có những tình huống bất ngờ không sao đoán trước được.

Như hắn, người đàn ông cũng có một cuộc đời nổi trôi lang bạt.

Ông sinh ra trong gia đình trung lưu ở một tỉnh nhỏ của miền Bắc Việt Nam. 18 tuổi vào trường Mỹ thuật Đông Dương. Ra trường ông tổ chức vài cuộc triển lãm, với số tranh sáng tác rải rác nhiều năm từ lúc còn học trong trường cộng với những bức thực hiện sau này. Nhưng những cuộc triển lãm đều không gây được tiếng vang, trái lại còn bị báo chí, dư luận chê bai, phê phán tiêu cực. Chán nản, ông bẻ cọ, ném màu, đi ngao du khắp nơi, mọi tỉnh thành miền Bắc Việt Nam đều ghi dấu chân ông. Ít, vài ba ngày, lâu, năm bảy tuần. Hết tiền ông vẽ chân dung cho dân sở tại ở những nơi ông đến. Một hôm ông vào địa phận của dân tộc Thái trắng (có hai nhánh, Thái trắng, chỉ mặc áo trắng và Thái đen, chỉ mặc áo đen) gặp một thiếu nữ nhan sắc đậm đà, có khuôn mặt trái xoan và đôi mắt rất đẹp, đen láy, thăm thẳm, là con gái cưng của tộc trưởng, học ở Hà Nội, về nghỉ hè. Đó là thời kỳ tiểu thuyết trữ tình của Tự Lực Văn Đoàn ảnh hưởng nặng trong giới thanh niên nam nữ thành phố. Những chàng trai tóc bời lộng gió bốn phương, có chữ nghĩa, thích làm chuyện lớn, những thiếu nữ muốn thoát vòng lễ giáo tập tục từ bao đời đã cướp mất của họ tự do, nhân phẩm, biến họ thành những món hàng trao đổi môn đăng hộ đối. Người đàn ông và thiếu nữ phải lòng nhau. Họ đã có quan hệ tình dục, một hành vi cực hiếm vào thời điểm và địa phương đó. Chuyện vỡ lỡ, để tránh tai tiếng cho tộc họ, cũng như thể hiện tình yêu mạnh mẽ, thiếu nữ ra Hà Nội và theo người đàn ông vào tận miền Nam, rồi Miên, Lào…

Khi có thai hắn, người đàn ông đưa vợ trở lại quê hương, đúng vào lúc cả nước tiêu thổ kháng chiến, người đàn ông và vợ theo dòng người tản cư đến một vùng quê miền Trung thì hắn ra đời trong một lớp học của trường tiểu học thị xã. Cũng thời gian này người đàn ông tham gia tổ chức kháng chiến với tư cách một văn nghệ sĩ. Bè bạn ông có người sau này là chủ tịch nước(1). Ngót nửa đời lang bạt, mỏi gối chồn chân, thêm gánh nặng phu thê, nhất là bản chất lãng mạn, yêu tự do, người đàn ông thấy không thích nghi được với kỷ luật của tổ chức, có khi rất cực đoan và lạnh lùng, ông quyết định "dinh tê", về một thị xã nhỏ, mở tiệm vẽ chân dung nuôi gia đình. Ba đứa con nữa ra đời, kế hắn, một gái, kế nữa, 2 trai. Nhưng số phận cay nghiệt đã rơi xuống đời ông. Người vợ thủy chung son sắc bỗng vướng phải bạo bệnh, qua đời.

Thiếu nữ, tình yêu lớn của người đàn ông đã ra đi vĩnh viễn. Không muốn sống nữa ở một nơi có quá nhiều kỷ niệm khơi gợi đau buồn, ông đưa gia đình đến thành phố lớn hơn, vẫn một mình đóng vai gà trống nuôi con, cho đến khi hắn 13 tuổi người đàn ông tục huyền, cũng năm này một học trò của ông theo bên kia bị chính quyền phát hiện, anh ta nhanh chân trốn thoát, người đàn ông bị bắt vì là thầy. Lục soát nhà, họ tìm thấy một chân dung cũ mèm chụp ông với rất đông bè bạn khi xưa. Trong số này có người, như đã nói, là chủ tịch nước thời gian sau 1975. Ông bị tra khảo đến gãy xương vai, mù một mắt, và bị tuyên án ba năm tù.

Đói nghèo, cơ cực, đau buồn. Không chịu nổi nghịch cảnh, hắn bỏ nhà đi hoang.

Lìa quê hương, hắn nghĩ rồi sẽ có ngày về thăm. Nhưng người đàn ông chia xa cõi trần, là vĩnh viễn. Sẽ không bao giờ nữa hắn có cơ hội nhìn thấy ông đầu đội mũ phớt, sơ mi trắng cài khuy luôn bỏ trong quần, dáng đi chậm, lưng hơi khòm, mắt nhìn xa, vời vợi… Hắn mong khóc được, cho nhẹ lòng.

Bé N đã về, nó nhanh nhẹn lên thang, chưa bước qua cửa đã oang oang,

"Ba, má hai, ghê quá."

Tr hỏi,

"Gì vậy con?"

"Họ kể, cái thuyền vừa cập bến khởi hành từ Phan Thiết, mới đi được 2 ngày máy hư, thuyền trôi ngoài biển suốt 45 ngày, lương thực và nước hết sạch, ban đêm họ căng bạt hứng sương liếm cầm hơi. Ông già bà cả và trẻ em chết dần, người còn sống xẻ thịt người chết ăn, uống máu để sống. Ra đi hơn 50 người. Nay chỉ còn 28. Ghê chưa?"

Những thảm kịch trên đường vượt biển hắn nghe hàng ngày, đến phát ngấy. Có chuyện không bi thảm lắm, nhưng người kể thường cường điệu, hoặc tam sao thất bổn, chuyện chỉ bằng con nhái, nhanh chóng biến thành con bò. Tuy nhiên xét chung, những khổ nạn này là vết thương sâu trong lòng mỗi thuyền nhân, dù trực tiếp hay gián tiếp gánh chịu. Ban đầu hắn rất cảm xúc, nghe mãi và nhiều, cảm xúc biến thành trầm uất, đến một lúc hắn không còn muốn nghe. Hắn nói với bé N,

"Đừng ra bến nữa nghe con, không tốt đâu."

"Dạ."

Chỉ 6 tháng từ ngày về với hắn, con bé phổng phao hẳn, và cũng nguôi ngoai dần chuyện cũ. Con bé vẫn khóc mỗi lần nhớ, nhưng nỗi nhớ mỗi ngày mỗi thưa. Ký ức thường phai nhạt theo thời gian, nhất là với trẻ con. Hắn mong con bé sớm thích nghi hoàn toàn với môi trường mới.

Tr nói với hắn và bé N,

"Lúc nãy em đã nấu cơm, mình ăn nhé?"

"Anh không thấy đói, em và con ăn trước đi."

"Đàng nào ba cũng đã mất… Anh phải nghĩ đến sức khỏe… Gần ngày đi, nhỡ bệnh rất phiền…."

Đã hết giờ làm việc, trên loa phóng thanh bắt đầu phát "nhạc vàng", "Đêm nay anh gánh dầu... ra biển… anh đi… Đêm nay… đêm tối trời… anh bỏ quê hương…"(2) Tiếng ca mềm nhão, tiếng gió hú, tiếng sóng biển ngoài khơi xa, bóng tối bắt đầu phủ trùm lên những mái lều, *quê nhà xa lắc xa lơ đó, ngoảnh lại tha hồ mây trắng bay*(3), người đàn ông hắn gọi bằng cha đã từ trần, kết thúc một đời dài chất chồng bao nhiêu biến cố, buồn nhiều hơn vui… Hắn cảm thấy mệt mỏi, rã rời.

---

(1) Võ Chí Công, chủ tịch nước thứ tư của CHXHCNVN từ 1987-1992.

(2) Đêm chôn dầu vượt biên, nhạc Châu Đình An.

(3) Hành phương Nam, Thơ Nguyễn Bính.

*

Hắn thường nghe câu, "nhất nhật tại tù, thiên thu tại ngoại". Ngày tháng chờ đợi lên đường định cư ở trại tị nạn cũng lê thê có lẽ không kém. Dù thủ tục hồ sơ đã hoàn tất, nhưng từ lúc lên list đến ngày rời đảo có khi kéo dài năm ba tháng. Hắn thường ra sau đảo leo lên mỏm đá quen, ngồi nhìn mông ra biển, nhớ về quá vãng. Nhớ hết. Nhớ mặt tiền rạp chiếu phim với tấm pano lớn vẽ chàng Gary Cooper hai tay hai súng đứng khuỳnh khuỳnh rất… cao bồi, hậu cảnh là sa mạc rực đỏ, trong mưa phùn và cái lạnh buốt xương, ngày đầu hắn đặt chân đến vùng cao. Nhớ trận đòn đau và bát cháo lòng trộn máu ở bến taxi cạnh hồ Xuân Hương. Nhớ cảm giác tê điếng lần đầu được biết với người đàn bà bán phấn buôn hương dạn dày chăn gối. Nhớ L sàng cùng ngón nghề ân ái danh trấn giang hồ. Nhớ hai đồi ngực thanh tân săn cứng, núm đậm màu sưng mọng, khiêu khích, vểnh cao của cô gái trên thảm cỏ, bên con suối róc rách cạnh bìa rừng, sau ngọn đồi. Nhớ những lần đạn lửa, như mưa, từ trên cao vãi xuống. Nhớ cô gái ngã vật ra, bắp đùi đẫm máu. Nhớ bến đò nhìn lên ngôi quán nhỏ cửa sụp im lìm ngày hắn rời bỏ vùng quê nghèo khó. Nhớ xóm Nghĩa Địa, ngôi cổ mộ, bãi tha ma lập lòe đom đóm, rặng tre gai ngã nghiêng trong gió, tiếng mưa quật đập trên mái tôn những đêm đông lạnh. Nhớ trên cánh tay hắn nàng ngon giấc bình yên, đôi mắt khép, vành môi trễ, khuôn ngực phập phồng, vòng ôm không rời. Nhớ những bữa cơm rau, những lát ba rọi kho mắm ruốc mặn chát. Nhớ những món "ăn chơi" trong trại giam, "đi tàu ngầm, máy bay" thừa chết thiếu sống…

Những khúc phim kỷ niệm quay đi quay lại trong đầu mỗi ngày, đến thuộc từng chi tiết. Phải làm một việc gì đó để đầu óc bận rộn, bớt suy nghĩ quẩn quanh,và nhất là đốt bớt thời gian quá đỗi thừa thãi. Hắn nói ý này với Tr,

"Sao anh không vẽ?"

"Anh muốn lắm, nhưng dụng cụ, sơn cọ ở đâu?"

"Thử nhờ các cô cao ủy xem."

"Ừ nhỉ."

Hắn tìm gặp một nhân viên cao ủy, cô này còn trẻ, hắn đoán là sinh viên, nhân kỳ nghỉ hè, xin đi làm thiện nguyện. Hắn tự giới thiệu là họa sĩ, nhờ cô ra thủ đô mua hộ ít dụng cụ, để vẽ triển lãm ngay tại trại. Cô ta vui vẻ nhận lời. Một tuần sau có đủ vật liệu, hắn bắt tay thực hiện, chỉ ngót ba tháng hắn hoàn tất 40 bức sơn dầu, chủ đề *Quê hương yêu dấu (Beloved homeland)*. Sang trại chuyển tiếp ở Philippines hắn lại vẽ 40 bức nữa chủ đề *Quên hương trong ký ức (Homeland in Memory)* và cũng triển lãm. Tranh vừa tặng vừa bán hết cho nhân viên văn phòng, nhân viên cao ủy, thầy dạy Anh văn, khách tham quan… ở cả hai nơi. Viện trưởng một đại học thuộc tiểu bang Connecticut, Mỹ, nhân chuyến đi làm thiện nguyện xem tranh, thích, đề nghị bảo lãnh gia đình hắn và cấp học bổng cho học lại để lấy bằng tại Mỹ hầu dễ hội nhập sau này. Nhưng hắn cảm ơn, từ chối vì đã được một nhà thờ Tin Lành ở California bảo lãnh rồi. Học lại, quá chán. Vả lại, hắn thích Cali hơn, quanh năm nắng ấm, lại đông người Việt. Dẫu sao, hắn nghĩ, đỡ cô quạnh.

("Studio" ở trại tị nạn.)

Gần chín tháng kể từ lúc đặt chân lên đảo, hắn đã nghe, đã chứng kiến nhiều chuyện đau lòng của một xã hội miền Nam, mặt tiêu cực, trước 1975 thu nhỏ. Cũng cậy quyền ỷ thế, cũng thối nát tham ô, cũng bợ đỡ điếu đóm, cũng lên gân biểu diễn cơ bắp… Chả trách nào khi đàn anh bỏ rơi, không bơm tiền, súng ống đạn dược nữa, chỉ trong thời gian ngắn, quá ngắn, cả một chính thể và nửa đất nước tiêu tùng, nhanh đến chóng mặt.

Ở trại có ban an ninh, thường, do một sĩ quan chế độ cũ điều hành. Ban này làm nhiệm vụ giữ trật tự, vệ sinh, giải quyết những tranh chấp, kiện tụng lặt vặt giữa thuyền nhân với thuyền nhân. Trừ phi chuyện lớn hơn - ẩu đả, đâm chém gây thương tích, giết người chả hạn – buộc phải đưa lên quản lý trại, người Mã Lai, giải quyết. Bọn này đánh đập, tra khảo hung bạo, không khác những phòng tra tấn của các cơ quan an ninh, chấp pháp của hai chế độ, trước và sau 1975, hắn từng nếm trải. Ban an ninh, cái tên nghe hiền lành này lại ẩn phía sau một thế lực ngầm rất… mất dạy. Các chị đi một mình, có tí nhan sắc, muốn có người "quyền thế" che chở, thì "tay đây em hãy tựa đầu", các anh sẵn sàng. Những thùng quà, những tờ giấy xanh, giấy đỏ từ Mỹ, Pháp, Úc… của thân nhân gửi cho người thân, muốn nhanh chóng tới tay, làm ơn "bôi trơn" chút đỉnh. Tệ hại nhất và vô nhân đạo nhất là kẻ nào lỡ làm phật lòng các đấng an ninh, không sớm thì muộn cũng được nhân viên đại diện các nước phỏng vấn và bị xếp vào thành phần có quan hệ mật thiết với cộng sản, tệ hơn nữa, do cộng sản cài đặt nằm vùng! ("tài liệu" do ban an ninh cung cấp). Thế là những nạn nhân này nằm chơi xơi nước thủ trại mút chỉ, có khi cho đến ngày trại đóng cửa, được trả về nguyên quán. Đã không ít người nằm ở trại năm bảy năm, vì lý lịch mù mờ, "có vấn đề". Cũng không ít người buộc phải "tình nguyện hồi hương" vì chả nước nào thèm nhận. Tiêu chí của tất cả các quốc gia chọn là tị nạn chính trị, không phải tị nạn kinh tế hay nghi ngờ có quan hệ với cộng sản. Trong số này, bao nhiêu nạn nhân bị các ngài an ninh ưu ái? Có trời biết!

Hắn vốn mẫn cảm, dị ứng với cái gì thiếu vệ sinh. Bệnh này tuy không truyền nhiễm nhưng gây phiền hà cho những ai kỵ ăn ở bẩn. Để mặc sức tung hoành, bọn sâu bọ bắn tiếng, muốn yên thân thì làm ơn bịt mũi, câm miệng. Hắn ương nghạnh vẫn chửi rủa chống đối lằng nhằng.

Một hôm hắn nhận được răn đe, khôn hồn chớ bén mảng đến vùng C, nơi đặt bản doanh của ban an ninh. Hàng ngày hắn phải đi học Anh văn ở vùng B, xe bus của trại chở, ngang qua vùng C. Nhận được tin nhắn, máu du côn nổi lên, hắn không đi xe bus nữa, mà cuốc bộ, khoảng cây số, băng qua "cấm địa". Làm gì nhau, hắn ngạo mạn nghĩ, cương sảng một cách… "hữu dũng vô mưu". Có chuyện ngay, hắn lập tức bị vài tên ra đón đường mời vào… nhậu. Vào phòng, đảo mắt nhìn quanh, kinh nghiệm những năm làm du đãng ở QN, hắn bước nhanh đến góc phòng ngồi xuống. Như vậy hắn chỉ đối phó mặt trước, sau và hai bên đã có vách ván bảo vệ. Cuộc nhậu khá linh đình, gà quay, gỏi đu đủ tôm sú, rượu cô nhắc… Rượu vào lời ra, đối thủ bóng gió xa gần khuyên hắn ngó lơ, chỉ tạm trú vài tháng đợi ngày đi, để ý làm gì ba chuyện ruồi bu, chả đáng. Rượu làm hắn bốc, thay vì ừ ào cho xong, hắn vào vai Lục Vân Tiên rất ngọt, giữa đàng thấy chuyện bất bình chẳng tha, lên lớp, dạy bảo đối thủ một thôi một hồi. Kết quả, hắn bị đánh hội đồng. Đã tính trước, hắn vớ ngay chai rượu, đập bể, quơ lia lịa mở đường thoát thân. Chạy về đến lều, Tr nhìn mặt hắn đầy máu, nhuộm đỏ ngực áo.

"Trời ơi, sao vậy." Tr hốt hoảng.

Bé N khóc nất,

"Ba…"

Một vết toác không nặng chả biết do vật gì đó gây ra gần mang tai, hắn phải lên trạm xá nói dối bị té ngã để được băng bó, chữa trị.

Bốn ngày sau biến cố, gia đình hắn rời đảo.

Nguyễn Hưng Trinh

18

Hai năm đã qua, một trong những chuyện gây nhức đầu cho vị tổng thống đương nhiệm của Mỹ là vấn đề di dân. Quốc gia này giàu mạnh, hầu hết mọi sắc dân trên địa cầu đều mong đến được đất nước này, để có cuộc sống tốt hơn.

Chính sách mới cực kỳ khắt khe, bức tường biên giới được dựng lên... nhằm mục đích ngăn chặn càng nhiều càng tốt dòng người từ khắp nơi tràn vào Mỹ.

Họ bỏ nhà, bỏ quê hương ra đi, vì chiến tranh, áp bức, đói nghèo, và vì hàng trăm lý do khác nữa. Ông già ghét chính trị, nhất là chính trị bằng mồm, chửi rủa lằng nhằng, hèn không chịu được. Nhưng ghét của nào trời cho của đó, làm sao học được chữ ngờ. Bỗng một ngày ông trở thành phản động, dưới mắt nhìn của chế độ, buộc phải ra đi. Ngày xưa, hồi còn ở lính, một lần hắn và ba người bạn nữa vào văn phòng một thầy tướng số, cốt phá chơi. Ông thầy nhìn, bỗng phán: cậu sẽ xuất ngoại. Nghĩ ông thầy nói để lấy lòng hắn hầu tránh phiền hà. Một tên lính đúng nghĩa, không lon lá, lại là lính tác chiến, tương lai hui nhị tì xác xuất lớn. Vậy mà sẽ xuất ngoại, chuyện phong thần!

Thế mà đã gần 40 năm ông già sống, làm việc, và rồi chắc chắn sẽ chết ở đây, trên xứ sở cách xa quê hương một đại dương vời vợi.

Ông già nhớ đến lời phán của ông thầy tướng số. Phải chăng có một định mệnh cho mỗi con người?

Gia đình hắn đến Mỹ trong tâm trạng những chú mán về thành, cái gì cũng lạ, cũng choáng ngợp. Từ phi trường về nhà người bảo lãnh, một mục sư Tin Lành gốc Việt, hắn nhìn qua cửa kính, thấy free way 6 lằn đường, ngược xuôi, trên dưới, xe hơi nối đuôi nhau vun vút, những cao ốc chọc trời sừng sững vươn lên nền trời xám đục. Hắn thầm nghĩ sẽ không bao giờ lái xe được giữa địa hình thiên la địa võng này.

Hai tháng tạm trú tại một phòng (tiền thân là kho chứa đồ cũ) trong khuôn viên nhà thờ, nhờ các tín hữu hướng dẫn, gia đình hắn thuê được một căn chung cư bằng tiền trợ cấp của chính phủ. Việc đầu tiên cần làm ngay, hắn và Tr học tiếp Anh văn, đưa bé N vào trường.

Nửa năm trôi qua, gia đình hắn tương đối thích nghi môi trường mới.

Dù có trợ cấp xã hội dành cho người mới đến, nhưng để có cuộc sống tốt hơn, hắn đi tìm việc làm. Không bằng cấp, tiếng Anh ú ớ, công việc nhẹ xem chừng khó. Có người mách hãy lên sở xã hội nhờ tìm hộ. Hắn lên, may mắn, gặp cán sự xã hội người đồng hương hắn đã từng biết hồi còn ở Việt Nam. Xưa ông oai vệ lẫm liệt. Là nhà văn, nhà thơ tên tuổi. 30 tháng 4, miền Nam bị xóa sổ, ông chạy sang Mỹ, rơi một lèo từ cấp đại tá xuống thành anh cán sự chuyên đưa dân tị nạn mới tới đi xin việc làm. Chuyện "rơi tự do" này (ngôn ngữ của binh chủng Nhảy dù ám chỉ các tên lính nhảy khỏi phi cơ nhưng vì trục trặc kỹ thuật, dù không mở, rơi xuống đất "tự do" như hòn sỏi!) của chức sắc quân đội, sở, bộ thuộc chế độ cũ khi sang các nước tị nạn đa phần chịu nhiều cay đắng lắm khi cười ra nước mắt. Có lần ống nước chung cư gia đình hắn bị nghẹt, gọi công ty nước, họ cho người đến sửa. Một công nhân đứng tuổi, người Việt, đang hì hục tháo gỡ ốc vít phía ngoài cửa sổ, nơi có hộp đồng hồ nước.

Hắn ra, định bắt chuyện, tán dóc. Bác công nhân ngẩng lên cười thân thiện. Hắn giật thót. Ông này xưa kia là một… vị tướng hắn từng tiếp xúc nhân theo một bà chị đi đấu thầu cung cấp lương thực cho một trại binh. Một trường hợp khác, khi đã vững vàng trên xứ lạ, hắn thường đi khắp nơi mở tầm mắt. Có lần trong lúc chờ giờ lên phi cơ sang Âu châu thăm bạn, hắn nhìn thấy một ông cựu đại tá quân lực VNCH đang… "đổ thùng" cho các phi cơ vừa hạ cánh. Dĩ nhiên không giống công việc "đổ thùng" của các tiện dân ở miền Bắc Việt Nam thời Pháp thuộc, múc phân bằng gáo đổ vào thùng gánh đi bán cho các nhà vườn… tưới rau! Ngày nay ở Mỹ hiện đại hơn trăm lần, người ta gắn vòi cao su vào chỗ chứa phân, khởi động máy, phân sẽ được hút sạch vào xe bồn. Nhanh, vệ sinh, thơm tho. Khác nhau về qui trình, nhưng bản chất y chang: dọn phân! Trở lại chuyện chính, đầu tiên ông cựu đại tá dẫn hắn đến một cơ sở nhỏ sản xuất tấm che nắng trên xe hơi. Vẽ trang trí những tấm này. Chuyện nhỏ. Nhưng khổ nỗi, vào cái thời computer còn hạn chế ngay tại Mỹ, quốc gia khai sinh, thì một tên mán mới tới, dĩ nhiên hoàn toàn mù tịt. Thế mà cơ sở này lại cần họa sĩ design bằng computer! Hắn bị lắc đầu, thanhk you. Lần thứ hai hắn được đưa vào một nhà hàng thử việc, nếu "qua truông" sẽ được nhận làm công nhân rửa chén. Nhìn mấy tên Mễ lực lưỡng bê từng chồng đĩa cao quá đầu, hắn hoảng, một phần ba chồng đĩa kia hắn còn chưa bê nổi, huống hồ…

"Thôi anh ạ, tôi kham không nổi đâu!"

"Thế làm gì bây giờ?"

"Anh tìm xem có việc gì nhè nhẹ, lương hạng bét cũng được."

Một tuần sau ông cựu đại tá gọi điện thoại cho hắn,

"Cậu hên lắm nhé, tôi đã tìm ra công việc phù hợp khả năng của cậu rồi."

"Việc gì anh?" Hắn nôn nóng hỏi.

"Vẽ gốm, vẽ tay nhé, không còm pu tơ pu tiếc gì hết. Làm được không?"

"Dĩ nhiên được, tuyệt quá."

Lần này, qua thử tay nghề, hắn được nhận, lương 10 đô một giờ. Thời điểm này mức lương đó xem là khá cao. Hắn vui, rất vui. Lương cao, lại đúng ngành nghề, còn gì sung sướng bằng. Trước khi chính thức đi làm, hắn rủ một đám bạn cũng từ đảo mới sang, nhậu một chầu ngoắc cần câu, ăn mừng.

Xưởng đồ gốm khá lớn, manager đưa hắn đến một cái bàn dài, có trục lăn phía trên. Đứng thành hàng một bên bàn là khoảng 20 người, già trẻ trai gái có đủ, hắn được chỉ định vào hàng. Sau đó manager đưa ra một mẫu vẽ được ghim trên tấm bảng gỗ đặt trên giá đầu bàn. Mẫu vẽ là một khóm hoa cách điệu, hiện đại, đẹp. Manager phân công, mỗi người vẽ vài chi tiết. Hắn, ba lá cỏ. Đại khái, khóm hoa cách điệu kia không phải chỉ một người vẽ, mà là công trình của hơn 20 nghệ nhân. Bình gốm trơn được đặt lên trục lăn đầu bàn, người đầu tiên sẽ vẽ vài chi tiếc nào đó, bình gốm chạy tới đâu, người kế tiếp vẽ chi tiết đã được chỉ định. Đến hắn, chỉ vung tay quẹt ba đường bút lông thành ba lá cỏ, xong. Bình gốm từ từ chạy, người kế, vài cánh hoa… Cứ thế, đến người cuối thì khóm hoa đã hoàn tất. Qui trình lặp lại với bình gốm khác, y chang. Tám tiếng đồng hồ trừ 20 phút ăn trưa, công việc duy nhất của hắn là quẹt ba lá cỏ! Khoảng trên dưới một tuần, đổi mẫu mới. Hắn làm hơn tháng, đêm ngủ nằm mơ thấy bị chìm ngập trong vũng lá cỏ, cánh hoa, cành, nhánh… muốn phát điên. Nhớ hồi nhỏ xem phim câm Charlot, phim *Modern Times,* Chalie chaplin đóng vai công nhân cơ khí trong một xưởng sản xuất dây chuyền, nhiệm vụ của anh ta là dùng khóa vặn một con ốc, ngày này qua tháng khác, duy nhất một động tác, đến nỗi đi đứng nằm ngồi, hai tay anh công nhân cũng thao tác hành động vặn ốc. Cuốn phim chọc cười, nhưng cười ra nước mắt. Nó tố cáo thời đại mới, thời đại làm việc theo hệ thống dây chuyền, biến con người thành những robot. Hắn là họa sĩ, thêm bày đặt văn nghệ văn gừng, tâm hồn mẫn cảm, chịu không thấu công việc quá sức nhàm chán kia, nên đành… quit job, ra sao thì ra.

Thất nghiệp. Chạy khắp nơi tìm job mới.

Trời thương, đọc báo Việt thấy một cơ sở sản xuất sơn mài (dỏm) cần họa sĩ vẽ tranh. Mừng quá, đến xin việc. Qua thử tay nghề, được nhận vào làm việc. Cơ sở không trả lương tháng nhưng được ăn lương theo sản phẩm. Vẽ nhiều ăn nhiều, vẽ ít ăn ít, tự do hoàn toàn. Còn gì thích bằng. Tranh chợ, quẩn quanh mấy đề tài: Cá vàng bụng ỏng mắt lồi; Hồ sen; Con trâu với trẻ mục đồng, xa xa có mái tranh thấp thoáng sau rặng tre xanh. Quen thuộc hơn, cầu Tràng Tiền với những nữ sinh áo tím đạp xe đạp qua cầu, dưới sông, vài con đò; Lăng Ông Bà Chiểu nghi ngút khói hương, tấp nập thiện nam tín nữ; Chùa Một Cột; Gác chuông Thiên Mụ… Hắn vẽ, quen tay, nhanh như chớp, có ngày hắn sản xuất bốn năm tấm. Mỗi tấm được trả 40 dollas. Đỗ đồng nếu chăm chỉ, mỗi tháng chí ít cũng được 4.000 đô. Số lương quá lớn đối với một anh refugee mới đến Mỹ chưa được bao lâu. Nhưng (lại nhưng!!!) một ngày hắn phát hiện mình bị bóc lột quá đáng. Một tấm ván ép mười đồng cưa thành bốn, cộng sơn, công trả họa sĩ, hóa chất bóng phủ lên mặt tranh giả sơn mài. Tổng cộng khoảng 60 đồng. Thế mà cơ sở bán ra, cho các nhà hàng, đại lý ở những tiểu bang ngoài Cali là 700 đồng/tấm. Gấp hơn mười lần tiền vốn. Thuở ấy, mới sang, đầu óc còn nặng lối suy nghĩ của một anh Việt "có khí tiết kẻ sĩ", thà chết đói chứ không chịu để bọn con buôn bóc lột (!!!) Thế là lại quit job.

Một hôm đến chơi nhà một nhạc sĩ gặp một nhà thơ đang làm báo trong garage.

"Anh làm một mình?" Hắn hỏi, không giấu nổi ngạc nhiên.

Nhà thơ cười,

"Bên này, mỗi người một tờ báo, chuyện bình thường."

Anh nhìn hắn, hỏi,

"T đã làm gì chưa?

"Đang thất nghiệp."

"Thế thì làm báo với mình, cho vui."

"Trời, tôi biết gì mà làm!"

"Layout, ai cũng làm được, T là họa sĩ, càng dễ."

Thế đấy, hắn bước chân vào làng báo qua tờ báo của một nhà thơ. Từ đó, hắn quen các nhà in, các tờ báo khác. Nhờ biết vẽ và khéo tay, lại biết viết, hắn được làng báo khá cưng, ngoài tờ báo đầu tiên, các tờ báo khác cũng gọi hắn cộng tác, hoặc viết, hoặc layout, hoặc vẽ minh họa nhăng nhít. Có thời gian hắn layout cho những 4 tờ báo, chưa kể viết, vẽ linh tinh. Thường, layout cho mỗi tờ báo tốn khoảng 3 giờ, xong, được trả 200 đồng. Mỗi tuần 4 tờ, có được 800 đồng, thêm vẽ vời thượng vàng hạ cám, tranh, chân dung…, trình bày bìa cho các trung tâm sản xuất băng casette (thuở ấy chưa có CD), các nhà xuất bản. Lúc bấy giờ đô la còn có giá lắm, đi chợ, chỉ 50$ đủ chất đầy cả xe thịt, cá, rau trái, sữa tươi, thức uống, đồ khô…, đủ dùng cả tháng. Một gallon xăng chỉ 25c, một cái hamburger 50c. Tiền bạc rủng rỉnh, lại tự do muốn làm muốn nghỉ, tùy ý. Đó cũng là giai đoạn hắn sa vào thế giới ăn chơi. Không ngày nào không nhậu. Hắn uống nhiều. Uống xả láng. Một mình có thể nốc tỉnh queo một chai cô nhắc. Bạn bè gọi hắn là "Vương tưởu". Khó ai uống rượu qua mặt hắn. Nhiều tay trong giới cầm bút là những cao thủ nhậu, nhưng xem chừng "chưa biết mèo nào cắn mỉu nào" khi đụng độ với hắn. Khổ thay, cái giá phải trả: 20 năm ngồi xe lăn! Nhưng ngày đó hắn nào có biết, mà dẫu biết cũng bất cần. Chưa thấy quan tài chưa đổ lệ.

Làm báo, nhiều chuyện với độc giả tưởng nghiêm túc, nhưng với dân trong giới, như đùa.

Chả hạn, không tờ báo nào không có "Mục tử vi Đông Tây" hàng tuần. Không có ông chiêm tinh gia hay thầy tướng số nào phụ trách cả. Hắn từng là Chiêm tinh gia biệt danh Tri Mệnh tiên sinh. Hắn viết nhăng cuội chừng vài mươi lá số, rồi mỗi tuần lựa ra 12 lá, sửa lại cho phù hợp với từng tuổi. Tuần này 3 tháng trước, là Canh Tuất thì tuần này 3 tháng sau có thể sẽ là Mậu Tý. Không ai nhớ để thắc mắc sự trùng hợp... quái gỡ kia. Những lá số phải viết thế nào cho thông minh, dí dỏm và... vô thưởng vô phạt, cốt ai đọc cũng thấy thấp thoáng... giống mình, giàu lòng nhân, tốt bụng, cả tin, và tiền hung nhưng hậu bao giờ cũng kiết.

Chả hạn, Mục "Chuyện khó tin nhưng có thực". 90% là tin dỏm. Một lần trên tờ báo của một đồng nghiệp đi bản tin do ông chủ bút sáng tác: Oan hồn một phi công Đức Quốc Xã đã phải bay suốt 40 năm nay trên bầu trời vì đã đánh rơi chiếc chìa khóa nên không thể mở cửa buồng lái. Kèm theo là hình một máy bay bà già của Đức Quốc xã xưa. Như thực!

Chả hạn nữa, Mục "Gỡ rối tơ lòng". Không có ông nào, bà nào, anh nào, cô nào rảnh, ngồi còng lưng kể lể những chuyện trời ơi của mình để nhờ cô Tâm Vấn, bà Thiện Tâm gỡ hộ mối tơ lòng rối như mớ bòng bong! Hắn từng đóng vai này cho một tờ báo. Mỗi tuần hắn sáng tác ra vài lá thư lâm li bi đát, gay cấn trái ngang, ký tên hoặc "Người vợ đau khổ" hay một tên cha căng chú kiết nào đó, Hồng Cúc, Lê Thị Nguyệt Mơ, Trần lực, Đinh Ba Phân... và rồi cũng chính hắn trả lời, gỡ rối, rất ư tình nghĩa, sáng suốt, với một cái tên thập phần đoan trang, Bà Hạnh Nhân, cô Hiền Thục. Cũng y như thực!

Còn hàng tá mục khác. Mục nào cũng phải hay, hấp dẫn, lạ. Tờ báo sẽ có nhiều người tìm đọc, quảng cáo sẽ bề bộn. Chủ báo sẽ tha hồ lượm bạc. Tất cả nhờ công lao của những tay viết mướn. Khổ nỗi những tay này đều khôn nhà dại chợ, bày vẽ cho thiên hạ mần tiền thì cực hay nhưng bản thân lại cực dở khi muốn mần tiền.

*

Khu chung cư gia đình hắn ngụ lắm chuyện điển hình của nước Mỹ những năm cuối thế kỷ 20. Nơi này tụ hội mọi sắc dân. Việt Nam, nhiều nhất. Kế tiếp là Mễ, Trung Hoa, Miên, Lào,

Phi Châu, Trung Đông, Ấn Độ… Đủ mọi màu da, tiếng nói, tôn giáo, phong tục. Đúng là Hiệp Chủng Quốc thu nhỏ. Vì thế nơi này lắm trò vui. Cạnh tôi, bên trái, một gia đình đến từ Iran. Bà vợ và cô con gái lớn mỗi khi ra ngoài luôn choàng áo chùng đen, che kín mặt. Mỗi ngày ba buổi, gia đình này quây quần trong phòng khách cầu kinh, tiếng ê a vang rần cả dãy chung cư. Bên phải, tổ ấm của một anh Trệt. Bà vợ có lẽ dân đồng cô bóng cậu, căn hộ cửa nẻo luôn đóng kín, tối hù. Sát cửa chính kê trang thờ, chả hiểu thờ ai, khói hương luôn nghi ngút. Mỗi tháng 2 ngày, rằm, mùng một, thể nào cũng có màn cúng kiến, đốt vàng mã khói lửa mù trời (gia chủ cũng biết khôn, đốt ngoài sân, trong thùng thiếc. Lạng quạng hỏa hoạn là cái chắc. Nhà cửa ở Cali, vì sợ động đất nên không cho dùng vật liệu nặng như gạch đá, mà chỉ được bill bằng gỗ, dễ cháy). Đối diện, cách một sân cỏ, là dãy chung cư gồm 6 căn, nơi ngụ cư của 2 Miên, 1 Lào, 3 Việt Nam. Mỗi chiều, đến khuya lơ khuya lắc, luôn ầm ĩ tiếng đàn ca hát xướng la lối ỏm tỏi. Mọi sự cố đều phát xuất từ căn giữa của một gia đình Việt Nam. Anh chồng, chủ gia, còn trẻ, chắc dân nhậu cao thủ, nên cứ khoảng 5h chiều là "chàng" gầy độ, hắn một hai lần cũng được "chàng" mời. Rượu, thường loại cô nhắc 2 chữ (VS), rẻ. Mồi, tùy bữa, khô mực, khô cá, thịt quay, gà hấp muối, giả cầy, và ngoạn mục nhất, dựa mận chó, chả chìa chó, thịt luộc chó thứ thiệt (chả hiểu "chàng" tóm được ở đâu đó, mang về nhốt sân sau, đợi đêm, trấn nước trong bồn tắm, trụng, cạo lông, mổ, mần thịt, chế biến… để chiều hôm sau làm cái đưa cay. "Chàng" cũng như hắn và bao lũ "mọi" khác mới qua nên coi thường luật pháp Mỹ, điếc không sợ súng. Chao ôi, nếu cảnh sát biết, vồ, ở tù mọt gông cả lũ.

Hắn có vài kỷ niệm khó quên tại nơi này.

Ở 2 trại tị nạn trên đất Mã Lai và Philippne hắn đều có 2 cuộc triển lãm ra trò. Tiếng lành đồn xa, một chủ quán ăn người VN nghe tin qua báo chí đã tìm gặp hắn, làm quen, và bỗng dưng hào sảng biếu hắn hai nghìn đô (vào thời điểm này 2.000 đô là một số tiền không nhỏ) để "anh mua một chiếc xe làm chân". Chả hiểu ông chủ quán ăn này có "mát dây" không, tự dưng tốt bụng một cách gần như "giả tưởng" với một tên "lính mới". Số hắn thỉnh thoảng vẫn được lộc bất ngờ như thế. Từ ngày đó, thỉnh thoảng hắn có đến thăm ân nhân, và tiếp tục âm thầm băn khoăn về khoản tiền ân nhân đã cho hắn. Mới đến, chân ướt chân ráo, nơi ăn chốn ở còn chưa yên, nói chi xe cộ. Nhưng một anh mán, ở VN chỉ cỡi xe hai bánh, nghe nói đến xế hộp, sướng mê. Nên dù chưa biết lái, nhưng có tiền, cũng hồ hởi đọc báo tìm mua một chiếc xe cũ, tuy chỉ 2.000, nhưng vào thời điểm đó cũng thừa sức bê về một xế hộp còn bảnh chọe. Tối, ra công viên gần nhà tập lái. Nửa tháng, lái được, dù rất lạng quạng. Một bữa đưa xe vào parking, chập chờn thế nào thay vì đạp thắng lại nhấn… ga. Chiếc xe chồm lên, phóng qua bục xi măng, lao thẳng vào căn hộ của dãy chung cư phía trước. Bung cửa, sập tường, nguyên cái xế hộp nằm lọt thỏm giữa phòng khách. Hoảng quá, hắn bỏ số de, chiếc xe lại lao lui ra ngoài, đụng mạnh vào một chiếc xe khác đang nằm ngoài parking! Trời Phật độ trì, nhà vắng, nếu không, có tử vong là cái chắc. May mắn hơn nữa, luật Cali không giải quyết những rắc rối xảy ra trong parking. Mọi người liên quan tự thương lượng dàn xếp, không xong mới tìm luật sư. Manager được gọi đến, qua estimate, hắn phải làm lại tường, thay cửa mới, mất 800 đồng. Chiếc xe bị đụng có bảo hiểm lo. "Cũng còn may, của đi thay người". Tr nói.

Không lâu sau hắn đến thăm một ký giả quen, ông này hết hành nghề báo chí, chuyển sang làm dịch vụ, đại diện DMV đổi bằng lái xe, viết đơn mướn, bán bảo hiểm nhân thọ…, khi về, vượt đèn đỏ, đâm vào một xe khác, bật tung nắp cốp, vẹo frame. Chiếc xe được một tiệm sửa xe kéo về, chủ tiệm người VN rất vô lương tâm. Thấy tên mán mới đến còn ngu ngơ, hắn rảo một vòng quanh chiếc xe rồi lắc đầu, "hỏng nặng quá, chỉ còn nước vất vào nghĩa địa." Tiếng Anh tiếng u còn ngọng, hắn lại phải đưa cho gã chủ garage 50 đồng, nhờ gọi xe kéo mang đến nghĩa địa xe hơi vất bỏ (Nghĩa địa xe hơi, chỗ chứa những xe bị đụng nặng, nếu sửa, có khi tốn tiền hơn mua xe khác, những anh nghèo thường vào đấy tháo gỡ những bộ phận cần, như kính chiếu hậu, que gạt nước mưa, kể cả nguyên máy xe còn xài được… chả hạn, trả tiền cho người trông coi nghĩa địa, giá rất bèo. Một tuần sau hắn tình cờ nhìn thấy chiếc xe của mình chạy phom phom ngoài phố Bolsa. Chiếc xe có hư gì đâu, máy móc còn tốt nguyên, nắp cốp bung, mua ở nghĩa địa xe hơi chỉ từ 30 đến 50 đồng, frame vẹo, kéo ra, balance lại, tốn khoảng 100 đồng. Bán cho dân mới đến, giá chót cũng được 1.500 đồng. Thằng chủ tiệm vô lương tâm, mất dạy…

Nửa tháng sau hắn tậu chiếc xe khác, một chiếc truck. Hắn đang nhận vẽ tranh cho cơ sở sản xuất sơn mài dỏm, với xe này, hắn có thể chất ở thùng sau hàng tá tranh. Giao, nhận hàng, tiện vô cùng.

Một lần lên SJ thăm vài người bạn, trở về, chỉ một phần 4 đường, cốp xe bốc khói mù mịt, chiếc xe hục hặc một hồi rồi tắt máy. Cảnh sát xa lộ đến hỏi, hắn giải thích nguyên do và không hiểu tại sao. Chàng cảnh sát trẻ mở cốp xe kiểm tra: hết nhớt, cháy máy! Chàng nhanh chóng giúp hắn gọi xe tô kéo về một garage quen, người Việt. Cũng may trong túi có 1000 đô. Thay máy cũ mua ở nghĩa địa xe hơi mất 800! Đây là tai nạn do sự cố máy móc lần thứ 2.

Trước đó vài năm, lúc mới biết lái, hắn đến một thành phố kế cận có việc, nghe bạn bè nói nếu sử dụng free way sẽ nhanh và gần. Hắn mạo hiểm thực thi lời mách bảo.

Nhưng đâu ngờ chỉ vì trò mạo hiểm này, hắn bị thót tim gần 5 giờ trên cái xa lộ 6 lane thênh thang. Ban đầu khi nhập được vào xa lộ, hắn hồ hởi chạy phom phom, nghĩ, chạy xa lộ sướng thật, không đèn xanh đèn đỏ, mặt lộ rộng, cho chạy tốc độ cao. Nhưng, coi kìa, cái exit vào, để về nhà, hắn đã nhìn thấy bảng báo hiệu, khổ nỗi nó lại nằm phía bên kia, muốn vào phải sang một lúc những 4 lane, xe cộ nườm nợp, làm sao qua. Đành chạy tiếp. Mồ hôi bắt đầu vã ra, dù trời không nóng. Hắn chạy, chỉ trên một lane duy nhất từ khi nhập vào free way, không dám sang lane, phía sau xe nối đuôi như mắc cửi vun vút lao tới. Cũng không thể chạy chậm, sẽ bị bóp còi inh ỏi, chạy nhanh, sợ cảnh sát vồ. Thế là cứ chạy, thêm gần 5 tiếng đồng hồ, đến địa phận một thành phố khác, cách nhà hơn 200 dặm. Xe hết xăng, nằm ụ giữa xa lộ. Cảnh sát đến, gọi xe tô kéo về một trạm xăng gần đó.

Trở lại chuyện báo chí. Dường như hắn có duyên nợ với nghề báo. Ngay những ngày đầu ở Mỹ, hắn đã làm báo. Đầu tiên là báo chợ, còn gọi là báo lá cải, không bán, free, nhưng thu nhập rất khá.

Muốn thành công tờ báo phải "hay", nhiều người tìm đọc. Nhờ vậy, thân chủ quảng cáo sẽ tìm đến. Quảng cáo càng nhiều, lợi tức càng cao.

Muốn tờ báo "hay" các chủ báo phải tìm ra một vài anh thợ viết giỏi. Hắn không giỏi nhưng thuộc loại… thập bát bang võ nghệ. Cái gì làm cũng được, layout, vẽ minh họa nhăng nhít, viết lách lẩm cẩm… nên được các chủ báo chiếu cố.

Để giúp tờ báo "hay", Hắn thường chế ra nhiều mục vớ vẩn cốt mua vui cho độc giả.

Chưa có điện thoại thông minh, xeo phôn xeo phiếc còn xa lạ, ngay cả trong những phim khoa học giả tưởng, các anh chị sản xuất kịch bản cũng chưa nghĩ ra, nói chi ngoài đời. Trong các phòng mạch, bà con chờ khám bệnh; Ngoài phố, ngồi ngóng xe bus; Ở các cơ quan hành chính chờ lấy môn bài mở quán bia ôm; Tại sở thương binh xã hội chờ gọi tên phỏng vấn xin eo phe, trợ cấp thất nghiệp; Ngoài phòng đợi DMV chờ kêu tên nộp phạt tuần trước nhậu xỉn lái xe vượt đèn đỏ… Để giết thì giờ, chỉ bằng cách một cách duy nhất: đọc báo. Nhưng chuyện chính chị chính em, khoa học, xã hội… nhức đầu, khô như sỏi, chán. Bà con thường tìm đọc những mục vui vui, vô thưởng vô phạt, đại loại như "Tìm bạn bốn phương", "Tử vi tướng số", "Chuyện khó tin nhưng có thật"… Người nhẹ dạ, thích đọc, dù gì cũng đáp ứng được phần nào những nhu cầu thầm kín. Người sâu sắc, từng trải biết chuyện bịa nhưng thấy dí dỏm, cũng đọc. Hiểu được tâm lý ấy, các ngài chủ bút thúc các anh thợ viết moi óc tìm ra những mục mới, thuộc "những con tương cận" các mục vừa nêu, để có thêm người đọc. Độc giả đông tất quảng cáo nhiều, báo dày cộm, số in bề bộn, nhà in tăng thu nhập, chủ báo lượm tiền mỏi tay, nhuận bút trả cho bọn thợ viết khá. Tương quan dây chuyền. Tất cả đều có lợi.

Một trong những mục do hắn "sáng tác" là mục " Dân Giao Chỉ Mới Đến Mỹ Nói Tiếng Anh".

Ngày xưa, khi lính Mỹ còn tràn lan ở miền Nam VN, hẳn những người lớn tuổi không lạ gì thứ tiếng Mỹ các mợ me Mỹ thường dùng với các anh GI, điển hình và quen thuộc nhất, hầu như ai cũng biết là câu thông dụng: nô sít ta we (no star where). No: không. Star: sao. Where: Nơi nào, ở đâu. Theo các chị, nô sít ta we, hiểu qua ngôn ngữ Giao Chỉ của các chị là "không sao đâu", giọng miền Bắc. "Chẳng răng mô", giọng miền Trung. "Hổng sao mà", giọng miền Nam. Các anh GI nghe lần đầu, hẳn ngẩn tò te, nhưng nghe mãi, kèm ngôn ngữ đôi tay, các anh cũng hiểu. Riết, trở thành một loại tiếng lóng, cũng vui.

Tương tự, một thành phần dân VN mới nhập cư, cũng có một loại tiếng Mẽo thần sầu không kém.

Hồi còn ở chung cư, một buổi sáng có anh hàng xóm đồng hương hớt ha hớt hải, đạp xe đạp về, chưa đến nhà anh ta đã oang oang,

"May hết biết, tí nữa bị bắt bỏ bót."

"Răng rứa?". Hắn hỏi.

"Vượt đèn đỏ."

Không đợi hỏi tiếp, anh ta kể,

"Ngang ngã tư, không để ý, tui vẫn chạy tỉnh queo, dù đèn đỏ. Thằng phú lít chặn lại. Nó xí xô xí xào, tay chỉ trụ đèn giao thông, tui không hiểu nó nói gì nhưng đoán nó đang bảo tui vừa vượt đèn đỏ. Hoảng quá, tui chỉ cái thắng, nói đại, "may bờ rớt nô ít" (my brake no eat).Thằng phú lít có vẻ mặt đần thấy rõ, lại xí xô xí xào một hồi nữa rồi khoát tay cho tui đi. Hú hồn."

Brake no eat, thắng không ăn là nghĩa làm sao? Bố thằng phú lít cũng không hiểu nói chi nó. Hắn phì cười,

"Ông nói tiếng Anh trời sợ."

Một lần khác, hai chị hàng xóm chửi nhau, một chị người An Nam, chị kia, Mễ. Cả hai đều mù tiếng Anh, nên cứ tiếng mẹ đẻ phun thoải mái.

Trận khẩu chiến đã hơn nửa giờ vẫn bất phân thắng bại. Tao chửi tao nghe, mày chửi mày nghe, chả chị nào rụng một cọng lông chân.

Chị An Nam tức quá, bèn xổ tiếng Mỹ,

"You…. you… đờ rin may bờ lớt han đi kép." (you… you… drink my blood handicap).

Dĩ nhiên chị Mễ ngẩn tò te. Hắn nghe, cũng ngẩn tò te.

Tối, nằm bên Tr, hắn thắc mắc,

"Nè em, hồi chiều bà Năm chửi drink blood handicap là nghĩa làm sao?"

"Anh tối dạ nhỉ. Vậy mà cũng làm báo."

Hắn tự ái, nhưng nghĩ cho cùng Tr nói cũng đúng, bèn nỉ non,

"Em thông minh, giải thích cho anh hiểu đi."

Tr lên mặt,

"Này nhé, anh thấy ở các bãi đậu xe có cắm bảng handicap, vẽ chiếc xe lăn, dành cho người tàn tật?"

"Sao nữa?"

"Tàn tật, ngồi xe lăn thường què. Bà Năm nói you drink my blood handicap nghĩa là "mày uống máu què của tao". Vậy mà cũng không hiểu."

À, hắn phục Tr quá mạng. Hiểu được loại tiếng Anh này, quả là thông minh hơn người.

*

6 năm trôi qua.

Từ những ngày đầu trên xứ sở này và chắc chắn cho đến mãi mãi về sau lòng hắn sẽ không yên mỗi khi nhớ đến nàng cùng ba đứa con. Từ ngày sang Mỹ hắn ngậm tăm, không dám liên lạc với nàng. Biết ăn nói làm sao? Hắn hiểu hành sử như vậy hoàn toàn không ổn, vừa hèn vừa tồi. Nhiều đêm thao thức hắn cố tìm giải pháp khả thi nhưng bế tắc vẫn hoàn bế tắc. Hắn tiếp tục á khẩu dù đã nhận của nàng hàng trăm lá thư. Cuối cùng qua tìm hiểu nàng cũng rõ. Nếu nàng trách cứ, tỏ thái độ bất ưng, gánh nặng trong lòng hắn có lẽ sẽ nhẹ bớt, thế mà nàng lại không một lời than oán, khiến hắn càng thấy mình chả ra gì. Nàng nhẫn nhục nhận chịu thua thiệt, như một lẽ đương nhiên! Người con gái đã đem cả tuổi thanh xuân cùng tương lai trao cho hắn. Người con gái đã chia ngọt xẻ bùi suốt nhiều năm cùng quẫn. Thế mà giờ đây khi thoát ra được cảnh đời cơ cực, hắn lại trở thành kẻ vong ân bội nghĩa với nàng, vô trách nhiệm với các con.

Từ ngày lấy hắn nàng không một ngày thảnh thơi. Trong nước bận bịu gia đình, cái ăn cái mặc, qua Pháp, ngoài trọng trách bảo bọc các con, nàng còn phải đi học, ra trường, đi làm kiếm cơm. Đầu tắt mặt tối, ăn ngủ không trọn nói gì thụ hưởng những thú vui khác. Suốt bao nhiêu năm, mỗi ngày từ nhà đến sở phải chuyển 4 tuyến đường. 5 giờ sáng dậy, làm vệ sinh, thay y phục, lao vào thang máy từ tầng thứ 16 xuống đất (sau khi ra trường, muốn tự lập, nàng đưa 3 con ra thuê một căn hộ trên tầng thứ 16 một cao ốc), cuốc bộ ra trạm xe bus dưới cái lạnh không độ âm của Paris mùa đông. Đổi sang 3 tuyến métro nữa mới thấy cửa công ty, chưa kể những hôm giao thông tắc nghẽn vì biểu tình, đình công (bọn Tây rất sính món này, tuần nào, tháng nào cũng có một hai vụ). Để đến được công ty, phải tìm cách đi vòng, xin quá giang, thậm chí chạy (nếu đi bộ sẽ mất thời gian) hàng cây số. Bằng mọi giá phải đến sở đúng giờ, trễ là trừ lương, không giảm khinh, không lý do này nọ. Trung bình, chỉ riêng việc di chuyển cũng mất tiếng rưỡi. Một mình, đơn thân, xoay sở nuôi nấng ba đứa nhỏ, từ tấm bé đến trưởng thành. Đứa nào cũng học hành, thành đạt, vợ chồng con cháu tử tế. Mấy mươi năm một tay nàng lo toan. Hắn, thằng nghệ sĩ nửa mùa, không phụ giúp mảy may.

Nàng đã đánh mất tuổi thanh xuân vì hắn, mất luôn tuổi trung niên vì con.

Không có lời biện minh nào khả dĩ có thể gỡ tội cho hắn được.

Hắn muốn đổ thừa số mệnh. Dẫu biết lối chạy tội này đáng khinh!

Con trai của hắn và Tr vào mẫu giáo, Bé N lên đại học đã ngót 2 năm. Thằng bé ngọng tiếng Việt, nghe hiểu vài chục từ giản dị nhưng nói thì không. Hắn biết trong tương lai thằng bé sẽ là Mỹ con chính hiệu, Việt Nam, cái xứ nghèo ấy không gây nổi trong nó một tí ấn tượng, dù thật nhỏ. N, con bé nhếch nhác ngày nào bây giờ đã là một thiếu nữ cao, đẹp, da trắng mịn, có má lúm đồng tiền duyên dáng và nói tiếng Mỹ rành hơn tiếng mẹ đẻ, phong cách trẻ trung, năng động giống bọn trẻ bản xứ. Con bé đang theo học ngành Sociology, xã hội học. Nó có nguyện vọng ra trường sẽ xin công tác ở các nước nghèo, lạc hậu như Phi Châu, Nam Mỹ, Trung Đông, Miên, Lào, Việt Nam, có lẽ dấu ấn cơ cực ấu thời đã khiến con bé có khuynh hướng muốn tiếp cận, giúp đỡ thành phần này… Tr cũng đã học khóa cao đẳng về ngành móng và xăm lông mày từ khi mới sang vài ba tháng. Những người có con nhỏ, bận rộn chuyện gia đình thường chọn học ngành này, thời gian hoàn tất học trình không lâu, chính phủ tài trợ, dễ kiếm chỗ làm. Quả vậy, ra trường đã có ngay một Beauty Salon trên Los Angeles vào tận lớp học chọn. Lương không cố định, làm nhiều ăn nhiều, chia 4/6 với chủ, chịu khó "cày", thu nhập rất cao, thừa sức lo cho cả gia đình nếu hắn lỡ thất nghiệp. Mà hắn thì muôn đời vẫn lơ mơ chuyện kiếm tiền. Sĩ diện sảng, bốc nhằng, thích thì làm, không thích cáp vàng cũng lắc, và mê bạn bè, khoái tụ tập ăn nhậu, bốc phét… những "đức tính" này, theo Tr, chả giống con giáp nào, cả đời khó khá! Tr thường nói nếu không có vợ, hắn đứng đường homeless là cái chắc, Tr hơi cường điệu, nhưng ngẫm sâu, sai số không lớn!

Chỉ một thời gian ngắn sau khi đến Mỹ hắn rơi vào ngành báo, khởi đầu là báo biếu, sống bằng quảng cáo. Loại báo này thu nhập rất khá, nhiều tờ đã trở thành công ty, lợi tức hàng tháng lên đến bạc triệu (dollas hẳn hòi). Chính hắn cũng từng làm chủ một tờ báo thuộc loại này, sống thoải mái, nhưng khổ nỗi phải chiều ý các thân chủ nếu muốn họ quảng cáo trên báo mình. "Loạt khảo cứu của ông A, bài tiểu luận của anh B khô như đá, ai thèm đọc… Chống cộng nhẹ quá, phải tích cực hơn nữa, để không bị chụp mũ thân cộng, bất lợi cho công việc kinh doanh. Thay đổi đi, thiếu gì mục hấp dẫn, tài tử Hồng Kông, điểm phim Hàn Quốc, Gỡ rối tơ lòng, Tử vi đẩu số… mới có độc giả chứ". Hắn lại… khí tiết (ôi cái khí tiết phường tuồng!), khai tử tờ lá cải, khai sinh một tờ khác, khổ sách, giấy trắng, bìa màu tranh nghệ thuật, nội dung nặng ký, văn học, biên khảo, bán, không quảng cáo. Dĩ nhiên chuyển hướng dại dột này mang lại một kết quả cực kỳ tai hại, báo không bán được, tiền in cao, mỗi tháng đốt thoải mái 3 ngàn đô. Hắn vẽ vời thượng vàng hạ cám, trình bày bìa sách, băng nhạc… mờ người vẫn chưa đủ bù lỗ, Tr phải thêm vào. Tr than trời trách đất vớ phải anh chồng việc nhà thì nhác, việc chú bác lại siêng. Bỏ thương vương tội. Thôi thì… xuất giá tòng phu, cho hết kiếp người! Tr nói lẫy cốt bỏ tức. Kẻ tối dạ nhất nhìn cách hành sử của Tr với những bè bạn thuộc phái yếu của hắn, cũng nhận ra Tr và nàng Hoạn Thư chắn chắn có họ hàng rất gần, thậm chí như chị em ruột!

Chưa kể, vào thời điểm ở hải ngoại chuyện chống cộng lên đến đỉnh cao chót vót. Chỉ cần có tí gì xa gần mang hơi hớm nội địa là lập tức bị chửi mắng, uy hiếp, cô lập, thậm chí có thể bị đánh, ăn đạn chì. Một ông nhà văn nổi tiếng của miền Nam VN trước 1975 từ Pháp sang Mỹ chơi, vô tình đứng trước một công ty của người bản xứ bán vé du lịch, trong đó có Việt Nam, bị nhóm người cực đoan hiểu lầm ông này định mua vé trở về cái đất nước đang bị bọn "Cộng sản khát máu" thống trị, nên lãnh một màn hội đồng tới nơi tới chốn. Kết quả, ông ta bị chấn thương cột sống, bán thân bất toại, và không lâu sau, qui tiên! Một anh ca sĩ Mỹ gốc Việt tiếng mẹ đẻ không rành, lên sân khấu khoác trang phục với nịt lưng to bản khóa bằng đồng vàng chói có ngôi sao chạm nổi chính giữa, phản chiếu ánh đèn lấp lánh, lập tức bị gán tội thân cộng, biểu tình, phản đối, tẩy chay. Một anh họa sĩ từ Pháp sang triển lãm ở đại học Mỹ bị la ó vì nghe đâu anh họa sĩ này từng về Việt Nam! Một cửa tiệm bày bán tờ báo có khuynh hướng không chịu chửi cộng sản cũng bị dàn chào, ban đêm bị trét cứt vào cửa kính, tờ báo bị vò nát ném vào bồn cầu cột dây kéo lê ngoài đường trước cửa tòa soạn. Một nhóm trí thức ôn hòa, xuất bản cuốn sách xiển dương những bài viết cấp tiến của các tác giả trong nước, cũng bị cột dây kéo lê ngoài parking, bị treo lên cao và đốt… Giữa khí thế đấu tranh hào hùng "thà chết chớ không hề lui" đó, hắn điếc không sợ súng, ra một tờ báo có chủ trương giao lưu với nội địa! Không ngày nào, tuần nào tên hắn không bị bêu riếu, bỉ thử, thậm chí vơ con cũng bị vạ lây, cũng trở thành quân đón gió trở cờ, "ăn cơm quốc gia thờ ma cộng sản" (bố khỉ, có quốc gia đâu mà gạo với cơm, cơm Mỹ thì muốn có ăn phải đóng thuế mờ người. Ai cho không bao giờ!) Nửa đêm, một hai giờ sáng, điện thoại reo, bốc lên, lập tức đầu bên kia phun ra hàng tá tiếng mắng chửi thơm tho, "Đụ mẹ mày, thằng Việt cộng nằm vùng, liệu hồn, ông sẽ cho cả lũ chúng mày ăn lựu đạn tan xác..." Ban đầu hắn còn ôn tồn giải thích, riết, máu du côn nổi lên, hắn cương, cũng chửi thề ngọt không kém, "Tiên sư bố chúng mày, ngon, 10 giờ sáng mai ra Mile Square park (Công viên một dặm vuông của quận Cam) gặp tao, súng, dao, tay không, một chọi một, tao cân tuốt, chửi rủa lằng nhằng thế này cóc linh." Dĩ nhiên chả tên nào tới điểm hẹn. Hắn rành quá bọn này, võ mồm cực dẻo nhưng thực tế chỉ là những con thỏ, mới nghe ho đã chạy mất dép, nói chi súng với dao!

Báo ra đến số thứ 3, sạch vốn. Trong lúc hắn bị dí đến chân tường. Gửi báo qua Paris, ông chủ nhà sách trả về, lý do: tiệm tôi người Việt quốc gia, không bán văn hóa phẩm Việt Cộng. Vào quán ăn, bạn bè trước kia cùng ngồi chung bàn đấu hót vui vẻ, nay dạt qua bàn khác, kẻo không, lạc đạn, oan mạng. Đến dự cắt băng phòng triển lãm một họa sĩ bạn, bị dàn chào, làm ảnh hưởng buổi khai mạc... Nếu báo dẹp tiệm, hắn có cơ sống sót, nhưng sống như thế, hèn quá. Xưa, trong binh chủng Nhảy Dù, có một câu "châm ngôn" hắn cũng như mọi tên khác, từ lính trơn đến ngài tổng tư lệnh đều thuộc nằm lòng, "Nhảy dù, cố gắng!" Hắn muốn "cố gắng" lắm, nhưng bằng cách nào bây giờ? Đêm trằn trọc lăn qua trở lại mãi, Tr càm ràm, "Làm ơn nằm im cho em ngủ, sáng còn có sức đi cày." Hắn nhìn Tr khỏa thân (Tr có thói quen, do hắn tập, không mặc quần áo khi ngủ, bất kể hè, đông) hớ hênh bên cạnh, ngực vểnh cao phập phồng, đồi cao mum múp nõn nường (mốt mới: cỏ được ủi láng o, sạch sẽ mát mẻ). Bình thường dễ gì hắn tha. Nhưng lòng dạ bời bời thế này, không ham nổi. Hắn thở dài xách gối ra sofa tiếp tục trăn trở tìm kế. Chợt một tia sáng lóe lên, viết dâm thư, bán, lấy tiền làm báo… đời tiếp tục. Giải pháp tuy không thơm tho nhưng khả thi. Đợi trời sáng hắn ra xe chạy một lèo đến nhà xuất bản quen, ngỏ ý. Chị giám đốc nghi ngại,

"Được không cha nội?"

Hắn dụ khị,

"Được là cái chắc. Sách báo An Nam xưa đến nay chưa từng có khoản này, mình tiên phong, bảo đảm ăn trùm."

Lời qua tiếng lại, hắn trổ hết tài lẻo mép, kể cả những cái liếc mắt đưa tình rất… gian chứa đầy hậu ý (dù hắn biết tỏng chị giám đốc là hoa đã có chủ, chủ là một ông bự, nghĩa đen lẫn nghĩa bóng, tiền đầy nhà băng, đẹp giai, phương phi, hào hoa phong nhã như tài tử mu vi, hắn, chưa đáng nửa xu, sức bao lăm đòi trèo cao! nhưng… "đã quen mất nết đi rồi"!). Cuối cùng chị giám đốc mềm lòng,

"Ok, nhưng tui dân làm ăn, cái gì cũng phải minh bạch, mất lòng trước được lòng sau."

"Nghĩa là thế nào?'

"Làm hợp đồng hẳn hòi."

Hợp đồng được thảo, gồm các điều khoản quan trọng:

- Sách dày 300 trang.

- Trang nào cũng có… mây mưa.

- Thêm 40 phụ bản vẽ tay, mô tả mọi tư thế cụp lạc.

- In 10.000 ấn bản, giá US$ 25.00/cuốn (đóng gói trong bao ni lông khằn kín).

- Tác giả được chia 10% trên giá bán.

- Một tháng giao hàng, mỗi ngày trễ trừ 200$.

Tính nhẩm, hắn sẽ hưởng 25.000 đô. Thừa sức nuôi tờ báo chí ít cũng cả năm. Hắn sung sướng ký,

Nhưng trước khi ký, hắn nói,

“Chị ứng trước cho tôi một phần tư. Tôi đang cần tiền.”

Chị giám đốc vốn chỗ quen thân nên khá dễ dãi,

“Chuyện nhỏ.”

Hắn ôm xấp tiền vội chạy về, mang bản thảo báo đến nhà in, hầu kịp tuần sau phát hành.

Một tháng hắn viết ngày viết đêm cho xong món “nợ”. Làm đầy 300 trang chữ và 40 phụ bản không khó, cái khó là trang nào cũng... mây mưa, thử tưởng tượng ba trăm lần cụp lạc, cứ trên dưới một kiểu, chán kể gì! Nhưng viết thế nào để đừng bị lặp lại. Hắn vật lộn khổ sở vì chuyện này. Hắn phải chế ra nhiều kiểu trên thực tế không cách gì thực hiện được. Một cậu làm thơ trẻ gặp hắn, nói, “anh xúi dại, em suýt gãy súng vì làm theo cách anh bày!” Nhưng cuối cùng cũng xong.

Chị giám đốc trúng lớn. Chỉ vài tháng 10.000 cuốn tuyệt bản. Ông chủ nhà in vốn quen thân với hắn tiết lộ chị giám đốc in thêm mấy đợt nữa. Bản quyền đã bán, in thêm năm mười lần, thậm chí trăm lần là quyền của nhà xuất bản. Đồng thời kể hắn nghe một chuyện vui, khi cuốn sách đang in, nhiều sự cố khiến ông chủ nộ khí xung thiên, thợ in lo đọc những tờ vừa in xong, chểnh mãng việc coi sóc, nhiều lúc giấy bị cuốn, máy ngưng chạy. Các cô sắp trang đóng cắt, ham đọc, sắp lộn.

Thế mới biết ai cũng ra điều đạo mạo, mặt lúc nào cũng nghiêm và buồn, nhưng rất khoái đọc dâm thư, coi phim sex một cách lén lút, rất... thiếu khí thế!

Một tờ tuần báo nổi tiếng chống cộng, trong mục phiếm luận viết: khi ra đường lỡ gặp tên nằm vùng (l hắn), không tránh được, buộc phải bắt tay, đừng quên bảo vệ năm ngón tay bằng cách tròng vào năm bao cao su (condom) chống truyền nhiễm, nếu không nguy cơ mắc bệnh HIV là rất cao!

Có tiền in, tờ báo tiếp tục làm gai mắt các vị chống cộng cực đoan. Một điều không ngờ, dù bị chửi, ném đá te tua, nhưng các nhà văn, nhà biên khảo tên tuổi trong ngoài đều tham gia, góp mặt và độc giả khắp nơi trên thế giới đặt mua dài hạn đông đảo. Tờ báo qua cơn bĩ cực, đều đều ra đúng hạn kỳ, mỗi ngày mỗi cải thiện, từ hình thức đến nội dung.

Trong thư tòa soạn số ra mắt, và rải rác trong nhiều số báo, hắn vẫn lặp đi lặp lại mục đích của tờ báo: hãy "bước qua lời nguyền", hãy xóa bỏ lằn ranh "vĩ tuyến 17" trong lòng mỗi chúng ta, để cùng tiến về phía trước, bởi chưng mọi thế chế chính trị rồi sẽ qua đi, hay bị xóa sổ, nhưng văn học Việt Nam, nếu là văn học đích thực, sẽ mãi còn đó.

Có vẻ như mục đích lãng mạn này là phần ước mơ sâu kín của mỗi chúng ta. Tờ báo sống được phải chăng nhờ thế?

Ann Phong

19

Ông già lật trang trong tờ báo, một tin khiến ông quan tâm vì nó xảy ra trong quận hạt nơi ông đang sống. Hai bên bờ con kênh cạn và vỉa hè các con đường nhỏ dẫn vào những khu xóm là hàng trăm căn lều của dân homeless, khiến cư dân sở tại gặp nhiều phiền phức: thức ăn thừa, chai nhựa, rác rưởi vất bừa bãi, kể cả những bọc ni lông chứa phân, rất mất vệ sinh. Chưa kể say sưa, la lối, cãi vã, thậm chí đánh nhau, cản trở lưu thông, tạo cảnh quang nhếch nhác...

Nước Mỹ giàu có, sao thành phố nào cũng có homeless?

Hồi mới đến ông già ngạc nhiên thấy hiện tượng này, nhưng sống đủ lâu, ông già hiểu ra, dĩ nhiên homlee là giới cùng đinh, nghiện ngập, thất cơ lỡ vận. Tuy vậy chả phải tất cả vì nghèo khổ. Không thiếu những homeless học thức hơn người, bỗng một ngày tung hê tất cả, làm... homles. Đó là cách chống lại trật tự xã hội, "sản phẩm" này chỉ có ở các quốc gia thừa mứa vật chất. Hắn đã từng biết một homelee xưa kia là giáo sư Đại học, tự nhiên chán đứng trên bục gỗ giảng đường, chán thư viện, sách vở, chán cả vợ đẹp con ngoan. Ra đường, nhập bọn cùng giới khốn cùng, ăn thức ăn thừa từ thùng rác, ngủ vỉa hè, gầm cầu... Thành phố nào cũng có những trung tâm dành cho họ, chu toàn mọi mặt: sáng thức ăn nhẹ điểm tâm có cà phê thức uống các loại, trưa, chiều cơm phần vệ sinh, thừa dinh dưỡng.

Quần áo khỏi cần giặt, dơ, thay bộ khác, vất bỏ bộ cũ. Ngủ nệm êm chăn ấm, nhiệt độ do máy điều hòa kiểm soát, luôn ấm áp, mát mẻ. Nhưng rất ít người chịu vào trung tâm, bởi, như bất cứ một tập thể nào, các trung tâm này cũng phải có nội quy, kỷ luật. Các homeless không muốn bị ràng buộc, họ thích sống đầu đường xó chợ, thoải mái ăn ngủ, chích choác, say sưa.

Nói tóm, họ không sợ đói, chỉ sợ mất tự do. Chỉ cần ra đứng trên lề chỗ ngã tư nào đó, cầm miếng bìa viết ngắn gọn dòng chữ homeless, là dễ dàng có 5, 10 dollas, đủ mua thực phẩm no bụng. Lười thì chả cần làm gì cả, mỗi sáng, trưa, chiều chịu khó cầm khay sắp hàng trước một quầy phát thực phẩm. Thế là có đủ, cà phê nóng hổi, steak thơm lừng, bánh mì hoặc khoai tây nghiền tùy thích, sà lách tươi non. Tráng miệng có bánh ngọt, chuối, nho, táo... Những thức ăn này từ các nhà hàng chở đến. Ở Mỹ vấn đề an toàn thực phẩm rất cao, luật quy định những vật thực bán không hết trong ngày phải vất tất cả vào... thùng rác, dù chả hư thối. Các nhà hàng thấy phí, bèn chở đến trung tâm từ thiện. Ở đó người ta cho vào tủ lạnh lớn bảo quản. Đến bữa mang ra làm nóng phát cho homeless. Nhìn những tảng steak to dày, thơm ngậy, những lát bánh mì trắng tinh, những khoanh bánh bông lang mềm, những chùm nho, trái táo bóng lưỡng,... dân nghèo các nước lạc hậu cả đời chưa chắc từng nếm qua!

Hành khất ở Mỹ nói riêng, các nước phương Tây giàu có nói chung, khác lắm với các nước nghèo, chậm tiến.

Tại những nước này, đi ăn xin đồng nghĩa với đói.

Nhắc đến đói, ông già nghĩ đến trận đói khủng khiếp năm 1945, lịch sử và dân gian thường nói đến với cái tên "nạn đói năm Ất Dậu" của quê hương ông, xảy ra từ cuối năm 1944 đến tháng 5, 1945, trải dài từ Quảng Trị trở ra với "đỉnh điểm" là tỉnh Thái Bình. Nhiều nơi đói kinh hoàng (như xã Tây Lương, thuộc Tiền Hải - Thái bình, 66% dân của xã chết, nhiều gia đình chết hết, nhiều tộc họ cũng bị xóa sổ). Khắp nơi, từ Quảng Trị trở ra miền Bắc, xác chết la liệt ngoài đường, bụi bờ, hang cùng ngõ hẻm, những đoàn ma đói kéo nhau đi xin ăn, gục ngã tắt thở khắp nơi... Hình ảnh những chiếc xe bò buổi sáng lọc cọc bò qua các phố phường nhặt những xác chết ngổn ngang, cong queo, tả tơi như những bộ xương khô khoác trên người mớ giẻ rách hay trần truồng chắc chắn còn in đậm trong ký ức những người còn sống.

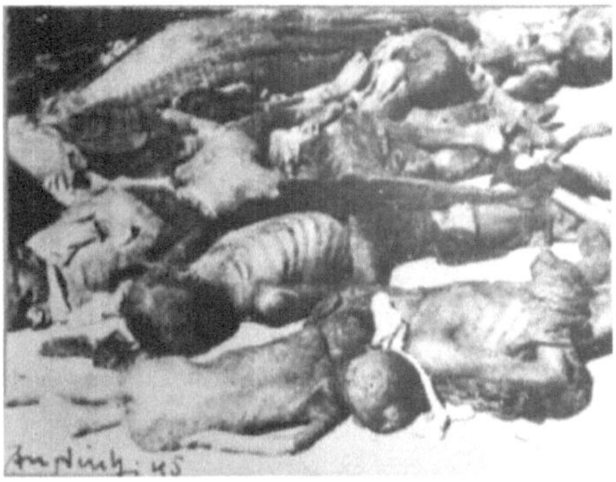

Nhiều chuyện đã được họ kể lại khiến người nghe sởn tóc gáy vì mức độ kinh hoàng của nó. Chuyện ăn thịt người, chuyện cướp giật, đánh giết nhau vì miếng bánh bột gạo, chuyện trẻ thơ chỉ còn da bọc xương ôm bầu vú cũng trơ xương của mẹ đã chết vì đói vừa khóc không thành tiếng vừa mút...

Nạn đói năm Ất Dậu 1945 có thể xem là sự kiện khủng khiếp của dân tộc Việt Nam vốn đã chịu đựng quá nhiều tai ương. Theo thống kê, đã có trên 2 triệu người chết đói chỉ trong nửa năm (thực tế còn cao hơn, nhưng không kiểm chứng được). Đó là hậu quả bạo tàn của thực dân Pháp, phát xít Nhật. Năm 1944 thế chiến thứ 2 sắp bùng nổ, ở Đông Dương Pháp Nhật hằm hè hất cẳng nhau, ra sức tích lũy lương thực, tài vật. Bọn Pháp độc quyền thu mua nhu yếu phẩm, giá cả do chúng định đặt, ví dụ 1 tạ gạo vốn nông dân bỏ ra 80 đồng, buộc phải bán cho chúng 20 đồng. Bọn Nhật còn bắt dân nhổ bỏ lúa trồng đay để kéo sợi may quân phục. Hai thế lực bạo tàn này cộng với nạn mất mùa năm 1944 đã đẩy nông dân Việt Nam xuống mức ngang hàng với súc vật. Có khi còn thấp hơn!

Bé N ra trường.

Cô cử nhân 22 tuổi trẻ trung phơi phới, mang trong lòng một hoài bão viễn mơ, sẽ bằng nhiệt tâm và kiến thức, cô tình nguyện đến những vùng đất nghèo đói nhất trên hành tinh này, mong xóa bớt nỗi bất hạnh của bao kiếp đời khốn khổ.

N gia nhập một phái đoàn của Liên Hiệp Quốc lên đường sang Châu Phi. Những email N gửi về cho biết tình hình chung ở lục địa đen rất tồi tệ, do chế độ nô lệ và thực dân kéo dài, cũng như tình trạng lạc hậu, bạo lực cộng với khí hậu khắc nghiệt đã biến nơi này thành vùng đất của đói nghèo không chỉ bây giờ, mà triền miên từ bao đời nay. Trẻ em bị lạm dụng tình dục, bị bắt cầm súng giết người, sự dã man của các thế lực vũ trang, bất kể phe phái nào, sự thối nát, tham ô của giới cầm quyền càng đẩy lục địa này đến gần cảnh địa ngục. Theo số liệu được công bố hai năm trước, con số nạn nhân chết vì đói ở 3 nước châu Phi là Somalia, Ethiopia và Kenya đã lên tới khoảng 11 triệu người. Những trẻ em ở các khu vực này đến các trại tị nạn của Liên Hợp Quốc ở phía Đông Bắc Kenya những mong được cung cấp lương thực, nước uống, nhu yếu phẩm... Không dừng lại ở đó, các quan chức quốc tế đã cảnh báo, 800.000 đứa trẻ có thể chết vì suy dinh dưỡng trên khắp các quốc gia Đông Phi như Somalia, Ethiopia, Eritrea, và Kenya.

(Kên kên đợi... Bức ảnh chấn động thế giới đoạt giải Pulizer.)

N đã chứng kiến hàng trăm thảm kịch, chả khác gì những thảm kịch của Việt Nam năm Ất Dậu 1944 của thế kỷ trước hắn từng biết. N mang trong máu chất mẫn cảm của hắn, vì thế những hình ảnh bi đát N chứng kiến khắc đậm trong lòng những vết thương sâu, khiến N có khuynh hướng không mấy cảm tình với giới thừa tiền dư bạc. N bức xúc: Bill Gates, tỉ phú giàu nhất nhì thế giới với tài sản hơn 105 tỉ dollas, 105 tỉ, tức 105 ngàn triệu, người ta tính nếu dùng tiền giấy mệnh giá 100$ có thể phủ kín một sân bóng bầu dục, dày cả 10 inchs! Trong khi đó, để cứu sống một mạng người thoát cái đói, chỉ cần 25 cent mỗi bữa ăn. Nông dân Mỹ đã lùa hàng ngàn con bò xuống hố, chôn, sau khi bắn bỏ, để giữ giá thịt trong khi nhiều nơi trên lục địa này người ta chết đói hàng ngày! Hắn muốn nói với N đó là cuộc đời, từ bao giờ đến bây giờ và chắc chắn sẽ vẫn vậy muôn năm sau. Nhiều chủ nghĩa đã ra đời, nhiều nỗ lực cải thiện khoảng cách giàu nghèo, nhưng xem chừng vô vọng. Nếu hiểu theo thuyết nhà Phật, mọi kết quả của bây giờ là do cái nhân ta đã gieo từ nhiều kiếp trước. Nếu hiểu một cách "đời" hơn thì cách biệt giàu nghèo, nhìn dưới khía cạnh tiến hóa là động cơ của phát triển. Thử tưởng tượng xem, nếu mọi người đều như nhau, thì cần gì nỗ lực vươn lên, cần gì tranh đua vượt qua, với chính mình và với chung quanh? Nhưng hắn không nói. N còn quá trẻ, nhiệt tâm và lý tưởng còn đầy ắp trong tâm hồn con bé. Tốt thôi. Xã hội rất cần những trái tim cháy đỏ thiện hảo như thế.

Sau 8 tháng trở về từ lục địa đen, N già dặn hơn, trầm tĩnh hơn.

Ba tháng sau N đi Việt Nam, nhân nghỉ hè. Việt Nam, vùng đất từ đó N sinh ra, lớn lên với tuổi thơ nhọc nhằn. Vùng đất, trong đầu N, hắn không thể phai nhạt những năn tháng cơ cực, chạy ăn từng bữa. Căn nhà cạnh dòng kinh nước đen bốc mùi hôi thối lưu cửu, người cha bán thân bất toại, mẹ tảo tần đầu tắt mặt tối, hai đứa em gầy rạc thiếu dinh dưỡng… Ngồi trên phi cơ, cạnh cửa sổ, N nhìn xuống, những ruộng xanh, những lũy tre, con sông uốn lượn.. Mắt N cay cay. Sự xúc động dâng trào.

Chỉ mười năm, nhưng N có cảm tưởng như một kiếp khác. Làm sao liên hệ được hình ảnh con bé đen đúa nhếch nhác sáng tinh mơ đã vục tay vào thau nước đục ngầu, váng mỡ, rửa qua quít những cái tô sành, cho mẹ kịp múc cháo cho cậu Ba xích lô, chú Năm ba gác... ăn lót lòng để lao xuống đường tìm từng đồng bạc nhàu nát mưu sinh, với cô thiếu nữ váy đầm, áo sơ mi lụa phẳng phiu, khuôn mặt trái xoan trắng mịn, môi hồng, mắt trong, cổ tay đeo đồng hồ Rolex sang trọng? Ba mẹ và hai em bây giờ ra sao? Hàng tháng N vẫn gửi tiền về tiếp tế, nhưng N không hình dung được cảnh sống của gia đình.

Tiếp viên hàng không thông báo phi cơ đang hạ cánh. N nôn nóng. Khối sắt khổng lồ sà thấp, bánh cao su chạm đường băng, tốc độ chậm dần, bò vào sân đậu.

Từ Tân Sơn Nhất N lên chuyến chuyển tiếp ra Trung liền trong ngày. Thành phố điển hình của miền Trung nói riêng, cả nước nói chung. Thành phố nghe nói thay da đổi thịt triệt để. Đến nơi trời sụp tối, N đành ngủ lại khách sạn một đêm. Khuya, không ngủ được vì lạ chỗ và nôn nóng, N dậy, nhìn qua cửa sổ từ tầng cao, cây cầu xoay qua sông sáng lóa ánh đèn, bờ bên kia ngày trước theo lời ba, chỉ là xóm chài quê mùa, nay đã là thành phố chập chùng nhà cao tầng, đường sá thênh thang.

Mờ sáng hôm sau N tức tốc thuê taxi về quê ngay.

Cây cầu sắt bắc qua con sông dẫn vào làng xưa kia chỉ đưa khách vãng lai bằng những chiếc thuyền nan. Làng nay tương đối khang trang, những mái tranh đã thay bằng mái tôn, nhiều nhà đã lợp ngói. Hết chiến tranh, làng vẫn nghèo, nhưng rõ ràng có sinh khí hơn. Một con đường rộng trải nhựa vắt ngang ngọn đồi, đổ xuống bình nguyên rộng, nghe nói tại đây người ta ta tái lập một ngôi làng kiểu mẫu của nông thôn Việt Nam xưa với những mái tranh có cửa sụp, có lu nước trước hè và gáo dừa, có bụi chuối sau hè, có cối xay lúa bằng đá, có nong, rổ, sàng, có mọi dụng cụ nông nghiệp như liềm gặt lúa, bồ chứa thóc, cối, chày giã gạo, lưỡi cày, mai, cuốc, xẻng... Có những ngôi quán nhỏ, bàn ghế tre, các món ẩm thực thuần túy địa phương, mì quảng, bánh tráng nướng nhúng nước cuốn chấm mắm cái, mít trộn gỏi đậu phộng rang, thịt heo ba chỉ kho mắm ruốc, cá nục kho tiêu, mắm khô quẹt, cơm gạo lức…

Gã tài xế nói với N,

"Nơi này sẽ thành khu du lịch sinh thái đặc thù của miền Trung. Xưa kia muốn vào làng phải qua sông bằng đò, làm gì có đường trải nhựa như thế này, chỉ là đường đất, mùa mưa lầy lội thấy sợ."

N không nhớ gì cảnh tượng ngày trước, một lần theo mẹ về thăm ngoại, nhưng ngày ấy N còn quá nhỏ. Chả nhớ được chút gì. Gã tài xế cho xe chạy chậm, thò đầu ra ngoài hỏi một người đàn ông đứng tuổi,

"Bác ơi, cho tôi hỏi nhà bà D ở đâu?"

"Bà D có chồng ngồi xe lăn phải không?"

N vội trả lời thay,

"Dạ phải."

Người đàn ông chỉ tay về phía trước,

"Tới chỗ cây mù u kia kìa, rẽ trái chừng 200m, thấy có nhà mái ngói, tường màu trắng, nhà bả đó."

Gã tài xế cảm ơn cho xe tiếp tục chạy.

Ngôi nhà như người đàn ông mô tả hiện ra trước mắt, mới xây lại trên miếng đất cũ do tiền của N gửi về, không lớn nhưng khang trang, gọn sạch. Trong sân, vẫn như xưa, là những luống cải bẹ xanh mướt. Một thiếu phụ đang ngắt những bẹ cải trên luống cải gần mái hiên, ngẩng lên nhìn thiếu nữ.

"Mẹ."

N chạy vội tới ôm chầm thiếu phụ. Ngỡ ngàng vài giây, thiếu phụ kêu lớn,

"Con N?"

"Con đây mẹ."

"Trời, con N đây sao?"

Thiếu phụ nghẹn ngào, đẩy N ra xa, nhìn từ đầu đến chân giọt máu của mình,

"Lớn quá, con lớn quá, đẹp nữa… như công chúa.."

N cũng rưng rung,

"Công chúa của mẹ…"

N lại ôm thiếu phụ, siết chặt.

"Răng không điện cho mẹ biết, đi đón."

"Con muốn dành bất ngờ cho cả nhà."

N nhìn mẹ, một thời gian dài khổ cực đã làm mẹ già đi, nhưng từ ngày về quê nhờ khí hậu trong lành và những năm đầu cậu học trò lớn trích một phần lợi tức thâu từ phòng vẽ chia cho mẹ. Sau này N ra trường, đi làm, hàng tháng cũng đều đặn gửi tiền về. Không còn nhọc nhằn cơm áo, mẹ đã dần dần lấy lại được xuân sắc, người đàn bà ngoài 40 tuy hơi quê mùa nhưng nhờ nước da trắng và vóc dáng thanh cảnh mẹ có cái duyên ngầm. Có lẽ hồi còn trẻ mẹ xinh lắm. Chả thế sao ba phải lòng mẹ. N nói,

"Mẹ chẳng khác trước bao nhiêu."

"Mẹ già rồi."

"Để xem, mẹ đẻ con hồi 19, nay con 23, mẹ chỉ mới 42, còn trẻ chán. Ở Mỹ tuổi này khối ông chết mệt."

"Thôi đi cô. Vào nhà, ba mày chắc vui lắm."

Gian nhà rộng, bày biện như hầu hết mọi ngôi nhà khác của làng quê Việt Nam. Chính giữa, sát vách, là bàn thờ bà ngoại N. Bà mất 4 năm trước. Bên trái, phảng gỗ dày, bên phải bàn cao với 4 ghế dựa, ấm nước trà, khay ly tách. Trên vách không thể thiếu bộ tranh sơn mài cẩn xà cừ Mai Lan Cúc Trúc.

Người đàn ông ngồi trong xe lăn nhận ra N ngay,

"Con N phải không?"

N đến gần ôm người đàn ông,

"Ba, trông ba vẫn khỏe."

Người đàn ông không còn đen đúa như xưa, có vẻ mập và trẻ ra. Ông cũng cùng nhận xét như mẹ,

"Chà, lớn bộn. Con về chơi bao lâu?"

"Dạ… Con chưa biết…"

N quay sang hỏi mẹ,

"Hai em vẫn về thăm ba mẹ chứ?"

"Thằng D từ ngày đi nghĩa vụ quân sự, đóng ở PT, mỗi cuối năm mới về, con Th chừng nửa tháng. Để mai mẹ gọi điện cho nó biết. Nghe tin con về, nó mừng phải biết."

N ở chơi với gia đình một tuần.

Những bữa cơm mộc mạc. Cá cơm rim thịt ba rọi. Cải bẹ nấu canh tôm khô, dưa leo muối. N thấy ngon quá. Ngon, vì lạ miệng, ngon, thêm tình thương của N, cho gia đình.

Buổi tối, nhìn ra mênh mông một màu đen của đêm, nghe tiếng ếch nhái râm ran, N cảm thấy nơi này thật yên bình. Ở Mỹ, tuy những khu dân cư cũng yên tĩnh, nhưng cái yên tĩnh đó khác xa nơi đây. Chỉ cần vài phút đi bộ, ra khỏi khu nhà ở là chạm mặt ngay với cái xô bồ tấp nập xe cộ. Một vài lần ba có kể với N về quê mẹ nghèo khó, những năm chiến tranh, ngoài cái khổ thiếu ăn, dân làng còn chịu thêm cảnh trên đe dưới búa, ngày quốc gia, đêm cộng sản. Ba cũng kể với N chuyện mẹ bị trực thăng bắn bị thương, ba cõng mẹ chạy qua đồi trong đêm tối, và phải chờ trời sáng mới đưa được mẹ qua sông xuống bệnh xá quận. Không thuốc men, thời gian chờ đợi quá lâu, vết thương nhiễm trùng. Cái chân thọt là hậu quả. Một buổn sáng N qua đồi, lang thang hàng giờ khắp đỉnh lộng gió, đến ngồi trên mỏm đá cạnh con suối, nhìn dòng nước hiền lành, trong vắt chảy xuôi, nhìn những đóa hoa dại vàng ửng, nhìn những cánh bướm chậm rãi chao cánh. Xa xa là bìa rừng xanh thẫm. Cảnh vật nơi này hữu tình. Thảo nào người ta chọn làm khu du lịch sinh thái. N nào biết, trên thảm cỏ xanh, dưới bóng râm tàng cây kia, D đã trao thân cho hắn. Bây giờ, sau 23 năm, N Trở lại nơi chốn ghi dấu một mối tình mà kết quả là sự hiện diện của N trong cõi đời này. N ngước nhìn trời cao, những cụm mây trắng nõn bình thản trôi. Gió rì rào xuyên tán lá trên cao. Con suối róc rách leo qua những phiến đá mòn nhẵn. Ngày tháng vẫn trôi dửng dưng. Ba mẹ sẽ già, sẽ đi vào hư vô. N là nhịp cầu nối giữa dĩ vãng và hiện tại. Cái dĩ vãng đầy bão giông và hiện tại bình yên. N mong sự bình yên sẽ mãi mãi. Quê mẹ đã chịu quá nhiều tai ương.

Nh, đứa em út từ ĐN về gặp chị. Con bé có nét giống mẹ, không đẹp nhưng có duyên, nhờ nước da trắng của mẹ và má núm đồng tiền giống N. Con bé hết năm này lên đại học, N khuyên nó nên học ngành du lịch, làng quê đã thành khu du lịch, học xong N sẽ bỏ vốn cho nó mở một khách sạn nhỏ.

"Nhưng cũng còn tùy, nếu em muốn du học chị sẽ bảo lãnh." N nói.

"Em không đi đâu, ai coi sóc ba mẹ."

"Ừ nhỉ!"

Khi chia tay, mẹ và em gái ra tận phi trường tiễn đưa. Mẹ cầm tay N, giọng xúc động,

"Con gắng về thăm mẹ thường xuyên nghe."

N ôm mẹ vào lòng, rưng rưng,

"Dạ, con sẽ về thường xuyên, mẹ an tâm."

N vẫn chọn chỗ ngồi cạnh cửa sổ, nhìn xuống thành phố khuất dần trong mây, N biết mảnh đất này sẽ còn gắn bó với N nhiều tháng năm sau này, khi còn có ba mẹ, và hai em. Trước đây chưa bao giờ N nghĩ đến hai chữ quê hương, nay, rõ ràng, mảnh đất nghèo khó này bỗng trở thành thân thiết.

*

Hôm nay cuối tuần. N xuống garage lấy xe chạy ra phố, vào khu thương mại. N cần mua vài vật dụng gửi về cho ba mẹ và hai em. Đã 10 giờ sáng nhưng shopping chưa hoạt động toàn phần, nhiều business còn cửa đóng, khách cũng thưa. N vào một cửa hàng Donut, order ly hot coffee và cái blank sandwich, mang ra ngồi gần cửa. Ở vị trí này N có thể nhìn bao quát một phần khu shopping. Những chậu cây kiểng to hai vòng ôm, cao nửa thân người, lá dày, xanh mướt, những ống thủy tinh trang trí vui mắt, những bảng hiệu nhiều màu rực sáng, những poster người mẫu vận quần áo thời trang hay bikini hai mảnh gợi cảm… Sự hào nhoáng sang trọng này gợi N nhớ đến căn nhà của mẹ. Phản gỗ dày lên nước bóng loáng, tủ thờ ông bà ngoại cẩn xà cừ, bộ bàn ghế gỗ lim, tranh tứ bình Mai Lan Cúc Trúc, và khoảnh sân xanh mướt những luống cải… Hai nền văn hóa, hai cảm thụ thẩm mỹ hoàn toàn khác nhau. Trước đây, khi chưa về Việt Nam N không bao giờ nghĩ đến khác biệt này. N chợt nhận ra, cái đẹp phần lớn bị chi phối bởi tình cảm. Đứng trước một tòa buillding chọc trời, N choáng ngợp, nhưng hình ảnh sẽ đọng lại không phai trong trái tim N lại là lu nước mưa cạnh bụi chuối sau hè, là dòng chảy êm ả len lách qua những tảng đá mòn nhẵn của con suối nhỏ trên ngọn đồi sau làng quê mẹ. Ba vẫn nói, ba thường được mời dự tiệc, từng uống những chai rượu vài ngàn đô, từng ăn những sơn hào hải vị chỉ có vua chúa ngày xưa mới có cơ hội tiếp cận, thế mà đĩa gỏi đu đủ bò khô chan tương ớt cay xé ở bến Bạch Đằng, que tăm gim miếng lòng, cật heo ở góc Trần Hưng Đạo, Pasteus mãi mãi ba không thể quên. Cái gì khiến ba lưu giữ suốt đời trong đầu những món ăn mộc mạc đó? Giản dị, đó là tình cảm, những món ăn này gắn liền với bao kỷ niệm một thời tuổi trẻ. Rất nhiều người nhận xét phở Cali không thể ngon hơn phở Sài Gòn. Thực chất, một cách khách quan, phở Cali sạch sẽ, vệ sinh và ngon hơn phở Sài Gòn nhiều, nhưng tình cảm đã khiến họ có nhận xét thiên vị, họ ăn phở không thuần túy vì phở, mà hương vị quê hương đã hòa tan trong bát nước lèo, đã thẩm thấu trong những lá rau húng quế, những ngọn ngò gai, những cọng giá, những khoanh hành hoa… Tình cảm chi phối nhận thức, bất cần lý lẽ. Thương nhau trái ấu cũng tròn, trái bồ hòn cũng ngọt. Ghé nhau ghét cả đường đi lối về. Ngày xưa mẹ thường nói thế.

Mãi suy nghĩ lang bang khu thương mại bắt đầu sầm uất, khách vãng lai tấp nập, tất cả các business đều mở cửa. Trước tiên N vào pharmacy mua cho ba máy đo huyết áp, vào cửa hàng gia dụng mua cho mẹ nồi cơm điện, vào khu quần áo mua cho em gái vài quần jean, cho em trai vài sơ mi, và nhiều thứ linh tinh. Mua xong, N đẩy chiếc xe chứa hàng ra parking. N không thích dạo shopping như hầu hết phái nữ, N chỉ đến khu này khi có nhu cầu.

N cho xe lùi lại thì… đụng ngay đầu xe của ai vừa trờ tới. Xui thật, N tự nói thầm.

N xuống xe cùng lúc với chủ nhân xe kia. Một thanh niên dong dỏng cao, khuôn mặt vuông, hai mắt sáng và đôi môi hồng như con gái.

"Xin lỗi anh, tôi vô ý quá." N nói.

"Cô nên cẩn thận hơn."

N lục bóp tìm bằng lái xe đưa cho thanh niên,

"Một lần nữa, tôi xin lỗi. Anh chụp bảng số xe và bằng lái của tôi, Insurance sẽ làm việc."

Thanh niên làm theo lời N.

Nhận lại bằng lái, N chào thanh niên, lên xe về nhà, trên đường N nghĩ, bảo hiểm hai chiều, cover luôn nếu thân chủ gây tai nạn, tuy nhiên tiền đóng hàng tháng sẽ tăng. Xui thật.

Hôm sau, buổi sáng, nghe gõ cửa, N ra mở thì thấy thanh niên. N hơi khó chịu,

"Bảo hiểm tôi sẽ liên lạc với anh, chuyện nhỏ mà… Anh đâu cần tìm tôi."

"Xin lỗi, tôi chỉ muốn đến thăm cô, chả phải chuyện hôm trước."

N thốt kêu,

"Ồ!"

Thanh niên mỉm cười,

"Tôi vào được chứ?"

"Mời anh."

N mở rộng cửa, lùi vào nhường chỗ cho thanh niên bước vào.

N hỏi,

"Sao anh biết nhà tôi?"

"Dễ mà, tôi lật Điện thoại niên giám, địa chỉ nhà đi với số phone."

"Ừ nhỉ."

Phòng khách ngăn nắp, mỹ thuật, màu tường xám nhạt, bộ sofa trắng, trên tường những bức tranh của hắn, phong cách trừu tượng, phù hợp với cảnh quang chung, tiết chế tối đa vật dụng. Thanh niên ngắm bức tranh lớn chiếm một phần tường bên trái,

"Bức tranh lớn quá."

"Của ba tôi đấy."

"Bác là họa sĩ?"

"Vâng."

"Hẳn bác còn trẻ?"

"Sao anh nghĩ vậy?"

"Nhìn phong cách vẽ, tôi đoán thế. Thường những họa sĩ lớn tuổi không theo phong cách này."

"Ông ra kìa."

Thanh niên quay ngang. Hắn từ sau bước ra. Hôm nay chủ nhật, hắn có cái hẹn với vài đồng nghiệp lên Los dự buổi khai mạc phòng tranh cũng của một đồng nghiệp khác người Việt nhưng sinh ra lớn lên và tốt nhiệp tại một Đại học ở Lonh Beach. Anh ta còn rất trẻ, cuộc triển lãm hôm nay là lần đầu nên anh ta rất nôn nóng, háo hức, "Các chú đến nhé, ủng hộ tinh thần cho đàn em." Hắn không thể từ chối dù thâm tâm không mặn lắm với nghệ thuật sắp đặt, nhất là của các họa sĩ trẻ Việt Nam, nhàn nhạt, thiếu ấn tượng. N nói với hắn, "

"Hôm qua con đụng anh đây."

Thanh niên vội nói ngay,

"Nhẹ thôi, chả đáng quan tâm, hôm nay cháu đến chơi, không liên quan chuyện hôm qua ạ."

"Thế à. Vậy thì tốt."

Thanh niên chuyển đề tài,

"Xem tranh bác cháu nghĩ ngay đến một họa sĩ khác cháu cũng rất thích."

"Là ai"

"Dạ, Joan Miro."

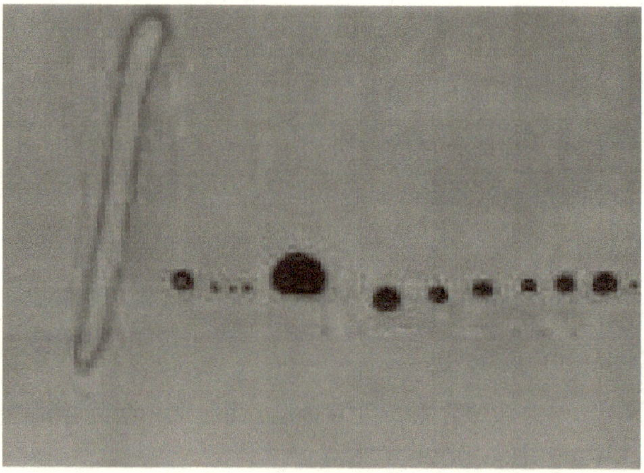

(Tranh Miro)

"Tôi vẽ giống ông này lắm à?"

"Dạ không, tranh của Miro giản dị, thoáng. Tranh bác cũng giải dị và thoáng, dù màu sắc và cách tạo hình hoàn toàn khác nhau. Cháu đã xem tranh của khá nhiều họa sĩ Việt Nam, họ ít chọn khuynh hướng Abstract, và thường đưa vào một bức tranh quá nhiều chi tiết, làm người xem ngộp thở, không biết đâu là trọng tâm của tranh. Cái này cũng giống như trong văn chương, người viết tham lam, ôm đồm, trích dẫn lung tung cốt lòe kiến thức, người đọc muốn thấy tác giả nhưng bị cuốn vào một đống bùi nhùi, không thấy được gì hết."

Hắn nhìn thanh niên, gật gù vẻ thích thú,

"Cậu có vẻ am tường hội họa và văn chương, rất tiếc hôm nay tôi có hẹn phải đi ngay, bữa khác cậu ghé chơi, chúng ta sẽ trò chuyện."

Hắn đưa tay ra bắt tay thanh niên.

"Dạ... Cháu rất sung sướng được hầu chuyện với bác để học hỏi..."

Hắn vào garage lấy xe, rời nhà. Thanh niên nhìn theo, nhận xét,

"Bác có vẻ vui tính."

"Yes, ba tôi lạc quan."

"Tính tình của mỗi người một phần do bản chất, phần khác do hoàn cảnh, bác, tôi nghĩ, không nhiều trắc trở trong cuộc đời."

"Trái lại, rất ít người nổi trôi như ông."

"Cô làm tôi tò mò."

Thanh niên vẫn đứng trước bức tranh, N chợt nhận ra,

"Xin lỗi, tôi vô ý quá, mời anh ngồi."

Thanh niên ngồi xuống sofa, nhìn ra cửa. Nắng đã lên cao,

nhà quay về hướng đông, bóng nắng chiếu gần tới bục cửa, nắng nhuộm sáng chậu cây kiểng góc mái hiên, những đóa hoa vàng cam nổi rõ giữa đám đài lá xanh. N bỗng mỉm cười,

"Tôi chưa biết tên anh."

Thanh niên cũng cười,

"Kh, tên tôi."

"Anh Kh làm ở đâu?"

"Tôi làm cho một công ty xây cất."

"Contruction Engineer?"

"Yes."

"Hè hai năm trước tôi cùng môt nhóm bạn đi Dubai, chiêm ngưỡng tòa buiding Buji Khalifa. Người hướng dẫn bảo chiều cao của tòa nhà này gấp ba lần tháp Eiffel của Pháp. Không những chiếm kỷ lục về chiều cao, tòa nhà còn có cả tá kỷ lục nữa, chả hạn nếu ghép tất cả các mảnh tạo thành tòa nhà thì chiều dài của nó bằng ¼ chu vi trái đất. Tôi tự hỏi các kiến trúc sư tính toán thế nào để tạo dựng được công trình vĩ đại này? Tài thật.

"Tôi chắc chắn không đủ tài tạo nên những kiệt tác như thế, chỉ ước mơ làm được những chuyện nhỏ hơn, phù hợp với khả năng và sở nguyện."

"Sở nguyện của anh như thế nào?"

Kh nói lúc còn ở Việt Nam xem các phóng sự quay cảnh mùa nước nổi ở đông bằng sông Cửu Long. Nước mênh mông như biển, nước nhận chìm nhà cửa ruộng vườn, người dân sống chung với lũ, từ đời này sang đời khác, khiến họ trở nên quen, quá quen. Xem lũ là một phần của cuộc đời họ. Cũng có nghĩa họ không thấy những khổ cực phải gánh chịu. Nhưng với Kh, một thị dân, mỗi lần nhìn nhà cửa ruộng vườn của cư dân bản địa chìm trong biển nước, lòng xót xa, ray rứt mãi với câu hỏi, có cách nào không giúp đỡ họ?

Rồi theo gia đình vượt biên, định cư trên đất Mỹ. Khi vào đại học, câu hỏi đã đẩy Kh vào nghành kiến trúc, với tâm nguyện sẽ bằng sở học, tìm ra phương cách tạo dựng được những căn nhà thích nghi với địa hình, khí hậu của đồng bằng sông Cửu Long.

Sau khi đã trình bày với N lý do chọn học kiến trúc, Kh nói tiếp,

"Tôi đang ấp ủ sẽ thiết kế những căn nhà bằng vật liệu nhẹ, rẻ tiền mà chịu được nắng mưa, nước lũ. Những căn nhà này sẽ nổi như những chiếc bè khi nước dâng cao. Tôi đã nghĩ sẽ đặt căn nhà trên một nệm phao bằng cao su dày cao khoảng 2 tất chạy quanh sàn nhà, như vậy nhà sẽ cao hơn mặt đất với chiều cao tương ứng với nệm hơi."

N cười, giọng trêu chọc,

"Chà, như những chiếc bè, có nghĩa theo lũ trôi lung tung, thích nhỉ."

"Phải có cáp bốn góc nhà cố định, trôi thế nào được."

Kh trình bày ý tưởng của mình một cách say sưa, ít chen tiếng Anh như đa số bạn cùng trường của N lúc trước, bọn này qua Mỹ khi còn quá nhỏ, tiếng mẹ đẻ không rành bằng tiếng Anh. N hiểu và cảm thông, nhưng N không thân gần được. Đã ít nhất hai chàng yêu N, tỏ tình, đều bị N từ chối, trông các chàng này trẻ con thế nào đâu. Một chàng nữa, trên N hai năm, gốc Nam Hàn, Lúc đầu N ngỡ sẽ chung hướng, cùng gốc Á đông, hai nền văn hóa nhiều điểm tương đồng. Sau vài lần hẹn hò, N phát hiện ra giữa N và chàng có khá nhiều dị biệt, nhất là quan niệm chồng chúa vợ tôi hình như còn rất mạnh ở phái nam, dù họ đang sống trên đất Mỹ, nên chủ động chấm dứt quan hệ. N không khó tính, trái lại rất cởi mở, song bên dưới bề mặt xởi lởi kia là một tâm hồn cực kỳ mẫn cảm, sâu sắc, di truyền từ hắn. N nhìn thanh niên, cảm thấy giữa mình và Kh có một mẫu số chung, dù chỉ mới tiếp xúc. N luôn nghĩ đến mẹ, vùng đất đã sinh ra mẹ, bảo bọc mẹ. Sau lần đầu, N đã về thêm hai lần nữa, xin thêm tiền ba cộng với tiền dành dụm, xây được một trường tiểu học ngay tại làng mẹ. Đóng góp tuy nhỏ, nhưng bằng tấm lòng và khả năng hữu hạn, N vui. Kh cũng canh cánh một hoài bão, theo N, có vẻ viễn mơ nhưng trọng tâm không khác N.

N vui vẻ,

"Anh nói tiếng Việt rành quá."

"Tôi qua đây năm 16. Chỉ mới 12 năm, quên tiếng mẹ đẻ thế nào được. còn N"

"Cũng như anh, N qua năm 13, mới ra trường năm rồi."

"Nói đến chuyện quên tiếng Việt, tôi nhớ đến một chuyện nghĩ buồn cười."

Không đợi N hỏi, Kh kể,

"Hồi tôi mới qua đến chơi nhà một người quen, bà chủ có 3 đứa con, toàn gái, cô lớn nhất chưa chồng dù đã gần 30. Cũng phải thôi, cả 3 cô nhan sắc rất đáng phàn nàn. Khổ nỗi lại ưa... ra vẻ một cách kỳ cục. Họ nói với nhau toàn bằng tiếng Mỹ, sau này nhớ lại mới biết toàn tiếng Mỹ bồi, cô giữa hơn tôi chừng 4 tuổi, thỉnh thoảng nhăn mặt ra điều khổ sở, "từ này tiếng Việt là gì nhễ, lâu quá em quên...

Kh cười thành tiếng,

"Bây giờ người Việt ở đây đông, hiện tượng "quên tiếng Việt" như cô kia không còn nhiều."

"Mới qua N học ngày học đêm, tiếng Anh ú ớ, người ta học một mình phải học mười mới theo kịp chương trình. Khi đã hội nhập được với xứ sở này thì lại sợ quên tiếng mẹ đẻ. Cũng may ở nhà ba mẹ chỉ nói với nhau bằng tiếng Việt, ba lại làm báo Việt ngữ nên N chẳng những không quên còn cập nhật hàng ngày những từ mới."

N đã bỏ chữ "tôi", xưng tên một cách tự nhiên. Họ nhanh chóng trở nên thân mật.

Kh cũng hợp chuyện với hắn. Am tường văn chương, hội họa, không ưa sự cực đoan, mù quáng trong quan điểm. Như hắn, Kh cho rằng lịch sử không thể tính vài ba mươi năm, thậm chí một hai trăm năm, sẽ chả là gì cả so với dòng chảy của lịch sử. Một ngàn năm lệ thuộc phương Bắc, một trăm năm dưới ách thực dân phương Tây, rốt cục Việt Nam vẫn còn đó. Chế độ này hay bất cứ chế độ nào rồi cũng tự triệt tiêu hay bị triệt tiêu. Phê phán cái sai trái là rất nên, nhưng phê phán một cách có trách nhiệm, đừng hùa theo bầy đoàn, chửi rủa cho sướng miệng, và nhất là đừng bỉ thử. Mình tự khinh mình làm sao bắt người khác nể trọng?

Sau hai tháng, N và Kh trở thành tình nhân của nhau, tâm đầu ý hợp.

*

Giáng sinh, khí hậu California lạnh nhưng chưa đến mức có tuyết, Tr đề nghị cả gia đình đi dã ngoại ở Big Bear, cả Kh cũng được tham dự. Từ nửa năm nay cả nhà thầm xem Kh như một thành viên của gia đình, đó là lúc Kh chính thức cầu hôn và N đã chấp nhận.

Miền Nam California quanh năm nắng ấm, vậy mà chỉ 80 phút lái xe từ Orange County là đã đến Big Bear, một vùng núi có tuyết trắng xóa. Thị trấn trên cao 7000 feet so với mực nước biển, đường đèo quanh co. Một bên là rừng thông, trùng điệp những cây thông to, thẳng vút chọc trời, một bên là vực sâu. Hơi lạnh, sương mù dâng lên, vây bọc, xe trôi trong biển sương như lạc vào vào cổ tích. Nơi nghỉ dưỡng này, cũng giống như hàng vạn những khu du lịch khác trên khắp nước Mỹ, mang nét đặc trưng vùng miền. Ở đây là gấu. Gấu hiện diện khắp nơi, trước cửa mỗi nhà, trong công viên, mọi hóc hẻm, trong các tiệm nhỏ bán đồ lưu niệm han made… Gấu, con vật to lớn, "dễ sợ" này đã biến hình thành những kiểu dáng dễ thương, ngộ nghĩnh, thân thiện. Thực tế, vẫn có những tấm bảng Warning cư dân địa phương không nên ra ngoài ban đêm, sẽ có thể chạm mặt với gấu, rất nguy hiểm.

Cả nhà vui chơi thỏa thích khắp Bear Mountain và Snow Summit. Hồ câu cá, cầu gỗ dài ra tận giữa hồ, khu trượt băng, những cửa hàng bán đồ lưu niệm, nhà hàng ẩm thực. Du khách đông, tiếng cười đùa vang vang khắp nơi. Người rành rẽ thì trượt băng bằng ski, tơ lơ mơ sợ té thì trượt bằng vỏ xe. Những bộ đồ da, găng tay, mũ trùm đầu đủ màu sắc trông thật vui mắt. Chập chùng rừng thông trên nền tuyết với những tán lá xanh ngắt, những trái thông to như nắm tay, vàng ươm, rụng đầy mặt tuyết. Đói, kéo nhau vào những nhà hàng nhỏ, ăn Hamburger, uống hot coffee rất đặc trưng của Big Bear hay nhâm nhi vài chai bia với mực chiên dòn Calamari. Lần đầu tiên ở Mỹ và sau bao nhiêu năm kể từ buổi chiều gặp nhau tại tụ điểm văn nghệ ở quê nhà, Tr uống bia.

"Em vẫn uống cừ như xưa chứ?" Hắn hỏi Tr.

Tr hào hứng,

"Em không biết. Hôm nay thử xem."

N gọn ghẽ trong bộ quần áo thun, khoác thêm một jacket dày, mũ lông trùm đầu, kéo tay Kh,

"Để ba mẹ thi thố tài năng, mình ra ngoài trượt tuyết."

Bé Ng cũng đứng dậy,

"Let me play with"

N nắm tay em,

"Ok, follow me"

Cả ba rời quán. Hắn và Tr ngồi đối diện. Tr kẹp tóc cao, phơi ngấn cổ cao, trắng, đôi bông tai lấp lánh sáng từ những hạt kim cương, hai má ửng hồng vì khí lạnh, đổ xuống vùng ngực cao. Từ ngày sang Mỹ, có lẽ hợp khí hậu, dinh dưỡng tốt, Tr đẹp hẳn ra, body đầy đặn, ngực lớn, hông nở, chân dài. Tr có vẻ đẹp của một thiếu phụ trung niên no căng sinh lực, ngồn ngộn, mời gọi. Một lần Tr từ phòng tắm bước ra, hắn nằm trên giường, xuýt xoa,

"Cưng ngon quá, bọn đàn ông thấy được chết giấc là cái chắc."

"Em hổng thèm đâu, chỉ chồng chết, đủ rồi."

Hắn dang rộng hai tay, Tr bước nhanh lại, sà xuống. Hắn ôm tấm thân gợi cảm, thoang thoảng mùi xà phòng Olay thơm nhẹ.

"Thơm quá." Hắn nói

Tr dạng chân quì hai bên hông hắn, thẳng người, hỏi,

"Em thơm hay xà phòng thơm?

Hắn nhìn lên. Hai trái vú lớn núm căng mọng, rốn sâu, đồi thịt màu mỡ no tròn. Hắn ngây ngất

"Em thơm."

"Nịnh."

Tr cúi xuống áp môi Tr lên môi hắn, hôn sâu,

"Nhưng em thích nịnh."

Tr nâng cốc bia, kéo hắn về thực tại,

"Nào, cụng, hôm nay hai đứa mình say một bữa."

Hắn nâng cốc cụng với Tr và uống một hơn gần cạn,

"Đã thật, lâu không uống với em."

Màu tuyết trắng lóa dưới nắng chiều. Bên ngoài, phía xa, nhiều người nô đùa, đuổi bắt, nói, cười nghiêng ngả, nhưng âm thanh bị mặt kính dày chặn lại, từ trong nhìn ra, hoạt cảnh như trong một đoạn phim câm. Hắn hỏi Tr,

"Em thấy Kh thế nào?"

"Thế nào là thế nào?"

"Ý anh muốn hỏi, với linh cảm của một người mẹ và một người nữ, Kh thế nào dưới mắt em?"

"Mỗi thời mỗi khác, vả lại, hai đứa yêu nhau, quyết định lấy nhau, hẳn chúng đã tìm hiểu kỹ về nhau, em nghĩ ổn rồi."

"Nhưng anh muốn biết ý em cơ."

"Cậu ấy còn nhiều chất Việt Nam, con gái mình cũng vậy, chắc chắn ok. Vợ chồng cần nhất là sự hòa hợp, đồng sàng dị mộng sớm muộn cũng đổ vỡ thôi."

"Anh mong thế."

Hắn lại nâng cốc cụng với Tr. Cốc thứ 4, hắn đã lâng lâng. Nhìn qua khung kính, N và Kh đanh đẩy bé Ng ngồi trong vòng bánh xe hơi trượt nhanh trên mặt tuyết, tuy không nghe tiếng nhưng qua cử chỉ hắn đoán biết cả ba đang cười vui. Hắn nhớ D, mẹ của N, khi giao N cho hắn hẳn vợ chồng D mong con bé sẽ có một tương lai tốt đẹp. Ngay từ ngày đầu, hắn tự hứa nhất định phải thành tựu ước vọng đó, cho chính hắn nữa, một hình thức chuộc lỗi với D, cô gái đã trao hắn tiết trinh, cô gái đã theo chồng mang theo giọt máu của hắn. Ngày ấy hắn yêu D. Hắn nhớ ngọn đồi sau làng, hắn đã cõng D chạy thục mạng trong đêm tối, phía trên tiếng động cơ trực thăng vần vũ. Hắn nhớ căn nhà mù tối, ngọn đèn dầu chập chờn, D với bắp chân quấn bằng chiếc áo may ô thấm máu thâm đen. Hắn nhớ D nằm thiêm thiếp giữa lòng chiếc thuyền nan nhỏ bé qua sông về quận lúc bình minh vừa ló. Hắn nhớ hai bầu vú săn, vùng đồi thanh tân. Hắn nhớ tiếng D trong nước mắt, "Đau quá anh ơi…" khi hắn cố vào sâu trong người cô gái. Hơn hai mươi năm…

Hoàng hôn đang xuống, mặt tuyết như sáng hơn dưới ánh nắng chiều. Hắn biết đêm sẽ nhanh chóng lấn chiếm, nhưng khu nghỉ dưỡng vẫn sẽ sáng rực bằng những trụ đèn khắp nơi.

N, Kh và bé Ng ào vào, mặt mày cả 3 đều ửng đỏ,. Hắn hỏi,

"Các con hẳn đã đói, ăn gì nào?"

Bé Ng đòi hambuger, N steak khoai tây nghiền, Kh mì Ý.

Tr nhìn bé Ng ăn ngấu nghiến cái buger, mỉm cười,

"Is it delicious?"

"Yes, thanks mom"

Hắn hỏi Tr,

"Em cũng ăn chứ.?"

"Em no rồi. Còn anh?"

"Anh cũng no."

Khi cả ba rời nhà hàng thì đêm đã thực sự làm chủ. Nhưng bãi Snow Summit sáng rực ánh đèn, nhiều người vẫn mải mê vui chơi.

"Mình về nhé?"

Hắn hỏi. Tr trả lời,

"Ok, về là vừa, đêm nay chắc ngủ ngon, mỏi rã tay chân."

Cả nhà ra xe, Kh nói,

"Bác để con lái, ban đêm mắt con tốt hơn."

"Phải đấy, bác con xỉn rồi, không khéo bác con cho cả nhà xuống vực, oan mạng." Tr vừa nói vừa cười.

Xe vào đến sân nhà khi đêm đã thực sự. Kh xin phép về ngay, khuya nay Kh phải ra phi trường đi công tác ở tiểu bang khác theo yêu cầu của công ty.

Đêm sâu. Khu phố yên bình quá. Hầu như mọi tiếng động xô bồ đã bị ngăn lại ngoài vòng tường cao và sân cỏ chung. Đây là khu nhà singer house cao cấp, mỗi nhà đều có sân trước cỏ hoa tươi tốt, và sau rộng, đủ chỗ thiết kế một hồ tắm. Vợ chồng hắn chuyển về nơi này đã gần 2 năm. Trước đây nhà chỉ 2 phòng, N và bé Ng phải ở chung một phòng. Căn nhà này lớn gấp đôi, garage 3 xe, bé Ng mỗi ngày một lớn, cu cậu cần một phòng riêng. Từ ngày Tr sang lại, làm chủ một Beauty Salon, thu nhập khá hẳn, thoải mái đổi nhà, đổi xe. Thừa điều kiện để mỗi năm cả gia đình đi du lịch mọi nơi, kể cả các quốc gia ngoài nước Mỹ.

Bé Ng và N có lẽ đã yên giấc từ lâu. Tr và hắn bây giờ mới cảm thấy đói. Tr nướng một cái pizza. Ăn xong cả hai cùng tắm trước khi vào giường.

Cả ngày hoạt động, thêm mỗi người năm chai bia. Tr nhanh chóng đi vào giấc ngủ.

Hắn nhìn Tr, khuôn mặt trắng mịn, đôi mắt khép, chiếc mũi thon, hai đồi ngực lớn phập phồng, mông tròn căng khi Tr gác chân qua bụng hắn. Mùi xà phòng tắm quyện với mùi da thịt toát ra từ tấm thân tươi mát, hắn ôm Tr hít sâu, mùi hương quen thuộc cộng với men bia còn váng vất cũng giúp hắn ngủ ngay.

*

Kh và N trở thành vợ chồng sau một đám cưới giản dị, theo lối Mỹ, chỉ mời vài mươi bạn thân, tổ chức ở một công viên, có hồ, suối nhân tạo, hoa cỏ nhiều màu. Nhà khách rộng trang trí đơn sơ nhưng vui mắt, có sân khấu nhỏ kết hoa hồng chung quanh. Trao nhẫn, hôn, cắt bánh cưới, uống rượu vang, khiêu vũ. Chẳng ăn uống linh đình, chả chào bàn nhiêu khê. Bọn trẻ giao lưu thân tình, cười nói vui vẻ, không khí gần gũi như gia đình.

Tr nói với hắn,

"Em thích cách này."

"Yes, không nhiễu sự kiểu Tàu, anh cũng thích."

Sau đám cưới cặp uyên ương đưa nhau đi hưởng trăng mật.

Như hầu hết mọi cặp vợ chồng mới, thường chọn Hawaii hay một địa danh nổi tiếng nào đó trong nội địa Mỹ. Nếu điều kiện vật chất cho phép, họ sẽ đến các quốc gia Âu châu hoặc Á châu có ngành du lịch phát triển.

Kh và N chọn Việt Nam. Đầu tiên họ về quê mẹ. Khu du lịch sinh thái đã đi vào hoạt động. Restaurant and Hotel ở đây tuy chưa đạt tiêu chuẩn cao như ở vài nơi nghỉ dưỡng lớn nhưng sạch sẽ, thoáng mát, không khí trong lành. Cặp vợ chồng trẻ hiểu địa danh này không phải là điểm trăng mật tuyệt vời, nhưng họ vẫn quyết định chọn là một trong những điểm ưu tiên. Giản dị: N muốn giới thiệu với mẹ người đàn ông sẽ chung đường với mình trọn đời. Suốt tuần, chứng kiến chúng quấn quít bên nhau, D vui, thầm nghĩ, mảnh đất này là nơi D trao thân cho hắn, tình yêu duy nhất, miên viễn. Tuy D đã có chồng, có con, nhưng đó chỉ là đạo, nghĩa. Đạo vợ chồng, nghĩa phu thê. Chỉ có hắn mới là người đã cho D những rung động, đưa D đến đỉnh cao lạc thú tinh thần lẫn thể xác. Mãi mãi đến hơi thở cuối cùng, trong góc khuất của trái tim, vẫn hiện hữu hình ảnh hắn và những kỷ niệm. Bí mật này là gia tài riêng, chỉ một mình D biết. Bây giờ, sau hai mươi bốn năm, chủng tử hắn đã cấy vào người D ngày nào, trên thảm cỏ, cạnh dòng suối róc rách, dưới tán lá rì rào gió và mảnh trời vòi vọi cao, nay đã là một thiếu nữ trẻ đẹp, phơi phới thanh xuân, no tràn sinh lực. Cuộc đời thật kỳ diệu. Trời cao có mắt, ở hiền gặp lành, D nghĩ một cách bình dân, qua bao nhiêu khốn khó nhưng lúc nào cũng lương thiện, trung trinh một lòng một dạ với chồng con, ngày nay đã được đền bù. Ba đứa con đều trưởng thành, mỗi đứa một hướng đời, nhưng tựu chung, có lẽ không bất hạnh nữa. D tin thế.

Làng du lịch phần nào phản ảnh nếp sinh hoạt của nông thôn miền Trung hơn hai phần ba thế kỷ trước, đặc sắc nhất là những món ăn dân dã mà những người luống tuổi sống bất cứ nơi nào trên hành tinh này, nếu có gốc gác từ mảnh đất "chó ăn đá, gà ăn muối" ấy, đều không thể quên, mít non trộn gỏi đậu phụng, cá nục kho tiêu, bánh tráng nhúng chấm mắm cái, tằm xào nghệ, chả rươi, cá chuồng kẹp sả ớt kho rim, gỏi cá cơm, mì quảng, cao lầu, bún cá ngừ…. N không sống ở miền Trung, sinh ra và lớn lên tại Sài Gòn thời tuổi nhỏ, trưởng thành ngoài Việt Nam, nhưng có lẽ do gen di truyền, N rất hợp khẩu vị với các món ăn dân dã kia.

Kh tuy chả liên hệ xa gần với quê hương vợ, nhưng do tình yêu, cũng cảm thấy gần gũi rất đỗi với sở thích của N.

Ở chơi với gia đình một tuần, đôi vợ chồng trẻ khởi hành đi một vòng đất nước như dự tính.

Chiến tranh đã lùi vào quá vãng hai mươi lăm năm. Thời gian đủ dài cho một thế hệ mới ra đời và trưởng thành. Thế hệ này không biết gì về chiến tranh, có chăng chỉ là những bài học méo mó chủ quan ở nhà trường hay những bài viết cũng méo mó, phiến diện và chủ quan không kém của những người bỏ nước ra đi, hoặc từ chối đứng chung với kẻ chiến thắng, trên internet hay sách báo xuất bản ở hải ngoại. Kh nghĩ, để có một cái nhìn khách quan, bình tĩnh, gần với sự thật hơn có lẽ vài ba mươi năm nữa, thậm chí cả trăm năm nữa. Tuy nhiên đất nước, xét chung, đã có những thay đổi. Sự thay đổi lớn nhất và quan trọng nhất, non sông đã liền một mối.

Kh và N bay vào Nam, ở Sài Gòn hai hôm, thăm lại những nơi ngày trước rất thân quen, không chỉ riêng với Kh, còn của N nữa.

Làm sao quên được căn nhà tồi tàn cạnh dòng kên nước đen bốc mùi hôi thối lưu cửu, thau nước đục váng mỡ, hình ảnh chú Năm xích lô, bác Tư ba gác xì xụp tô cháo lòng trong buổi sáng còn nhá nhem những ngày chớm đông se lạnh, và ba bán thân bất toại trong chiếc xe lăn, và mẹ chân thấp chân cao với gánh tàu hũ trĩu nặng trên vai. Có những ấn tượng vẫn bám theo, chi phối, định hướng mọi suy nghĩ hành động của N trong suốt cuộc đời. Kh cũng vậy, trường cũ những năm trung học, bạn bè một thuở, cây trứng cá góc sân trái chưa kịp chín đã bị bọn "tiểu yêu" hái sạch... Cả hai đã thăm lại tất cả những nơi muốn thăm trước khi ra Bắc, phần đất cả hai chưa từng biết.

(Phố cổ Hà Nội - tranh Bùi Xuân Phái.)

Hà Nội, 36 phố phường, trong suy nghĩ của một thiếu niên 16 và sau này ở hải ngoại, qua sách vở đã đọc, trong tưởng tượng của Kh khác xa những gì đã nhìn thấy tận mắt. Mỗi con phố chỉ là một đoạn đường ngắn, có khi chưa đầy trăm mét, cống rãnh hôi thối, rác bẩn, nhà cửa thấp tè, chật hẹp, với những cửa hàng bán buôn tạp nham. Những căn gác chật chội, muốn vào phải luồn qua con hẻm nhỏ tối tăm và sàn nước trơn trượt, leo lên cầu thang gỗ ọp ẹp. Địa danh này có lẽ xưa kia sạch sẽ khang trang hơn, nhưng qui mô hẳn không thể khác.

Tuy thực tế không như tưởng tượng nhưng 36 con phố cũ kỹ kia vẫn có hấp lực không sao lý giải được. Những mảng tường tróc lở bám rêu, những cổ thụ với rễ phụ thòng xuống từ các nhánh cao, những sân gạch mòn trũng dấu chân, những lan can gỗ có chấn song mỏng manh, những cánh hoa đại rụng đầy nền đất... Nhất là ấn tượng khó quên đến từ rất nhiều di tích lịch sử, những ngôi chùa cổ, những thắng tích gắn liền với nổi trôi, hưng vong của đất nước. Dĩ vãng và hiện tại đan quyện không thể tách rời.

Chỉ một điều cả hai thấy tiếc là ngành du lịch còn quá yếu, hướng dẫn viên không được huấn luyện bài bản, chuyên nghiệp. Các di tích không được bảo tồn chặt chẽ. Sự phục chế cẩu thả, bôi bác. Nạn ăn mày, trẻ con đeo theo du khách xin tiền, ăn cắp, bán buôn chụp giựt, gian trá… Nhớ lúc hai vợ chồng viếng nơi thờ tự vua Đinh Tiên Hoàng, cô hướng dẫn chỉ những hiện vật bằng đồng sáng lóa bày trong tủ kính, ba hoa rằng đã được khai quật từ cố đô Hoa Lư. N nói với Kh,

(Tượng thờ vua Đinh Tiên Hoàng)

"Anh xem, các món đồ này được khai quật từ lòng đất cách đây 1.000 năm mà mới tinh như vừa ra lò ngày hôm qua, vụng đến thế thì thôi!"

Kh lắc đầu, thở dài,

"Bôi bác quá, không thể thế này được. Bộ văn hóa đâu rồi"

"Những món hàng giả thô vụng này là của địa phương tự biên tự diễn để thu hút khách du lịch, trung ương chả biết gì đâu."

"Bộ du khách là trẻ con à? Phải chỉnh đốn. Du lịch là ngành mũi nhọn của một đất nước sau chiến tranh, cẩu thả thế này chiêu dụ được ai?"

Rời miền Bắc, hai vợ chồng ghé cố đô Huế trước khi vào Nam. Khu di tích đang trong thời kỳ phục chế. Nghe đâu kinh phí do Liên Hợp Quốc tài trợ. Nhìn vài ông thợ mộc già tô tô quét quét sơn đỏ, nhũ vàng lên các cây cột, những trang thờ, những hoành phi, câu đối, N lại bực bỏ,

"Chả lẽ kinh phí của Liên Hợp Quốc có vài nghìn đô, chỉ đủ trả cho mấy bác thợ mộc già này à?"

"Tiền tài trợ rơi vào túi các quan tham, còn đâu để thuê thợ thầy giỏi. Vấn nạn lớn của đất nước bây giờ không phải là các thế lực thù nghịch như bộ máy tuyên truyền của chính quyền rêu rao, mà là tệ nạn tham ô. Chính tệ nạn này đã làm nhiều thứ trở nên tệ hại."

"Em nghe ba nói trước đây người Cộng Sản được lòng dân, nhất là nông thôn, chiếm một tỉ lệ dân số rất cao, 80%. Dựa vào thành phần này, không kể những yếu tố đến từ bên ngoài, họ đã chiến thắng. Những tưởng đất nước sẽ từ cơ sở này, tiến nhanh về phía trước, nhưng một giai cấp mới xuất hiện cùng với quyền lực, người ta thường gọi là tư bản đỏ. Tham ô, nhũng nhiễu, thối nát. Giai cấp này như những vật cản, làm nghẽn dòng chảy của lịch sử."

Chiến tranh chấm dứt khi Kh mới lên 4. Cũng có nghĩa Kh không bị chi phối, khúc xạ bởi thiên kiến sản sinh từ vị trí xuất thân, như hầu hết những người đứng tuổi. Để có được cho mình một cái nhìn khách quan, không bị lôi kéo vào chủ nghĩa này, khuynh hướng nọ, Kh tránh xem tin tức từ các báo Việt ngữ ở hải ngoại, luôn xuyên tạc, thêm mắm dặm muối, bóp méo sự thật nhằm phục vụ nhu cầu chống đối. Cũng tránh không tiếp cận báo chí trong nước, tràn lan trên mạng, toàn một chiều, tô hồng chuốt lục chế độ, hoặc lảm nhảm những chuyện tầm phào kiểu cô đào này khoe bộ ngực làm nhức mắt đàn ông, chàng kép kia vừa tuyên bố ly hôn với người vợ thuở hàn vi…, Kh chỉ theo dõi tình hình Việt Nam từ những bản tin tương đối khả tín của truyền thông thế giới, qua nhiều bản tin này Kh được biết hiện tình đất nước một cách tương đối tường tận mọi mặt, tích cực lẫn tiêu cực. Nhưng niềm vui không xóa được lắm bất ưng. Nhiều lần Kh lặng người bức xúc trước những bản tin phô bày mặt trái nhếnh nhác. Nào là để ăn chận tiền sai biệt cũ mới lên đến vài chục triệu đô, người ta đã nhập về những máy móc hư cũ, thậm chí cả con tàu khổng lồ thuộc hạng phế thải. Nào là vợ con các tai to mặt lớn nắm giữ nhiều mối thầu béo bở cũng hàng vài trăm triệu đô. Nào là các quan tòa ăn tiền hối lộ, đẩy cán cân cân công lý ngã về phía bọn có tiền của quyền lực, trút mội tội lỗi lên những người thấp cổ bé miệng. Nào là các "biệt phủ" năm bảy triệu đô có hồ tắm dát vàng, có "long sàng" bằng gỗ quí cẩn kim cương châu báu, nào là chính quyền địa phương "phù phép" biến đất tư của dân thành đất công, cho các công ty ngoại quốc thuê bao lập hãng xưởng… Đối nghịch với giai cấp thống trị này, là hàng triệu sinh linh đang ở tận cùng của nấc thang nghèo đói. Kh đã từng xem những clip quay cảnh một cặp vợ chồng trẻ với năm đứa con nheo nhóc sống trong căn chòi mục nát mỗi bề hai thước, bên bờ kinh hôi thối ngập rác, không đủ gạo nấu cơm, hàng tháng mất 20 ngày ăn cháo. Có gia đình nghèo đến độ đứa con út, 12 tuổi, chưa từng biết mùi vị của lát thịt bò nó ra làm sao. Khoảng cách giàu nghèo trở nên xa cách đến gần như phi lý, không thực. Những khẩu hiệu rổn rảng trở thành trò diễu dở. 20 năm chiến tranh, 3 triệu người chết, hàng trăm ngàn ly tan, mất mát. Hy sinh quá to lớn này chả lẽ chỉ để đưa đến thực tại này sao? Kh cay đắng tự hỏi.

(Chợ nổi trên sông.)

Rời cố đô cặp vợ chồng bay thẳng vào miền Nam, xuống đồng bằng sông Cửu Long, vùng đất mới tràn căng sinh lực. Hôm qua, theo chỉ dẫn của bác tài xế xe ôm, vợ chồng Kh đã tận mắt chứng kiến sinh hoạt của một chợ nổi. Chợ họp trên sông, chen chúc ghe thuyền, sản vật hầu hết là rau quả chất đầy những khoang thuyền cao ngất. Sầu riêng, chôm chôm, dừa, dưa hấu... Sức sống phản ánh trên những cánh tay vạm vỡ khuân vác, trong cách trao đổi giá cả của khách mua kẻ bán. Nhanh nhẹn, chắc nịch, dễ dàng. Lần đầu trong đời cả hai được mục sở thị sinh hoạt đa dạng, đa sắc này nên đã vô cùng thích thú. Cả hai đều nghĩ, miền Bắc và Trung làm sao có được sức sống tiềm ẩn này?

Đêm nằm trong vòng tay chồng, hít thở mùi thịt da đã trở thành thân quen, N nhìn ra cửa sổ từ tầng hai một khách sạn lớn cạnh sông Tiền. Trời nước mênh mông không nhận ra bến bờ. N nghĩ đến con người của vùng đất này, xởi lởi, bộc trực, hào sảng. Đất tạo ra người, không sai. N chợt nhớ dự án của chồng, bất giác mỉm cười, tiếc không phải mùa nước nổi, để được dịp trêu chọc Kh về sáng kiến nhà phao Kh đã ấp ủ bao năm. Dự án viễn mơ, nhiều phần không khả thi, nhưng vẫn cháy đỏ trong tâm não Kh, kéo Kh đến với N, và bây giờ trở thành người đồng hành trong suốt cuộc đời còn lại. N hôn lên vầng trán rộng của chồng, cảm thấy lòng dạt dào thương yêu.

Kh và N dự tính sẽ bỏ ra một tuần thăm viếng mọi tỉnh thành. Cà Mau, Châu Đốc, Sóc Trăng, Cần Thơ, Vĩnh Long, An Giang... Những địa danh N đã từng nghe, nhưng cũng như miền Bắc, N chưa từng đặt chân đến.

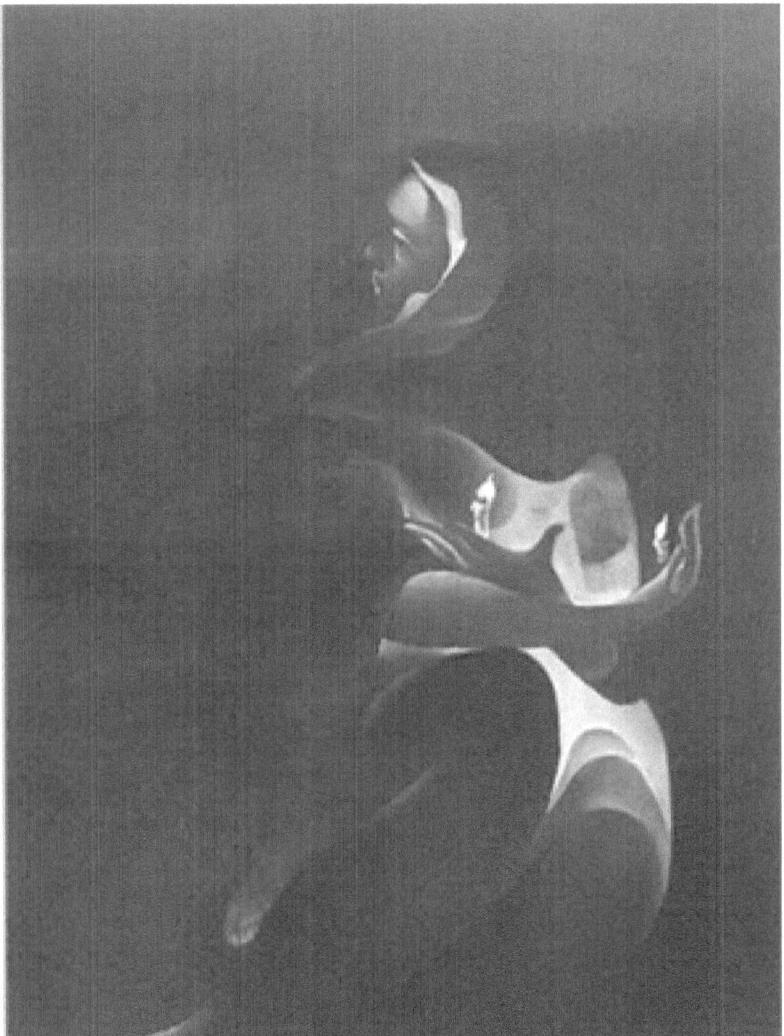

Nghiêu Đề

20

Một đời người bảy tám mươi năm tưởng dài, đến cuối đời, nhìn lại, mới thấy chỉ thoáng chốc.

Những đứa con ngày nào còn ôm vú mẹ, nay đã trưởng thành, có đứa đã chồng vợ, một thế hệ mới, và rồi một thế hệ nữa.

Ông già nhìn tàng lá trên cao xanh mướt nhẹ lay trong gió, nắng chiều ửng sáng những đài lá. Mùa đông sắp đến, Tàng lá xanh kia sẽ có nhiều lá vàng. Mỗi buổi sáng trước khi đi làm con gái ông quét vội lớp lá rụng đầy sân sau, gom lại thành đống góc nhà, đợi chiều về thồn vào bao ni lông, bỏ thùng rác. Nhà trên đồi lộng gió, không ai dám đốt rác, tàn tro sẽ bị gió cuốn đi, dễ gây hỏa hoạn. Người ta đã warning, vi phạm, sẽ bị phạt.

Những chiếc lá xanh, những chiếc lá vàng, như đời người, trẻ thơ mơn mởn, thiếu niên xanh nõn, trung niên cứng cáp, và lão niên vàng úa để rồi mục rã, tan nhòa trong đất.

Từ chuyến tàu suốt khởi hành ở một thành phố nhỏ tinh mơ một ngày hè, đến vùng cao giá buốt, rồi miền Nam, trôi nổi, có lúc lên voi, có khi xuống chó, rồi vợ con, chia lìa, lưu lạc xứ lạ. Những cuộc tình, những người vợ, những đứa con khác mẹ, và bây giờ một thế hệ mới nữa. Dòng đời vẫn thản nhiên trôi, tre già măng mọc. Lại nhớ lời Will Durant: Lịch sử nhân loại như một dòng sông đầy máu và xác chết. Nhưng hai bên bờ người ta vẫn cất nhà, canh tác, trai gái vẫn yêu nhau,nên vợ thành chồng, sinh con đẻ cái, trẻ em vẫn đến trường, người già vẫn kể chuyện cổ tích...

Không bao lâu nữa hắn sẽ tan biến vào hư vô. Câu hỏi đã một lần tự hỏi lại trở về: "Ta đã làm chi đời ta?"

Ng vào đại học.

Ng 18 tuổi nhưng cao to như người bản xứ. Thế hệ người Việt thứ 2 trên đất nước này khác xa với thế hệ thứ nhất, từ phong thái, nếp nghĩ đến vóc dáng. Nhất là vóc dáng, con trai đứa nào cũng trên một mét bảy hai. Hắn quen một chị bạn có cậu con vừa qua tuổi thành niên, chị bạn kể, mỗi buổi sáng thằng bé chạy bộ về, thường uống cạn nguyên một gallon sữa tươi. Dinh dưỡng như thế, cộng thêm khí hậu trong lành, tinh thần thoải mái, thể hình phát triển là chuyện tất nhiên.

Ng không còn "câm" tiếng Việt như xưa. Tuy giọng vẫn lơ lớ như hầu hết mọi trẻ Việt khác, nhưng vẫn có thể giao tiếp bằng ngôn ngữ mẹ đẻ, nếu đừng đi sâu quá vào các lĩnh vực đòi hỏi tư duy và ngôn ngữ thành thạo như văn chương, học thuật. Sở dĩ được vậy, phần lớn nhờ công sức của N. Cô chị nhất định không chịu nói chuyện với em bằng tiếng Anh. N nói,

"Nếu em không xem tiếng Việt là ngôn ngữ chính, cũng được, nhưng chị khuyên em nên thực giỏi tiếng Việt. Sẽ rất có lợi sau này. Em thấy đó, người Việt mỗi ngày một đông, sau này ra trường, nhiều phần em sẽ mở văn phòng tại vùng này. Rành tiếng Việt, em sẽ có nhiều thân chủ."

Ng dự tính sẽ trở thành lawyer. N nói đúng, người Việt hành nghề luật sư thường ít thành công với dân bản xứ, nên phần lớn quay về cộng đồng Việt. Muốn thế phải giỏi tiếng mẹ đẻ.

Hắn hỏi Ng,

"Sao con muốn học Law?"

"Because Vietnamese people rarely choose this industry, Dad."(1)

"Nói tiếng Việt, please."

"But…. Khó… nói… quá, Dad…"

"Phải học, sau này ra trường thân chủ của con sẽ là người Việt, nếu con không rành tiếng Việt làm sao tiếp xúc với họ?"

Cả nhà thỏa ước ngầm, chỉ nói chuyện vói Ng bằng tiếng Việt, nhờ vậy chỉ một thời gian, trong giới hạn nào đó, Ng có thể giao tiếp bằng tiếng mẹ đẻ với mọi người.

Ng tuy chọn ngành luật nhưng tâm hồn lại nhạy cảm. Chất nhạy cảm có lẽ thừa hưởng từ hắn. Cũng làm thơ viết văn, vài bài đã được chọn đăng trong các tạp chí văn chương của Mỹ. Ng vui, ba hoa vung thiên địa. Hắn nhớ hồi còn trẻ, khi thấy bài mình xuất hiện trên những tạp chí uy tín, hắn cũng vui chả khác gì Ng bây giờ. Tiếc thay niềm hưng phấn nguội dần theo thời gian, cái viết mỗi ngày mỗi tệ hơn, dù kinh nghiệm, kỹ thuật có đủ. Phải chăng hắn đã không sống chết với văn chương? Phải chăng viết, với hắn ngày xưa, như môt cách tiêu khiển, và hiện tại, như một hình thức vật lý trị liệu. Chả hiểu Ng nghĩ thế nào với chữ nghĩa?

Vợ chồng Kh đã có một bé trai sau 2 năm lấy nhau, năm nay đã 4 tuổi. Hôm sinh nhật thằng cháu ngoại, hắn nói với Tr,

"Nhìn lại, thấy thời gian trôi qua nhanh thực, mới ngày nào bước chân đến đây vợ chồng mình còn trẻ măng, nay đã lên chức ông bà từ lâu, và đầu đã hai thứ tóc."

Tr cười,

"Chức thì có, nhưng anh vẫn như đứa trẻ chưa dứt sữa."

"Em nói lạ."

Tr kê miệng vào tai hắn, thì thào,

“Lạ gì, tối nào cũng đòi ngậm vú vợ.”

Hắn nhìn quanh,

“Này, bọn nhỏ nó nghe thì sao?”

Tr cười khúc khích,

“Đã sao. Em nói không đúng à.”

Tuy tóc Tr đã lốm đốm bạc nếu không nhuộm, nhưng vẫn hừng hực, da trắng mịn căng mọng, ngực đã thẩm mỹ nâng cao, nhờ chuyên cần tập thể hình nên bụng thon như con gái, hắn vẫn gối đầu trên chiếc gối mềm êm này, hít sâu mùi hương quyến rũ. Quả thực hắn mê ngậm vú vợ, thói quen hình thành suốt bao nhiêu năm, thói quen như chất keo gắn kết tạo thành tình chồng nghĩa vợ. Dù đã sống với nhau già nửa đời người, hắn và Tr vẫn gắn bó, sôi nổi không rời. Đêm nào không được ngậm vú, cách ngày không được đi sâu vào người vợ là hắn cảm thấy cuộc sống chưa viên mãn. Hắn yêu Tr như yêu nàng. Thời gian đầu hắn không ngừng ray rứt nhớ nàng, mỗi lần ôm Tr trong vòng tay, hắn nhắm mắt vẽ ra trong đầu hình ảnh nàng, tự đánh lừa đang ôm nàng. Nhưng thời gian trôi qua, bóng dáng nàng nhạt dần, sự ray rứt cũng nhẹ đi. Đến một lúc hắn thở dài chấp nhận sự thật, nàng đã thuộc về dĩ vãng, hắn không thể quay lại. Cũng có nghĩa hắn chả thể sống mãi với quá khứ. Đành xem đó như một kỷ niệm lớn và đẹp mỗi lần nghĩ về. Tr cũng yêu hắn như ngày đầu. Một tình yêu đắm say, cuồng nhiệt, hòa quyện giữa tinh thần và thể xác. Đối với Tr hắn là tất cả. Mỗi ngày Tr tất bật với công việc, về đến nhà, đã thấy hắn đón trước cửa, âu yếm,

“Cưng mệt không?”

Tr siết chặt vòng ôm,

“Thấy mình, em hết mệt,…”

Đêm, môi gắn chặt môi, tay quấn quít… Đã lên chức bà ngoại, nhưng hàng ngàn lần ân ái, lần nào Tr cũng háo hức đón hắn bằng rung động của một thiếu nữ tuần đầu trăng mật.

Từ ngày có con, N không bay nhảy khắp nơi nữa. N xin chuyển công tác, điều hành một trung tâm xã hội, lo cho mọi sắc dân từ các nơi đổ đến quốc gia này. Và dồn những ngày phép để hàng năm về thăm ba mẹ, hai em. Cậu em trai, D, đã hoàn thành nghĩa vụ quân sự, phụ chị và anh rể (Nh đã có chồng 2 năm trước) trông coi nhà hàng và phòng trọ nhỏ phục vụ du khách bình dân. Tuy thu nhập không cao nhưng thừa lo cho gia đình thoải mái không cần N phụ giúp như xưa.

Bệnh cao máu và cao mỡ của cha, theo tuổi già, trở nên trầm trọng, dù đã tăng đô thuốc đến mức tối đa, vẫn không thể kiểm soát được, nguy cơ đột quỵ rất cao, bác sĩ cảnh báo. Mẹ lo, ăn ngủ không yên. Mẹ đi chùa, van vái trời Phật cứu giúp.

Nhưng cuối cùng chuyện phải đến đã đến, một đêm cha bị bị nhồi máu cơ tim, sáng ra mọi người gọi ông dậy ăn sáng thì phát hiện ông đã ra đi. N nghe tin về ngay. Nhìn di ảnh cha trên nắp áo quan, N bật khóc nức nở. Tuy không cùng dòng máu, nhưng tình thương cha dành cho N không khác gì 2 em. N không bao giờ quên được gói xôi bắp năm xưa. Như lệ thường, mỗi buổi sáng trước khi đến lò đậu hũ nhận hàng gánh đi bán, mẹ luôn ra đầu ngõ mua bốn gói xôi bắp, hoặc năm bảy củ khoai lang, khoai mì… cho 4 cha con lót dạ trước khi đi làm, đi học. Thằng em trai tiêu thụ xong phần của mình, dường chưa no, cu cậu liếc nhìn gói xôi của N, vẻ thèm thuồng N đẩy gói xôi về phía cu cậu,

"Ăn đi, chị không đói."

Thằng em không chút ngần ngại, chén luôn phần của chị. Cha nhìn N, nói,

"Bụng cha từ tối đến giờ anh ách khó chịu quá, con ăn gói xôi ni đi, cha chẳng muốn ăn."

Cha với lấy chiếc nón tai bèo đi nhanh ra cửa. N hiểu cha đi làm với cái bụng đói, nhường phần ăn sáng của mình cho N. Kỷ niệm như vết thương sâu, mưng mủ.

Lo xong tang ma cho cha, N ở thêm ba ngày an ủi mẹ và hai em trước khi trở lại Mỹ.

Sau đám tang mẹ dựng một am nhỏ làm tịnh thất trong khuôn viên vườn nhà, sớm hôm kinh kệ. Tuy không xuống tóc, nhưng trong bộ quần áo già lam, mẹ có vẻ thực sự đã xa lìa mọi ái ố, bon chen, dù tuổi mẹ chỉ trên 40. Hơn 10 năm nay không còn tần tảo đầu tắt mặt tối vì áo cơm, mẹ đã dần dà lấy lại được phần nào nhan sắc thanh xuân. Bốn mươi hai tuổi, mẹ còn trẻ chán, cái tuổi bung nở trọn vẹn của đàn bà về cả hai mặt, thể chất lẫn tinh thần. Nếu sống trong môi trường no đủ, không âu lo có lẽ mẹ còn làm rung động không ít những trái tim đàn ông, Lần về mới nhất, nhìn mẹ, N nói nhận xét của mình. D cốc đầu N,

"Thôi đi cô, nói xàm."

"Con nói không phải sao?"

"Đây là làng quê Việt Nam, chẳng phải nước Mỹ của cô đâu."

"Việt Nam hay Mỹ, khác gì đâu?"

Mẹ đánh trống lãng,

"Con về luôn thế này, ai lo cho thằng bé?"

"Con có mướn một bà Mễ lớn tuổi, buổi sáng bả đến, dọn dẹp nhà cửa, giặt quần áo, nấu ăn cho bọn con. Bà Mễ trông nhà và thằng bé đến khi ảnh hoặc con về. Có con hay không thì vẫn thế. Con và ảnh đi làm suốt ngày, mọi chuyện đều phó thác cho người giúp việc. Vả lại thằng bé hay đòi sang ông bà ngoại, mỗi tuần có khi ba bốn ngày. Ba làm báo tại nhà nên có thì giờ chơi với thằng bé. Hai ông cháu quấn quít. Ba nói chuyện với nó bằng tiếng Việt, thằng bé nghe, hiểu. Bọn con vui, mai mốt về thăm mẹ nó gần gũi bà ngoại được."

"Ba con vẫn khỏe?"

"Dạ, vẫn khỏe."

N nhìn vào mắt mẹ. Biết mẹ đang nghĩ về ba. Có lẽ mẹ vẫn không thể quên những kỷ niệm đã có với ba. Nếu không có Má hai, thế nào N cũng đưa mẹ sang với ba. Một đời khổ cực, mẹ phải được hưởng một chút hạnh phúc, dù muộn màng.

N ôm mẹ,

"Mẹ ơi, mẹ còn yêu ba không?"

"Bậy bạ quá, yêu đương gì… chuyện xưa."

"Nếu ba không lấy Má hai, con nhất định sẽ bảo lãnh mẹ sang với ba."

"Không được nói bậy có lỗi với cha con."

Mẹ đưa mắt nhìn di ảnh cha trên bàn thờ. N thương cha, nhưng ông đã thành người thiên cổ. Hẳn ở thế giới bên kia, ông sẽ chẳng hẹp lòng, nếu mẹ hạnh phúc.

Nhưng N chợt hiểu đã đẩy suy nghĩ đi quá xa và bật cười vì sự lẩn thẩn của mình. Nhớ đến cuộc sống êm ấm của ba và Má hai, tình yêu hai người dành cho nhau, cái cách ba chiều chuộng Má hai, ánh mắt nồng nàn Má hai nhìn ba. Cặp uyên ương này suốt đời liền cánh, cũng như sự thủy chung một dạ của mẹ đối với người chồng đã khuất. Trong lòng mẹ, dù không phải tình yêu nhưng khi đã chấp nhận làm vợ người đàn ông ngồi xe lăn kia, thì mãi mãi, duy nhất, không đổi thay. Đó là đạo lý làm người. Với mẹ, chỉ giản dị vậy thôi. Làm sao suy nghĩ viển vông của mình trở thành hiện thực được?

(1) Vì người Việt ít chọn ngành này, ba.

*

Tuổi già đang đến. Tóc hắn thưa dần và lốm đốm bạc, Tr nhận xét,

"Vài năm nữa thôi đầu anh sói sọi. Già rồi nhé."

Thỉnh thoảng đứng trước gương hắn cũng nhận ra điều

này. Sinh lão bệnh tử. Qui luật bát biến, chả việc gì phải thắc mắc, miễn là còn thở, còn khỏe, không ốm vặt, vẫn lai rai nhậu nhẹt, vẫn… trả bài chuyên cần cách nhật, vợ hài lòng, không càm ràm ghen tương vớ vẩn, là tốt rồi. "Bói ra ma, quén nhà ra rác". Hắn kỵ viếng các phòng mạch bác sĩ, thể nào cũng nghe phán không bệnh này cũng bệnh khác, phiền. Lâu lắm rồi, đến chơi nhà người bạn. Anh ta bị cao máu, ngoài việc phải uống thuốc mỗi ngày đến suốt đời, bác sĩ còn bảo mua máy, theo dõi thường xuyên để kiểm tra cho an toàn. Ngồi buồn, hắn mượn máy, thử đo. Kết quả máu hơi cao. Người bạn khuyên hắn nên đến bác sĩ khám cẩn thận và nếu cần uống thuốc cho chắc. Dĩ nhiên hắn phớt lờ lời khuyên. Vẫn tửu sắc cà phê thuốc lá chăm chỉ. Có sao đâu. Vẽ chuyện.

Tờ tạp chí vẫn sống. Tình hình chínhh trị dần thay đổi. Sự cực đoan cũng giảm nhiều. Một số "lãnh tụ" vào nursing home chờ ngày ra nghĩa trang, một số khác về thiên giới (hay địa ngục) với các đàn anh Đệ nhị Cộng hòa của miền Nam. Một số khác nữa, trẻ hơn (nhưng cũng tròm trèm sáu bó), về quê tìm gái trẻ gá ngải tào khang (vợ già đã chết hoặc sẽ ly dị sau đó), khí thế đấu tranh nhụt dần. Một hai "lãnh tụ" còn lại đã trên 80, thỉnh thoảng cũng đăng đàn hô hào nhặng xị chứng tỏ ta chưa tịch dù huyệt đã mua sẵn (rẻ, giá khuyến mãi!). Một lớp khác thuộc thế hệ một rưỡi, cũng chống cộng tới chiều, cũng vinh danh cờ vàng ba sọc đỏ, nhưng hình như đó chỉ là cái cớ để kiếm phiếu, trọng tâm vẫn là đấu đá nhau, tranh dành vài ba chức tước trong chính quyền sở tại. Tờ tạp chí có thể vẫn làm gai mắt thành phần này, song bị nhận chìm trong đại dương mênh mông của phương tiện truyền thông hiện đại, từ ngày có internet, chuyện giao lưu không còn quan san cách trở, chỉ một cái nhấp chuột là 30 giây sau bài viết của mình phát tán khắp nơi trên hành tinh này. Tiện lợi, nhanh chóng, chẳng sợ ai kiểm duyệt, tha hồ "nói trạng". Báo trên trời nở rộ, người cầm bút (chính xác: gõ bàn phím) cũng tràn lan. Bất cứ cái gì thành chữ, thành câu là có thể post lên mạng thoải mái, lại thả cửa bày tỏ lập trường kiên định (cộng, thân cộng, chống cộng, thật và dỏm), thể nào cũng có anh (hoặc chị) comment: hay quá, tuyệt bút, khí thế..

Tờ báo chưa chết, được nuôi bởi thành phần gần đất xa trời, vẫn trung thành với thói quen đọc chữ qua sách báo in. Nhưng hắn biết chả bao lâu nữa, lớp này sẽ ra đi, hay mắt mũi tèm lem, chả còn đọc được nữa. Lớp kế thừa sẽ không thiết tha với báo in. Tờ tạp chí sẽ chết.

Ng đã học xong, ra trường, mở văn phòng Luật được ba năm rồi, và đã có vợ, một cô Mỹ gốc Ý. Con bé hiền, cha mẹ di cư sang Mỹ đã 50 năm. Ann sinh ra tại Mỹ sau 4 anh chị. Annie là con út, đang làm accountant cho một công ty xuất nhập cảng. Chúng nó đã có nhà riêng, cuối tuần về thăm bố mẹ nếu không đi chơi xa. Không như đa phần các cô dâu Mỹ đều rất... Mỹ, coi cha mẹ chồng như bạn, nói năng cư xử thoải mái, ngang hàng. Những người ở Mỹ lâu, quen với văn hóa bản địa, xem chuyện ấy bình thường, nhưng với những gia đình còn nặng giáo dục kiểu tôn ti trật tự Á đông thì như thế "gai mắt" không chịu được. Annie rất ngoan, lễ phép, nhỏ nhẹ với hắn và Tr, không khác lắm cô con dâu Việt Nam. Chúng nó vừa có thêm một thành viên, con trai. Hắn và Tr vui,

Như hầu hết các văn phòng luật của người Việt, trọng tâm của mọi dịch vụ đều quẩn quanh tai nạn xe cộ, xin tiền SSI (tàn tật), té ngã trong siêu thị, trượt chân ở sở làm, tai nạn nghề nghiệp, ăn cắp vặt,... Những vụ lớn thuộc đại hình như giết người, lừa đảo, tranh chấp với số tiền khổng lồ bạc tỉ không mấy ai chọn luật sư Việt Nam, nhất là người bản xứ. Đã có vài vụ đáo tụng đình, thân chủ Việt chọn luật sư Việt, thua chỏng gọng. Bây giờ, thế hệ 2, 3, còn khá, trước đây đa phần các luật sư Việt Nam di tản, học lại, lấy được bằng nhưng phát âm tiếng Anh bằng giọng Việt, tương tự ba Tàu Chợ Lớn nói tiếng Giao Chỉ. Luật sư bên kia chơi trò uy hiếp tinh thần, "I don't understand what you said, please say it again"(1) nghe vài lần câu này là phe ta nổi nóng, lộ nhiều sơ hở. Qui tắc quan trọng nhất của nghề thầy cãi là bình tĩnh, sáng suốt, không sửng cồ sân si, giận quá hóa ngu. Thấy phe ta phạm phải lỗi này địch mừng rơn, mần tới, đẩy phe ta đến chân tường, đấm đá loạn chiêu, te tua là cái chắc! Tiếng lành đồn xa, tiếng dữ đồn càng xa, thế hệ đàn anh để lại một di sản không mấy vẻ vang, hậu sinh chào đời ở đây, dẫu nói tiếng Anh không thua dân bản xứ, nhưng đã lỡ mất niềm tin, chả ma nào dám phó thác vận mệnh mình cho các anh lawyer gốc Giao Chỉ!

Tuy vậy, như bao đời nay, hai trong vài ngành nghề danh giá nhất ở Mỹ nói riêng, mọi quốc gia nói chung, là bác sĩ và luật sư. Chẳng những hái ra tiền, còn được trọng vọng, nể vì.

Dù còn trẻ và mở văn phòng chưa lâu nhưng thu nhập của Ng rất tốt, vợ chồng Ng tậu nhà to, xe sang, hàng tuần du hí đó đây trong, ngoài tiểu bang, hàng năm du lịch khắp thế giới. Đam mê viết lách vẫn theo Ng nhưng hình như với nó chỉ là món trang sức, không quay quắt, sống chết nên nhàn nhạt, trơn lì. No đủ vật chất khiến cái viết của Ng thiếu lửa. Hắn đọc, không thấy hào hứng, cuốn hút. Văn chương ở đâu, thời nào cũng thế, đi ra từ đời sống. Đời sống mòn nhẵn, trơn tuột, tròn ủng như viên bi làm sao văn chương có lửa?

Hắn hỏi Ng,

"Tại sao con viết văn?"

"Chơi mà daddy."

"Chơi! Không xem trọng nó làm sao con viết hay cho được?"

Ng buộc miệng bằng tiếng Anh,

"Daddy exacerbated the problem."(2)

"Nói tiếng Việt, please. Quan trọng hóa, nghĩa là sao?"

"I'm sorry. Trong mọi thú tiêu khiển, literature(3) là thú tiêu khiển hiền lành vô hại nhất."

"Không hẳn vậy đâu. Nó là loại vũ khí vô hình nhưng tính sát thương cao."

"Oh! Daddy, conception of East,(4) không hợp thời nữa."

Nói chuyện với thằng Mỹ con gốc Mít này bằng thứ ngôn ngữ giả cầy, ba rọi, bực mình quá. Vả, hắn biết không thể thảo luận với con vấn đề này. Mỗi thời, mỗi nơi, mỗi khác. Ng sinh ra, hấp thụ một nền giáo dục hoàn toàn không giống như hắn. Nhớ lời một người bạn vong niên viết văn, "Phải tử tế với chữ nghĩa". Hắn đã làm văn, đã gắn bó với nó gần trọn cuộc đời, lời khuyên của người bạn vong niên vẫn mồn một trong tâm hồn hắn mỗi khi ngồi vào bàn trước màn hình, gõ xuống bàn phím, tạo thành chữ.

Đời sống chuyển động quá nhanh, lượng thông tin thuộc mọi lĩnh vực nhiều không kể xiết, kiến thức của một đứa trẻ 13, 14 gấp nhiều lần hơn của một người trưởng thành sáu bảy chục năm trước, nhưng cái kiến thức đó chỉ để phục vụ nhu cầu thực dụng. Phần khác, thuộc nội tâm, có vẻ như không phải là điều quan trọng. Cái thời nằm ôm bộ sách vài ngàn trang, như Chiến tranh và hòa bình(5), dường không còn nữa. Người ta thích đọc kiểu mì ăn liền, nhanh, gọn, dễ giải. Sự thực dụng đã giết chết cái lãng mạn, sâu lắng làm nên văn chương, nghệ thuật, những dưỡng chất nuôi lớn tâm hồn. Nói chuyện với một người trẻ bây giờ, hắn luôn kinh ngạc, nếu hỏi cậu ta về hệ điều hành của Windows hay Microsoft, sẽ được giảng giải thao thao, nhưng nếu hỏi về cái hay của một đoạn tùy bút Nguyễn Tuân, nhiều phần sẽ được đáp trả, "không biết!"

Quả thực, văn chương, nhất là văn chương Việt, xem chừng ở đất nước này và nhiều nơi khác bên ngoài quê hương, chỉ là thứ để "chơi mà"!

----

(1) Tui hổng hỉu bạn ngôn ký gì, mần ơn ngôn lại.

(2) Ba đã quan trong hóa vấn đề.

(3) Văn chương.

(4) Quan niệm của Á đông.

(1) Trường thiên tiểu thuyết của Léon Tostoi.

21

Ông già nhìn buổi chiều đang xuống, freeway chỉ còn một nửa có nắng, nửa kia bị dãy núi bên trái đổ bóng, chả bao lâu nữa nắng sẽ tắt hẳn, một ngày sẽ hết. Tán lá trên đầu còn sáng ngọn. Con lộ ngang qua trước nhà đổ dốc xuống một park rộng, nơi cư dân quanh vùng thường dẫn chó đi bộ mỗi sáng cũng đã phủ đầy bóng mát. Gió bắt đầu se lạnh, ông già định ngồi nán thêm khoảng vài mươi phút nữa, con gái ông sẽ về, cùng vào. Một mình trong ngôi nhà rộng, ông già cảm thấy lạnh lẽo quá. Tuổi già, sự cô đơn khiến ngày tháng trở nên lê thê và buồn.

Chết! Độ sau này ông già thường nghĩ đến cái chết. Hơn 70 năm, chất chồng biến động, chưa sự cố nào ông già chưa nếm trải, vinh quang và tủi nhục, hạnh phúc và đau đớn, thành và bại... Như thế cũng là quá đủ, ông già thấy có sống thêm ngày nào cũng chả ích gì cho ai, kể cả bản thân.

Ông già thường nhớ lại hành trình ông đã đi qua trong cõi đời này. Quả thực không ai có thể biết trước được những gì sẽ xảy ra trong tương lại. Thời trẻ ông già đã yêu, đã cùng người yêu thành vợ chồng, đã nghĩ sẽ không bao giờ xa lìa người vợ từng gắn bó, chia ngọt xẻ bùi suốt những tháng năm khốn khó, trong ngôi nhà thấp hơn mặt hẻm, nước mưa tràn vào suốt mùa đông. Xóm nghĩa địa đom đóm chập chờn ngoài bãi tha ma những đêm không trăng. Gió mưa quật đập ngoài rặng tre, trên mái tôn. Tiếng xích lô máy nổ dòn mỗi sáng. Ngôi cổ mộ cạnh cửa sổ với tấm bia chữ Tàu sứt mẻ và những chân nhang lạnh. Ba tháng trong trại giam thiếu ăn, những trận đòn thừa chết thiếu sống. Những lát thịt mỡ kho mắm ruốc mặn chát, và những đứa con thiếu dinh dưỡng... Vậy mà cuộc đời lại đẩy xô ông già về hướng khác, mãi mãi chia lìa người vợ thủy chung.

Giờ đây, sau hơn nửa thế kỷ, ông già đã thực sự trở thành món hàng phế thải, có cũng được, không cũng chả sao. Chỉ mong những đứa con của ông sẽ có được một cuộc sống êm đềm, không lên ghềnh xuống thác.

Tan sở, Kh không muốn về nhà, chỉ một mình trong căn nhà rộng, vắng lặng, mênh mông, buồn. Căn nhà vợ chồng Kh đã mua sau ngày cưới 2 năm. N hẳn đang bù đầu với công việc ở quê mẹ. Kh nhìn đồng hồ treo tường, 6 giờ chiều, phỏng đoán khoảng 9 giờ sáng ở Việt Nam, N đi đã một tuần, cậu con trai được gửi sang với ông bà ngoại, bà giúp việc Kh cũng cho tạm nghỉ, cơm hàng cháo chợ, đi, về bất thường, có người giúp việc làm gì! Kh loay hoay một lúc, chịu không nổi bầu khí lạnh lẽo, nên xuống garage lái xe ra đường. Đi đâu bây giờ? Kh chạy vô định qua vài con phố, chợt nhìn thấy bảng đèn chớp sáng trước cửa một quán bar, quán của người Việt, có cái tên rất gợi hình, Thiên Thai club. Kh nghe bạn bè độc thân hay nói đến địa chỉ này. Thử đổi món xem. Kh cho xe vào parking, tìm chỗ đậu. Thiên Thai club, quán nhỏ, đèn mờ, các em tiếp viên đều không quá 25, em nào cũng ngực to, mông căng tròn, ăn mặc rất kiệm vải và không... xú chiêng xì líp. Kh vừa ngồi xuống bàn, một em sà ngay tới. Cái váy quá ngắn, em lại vô tình một cách.. cố ý, dạng rộng chân ngồi xuống sofa thấp, váy tụt lên cao, để lộ con sò lông đen ngòm thập thò. Em hỏi, giọng nhão nhẹt,

"Cưng uống gì?"

"Budweiser."

Em nhích gần hơn. Cổ áo ba lỗ rộng, hai trái vú thả rông, núm vênh vểnh, đong đưa gần chạm mũi Kh, mùi nước hoa nực nồng,

"Cho em ly 7-Up nhé cưng?"

"Ok."

Em chồm qua hôn lên môi Kh trước khi đứng dậy,

"Cưng dễ yêu quá!"

Đưa tay kéo váy xuống, em đi như rắn về phía quầy, hai mông rung rung.

Tất cả các em ở đây đều thuộc lòng chiêu thức: trung bình khoảng 20 phút các em xin một ly 7-Up. Mỗi ly 15 dollars (một vốn 40 lời, chai 7-Up bán ở chợ 99 một dollar một chai ½ gallon, rót ra cũng được chí ít 6, 7 ly), một giờ 4 ly (các em làm việc không lương, thu nhập do tài mồi chài, em nào "xin" được khách nhiều ly, vãn hát chủ tính sổ, chia 4/6), cộng với bia vài chai, khách ngồi 2 giờ, mất không dưới 2 ông Washington nhìn thẳng. Nếu muốn xài món mặn, easy, chở em đến một motel gần đó, tiền phòng 40 dollars, tiền một quả trăm dollars, tổng cộng 140 dollars (có anh cả quỷnh, tính rạch ròi lời lỗ, khuyên ráng nhịn, lo cày bừa chăm chỉ, dồn tiền mỗi năm qui cố hương hay hay sang Thái Lan, thay vì Thiên Thai club, với mấy trăm dollars mặc sức đêm bảy ngày ba vô ra không kể). Kh nhìn quanh, các đấng nam nhi tận tình gỡ gạc, tay mò hang cua, tay hái dừa (2 mục này free), các em rinh rích cười, dạng rộng háng tối đa cho các anh tha hồ sục sạo, khi nhìn biết các anh phê đực mặt, em thỏ thẻ, "Cho em xin thêm ly 7-Up nhá, cưng yêu?" Bàn tay năm ngón của "cưng yêu" đang mải mê thám hiểm hang động ẩm ướt, mềm múp, sướng đến mụ mẫm, 5 ly cũng ok, sá gì chỉ một.

Kh nhớ vợ, chả lòng dạ nào chơi trò mò cua, hái dừa, lại thêm tiếng nhạc ầm ĩ và đèn màu chập choạng, nhức mắt, váng đầu. Không gian này có lẽ thích hợp với các tay độc thân. Uống cạn ly bia, Kh đứng dậy bye bye em, ra lấy xe chạy đến địa chỉ quen thuộc. Đèn đỏ, Kh dừng lại. Nhớ hồi mới quen nhau, Kh bị một giấy phạt vì vượt đèn đỏ chỗ ngã tư này. Lý do dẫn đến cớ sự: N giận vì một chuyện nhảm nhí gì đó, Kh năn nỉ gãy lưỡi N vẫn mặt lạnh. Đến ngã tư, mải mê ca bài con cá sống nhờ nước, Kh không để ý, thoải mái cho xe phóng qua lộ dù đã đèn đỏ. Lập tức xe cảnh sát đậu khuất trong góc đường lao ra, chớp đèn. Cầm tờ giấy phạt 400 dollars, Kh đau nhưng cũng được an ủi, nhờ vậy N quên giận. Xe qua khỏi ngã tư, nhà hàng sáng đèn bên trái kia nữa, có lần hai đứa vào đây ẩm thực, N chỉ bức sơn mài dỏm của hắn, nói,

"Hồi mới tới ba vẽ gia công cho một cơ sở sản xuất tranh chợ. Cái này là một trong hàng trăm tranh ba đã vẽ."

Kh nhìn bức tranh kích thước lớn trên tường, năm bảy con cá màu vàng cam, bụng ỏng, mắt lồi, những lá sen, những nhánh rong, tất cả trên nền đen, Kh cười,

"Ba cũng vẽ loại này à?"

"Ba vẽ hơn năm, cả nhà sống nhờ chúng đấy."

"Cũng vui nhỉ."

"N còn nhớ ba vừa vẽ càm ràm. Thuở ấy N nào đã biết gì, ngạc nhiên sao ba vẽ đẹp thế này lại bực bội."

"Một họa sĩ vẽ tranh fine art mà phải vẽ tranh chợ, bực bội cũng phải thôi."

"Thực ra cho đến bây giờ N vẫn hoang mang thế nào là fine art, thế nào là tranh chợ."

Được dịp, Kh mang mớ kiến thức ăn đong ra nổ,

"Họa sĩ thời xưa mong mô tả mọi thứ giống y như thật. Nhưng từ khi máy chụp hình xuất hiện, người ta có thể ghi lại tất cả những gì muốn ghi, từ phong cảnh, muôn thú, đến đồ vật, con người, nhất là với kỹ thuật hiện đại, người ta có thể dàn dựng, sắp xếp tất cả mọi ý tưởng thành hình ảnh. Lối vẽ giống như thật không cần thiết nữa, hội họa phải tìm con đường mới.

Các trường phái lần lượt ra đời, mong sẽ tìm thấy hướng đi độc đáo, không dẫm lên dấu chân người trước và mở ra những cảnh thổ lạ. Có thành công, lắm thất bại, nhiều trường phái tồn tại lâu, không ít nở rộ để nhanh chóng tàn lụn. Một số họa sĩ trở lại cổ điển nhưng họ làm mới bằng ý thức khai phá, sáng tạo, đào sâu phần "bất khả tư nghị" của sự vật. Một cách nôm na tranh fine art khác tranh chợ ở chỗ một đàng bằng màu sắc và tư duy sáng tạo, tác phẩm được khai sinh, nó có thể "không như thật" song làm lay động người thưởng ngoạn bằng "ý tại ngôn ngoại", một đàng ghi lại cái nhìn thấy bằng sự thô vụng, non nớt, nông cạn, thua xa cái máy chụp hình hạng bét. Một số tranh chợ có thể "đẹp", nhưng đó là cái đẹp của khéo tay, chả nói được gì hết, giống tượng sáp các danh nhân trong viện bảo tàng, y như thật nhưng vô hồn. Hội họa không cần cái đẹp này, máy móc, kỹ thuật hiện đại thừa khả năng làm được và làm hơn hàng chục lần, thậm chí hàng trăm lần những tác phẩm "khéo tay" kia. Hội họa cần cái mới, cái lạ, cái đẹp, chữ đẹp được hiểu một cách rộng hơn, sâu xa hơn, khai phóng hơn."

"Anh có vẻ rành nhỉ."

Kh lên mặt,

"Người yêu của con họa sĩ mà."

N cười, nép sát và Kh. Đường phố về đêm không đông nhưng chớp sáng vui mắt.

Kh nhớ vợ. Mỗi con đường, mỗi ngã tư, mỗi địa chỉ đều gợi đến hình ảnh N.

Kh yêu N, càng yêu càng nhớ, càng nhớ càng buồn. Vẫn biết N vì gia đình, vì mẹ, các em nên thường về Việt Nam, Kh cố mở lòng để cảm thông, nhưng không cố mãi được. Kh cần lắm mỗi chiều ở công ty về, thấy N từ cửa chạy ra, ôm, hôn chồng, Kh cần lắm mỗi đêm trên cánh tay Kh, đầu vợ gối lên, mùi da thịt quyện với mùi xà phòng thơm dịu. Kh cần lắm giây phút điếng ngất trong nhau, để cảm nhận sự hòa hợp âm dương không thể tách rời. Đã gần tuần nay Kh đi, về lặng lẽ, nơi cư trú trở nên hoang vu khiến Kh ngao ngán, không muốn bước chân vào nhà.

Kh xem đồng hồ trên xe. Chưa tới 10 giờ, về, hắn chả thể ngủ, nằm mở mắt nhìn trần nhà. Nhiều đêm rồi như thế, Kh sợ quá. Nhưng đi đâu bây giờ? Có lẽ lại chỗ cũ thôi. Tiếng cell phone reo, Kh cầm lên,

"Hi, I want to talk to mr T."

"Yes, I'm. Who is that, X?"

"Yes sir."

X là đồng nghiệp trẻ tốt nghiệp chưa lâu, người Việt, theo gia đình sang Mỹ lúc còn rất nhỏ. Như em trai N, X sử dụng thứ ngôn ngữ ba rọi, nửa Việt nửa Mỹ. X về công ty khoảng tháng nay, dưới quyền Kh.

"Em muốn gặp chú để questions about the commercial project H."(1)

"Tôi đang ngoài đường."

"Bao giờ chú về? I will come to your house."(2)

"Tôi về khuya lắm. Hay là… Cô biết quán W? Cô đến đó nhé?"

"Yes, em sẽ đến ngay."

Quán W, vừa phục vụ thức ăn khuya vừa có license bia rượu. Từ hôm N đi, Tối, Kh thường đến đó, ngồi trong góc khuất quen thuộc, một mình với chai rượu, Kh sẽ uống thật say. Chỉ thật say Kh mới ngủ được. Một thói quen nguy hiểm, về lâu về dài sẽ trở thành bợm nhậu. Biết vậy nhưng không còn chọn lựa nào.

Như lần trước, Kh gọi món thịt nai xào hành tây và chai rượu vang đỏ hiệu Hey Mambo Sultry, sản xuất tại California. Kh thích hiệu này vì màu sắc lẫn hương vị, đậm đà và cay nồng mùi hồ tiêu. Rượu Cali bây giờ ngon không kém Âu châu, giá lại rẻ hơn nhiều.

Kh uống chưa cạn ly đầu tiên thì X đến. X trẻ hơn Kh chừng hơn 10 tuổi, ngoại hình hấp dẫn, vòng một đạt tiêu chuẩn, hông nở, da bánh mật, mắt ướt có đuôi, miệng rộng, môi dày, giọng nói khàn đục gọi mời. Dù đã là nhân viên dưới quyền non tháng, hàng ngày tiếp xúc nhưng hôm nay Kh mới nhìn kỹ. Cá tính cô này hẳn mạnh mẽ. Chả hiểu sao Kh nghĩ vậy. X hơi cúi đầu chào Kh.

"Cô ngồi đi. Uống gì nào?"

X mỉm cười,

"Cho em xin cốc rượu."

Gọi bằng "chú", xưng "em", lạ. Lại còn uống rượu nữa chứ, Kh thích thú,

"Ái chà… "

"Trước em có boy frend, some time vẫn đi uống với he."

"À…"

X lật tập hồ sơ mang theo, đưa Kh xem một bản vẽ và hỏi vài chuyện. Hai người thảo luận chừng 15 phút. Kết thúc công việc, Kh hỏi X,

"Ok chưa? Còn thắc mắc gì nữa không??"

"Oh, no… Chú sắp về chưa?"

"Chưa, về giờ này tôi nào ngủ được. Cô cứ về trước đi!"

X nhìn Kh, nét buồn hiện rõ trong ánh mắt, cảm thấy trắc ẩn. Có lẽ ông ta yêu vợ lắm. X muốn nói vài lời an ủi nhưng không biết phải nói thế nào,

"When will she come back hở chú?"(3)

"10 ngày nữa."

"Nhanh mà chú."

Kh nâng ly rượu uống cạn, vừa nói với X vừa rót ly mới,

"Ngược lại, tôi thấy lâu quá."

"I can't sleep early either,(4) em sẽ uống với chú."

"Ồ, tốt quá, nào, cụng ly."

Cả hai uống đến giờ quán đóng cửa, một giờ sáng. Kh uống nhiều, rượu làm Kh mất tự chủ, nói nhiều, như tâm sự, không ngừng nhắc đến vợ với tất cả cung bậc, yêu thương, nhớ nhung, giận lẫy vì N mải lo cho mẹ, hai em, lơ là với Kh và con. X cũng uống nhiều, nhưng như hầu hết phái nữ, hoặc không biết uống, hoặc nếu biết thì rất khó say. X nhìn chai rượu thứ 3 đã cạn, nói,

"Chú say rồi, mình về"

"Còn sớm mà, tôi muốn uống nữa…"

X nhìn Kh, uống gì nữa! X gọi tính tiền, dìu Kh rời quán ra parking,

"You can't drive, the police catch, troublesome,(5) Để xe lại đây tomorrow to take, Em đưa chú về."

"Tôi lái được, tôi đâu có say…"

X không trả lời, lẳng lặng dìu Kh vào ghế sau xe mình, khóa dây an toàn. Mặc Kh lảm nhảm, X đưa Kh về. Đến nhà, X lục túi quần Kh lấy chùm chìa khóa, mở cửa dìu Kh vào giường trong phòng ngủ. Nhìn Kh như con mèo ướt, X chép miệng,

"So drunk"(6)

X nhìn đồng hồ, gần 2 giờ sáng. Phải về thôi. X đứng dậy định ra ngoài lấy xe. Kh bỗng ngồi dậy, lảo đảo chạy nhanh vào restroom, cúi đầu vào bồn cầu ói xối xả. Ói xong Kh mệt lả, ngồi bệt xuống sàn, tựa lưng vào tường, thở dốc. X vào, xốc Kh trở lại giường, lắc đầu,

"So weak!"(7)

Kh mở mắt nhìn X,

"I'm sorry."

"Vomiting is good.(8) Chú thấy khỏe chưa?"

"Thank you, đỡ nhiều rồi."

Kh bỗng chồm lên ôm X,

"Em đừng đi.."

Kh siết chặt tấm thân hôi hổi, vùi mặt vào vùng trũng hai trái vú, nước mắt không kìm được, thấm ướt ngực X,

"Tôi buồn quá..."

X định đẩy Kh ra, nhưng cảm thấy người đàn ông thật tội nghiệp. X đưa tay vuốt chậm mái tóc Kh, giọng nhỏ,

"Uncle!...." (9)

----

(1) Hỏi về dự án khu thương mại H.

(2) Em sẽ đến nhà chú.

(3) Khi nào bà ấy về?

(4) Em cũng không ngủ sớm được

(5) Chú không thể lái xe, cảng sát bắt, rắc rối. Để xe lại đây mai lấy, em đưa chú về.

(6) Say quá.

(7) Quá tệ.

(8) Nôn được là tốt.

(9) Chú.

*

Kh thức giấc lúc ánh nắng rọi qua cửa sổ phủ trên một phần mặt nệm. Nhìn sang bên cạnh, X nằm nghiêng, lõa thể, một chân duỗi dài một chân co. Dưới sàn nhà vung vãi quần áo của Kh, của X.

Kh nhớ lại mọi chuyện. Bậy quá, mình mất hết lý trí rồi. Kh ngồi dậy vào restroom, đứng dưới vòi sen Kh miên man suy nghĩ. Phải giải quyết thế nào đây, nhỡ mai mốt N biết, và bây giờ, phải cư sử làm sao với X?

Tắm xong Kh vào mở tủ lấy bộ quần áo sạch, thay. X cũng vừa thức giấc, ánh sáng ban mai ngập căn phòng. X kéo tấm chăn che bớt thân thể lõa lồ. Kh nói,

"Em tắm đi, tôi ra pha coffee, em uống chứ?"

"Ok."

Kh xuống kitchen room pha coffee mang lên phòng khách. Ra ngoài cổng lấy tờ nhật báo thằng nhỏ vừa tuồn qua cửa sắt. Kh trở vào, đọc lướt các hàng tin ở trang đầu. Trọng tâm vẫn những biến động nóng hổi ở Trung Đông. Hết Á châu đến Trung Đông. Thế giới không ngày nào yên. Người ta nói, các "ông lớn" luôn tìm cách châm ngòi chiến tranh, hết chỗ này đến chỗ khác. Phải tạo chiến tranh, nếu không, vũ khí sản xuất ra bán cho ai? Cuộc đời thực kỳ lạ, những mỹ từ như tự do, nhân quyền, đạo đức, bình đẳng… vẫn được tụng ca hàng ngày ở mọi nơi, mọi thời, vậy mà cũng nhân danh những mỹ từ này người ta chém giết nhau không nương tay, được tiếp sức bằng đủ mọi công cụ sát thương ngày càng qui mô, tinh xảo. Đôi lúc Kh hoang mang tự hỏi, làm thế nào định nghĩa thực chính xác hai từ "chính nghĩa" khi mà chuẩn mực đo lường tùy nơi, tùy thời không cùng mẫu số chung. Israel đánh chiếm cao nguyên Golan, sát nhập thành lãnh thổ của mình, gọi là mở mang bờ cõi, Syria mất đất, gọi Israel là quân xâm lược. Chuẩn mực chính nghĩa ở đâu?(1)

X tắm xong, vừa bước ra từ restroom vừa giũ giũ mái tóc dài ướt nước,

"So cool.", X hít hà, dù đã có máy điều hòa không khí..

Đã vào mùa đông, tiết trời chuyển lạnh. Hai người ngồi đối diện nhau qua chiếc bàn thấp. Trông X tươi mát, chiếc khăn lông quấn quanh người, phơi nửa vùng ngực, đôi chân dài vắt chéo và phần mông no căng. Kh tránh tia mắt vào cái thực thể đêm qua đã cùng Kh mây mưa tận tình, nói,

"X uống coffee đi, cho ấm."

X nâng tách chiêu một ngụm nhỏ,

"Uhm, coffee Việt Nam, so good."

Kh muốn mở lời nhưng lúng túng mãi,

"Tối qua… Tôi… tôi…"

X đặt ly coffe xuống bàn, nhìn Kh mỉm cười,

"I understand what uncle wants to say, don't worry."(2)

X nói thêm, chuyện tối qua do X tự nguyện, vả lại, chuyện nhỏ thôi mà. Chú đừng băn khoăn. Kh nghĩ ngay, thoải mái, dễ dàng, tự chủ, Equality(3), đúng là phong cách của giới trẻ Mỹ, coi việc quan hệ tình dục như một cái bắt tay, chia nhau nửa cái hamburger khi cả hai cùng đói. Kh thở phào nhẹ nhõm. Nhưng lòng vẫn không yên. Kh cảm thấy có lỗi với N. Tự hứa sẽ không tái phạm nữa.

Cả tuần sau đó, dù vẫn chạm mặt hàng ngày tại công ty, nhưng ngoài công việc, Kh không đả động gì đến chuyện cũ, X cũng vậy. Cả hai xem như chả có chuyện gì từng xảy ra. Cho đến hôm Kh ghé quán cũ, một mình với chai rượu, Kh uống, và nhớ X, nhớ đôi mắt ướt, nhớ vành môi dày, nhớ giọng khàn đục, nhớ đồi ngực cao, nhớ vùng nhạy cảm phì nhiêu mũm mĩm, nhớ tiếng kêu thảng thốt, "Good… good… strong uncle… more… more… I like…", cùng lúc hạ thể ưỡn cao, vòng ôm hối hả khi Kh tăng tốc. Men rượu làm rõ thêm những hình ảnh đang chạy lại trong đầu làm Kh bứt rứt. Kh bấm cell phone gọi X.

X đến. Trẻ trung, phơi phới, mắt long lanh ướt, môi thoa son bóng, ngực cao sau lớp áo lụa, chiếc váy ngắn phơi đôi chân dài, X sà xuống ghế đối diện,

"Hi, chú tới lâu chưa?"

"Khoảng nửa giờ."

"Em đang không biết phải what to do tonight… "(4)

"Vậy uống với tôi."

Kh gọi thêm ly và order thêm món nhậu. X cầm menus, đọc,

“Ở đây có cả thịt goat(5) kia à?”

“Thịt deer(6) còn có nữa là. Mình thêm món dê xào lăn nhé?”

“It’s up to uncle.”(7)

Quán vắng, tiếng nhạc nhẹ, thoang thoảng một điệu tình ca, *Yesterday once more*, một trong những bản nhạc thịnh hành. Cả hai vừa uống vừa chuyện trò có vẻ tâm đắc. Kh biết không quên được dễ dàng cô gái năng động này và linh cảm X còn gắn bó với Kh dài lâu.

“I know uncle sad, need someone to confide(8) nên mới gọi em.”, X nói.

“Không hẳn, từ hôm đó tôi vẫn bị X ám ảnh.”

“Uncle tell the truth?”(9)

“Thật.”

“Me too… I like uncle”

“Em hãy nói tiếng Việt, bỏ bớt tiếng Anh đi.”

“Dạ… nhưng từ từ…”

Khuya, X lại chở Kh về.

Đêm yên tĩnh. Trong ánh sáng dịu của chụp đèn ngủ, X nằm ngược, gối đầu lên bụng Kh, chốc chốc X nhích xuống. Kh ưỡn người, hổn hển,

“Em…”

X ngóc lên, giọng nhỏ,

“Uncle, it’s so cute.”(10)

“Đừng gọi bằng chú nữa.”

X cười khúc khích,

“But…. I want…Uncle, romantic…”(11)

Kh kéo X lại gần, hôn khắp, lùa lưỡi vào chỗ trũng hai gò ngực

"Em dễ thương lắm, không khéo tôi yêu em."

"Ancle love me, great, me too."(12)

"Đã bảo nói tiếng Việt."

"Em xin lỗi, em yêu chú."

Kh vuốt ve, sục sạo, trườn xuống quét lưỡi ngập sâu. X luôn miệng,

"Oh!... Very good.... Uncle licking my pussy... Good... Good...I like..."

Hết màn giáo đầu, Kh lật X nằm ngửa, nắm hai chân X đẩy lên cao, dạng rộng, nhẹ nhàng đẩy vào, chuyển động liên tục, ban đầu chậm rồi nhanh dần. X bấu hai bàn tay vào tóc Kh, la hoảng,

"Yes... yes... yes.... yes... more... more... stronger... Uncle.... I like..."

Suốt đêm Kh làm tình với X nhiều lần. Người con gái này ngoài sự trẻ trung tươi mát còn là đối tác tuyệt vời trong ân ái. Mạnh mẽ, đắm say, dữ dội. Hình ảnh N vẫn chập chờn trong tâm tưởng, nhưng X nhiệt tình quá, khiến Kh không cưỡng nổi sự cám dỗ, đành buông xuôi, mặc bản năng chủ động, không chỉ một đêm, mà nhiều đêm sau, suốt thời gian N còn ở Việt Nam. Kh nhủ thầm, X tự nguyện, không điều kiện. Đàn ông mà, mất mát gì đâu. Mình sẽ chấm dứt quan hệ này khi N trở về.

---

(1) Năm 2018 tổng thống Mỹ D. Trump tuyên bố chấp nhận cao nguyên Golan là lãnh thổ Israel, mặc chống đối của quốc tế. Lẽ phải thuộc về kẻ mạnh. Làm gì nhau!

(2) Em hiểu chú muốn nói gì, đừng lo.

(3) Bình đẳng.

(4) Em đang không biết phải làm gì tối nay.

(5) Dê.

(6) Nai

(7) Tùy chú

(8) Em biết chú buồn, cần người tâm sự

(9) Chú nói thật?

(10) Chú, nó dễ thương quá

(11) Nhưng... em muốn thế, chú, lãng mạn.

(12) Chú yêu em, tuyệt, em cũng yêu chú.

*

Phi cơ hạ cánh, bò chậm vào gate.

Gate ở tầng trên, Kh đứng đợi gần chân thang. N xuống bằng thang cuốn, Kh đưa tay vẫy, bước nhanh tới ôm vợ, hôn lên đôi môi chưa tắt nụ cười, một tay ôm ngang hông N, một tay đẩy xe hành lý ra cửa, Kh nói, giọng âu yếm,

"Mệt lắm phải không cưng?"

"Dạ, không... Nathan thế nào anh?"

"Vẫn ok, anh gửi nó qua ngoại, coi bộ cu cậu kết ông bà lậm."

"Tốt thôi, Nathan được dịp học tiếng Việt."

Kh nghĩ đến thời gian nửa tháng N ở quê,

"Mọi chuyện ổn cả chứ?"

"Good. Có lẽ cuối tháng này sẽ xong."

Quán ăn và phòng trọ quá nhỏ không đáp ứng được yêu cầu của du khách mỗi ngày một đông, vợ chồng Ng muốn nâng cấp thành một Motel and small restaurant, dù đã có drawing của Kh, nhưng N sợ bọn nhỏ chưa có kinh nghiệm, bị qua mặt, sẽ nẩy sinh nhiều sự cố, N phải tận mắt coi sóc mới yên tâm. Đó là lý do N phải bay về, dù chỉ mới 6 tháng trước N đã về.

Nhiều năm nay N hay trở lại quê nhà, có năm những hai lần. Ban đầu không có vấn đề, thậm chí Kh còn năng nổ giúp N lo cho mẹ vợ và hai em nhiệt tình, như khi vợ chồng Ng muốn nâng cấp cơ sở kinh doanh, Kh đã nhanh nhẹn thiết kế bản vẽ. Nhưng lâu dần Kh cảm thấy lấn cấn. Đành rằng quan tâm đến gia đình là một điều tốt, Kh không thuộc típ người hẹp hòi ích kỷ. Nhưng cái gì cũng có giới hạn. N vẫn rất yêu chồng, thương con, ngặt nỗi tình thương dành cho mẹ, hai em đôi lúc lớn quá, khiến Kh có cảm tưởng mình chỉ là nhân vật phụ. Kh là người bình thường, chả phải thánh thần, nên không đủ bao dung để hoàn toàn tán đồng ý muốn của vợ.

Riêng N, hơn 14 tiếng, suốt thời gian bay từ Việt Nam về Mỹ, N không ngừng nghĩ đến chồng, nghĩ đến những dấu hiệu bất hòa sẽ nẩy sinh nếu không khéo thu xếp. N nhìn ra ngoài, biển mây trắng xóa, phi cơ nhồi lắc nhẹ. Chung quanh N mọi người đang ngủ, màn hình TV lớn đang chiếu một phim kinh dị nhân ngày lễ Hallowen. N tháo headphone ra khỏi tai, ngả đầu vào tựa ghế, nhắm mắt. N nhớ đến thái độ của chồng hôm N sắp ra phi trường về quê.

"Em mới về 6 tháng trước, hôm nay lại về nữa!"

Giọng Kh có vẻ không vừa lòng, N biết, nhưng quan tâm của N cho mẹ, hai em vẫn mạnh hơn, N nhỏ nhẹ,

"Anh à, em phải về để chỉ đạo vợ chồng Ng"

"Bản vẽ anh đã hoàn tất, cứ thế mà làm, đâu cần phải có em."

"Không giản dị đâu anh. Tụi thi công nếu không theo dõi sẽ bôi bác, chả ra gì đâu."

N đủ bén nhạy để hiểu những bực bỏ của Kh, cũng đủ khách quan để thấy hành vi của mình nhiều năm qua là thái quá. Nhưng mỗi lần nhớ đến mẹ và các em là lòng N thấy bứt rứt không yên. N biết sự quá quan tâm đến gia đình của N như vậy là bất công với chồng, không fair. Ngặt nỗi có lẽ ám ảnh những ngày cơ cực xưa kia đã cày trong tâm hồn N những luống sâu, khó xóa lấp, lúc nào N cũng nghĩ mình làm chưa đủ để mang lại hạnh phúc cho mẹ và hai em, dù trên thực tế, N đã làm trên mức họ mong có. N tự nhủ, sẽ thôi không về thường xuyên nữa. Chuyện nhà đã ổn, hơn nữa, phương tiện truyền thông ngày nay không còn khó khăn như xưa, N có thể nói chuyện hàng ngày với mẹ, hai em. Thậm chí có thể nhìn thấy mặt nhau qua điện thoại thông minh. Phải dành thì giờ nhiều hơn cho chồng con, những người thân gần cận nhất.

N liếc nhìn chồng, Kh hơi ốm, da tái, vẻ mỏi mệt hiện rõ trong đôi mắt,

"Anh có bệnh không?"

"Không, anh vẫn khỏe."

"Trông anh gầy và xanh, em lo."

Kh chột dạ. Mười ngày nay đêm nào cũng với X mây mưa liên tục, có đêm gần như không ngủ. X "xung" quá, luôn năng động và cuồng nhiệt. Kh "bị" cuốn theo, ngất ngư nhưng rất thích. Không "gầy và xanh" mới lạ. Sáng nay, vẫn sau một đêm quần nhau quên ngủ, trước khi X ra về, Kh kéo thân thể lõa lồ của X vào sát, dụi mặt vào vùng nhạy cảm khi X nhảy ra khỏi giường định vào restroom,

"Tối nay she will be back, tôi không còn gặp em nữa."

X ôm đầu Kh,

"Still meet daily at the company. "(1)

"Nhưng…"

X cười, cúi hôn lên môi Kh,

"Whenever uncle want it, I'll come."(2)

"Đừng gọi bằng chú nữa"

"Ok, bus anh cũng đừng xưng tôi với em."

Như mọi lúc, phi cảng luôn nhộn nhịp, khách vãng lai liên tục, tiếng trên loa phóng thanh vang vang, thông báo giờ cất, hạ cánh của những chuyến bay. Kh nhanh nhẹn mang hành lý vào cóp xe và rời phi trường. Trên đường về, hình ảnh X vẫn lẩn quẩn trong đầu. Chết thật, mình bậy quá, N đã trở lại, sao mình cứ nhớ X?

Xe vào sân, N vào nhà. Không có gì thay đổi, tuy nhiên có vẻ lạnh lẽo. Kh theo vào sau với va li hành lý của N,

"Bà Mễ đâu anh?"

"Từ hôm em đi, anh thường ăn tiệm, nên cho bà ấy tạm nghỉ."

"Vẫn trả lương cho bà ấy chứ?"

"Dĩ nhiên."

N vào phòng ngủ, căn phòng thân thuộc. Chiếc giường king size, màn hình TV lớn, bàn trang điểm, tấm gương trong khung nẹp to, kiểu cổ điển với hoa văn cầu kỳ sơn nhũ vàng, chậu cây xanh góc phòng. Phía trên đầu giường treo chân dung lớn chụp vợ chồng ngày cưới, N nghiêng đầu vào ngực Kh cười rạng rỡ.

Ở đâu, dù tiện nghi sang trọng bao nhiêu cũng không thoải mái bằng nhà mình, N thả người xuống nệm, mỏi mệt suốt 14 tiếng trên phi cơ dường tan biến.

"Em tắm đi, xong mình ra ngoài ăn tối."

"Dạ… Anh ơi..."

"Gì em?"

"Ôm em đi, nhớ mùi anh muốn điên."

Kh ôm N, hôn sâu,

"Anh cũng nhớ em dại người."

Kh cởi vội mấy cúc áo vợ, đẩy xú chiêng xuống, ngậm một bầu vú, nút, tay kia lòn xuống, trong váy, xoa bóp. Ướt dầm dề. N thở hắt,

"Anh làm em chịu hết nổi. Tối đã mình…"

"Anh thèm quá..."

"Em cũng thèm, nhưng ráng nhịn, đi ăn, tắm rửa sạch sẽ... Mình có cả đêm mà."

Cả đêm...

Kh đã đi làm. Nắng ban mai rọi qua cửa sổ. Lười ra khỏi giường, N với tay lấy remote trên bàn đêm khép màn lại, ánh sáng dịu xuống, căn phòng ấm hẳn. Đêm qua gần như không ngủ, một phần vì trái múi giờ, phần khác, nửa tháng xa cách, hai vợ chồng đều ham hố bù đắp cho những ngày thiếu nhau, suốt đêm cả hai quần thảo, không ngừng. Kh có sức khỏe hơn người, mười ngày cần mẫn với X, vậy mà vẫn thỏa mãn vợ nhiệt tình. N khép mắt định ngủ nhưng không ngủ được. Nhìn đồng hồ, đã hơn 9AM. Dư vị đêm qua còn vương vất, N mỉm cười nhớ lại những trận tình sôi nổi, đắm say như tuần đầu trăng mật nhiều năm về trước, những trận tình vẫn còn rờn rợn trên da thịt, trên hai trái vú, chìm trong thẳm sâu cửa mình.

Bỗng nhớ Caméra hai vợ chồng đã lắp đặt hồi mới lấy nhau. Như hầu hết các cặp vợ chồng trẻ, thường ghi hình những lần ân ái để kỷ niệm. "Về già, xem, để... tiếc.", Kh thường đùa. Sau thời gian đầu, vài năm gần đây N và Kh quên bẵng. Máy thâu hình hiện đại, rõ nét, màu sắc trung thực và sẽ khởi động khi có hơi người. N muốn thưởng thức lại dư vị đêm qua. Lục tìm cái remote từ lâu không sử dụng cất dưới hộc tủ của bàn đêm. Máy quay nối với TV. N retune lại một đoạn. Trên màn hình cảnh ái ân hiện lên thật rõ cùng âm thanh mồn một. Nhưng N sửng người, Kh đang cùng X đóng phim XXX. Tiếng rên, tiếng đối thoại dâm dật, tiếng môi lưỡi, tiếng cọ xát của hai bộ phận sinh dục... Hình ảnh Kh ngụp lặn giữa háng X, hai tay X bấu vào tóc Kh, hạ thể ưỡn cao, chuyển động, giọng X khàn đục hổn hển, "Good... good... Uncle licking my pussy... I love it..." Hình ảnh X ngồi xổm trên người Kh sàng sẩy, nhấp nhỏm, tiếng lép nhép... N vội vàng trở lại một đoạn dài, suốt hơn tuần đêm nào cũng cảnh mây mưa cuồng loạn. N muốn ngất xỉu.

Có thể như thế sao? Người chồng N hết lòng thương yêu, nể phục đó sao?

N nằm thừ hàng giờ, nước mắt ràn rụa. Vậy mà tối hôm qua Kh tha thiết nói khi N ôm chồng, dạng rộng chân cho chồng vào ra mạnh mẽ,

"Nửa tháng xa vợ anh nhớ thảm thiết, đêm nào cũng trằn trọc mãi gần sáng mới chợp mắt được một tí. Có lẽ vì vậy em thấy anh gầy."

N thương và tội nghiệp Kh không biết để đâu cho hết. N quặp hai chân đu người ép sát vào chồng, nói qua hơi thở,

"Bây giờ em đền nè… Mạnh nữa đi mình… Em muốn mình thỏa mãn tối đa…"

N vừa đau đớn vừa uất hận, anh không ngủ được và gầy là phải. Khốn nạn đến thế là cùng!

Trưa, biết Kh gần về, N cố ngồi dậy, vào restroom làm vệ sinh, nhìn mặt mình trong gương, nhìn hai môi, nhớ tối qua hai môi này đã ngậm của Kh đắm đuối. N lợm giọng chực ói. Thay bộ quần áo sạch, kéo chiếc va li chưa kịp thu xếp còn dựng góc phòng ra xe sau khi đã viết vài chữ để lên bàn đêm, dằn dưới remote, "Anh hãy xem lại caméra."

Trước khi rời phòng N cho màn hình đứng lại cảnh Kh đang vùi mặt vào háng X mở rộng.

N chạy xe xuống đồi, nước mắt vẫn ràn rụa. Đến một ngã tư, N suýt vượt đèn đỏ.

----

(1) Vẫn gặp hàng ngày ở công ty mà.

(2) Bất cứ lúc nào chú muốn, em sẽ đến.

*

Hắn kéo vòi nước tưới các luống hoa sân sau, Nathan lủn đủn chạy theo, luôn mồm

"Grandpa, water this place..."(1)

Thằng bé chỉ vào một bụi hoa. Hắn không quay lui, nói,

"Nói tiếng Việt."

"Grandfather..."

"Nếu không nói tiếng Việt, ông ngoại hổng chơi với Nathan nữa."

"Ong... goại."

Hắn cười ha hả, vất ống nhựa, cúi xuống bế thằng cháu đi vào nhà. Nắng đã lên cao, nhìn bóng nắng của hàng cây sát vách tường hắn đoán có lẽ khoảng 11 giờ. Hôm nay Tr không đi làm. Thứ 4. Như mọi tuần, Tr nghỉ ngày thứ 6, giao tiệm cho manager trông coi, nhưng vì N mới về, Tr đổi ngày nghỉ ở nhà gặp N.

"Anh ơi, pha nước mắm đi."

Tr nói với hắn khi thấy hai ông cháu vừa từ sân sau đi vào. Tr đang đổ bánh xèo, món ăn hắn và N thích. Hắn pha nước mắm rất ngon, lần nào Tr làm món ăn này hắn cũng giữ phần việc xem chừng nhẹ nhàng nhưng lại cực quan trọng! Bánh xèo, bánh khọt, bánh bèo, bánh hỏi, bún thịt nướng, cơm tấm... Rất nhiều món ăn Việt Nam ngon dở tùy thuộc phần lớn vào nước chấm. Hắn méo mó nghề nghiệp, cho rằng hình như bọn cầm cọ đa phần nấu ăn ngon, nhất là pha nước chấm! Theo hắn, sở dĩ có hiện tượng này vì bọn nghệ sĩ, cụ thể họa sĩ, bẩm sinh bén nhạy, gia giảm màu sắc để có được một "tông" màu như ý. Nói ví von, pha nước mắm hay pha màu đều là... pha, "những con tương cận" cả! Hắn đem "phát hiện" này nói với một vài người, luôn nhận được tràng cười chế giễu. Tuy vậy, hắn vẫn bảo lưu "phát hiện", như một khám phá của riêng hắn!

Hắn giã ớt tỏi, vài muỗng canh nước mắm, một lượng

nước lọc, thêm dấm, đường, trộn đều. Hắn nếm thử, hơi nhạt, cho thêm nửa muỗng nước mắm. Lại nếm, vừa miệng. Nhìn thành quả lưng tô, nâu nhạt, đỏ au màu ớt, hắn vừa lòng. Mùi dầu chiên thơm ngào ngạt căn bếp. Những khoanh bánh vàng đậm, những con tôm, những cọng giá trắng nõn ngon mắt. Hắn phụ vợ dọn chén đũa ra bàn,

"Vợ chồng Kh mấy giờ sang?" Hắn hỏi vợ.

"Kh đi làm, nói sẽ về sớm. Có lẽ cũng sắp."

Hôm qua N gọi báo tin đã tới nhà, hẹn ngày mai hai vợ chồng sẽ qua. Buổi bánh xèo hôm nay Kh làm nhân tiện con gái về lại Mỹ. Hắn xoa đầu thằng bé,

"Ba mẹ con sắp đến."

"Oh… mom com back… I happy…"(2)

Hắn nhìn thằng bé, nghiêm mặt,

"Nói tiếng Việt."

Thằng bé phụng phịu,

"It's too hard, grandfather."(3)

"Phải học con à, người Việt không nói được tiếng Việt, kỳ lắm."

N xuất hiện ngay cửa xuống phòng ăn cùng chiếc va li kéo. Thằng bé chạy nhanh lại, ôm chân N,

"Mom, I miss you so much."(4)

N bế con lên, hôn lia lịa lên trán Nathan,

"Me too."

Hắn chỉnh N,

"Con phải nói với nó bằng tiếng Việt."

"Dạ, con quên."

"Kh chưa về à?"

Hắn hỏi. N đặt thằng bé xuống, nhìn hắn, nhìn Tr mắt rơm rớm. Tr hỏi ngay,

"Có chuyện gì thế?"

N bỗng khóc òa, tức tưởi kể lại sự cố. Hắn và Tr im lặng, không biết xử lý thế nào. Chuyện bất ngờ với N đã đành, cả hắn và Tr nữa, cũng ngạc nhiên không kém. Kh là một người chồng tốt. Điều này đã chứng minh qua thời gian, từ ngày Kh lấy N. Năm năm, Kh chỉ một lộ trình từ nhà đến sở, và ngược lại. Nếu khác, chỉ khi nào có vợ, như đi nghe nhạc, xem movie, dự các buổi sinh hoạt văn nghệ, du lịch trong nước Mỹ và thế giới, về Việt Nam. Dĩ nhiên Kh cũng có bè bạn, nhưng trong chừng mực vừa phải, cuối tuần cũng họp mặt, BBQ, vài chai bia, trò chuyện, đàn ca hát xướng vui vẻ. Vậy thôi, tuyệt không trà đình tửu quán, gái trai nhăng nhít. Đam mê duy nhất của Kh là nhạc thính phòng. Kh có thể ngồi hàng giờ liền, với chai rượu vang, trong phòng khách, ngửa người vào tựa ghế sofa, gác chân lên đôn thấp, mắt nhắm, lắng nghe tiếng nhạc lướt bay nhẹ nhàng khắp phòng. Kh yêu vợ, ngoài vợ ra không thể có người nữ nào khác hiện hữu trong cuộc đời Kh. Hàng đêm ôm vợ trong vòng tay với niềm hạnh phúc ngập tràn, ngàn lần ân ái với vợ đều đắm say, hài mãn như những ngày đầu. Vậy mà… Sự cố quá bất ngờ. N không thể tin, nếu không tận mắt xem caméra. Hắn và Tr nữa, càng không thể tin.

Hồi lâu, hắn hỏi nhỏ, dù biết câu hỏi thừa,

"Chuyện thật chứ?"

"Con bịa được à? Để làm gì?"

Tr tắt bếp, tháo tấm tạp dề treo lên móc, kéo ghế ngồi, thở dài,

"Thằng Kh bỗng đổ đốn, mẹ không ngờ."

Bé Nathan chạy lại nắm tay ông ngoại,

"Grandfather, I'm hungry!" (5)

Hắn bế thằng bé đặt ngồi lên ghế, nói với N,

"Thôi, từ từ rồi tính, lại ăn cho con nó ăn."

Vừa lúc Kh từ ngoài bước nhanh vào. Nathan reo lên,

"Daddy."

Thằng bé leo nhanh xuống ghế chạy lại, Kh giang tay ôm con, cùng lúc nhìn N,

"Em..."

Tr bỏ đôi đũa đang gắn những chiếc bánh vào các đĩa xuống, hướng tia mắt về phía Kh, lớn tiếng,

"Cậu tệ quá, con gái tôi nó thương cậu chừng nào, cậu biết hơn ai hết. Tại sao cậu làm vậy? Cậu có còn là người nữa không?"

Hắn cũng tiếp,

"Là đàn ông, tôi cảm thông, nhưng như thế này thì quá đáng..."

Kh rơm rớm,

"Con xin lỗi ba mẹ (quay sang N), anh xin lỗi em..."

N cố lấy giọng bình tĩnh,

"Anh ngồi đi, chúng ta nói chuyện."

N dừng một chút rồi từ tốn, lưu loát. Có lẽ suốt mấy tiếng đồng hồ, kể từ lúc phát hiện sự việc, N đã suy nghĩ rất nhiều, sẽ ứng xử thế nào với Kh,

"Mới xem caméra em ngộp thở, uất hận, nhưng dần dần bình tĩnh lại, em thấy một phần cũng do em, đã quá chú trọng đến mẹ và 2 em ở Việt Nam, không chu toàn trọn vẹn cho anh, cho con. Trên máy bay em đã suy nghĩ kỹ, mẹ và 2 em đã ổn định, em sẽ thưa về, sẽ toàn tâm toàn ý cho gia đình của chúng ta. Nào ngờ sự cố xảy ra. Nói hết giận anh là không đúng, nhưng đó không phải là nguyên nhân chính đưa em tới quyết định, chúng ta không thể sống với nhau được nữa, ly dị thôi. Hãy tưởng tượng xem, nếu em trở về với anh, cũng ngôi nhà đó, cũng căn phòng đó, cũng giường chiếu đó, anh nghĩ đi, làm sao em bình thường chăn gối với anh, làm sao em xóa quên được những gì đã lỡ nhìn thấy? Trí óc con người đâu phải mặt kính, chỉ cần rửa, lau là sẽ sạch mọi vết bẩn."

"Anh xin lỗi em, anh hứa sẽ bỏ tất cả."

"Bỏ hay không bỏ, nào phải là trọng tâm của vấn đề, anh hiểu mà."

Kh quay sang hắn và Tr cầu cứu,

"Ba mẹ nói giúp con một tiếng, con hối hận đã không làm chủ được mình, để bị cuốn vào chuyện tồi tệ…"

Hắn thở dài, nói với N,

"Con à, hãy cho chồng con một cơ hội."

"Ba là nhà văn, hẳn ba hiểu hơn ai hết, có những vết thương khi lành không để lại sẹo, nhưng có những vết thương sâu, vết sẹo vô phương tẩy xóa. Sống với nhau hạnh phúc là điều tuyệt vời, ngược lại, để duy trì cái gọi là mái ấm gia đình đừng đổ vỡ, vì con cái hay vì cái gì đó mà phải ép lòng thì khổ biết bao nhiêu, cho cả hai. Suốt quãng đường từ nhà con đến đây, con đã suy nghĩ, đã quyết định, ly dị thôi."

Kh khóc thành tiếng,

"Em…"

Nathan chạy lại ôm Kh,

"Daddy…Why are you crying?"(6)

Hắn biết, như vậy là mọi chuyện không thể cứu vãn.

(1) Ông ngoại, tưới chỗ này nè.

(2) Mẹ về, con vui.

(3) Khó quá ông ngoại.

(4) Con nhớ mẹ lắm.

(5) Ông ngoại, con đói bụng.

(6) Ba… Sao ba khóc?

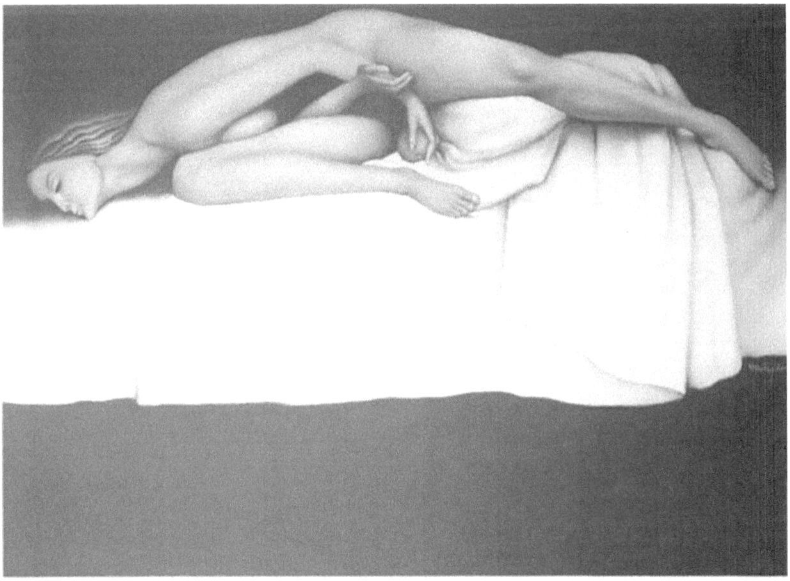

Khánh Trường

22

Ông già lại cầm tờ báo lên. Trang trong tờ báo, mục ẩm thực, có một bài viết ngắn giới thiệu món ăn truyền thống và tiêu biểu nhất của Việt Nam, phở. Bài viết của ký giả người Mỹ, dựa trên một số tài liệu ông già đã từng đọc đây đó. Người viết cho rằng món phở bắt nguồn từ món "Ngưu nhục phấn" của Tàu, biến thể dần, trở thành phở. Và từ phở bò, người ta chế biến thêm, phở xào, phở sốt vang, phở trộn, phở chua, phở cuốn (đều là phở bò) hay biến tướng thành phở gà (miền Bắc), phở hải sản và phở khô (miền Trung) và các giò (miền Nam). Đây là một trong nhiều giả thuyết liên quan đến nguồn gốc của món phở. Chuyện tranh cãi đúng sai cho đến nay vẫn chưa có kết luận chung cuộc. Ông già đọc cho vui, thế thôi, chứ chả theo ai, chống ai. Có quan trọng gì về nguồn gốc một món ăn. Mấy ông viết chữ giỏi bày vẽ.

Tuần trước cô con gái nói với ông,

"Con nghe nói trên đường E. có một tiệm phở gà mới khai trương rất ngon, ba muốn ăn thử không, con chở đi?"

"Ok.

Tiệm vệ sinh, khách đông. Ăn xong con gái hỏi ông,

"Ba thấy thế nào?"

"Ngon."

Ông già ngừng một chút, tiếp,

"Nhưng không ngon bằng bát phở gà ba đã ăn gần nửa thế kỷ trước ở nhà thờ BC Ngã Ba Ông Tạ, Việt Nam."

Ông già kể hồi ấy ông còn ở lính, một lần đi ngang nhà thờ BC thấy có xe phở trước cổng nhà thờ, đói, ông ghé vào gọi tô phở gà. Gã chủ bưng ra một tô phở bốc khói. Gã chạc 50, thấp lủn đủn nhưng nhanh nhẹn và vui tính, nói tía lia,

"Hết sẩy nghe, ăn phở của tôi nhớ đời đấy".

Bát phở nước lèo vàng ngậy, váng mỡ. Những khoanh hành hoa, hai khúc hành trần, thịt gà xé nhỏ chứ không chặt thành miếng như vừa rồi. Nhớ đời thật. Cho đến bây giờ ông vẫn không quên được mùi vị ngọt thanh của nước lèo, những sợi thịt gà thơm và dai.

"Nó ngon vì hồi ức ba à." Con gái ông nói.

"Có lẽ thế."

Khi trở về con gái ông đi đường khác gần hơn. Ngang qua một khu chung cư có cổng vào bề thế và hàng thông nhọn đầu thẳng tắp dọc cao vút dọc tường rào, ông già thốt kêu,

"Chỗ này lúc trước là đất trồng cherry mà.

N cười,

"Ba không ra ngoài khôngg biết, khu chung cư này đã có 3 năm rồi."

Ông già nhớ đã đọc đâu đó đại ý: Điều thường hằng duy nhất trên thế gian này là sự vô thường.

Đúng thế, vô thường. Sợi tóc hôm nay dài hơn hôm qua một tí, đã khác, huống hồ miếng đất trồng cherry mấy năm trước và khu chung cư bây giờ!

Những đổi thay, từ ngoại cảnh đến con người, nhiều khi không thể ngờ.

Tám năm nữa trôi qua, Nathan đã vào trung học.

Từ ngày ly dị N vẫn sống một mình với cậu con trai trong ngôi nhà cũ, Kh ra đi với hai bàn tay trắng, chả mang theo gì ngoài một vali quần áo. Tài sản, nhà cửa đều để lại cho N, xem như một hành vi chuộc lại phần nào tội lỗi. Ngoài phụ cấp, mỗi tháng Kh được thăm con một lần theo phán quyết của tòa. Kh thuê một căn chung cư dành cho người độc thân. X vẫn đến. Quan hệ giữa X và Kh không bình thường. X có tình cảm thực sự với Kh, muốn Kh xem là vợ, có cưới hỏi, hôn thơ hôn thú đường hoàng. Nhưng Kh lại không yêu X, chỉ xem X như bóng râm dừng chân nghỉ mệt trên dặm trường thiên lý. Kh không thể yêu ai, nuôi hy vọng một ngày nào đó N sẽ tha thứ, quên chuyện cũ, cho Kh trở lại. Dù hy vọng mong manh, nhưng cứ nuôi. Đã tám năm, Kh vẫn không thể tha thứ cho mình mỗi lần hồi tưởng. Chỉ vì một phút yếu lòng Kh đã mất tất cả.

N còn trẻ, và đẹp. Nhưng ấn tượng đã lỡ nhìn thấy khắc sâu trong N vết sẹo không thể tẩy xóa, khiến N trở thành trơ lì. Chẳng một đối tượng nào làm N rung động được nữa, dù không ít người muốn trở thành một nửa của N. Điều đau xót nhất là N đã mất đi hưng phấn xác thịt, sự hưng phấn tất yếu của lẽ tự nhiên, sự hưng phấn giúp cả nam lẫn nữ, yêu đời, trẻ trung, năng động. Thiếu sự hưng phấn này con người như thực vật thiếu nước và khí trời, sẽ dần dà khô héo. N đủ kiến thức hiểu điều đó, nhưng vô phương phục hồi. Vài tháng đầu thỉnh thoảng N thấy bứt rứt giữa đêm một mình, trên chiếc giường đã cùng chồng bao lần mê đắm bên nhau, trong nhau. Môi quấn quít môi, của Kh săn cứng ngập sâu… Khổ nỗi những hình ảnh ấy lại cùng lúc hiện lên với cảnh tương tự, giữa Kh với X, đầu Kh ngụp lặn giữa hai chân X xoạc lớn giật nẩy cuống cuồng, "Good… good… Uncle…. Licking my pussy… I like…", tiếng X khàn đục hổn hển… làm cơn bứt rứt hạ nhanh, thay vào đó là sự đau đớn và kinh tởm. Dần dần N sợ không dám nghĩ đến nữa, cuối cùng hưng phấn không còn, N biến thành người lãnh cảm. Cũng may còn có Nathan, đứa con trai, nếu không có lẽ N rơi vào trầm cảm nặng.

"Xong chưa con, mình đi." N ngước nhìn lên lầu, hỏi lớn.

Tiếng Nathan,

"Five minutes, mom."

"Fast, ông bà ngoại và cô chú Ng chờ."

"Yes, mom.Where is my cell phone?"

"Đầu óc mày giống ông ngoại, lúc nào cũng như ở cõi trên!"

"Con hổng understand!"

N cười, nói chuyện với thằng Mỹ con này thật mệt. Cái gì cũng phải giản dị, cụ thể, hơi trừu tượng một tí là I do not understand!"

Hai mẹ con ra xe. Cậu bé chỉ mới 12 nhưng đã cao gần bằng N, còn niềng răng, hứa hẹn sẽ rất đẹp trai khi vào tuổi dậy thì. Nathan là niềm an ủi lớn của N. Nhiều lúc cô đơn, chán nản, nhưng nghĩ đến con là N tỉnh ngay. Độ sau này N ít về Việt Nam, dù chỉ nói chuyện qua cell phone N cũng rất rõ mọi chuyện ở quê nhà. Việc kinh doanh của gia đình thuận lợi. Vợ chồng cậu em đã có nhà mới, gần nhà mẹ. Hai con của cô em, một gái một trai học trường quận, năm tới cậu trai đầu sẽ ra ĐN ở trọ khi lên trung học. Mẹ vẫn dành rất nhiều thì giờ sớm tối kinh kệ, bà gần như không biết gì chuyện kinh doanh của các con. Nói chung N không còn âu lo chuyện gia đình.

Xe chạy ngang phố trước khi ra ngoại ô, đến nhà hắn. Phố đông, toàn dân mũi tẹt da vàng. Người bản xứ gần như không bao giờ vào. Mọi dịch vụ, từ y tế, luật pháp, nhà hàng, quán xá… đều là của người Việt phục vụ người Việt. Cách đây vài mươi năm, một vài dịch vụ muốn giải quyết phải đến địa bàn dân bản xứ, bây giờ có đủ, không thiếu thứ gì. Rất nhiều người già sống nơi này hai ba chục năm, nhưng Anh ngữ chỉ rành vài chục từ, chỉ đủ để hỏi mua một lon cook hay một cái hamburger, bởi lẽ ra đường chỉ gặp đồng hương, nói với nhau bằng tiếng mẹ đẻ, không có cơ hội speak ngôn ngữ bản địa. Mọi thứ đều xài tiếng Việt, kể cả thi bằng lái xe, bảng câu hỏi cũng bằng chữ quốc ngữ!

Nhà hắn trong khu vực khá yên tĩnh, không xa trung tâm, khoảng 15, 20 phút lái xe. Tiện.

Ng và vợ đón mẹ con N ngoài cửa,

"Chị." Ng lên tiếng.

" Hi sister and Nathan." Annie cũng chào mẹ con N.

N hỏi Annie,

"Where does Collin see?"(1)

"He went back to play with his grandparents."(2) Annie trả lời.

Như mọi cuối tuần, nếu vợ chồng Ng và mẹ con N không đi chơi xa, hắn và Tr thường cook, khi thì bún bò, bánh canh, bánh xèo khi thì BBQ gà, tôm, thịt bò, hải sản, rồi gọi chúng đến quây quần. Những lúc một mình dưới garage, trước khung bố, hắn vẫn thường nghĩ, nếu vợ chồng Kh ly dị, đại gia đình hắn hạnh phúc biết bao nhiêu.

Hắn tuy đã gần 60 nhưng vẫn còn tráng kiện, đặc biệt tóc không bạc, chỉ sói. Tr đã 52, đẫy đà, mông to, ngực lớn, dáng mệnh phụ, cao, tóc cắt ngắn, trông trẻ hơn tuổi. So với ngày xưa, Kh đẹp hơn, vẻ đẹp sang cả, quí phái, hấp dẫn.

Hôm nay Tr cook món bún giả cầy. Tr nấu ăn ngon lại thích nấu. Hắn cũng không thua vợ bao nhiêu về tài bếp núc. Đã nói bọn họa sĩ thường nấu ăn ngon mà. Chân giò hắn đặt trước qua một tay phụ trách xả thịt ở chợ quen, nên nhiều da, thịt mềm. Tự tay hắn rửa sạch bằng nước muối pha dấm và thui cháy cạnh cho Tr ướp. Mẻ (Tr nuôi), riềng, mắm, muối, tiêu, nước mắm nhỉ…, để qua đêm cho thấm, sáng ra nấu. Món giả cầy nếu không có riềng và lá mơ ăn chung coi như hỏng, biết thế hắn đã trồng một bụi mơ ở sân sau, loại dây leo này mạnh khủng khiếp, một hai tuần không chặt bỏ bớt nó sẽ bò tràn qua tường rào.

N biết nấu mọi món do Tr dạy. Annie lấy chồng Việt, cũng quen với món ăn Việt và cũng biết nấu, tuy không ngon bằng chị, mẹ.

Nhìn tô giả cầy bốc khói trước mặt, N nói với Tr,

"Thơm quá, Má hai."

"Nhờ chân giò ba mày thui kỹ đó."

"Thui bằng gì vậy ba?"

"Bằng mỏ hàn xì"

Hắn nói thêm,

"Mua ở Home Depot, nó bán cả bình gas, tiện, gọn."

Bữa ăn ấm cúng, thân tình.

Ng nói người Việt tụ về Cali mỗi ngày một đông, bổ sung thêm thành phần đến Mỹ diện HO, đoàn tụ. Theo sở di trú, quận Orange County và các vùng phụ cận đã có trên 300.000 người Việt định cư. Con số này không ngừng tăng trưởng. Hàng quán, dịch vụ cũng mọc lên như nấm theo nhu cầu. Một diện nữa là những người giàu ở Việt Nam mang tiền sang đầu tư, theo luật, có trên 500.000 dollars là được quyền vào Mỹ kinh doanh. Họ mở hàng quán, chợ, sang lại các công ty. Dĩ nhiên người càng đông thì tệ nạn, bệnh tật càng nhiều theo tỉ lệ thuận, nghề luật và bác sĩ ăn nên làm ra nhất sau nhà hàng, quán ăn. Ng khoe sắp đổi nhà mới trị giá 2 triệu đô, trên đồi.

Điều Ng vừa nói hắn không lạ. Nước Mỹ là đất của cơ hội, không phân biệt giai cấp, giàu nghèo, trình độ văn hóa, nếu có quyết tâm là có thể đổi đời. Một quán bánh cuốn nhỏ xíu nằm trong hóc kẹt, vài mươi năm sau trở thành công ty sản xuất thực phẩm tiền chế đồ sộ có sản phẩm bày bán khắp các chợ trong nội địa Hoa Kỳ nói riêng, khắp thế giới nói chung. Một xe nước mía, một tiệm bán đậu phụ cũng vài mươi năm sau trở thành công ty chế biến đường sở hữu bạt ngàn cánh đồng trồng mía. Không ít gia đình cùng đinh, một chữ bẻ làm đôi không có, nhưng chịu khó cày bừa bằng mọi nghề mạt hạng, con cái chăm chỉ học hành, trở thành bác sĩ, luật sư nhà cao cửa rộng, tiền bạc đầy bank. Chỉ có bọn họa sĩ, nhà văn, nhà báo như hắn, thời nào, ở đâu cũng "vô sản chuyên chính", hầu hết nếu không sống bằng nghề khác thì phải ăn bám vợ (như hắn - Trừ một số rất ít, chiếm chừng.... 1/100.000!). Thức khuya dậy sớm, vắt tim nặn óc nhiều tháng, vẽ được vài chục bức tranh, viết được vài trăm trang chữ, chạy tiền mua khung khám, thuê chỗ triển lãm, để vài chục người quen đến, chả phải xem tranh, chỉ là có dịp gặp nhau bốc phét. Sách in ra, để... tặng. Chả ma nào mua đã đành, còn bị chê bai, dè bỉu. Người ta vui vẻ bỏ vài trăm đô, thậm chí cả ngàn đô mua vé máy bay từ các tiểu bang khác hay bên Âu châu, sang Cali xem Thúy Nga Paris, nhưng bỏ ra 20 đô mua một cuốn sách, còn khuya, nói gì mua tranh!

N nói về tình hình xã hội hiện nay không như ngày gia đình hắn mới tới. Thuở ấy đi chơi xa bằng đường hàng không, có thể lên phi cơ dễ dàng, miễn có vé, tên ai sở hữu cũng được. Lỡ độ đường, chỉ cần đưa cao một cánh tay là lập tức có xe dừng lại cho quá giang. Nay, nhất là sau ngày 9 tháng 11 năm 2001 hai tòa tháp đôi ở New York bị không tặc, nước Mỹ thay đổi hẳn. Đi xa bằng máy bay phải ra phi trường sớm hơn 3 tiếng, để làm thủ tục, khám xét nhiêu khê. Xưa người Việt ít, gặp nhau tay bắt mặt mừng dù xa lạ. Nay, chửi nhau, lường gạt, đâm chém nhau chả khác nội địa, có khi còn hơn, vì súng đạn mua dễ dàng. Những năm gần đây loạn lạc, đói nghèo ở Trung Đông, Bắc Phi, Á châu dân lậu trốn đến Mỹ bằng mọi cách, đi bộ băng sa mạc, lội sông, xuyên rừng, ngồi trong xe tải đông lạnh, qua các tổ chức buôn người... Nước Mỹ bây giờ mất an ninh, ban đêm đi vào chỗ hoang vắng phải cảnh giác cao. Cướp giật, hãm hiếp, bắn giết tràn lan. Lòng tốt cũng cạn kiệt. Công việc của N mỗi ngày một nặng, mệt tắt thở.

11 giờ đêm, con cháu ra về, hắn phụ Tr thu dọn, xong, lên lầu tắm rửa, vào giường.

Dưới ánh sáng chụp đèn ngủ, căn phòng mát lạnh, hắn mở

nhạc không lời nhẹ, vặn nhỏ volume, tiếng nhạc như vẳng lại từ một cõi xa, bềnh bồng. Ngoài cửa sổ, trên cao bầu trời chi chí sao. Đêm yên tĩnh. Ánh sáng dịu phủ trên thân thể Tr một lớp kem. Trên 50, tuổi tác hình như không ảnh hưởng, trái lại càng tạo thêm hấp lực cho người thiếu phụ no đầy từ vật chất đến tinh thần vẫn phơi phới như thuở ba mươi, hồi xuân chăng? Và hắn dù đã gần 60, vẫn sung mãn năng động. Sự hòa hợp như chất keo gắn kết hai người mỗi ngày mỗi gắn bó. Tr nói,

"Cuối tuần con cháu tề tựu đông vui, em thích lắm."

"Anh cũng thích."

"Nhìn chúng vui vẻ, vật chất no đủ, em nghĩ không còn niềm vui nào lớn hơn đối với chúng ta."

"Nghĩ tội con N, phải chi thằng Kh…"

"Lúc đầu em giận lắm, nhưng bây giờ hết rồi, ngẫm kỹ, cũng tội cho nó, là đàn ông, đang thời kỳ sung sức, mèo đưa tới miệng mỡ, không ăn sao được."

Hắn thở dài,

"Mong con N cho hắn trở lại."

"Không bao giờ đâu anh, là đàn bà em hiểu, ấn tượng thằng Kh tạo ra lớn quá, con N sẽ không thể quên được. Khác đàn ông, phụ nữ khi chăn gối chỉ rung động khi yêu thương, có một lấn cấn nhỏ là turn off ngay. Mình nghĩ xem, vợ chồng đầu gối tay ấp, không ân ái, không xác thịt, làm sao sống được với nhau? Ngày xưa ở Việt Nam đàn bà lệ thuộc vào chồng mọi mặt, nhất là kinh tế, nên phải nhịn nhục, chịu đựng, ngậm đắng nuốt cay, để duy trì gia đình, ngày nay đàn bà như N, có học, tự chủ, tất nhiên không thể như thế. "

Hắn lại thở dài,

"Càng sống lâu anh càng tin mỗi người sinh ra đều có số. Cái số của con N nó vậy, đành chịu."

Tr ôm hắn, cười,

"Yes, số cả, như mình phải sống với em suốt đời, không thoát được."

"Ừ nhỉ, khổ thân anh!"

Tr ngửa người, dạng chân,

"Số trời đã định, đáng kiếp. Thôi… xoa cho em ngủ."

Hắn xoa, cảm giác âm ấm từ vùng nhạy cảm lan truyền khiến hắn thích thú. Hắn rót vào tai Tr,

"Đêm nào cũng xoa, không xoa, thấy thiếu như con nghiện thiếu thuốc."

"Em cũng vậy, không có bàn tay mình em không ngủ được."

"Nhỡ mai mốt anh chết thì sao?"

"Thì… Thì… Uhm, đừng nói gỡ. Em yêu mình, muốn mình sống với em mãi mãi."

Hắn kéo vợ nghiêng qua ngậm vú, lại một thói quen không thể thiếu. Bàn tay lần từ gò vào sâu,

Tr chuyển động hạ thể,

"Uhm… yêu em đi"

"Không ngủ à?"

"Honey, make love to sleep, (3)"

"Mới tối qua…"

"Ai biểu… Tại mình chọc làm em crave." (4) "

Hắn trườn lên tấm thân đẫy đà, thơm mát. Tr dạng rộng chân,

"Preheat, honey…"(5)

Hắn xoay ngược xuống vùi mặt vào, Tr vò rối tóc hắn, rú nhỏ,

"Honey… Honey… Awesome… "(6)

Khi hắn đi vào sâu thì Tr du người lên, quặp chân trên lưng hắn, tha thiết,

"Mình ơi… yêu em đến chết nghe mình."

---

(1) Collin đâu không thấy?

(2) Nó sang chơi bên ông bà nội.

(3) Cưng, làm tình để ngủ,

(4) Thèm.

(5) Hâm nóng, cưng.

(6) Cưng… Cưng… Tuyệt vời.

*

Hắn rót coffee ra tách mang xuống garage, "studio" của hắn, nơi mỗi ngày, từ lúc vợ đi làm đến lúc vợ về, hắn miệt mài với cọ sơn, khung bố.

Hắn đang thực hiện 40 bức sơn dầu như hoạch định. Đây là dự án hắn đã thai ngắn nhiều năm nay. Hắn muốn vẽ một loạt tranh theo phong cách tân cổ điển, đẩy hiện thực lên tầng cao, không dừng lại ở mức "giống như thật". Hắn có tham vọng, xuyên qua hiện thực, phả vào đấy những tư duy siêu hình nhưng có khả năng khơi mở những trầm tích đã chìm khuất trong tâm hồn mỗi chúng ta. Đây là một thách đố với chính hắn, khó song hào hứng. Cá tính của hắn, nói theo ngôn ngữ bình dân, là liều mạng. Hồi còn ở lính hắn đôi khi bị mắng là thằng ngu, vậy mà nhờ cái ngu này, hơn một lần hắn thoát chết. Lần ấy ở Dakto, đầu đêm địch pháo kích, 4 tên, cả hắn, đang chơi xì phé trong căn hầm hết sức kiên cố. Đó là một hốc núi, sâu vào trong chừng 4 sải tay, bên ngoài một tảng đá to làm bình phong, đạn pháo không thể nào rót trúng. Có thể khẳng quyết, 100% an toàn. Bên ngoài tiếng nổ khắp nơi đinh tai, hắn bỗng nhớ con sáo hồi chiều vừa tóm được cạnh bờ suối. Con sáo bị thương, có lẽ do bọn trẻ bắn ná, gắng bay được đến bờ suối thì kiệt sức, rơi xuống nằm chờ chết, hắn mang về hầm cá nhân, bón cơm, nước, con sáo qua cơn nguy kịch, hy vọng vài hôm sẽ khỏe, bay được. Hắn nói,

“Tao phải về hầm mang con sáo vào đây, nhỡ pháo rót trúng hầm tao, nó chết, tội nghiệp.”

Một thằng chửi thề,

“Mẹ, mày có khùng không? Ngu vừa thôi chứ, mạng mày bằng con sáo à.”

Mặc. Hắn phóng ra khỏi hang, chạy nhanh về hầm cá nhân, mang con sáo hắn nhốt trong hộp đựng đồ hộp sáng hôm qua trực thăng vừa tiếp tế, chiếc hộp không lớn, hắn xoi thủng nhiều lỗ chung quanh nên tuy tù túng vẫn có tí ánh sáng. Vừa ló đầu ra khỏi hầm thì một trái pháo rớt ngay trước cửa hang, tảng đá như bình phong tan tành, mảnh văng bốn phía, dĩ nhiên vào hang nữa. Ba tên trúng mảnh đá, hai chết, một bị thương nặng, mặt bị băm nát, mù mắt. Hắn thoát, nhờ khùng và ngu!

Lần khác, toán khinh binh do hắn dẫn đầu, sắp bước lên cây cầu gỗ bắc ngang con lạch rộng, hắn bỗng nhìn thấy cách không xa là một cầu khỉ. Có mới nới cũ, cây cầu thô sơ này bị bỏ quên! Máu trẻ con nổi lên (bấy giờ hắn gần 18, chưa thành niên), hắn nói với tên đi kế,

“Tao muốn sang bên kia bằng cầu khỉ xem nó ra làm sao, tao chưa đi lần nào.”

Tên bạn nói,

“Đồ điên! Sẩy chân lộn cổ xuống lạch thì sao. Ngu vừa thôi.”

Lại mặc. Hắn chớm bước chân lên thanh tre bắt ngang thì một tiếng nổ nhỏ phía cây cầu gỗ. Tên vừa chửi hắn đạp phải mìn cóc địch chôn ở đầu cầu. Một lần nữa, hắn thoát què, nhờ điên và ngu!

Vẽ cổ điển phải thật giỏi hình họa. Hắn không sợ, nhờ ba năm ký họa ở QN hắn khá vững môn này. Nhưng phả tư duy siêu hình vào cổ điển quả là khó. Tuy vậy, như đã nói, hắn có máu liều, khoái làm những chuyện khó. Vì khó nên phải cố. Cố mãi thành khá. Có lẽ nhờ thế hắn trở thành như hôm nay, thay vì làm một thằng du đãng.

Hắn định bắt đầu vẽ thì điện thoại reo. Phía bên kia,

"Sorry, who am I talking?

"I'm T, sorry, who, is there a problem?"

"Tôi gọi từ ty cảnh sát.... Ông có phải người thân của bà Tr?"

"Vâng..."

"Xin lỗi, ông có tin buồn, bà Tr bị tai nạn giao thông."

Hắn hốt hoảng,

"Oh! Có sao không?"

"Sorry, bà Tr đã... từ trần."

Hắn choáng váng, ngã vật ra sau, co giật vài cái, bất động.

Sau này hắn được biết người cảnh sát gọi cho hắn báo tin đoán hắn bị sự cố nên đã gọi 911 đến địa phương có địa chỉ nhà hắn, xe cấp cứu đến ngay, kịp đưa hắn vào bệnh viện. Do xúc động mạnh, máu lên cao, hắn bị stroke (hắn có bệnh này đã lâu, nhưng ỷ y không uống thuốc). Một mạch máu trên bán cầu não bị đứt. Kết quả: hắn bán thân bất toại.

N và vợ chồng Ng hay tin, dù cái shock quá lớn, hai chị em rơi vào hoảng loạn, đau buồn tưởng chừng không chịu nổi, nhưng rồi cũng lo chu toàn mọi việc, từ nhận xác mẹ, tang ma, chôn cất. Hắn nằn viện nửa tháng, N đưa về nhà mình. Căn nhà của vợ chồng hắn N giao một công ty nhà đất rao bán.

Vừa xuất viện, hắn bảo N đưa ra nghĩa trang. Ngồi trong xe lăn bên cạnh mộ Tr, nhìn những hàng chữ khắc trên tấm bia đá, "*H T Tr, từ trần ngày...*" hắn bật khóc. Trước hôm Tr bị nạn, như điềm báo trước, Tr đòi hắn make love và bảo hắn phải yêu đến chết. Đúng vậy, yêu đến chết. Mãi mãi Tr vẫn sống trong hắn với tình yêu và vết thương sâu.

Khép

Nathan xong trung học, nhờ đậu cao, một Đại học y khoa ở New York nhận và cấp học bổng toàn phần, Nathan lên ở nội trú tại trường. Nhà chỉ còn hai cha con. N đi làm, ông già một mình mỗi sáng lăn xe đến gốc cây vườn sau, nhìn xuống freeway, nhìn trời đất mênh mông và hồi tưởng quá khứ, từ lúc rạng đông đến khi tắt nắng. Tịch dương.

Khánh Trường

(Mở ngày 10/6/2019, khép ngày 29/11/2019)

NGUYỄN VĂN SÂM

Đọc Tịch Dương, tiểu thuyết của Khánh Trường.
Cố tồn tại trong một xã hội có chiến tranh và sau chiến tranh.

Khánh Trường viết mau và truyện của anh thu hút, mặc dầu anh ở trong tình trạng mà người khác đã bỏ cuộc nhiều thứ từ lâu, kể cả tự lo cho mình. Anh phải lọc thận tuần ba lần và ngồi xe lăn hơn hai chục năm nay. Vậy mà con người ấy từ chối quyết liệt chuyện bỏ cuộc văn nghệ. Anh vẽ bìa cho bạn bè, anh vẽ tranh cho mình, anh viết truyện và lên facebook trao đổi nầy nọ với nhiều người.

Sức sống của anh mãnh liệt để không bị căn bịnh hủy diệt. Anh có mặt với đời sống văn nghệ. Anh đào sâu những ký ức được xây dựng bằng vốn sống gian nan và lầy lội của một nạn nhân, chứng nhân trong một xã hội tan rã do chiến tranh và hậu quả sau cuộc chiến của bên thua trận để tạo nên tác phẩm của mình.

Ai gặp Khánh Trường lần đầu những năm gần đây đều ngạc nhiên thấy anh ngồi trên xe lăn di chuyển ung dung trong phòng khách rộng của gia đình với nụ cười hiền, tươi tắn. Và ngạc nhiên hơn nữa khi biết thời gian làm việc của anh, thời gian sống thiệt chỉ còn dưới nửa thời gian của người thường. Bốn ngày còn lại trong tuần bỏ đi ba ngày mệt nhọc do phản ứng của việc lọc thận, còn lại quá ít cho anh để sáng tác. Vậy mà cuốn truyện dài Tịch Dương hoàn thành chỉ trong vòng 4 tháng rưỡi.

‘Tôi đem vốn sống của mình ngày xưa lăn lóc với đời vô đó nên viết ra cũng dễ.’ Khánh Trường nhũn nhặn tâm sự. Ngày xưa tôi (NVS) cầm tập bản thảo Sông Côn Mùa Lũ của Nguyễn Mộng Giác thấy tác giả viết tay, chữ đều đặn, đẹp, không có chỗ bôi xóa nào trên toàn tác phẩm, tôi đã cảm phục. Nay việc viết mau và hấp dẫn, nói được nhiều điều cần nói về cái xã hội tan rã nơi anh sống qua hai chế độ, những năm trước khi đến Mỹ làm tôi kinh ngạc và thấy mình làm việc còn làng nhàng quá.

Tịch Dương, một cuốn tự truyện dưới dạng truyện dài. Một truyện dài rút ra từ những truân chuyên trong đời sống của tác giả. Cả hai đều đúng.

Bởi vậy truyện của Khánh Trường mang nhiều sự kiện thiệt đã từng xảy ra ngoài đời. Những điều đó anh là nhân chứng, anh nghe bạn bè kể lại hay anh là nhân vật chánh không quan trọng, quan trọng là tác giả đã viết ra và đó là những chứng tích của một thời đất nước ở trong hoàn cảnh đặc biệt để các sự kiện ‘xấu’ đó có cơ xuất hiện. Thời chiến tranh, xấu nhưng không bi ổi ở diện rộng, xấu nhưng chỉ là những tệ trạng phải có của thời loạn lạc. Các cô ca ve đi làm phải có mặt rô đưa đón, đưa đón bảo kê để hưởng ân ái tình dục. Xóm động bán hoa trẻ em mới hơn mười tuổi đã đứng đầu đường lớn giọng quảng cáo rao hàng đón khách làng chơi. Lính Mỹ, vui đùa trên thân xác phụ nữ, triệt tiêu nhân cách của họ. Lính Việt nhậu đã đời rồi xù bằng lựu đạn rút chốt ra hù dọa... Đời sống của các chị em ta, nhập nhụa với cảnh ban ngày rước khách, ban đêm nhậu nhẹt gầy sòng sát phạt lẫn nhau. Chị em ta còn dụ dỗ trẻ em mới lớn để hưởng dục tình của người trẻ.

Với những cảnh có thể coi là xuống dốc của xã hội như vậy, ngọn bút của Khánh Trường thường nhẹ nhàng, anh không có xu hướng làm nhà văn tả chân xã hội, anh chỉ chú ý mô tả hoàn cảnh đặc biệt của nhân vật T. mà anh gọi là hắn. Hắn đi từ nơi nầy tới nơi kia để kiếm sống khi còn rất trẻ. Hắn sinh tồn bằng mồ hôi và công sức của mình, tuyệt nhiên không có những dự định xấu xa như lường gạt, giết chóc, buôn người, tố cáo ai đó để trục lợi ... Những cuộc khơi động bản năng như chị Ch., như nàng L. sàng, như nàng vợ bé ông Quận trưởng, như Tr. đều là của lạ từ trên trời rơi xuống và hắn chấp nhận tự nhiên không nhiều tính toán, cũng không cố gắng để sở hữu lâu dài, khi tình thế không còn phù hợp.

Tôi thích mối tình đẹp của hắn với nàng sinh viên Văn Khoa hờ TT. TT yêu hắn điên cuồng với tình nồng thắm đầu đời để có thể bỏ chuyến đi sang Pháp đoàn tụ, để ở lại chịu nghèo với hắn một thời gian dài.

Trong truyện, thỉnh thoảng Khánh Trường có những nhận định phê phán chí lý về tình đời, về người văn nghệ, về các trường phái hội họa, về kẻ có chức quyền, về chiến tranh, về những sự kiện bỉ ổi ở trại tỵ nạn hay ngay trên nước Mỹ nầy giữa người đồng chủng với nhân vật hắn... Anh nhìn thấy những khuyết điểm của họ, của sự kiện, nhưng không kêu gọi chửa trị hay đề phòng những chuyện tương tợ sẽ xảy ra. Anh viết liền mạch tuông tràn theo tình tiết của câu chuyện, nghĩa là Khánh Trường luôn luôn đứng ở vị thế nhà văn hơn là cố khoác vô mình sứ mạng nào khác.

Quyển sách có nhiều điểm nóng, có những chữ hạ thể, vùng đậm đen, vào sâu, mửa được nhắc lại nhiều lần. Đó là do cái tánh bất cần đời, phớt lờ của Khánh Trường mấy chục năm nay trước những phê bình đạo đức của người đời, thường không đứng trên mặt văn nghệ.

Trong một cuốn sách hơn 400 trang mà Khánh Trường cho thấy nhiều khía cạnh đời sống con người ở thời chiến, sau cuộc chiến, ở trại tỵ nạn, ở xứ tạm dung. Đủ hết. Điều đó rất đáng được trân trọng.

Theo tôi Tịch Dương có nhiều điểm giá trị, nhứt là văn chương trôi chảy, dễ đọc, lôi cuốn dồn dập từ đầu đến cuối. Những đoạn liên quan đến nàng TT thiệt đẹp, phần mô tả vẽ chân dung khỏa thân của TT quả là đáng giá vì Khánh Trường đã sống thực với sự kiện.

Đầu năm 2020, chúng ta có một quyển tiểu thuyết hấp dẫn dễ đọc một mạch từ đầu đên cuối khi ở một mình, nếu đừng khó tánh để nhăn mặt trước những đoạn không vừa lòng và những từ ngữ quá nóng.

Nguyễn Văn Sâm

Nhà văn – Nhà phê bình văn học

NGUYỄN HƯNG QUỐC

Truyện Tịch Dương của Khánh Trường

Tôi vừa nhận được cuốn tiểu thuyết "Tịch Dương" của Khánh Trường. Đang rảnh, đọc ngay. Mấy chương đầu thật hấp dẫn, không thể buông sách được, thế là, làm một lèo, liên tục trong gần hai ngày, hết cuốn sách dày 415 trang khổ lớn.

Thích.

Những ai biết ít nhiều về bệnh sử của Khánh Trường (bị tai biến, phải ngồi xe lăn suốt cả gần 20 năm nay; thận hư, mỗi tuần phải vào bệnh viện 3 lần để lọc máu; chỉ đánh máy bằng một ngón tay duy nhất), hẳn không thể không kinh ngạc trước sức viết của anh: chưa tới 4 tháng, anh đã viết xong cuốn sách!

Không những viết nhanh, anh còn viết hay. Giọng văn hay. Tình tiết hay. Nhưng thích nhất là cách cấu trúc của cuốn sách: Mỗi chương gồm hai phần: phần in nghiêng, mở đầu, sau đó là phần in chữ đứng. Phần in nghiêng là hiện tại, tả một ông già ngồi trên xe lăn, nhớ vu vơ về quá khứ; phần in đứng là cái phần được nhớ, thuộc quá khứ. Các phần được nhớ ấy thường, nhưng không nhất thiết, có quan hệ về thời gian với nhau. Phần lớn chúng châu tuần chung quanh cuộc đời tình ái của "ông già". Có thể nói cuốn truyện như một tấm khảm của những mảnh hồi ức. Yếu tố nối kết chúng lại thành một cấu trúc chặt chẽ của cuốn truyện dài là hành vi nhớ của "ông già".

"Ông già" ấy có nét hao hao Khánh Trường. Cũng bị đột quỵ. Cũng ngồi xe lăn. Cũng là hoạ sĩ. Cuốn sách, do đó, tuy được gọi là tiểu thuyết, nhưng chắc mang nhiều yếu tố tự truyện. Đọc, *thấy rất thú vị.*

Nguyễn Hưng Quốc
Nhà phê bình văn học – giáo sư Đại học

NGUYỄN THÀNH

Tịch Dương
Phía sau những câu chuyện

Tịch Dương là cuốn tiểu thuyết thiên về hồi ký theo lối mở, là trích đoạn những câu chuyện mà tác giả đã trải nghiệm qua các giai đoạn của thời cuộc, sự thay đổi của xã hội cùng những suy nghĩ chiêm nghiệm của nội tâm mang tính triết lý sâu sắc về những thực trạng sáng tối của những chủ thuyết, của cuộc sống đời thường về những miền đất hiện thực và thiên đường mà từng số phận con người vì nhiều lý do đã xuất hiện không đúng thời điểm hoặc may mắn như có sự sắp đặt của tạo hóa mà ta thường nói là "định mệnh an bài".

Nội dung sách bao gồm nhiều vấn đề, với lối viết táo bạo rất thật cho ta thấy nhiều góc cạnh phũ phàng của những gì đang diễn ra mà con người đã bưng bít vì những lý do tế nhị hoặc đồng lõa với những cái xấu...

Văn Khánh Trường thiên về lối tả chân thực không cảm tính, dù hư cấu nhưng là sự tích lũy một bề dày trải nghiệm nên đọc truyện độc giả có thể rơi vào trạng thái như đang chứng kiến những diễn biến của cuộc đời thật tác giả. Đã vậy, tác giả còn mở ra nhiều cánh cửa tư tưởng để độc giả thoải mái trong cách suy luận của mình, có thể là tiểu thuyết, có thể là hồi ký hay truyện dài... cũng được. Trong lời mở đầu có đoạn:

"Tuy cuốn sách hình thành từ một phần sự thật song chủ yếu vẫn là sản phẩm của tưởng tượng. Mọi kinh qua của bản thân cũng như mọi cảm nhận do cuộc đời mang lại, chả khác gì vôi vữa trong các công trình xây cất, nó kết dính những viên gạch, dựng lên những vách tường, làm thành ngôi nhà, khiêm nhường hay hoành tráng."

Sự kiện có thể thật, có thể hư cấu, không quan trọng, điều quan trọng theo tác giả là từ chất liệu đó, ta sử dụng chúng như thế nào? Để làm gì?

"Sự kiện chỉ là phương tiện" Với tôi, sao cũng được miễn là đọc được cuốn sách hay, chiêm nghiệm được nhiều vấn đề và mong hiểu được tường tận cái giá trị cốt lõi mà tác giả muốn chuyển tải...

Trong "Tịch dương" sự thật trần trụi được bóc tách từng lớp qua các câu chuyện một cách khách quan, không phải là những chuyện nóng hổi câu khách mà đằng sau mỗi câu chuyện là diễn biến tâm lý phức tạp giữa thiện và ác, giữa đúng và sai, giữa cái được và mất... khiến tôi đọc phải giật mình vì trong cuộc đời cũng đã có lúc trải qua như thế nhưng giấu không dám nói ra vì phạm trù đạo đức khiên cưỡng khiến mọi cái xấu tiềm ẩn mà nếu ta không nhận thức sớm được nó sẽ như ung nhọt trong tâm hồn ngày lớn dần đến ngày bể toang...

Cũng như trong khái niệm về chủ nghĩa, Khánh Trường không đánh tráo khái niệm để tô điểm cho một định kiến nào.

Anh huych toẹt hết cái tốt, cái xấu, lột mặt những kẻ mượn danh nghĩa để cổ xúy cho một giai đoạn thời cuộc nhằm thực hiện một mưu đồ của một cá nhân hay của nhóm người nào đó nhằm trục lợi trên những cái đầu còn nóng kể cả dùng bạo lực đối với những người hiền lành, chí thú làm ăn... Chẳng phải để thay đổi điều gì, Khánh Trường chỉ muốn hãy để lịch sử tự diễn biến theo cách của nó và nhà văn có nhiệm vụ góp phần khai phá theo tinh thần nhân văn để cuộc sống ngày càng tốt đẹp hơn...

Cũng như khi anh viết về sex, cũng trần trụi như những chuyện khác. Sex đối với anh là tự nhiên như bản năng mà tạo hóa đã ban cho loài người và phải đạt đến tuyệt đỉnh của quằn quại đam mê để thăng hoa. Sex cân bằng tâm sinh lý, sex nảy mầm tinh túy của nghệ thuật để có những tác phẩm đạt ngưỡng hoặc xuất thần. Tuy nhiên, với Khánh Trường sau mỗi cuộc mây mưa là một diễn biến tâm lý phức tạp, mặc cảm tội lỗi và đôi khi mặc kệ cho số phận, như một mẩu trong phân đoạn 2: "để rồi lại đối diện với lương tri. Háo thắng, ích kỷ và lý trí luôn giằng co, Hắn như con chim sa bẫy, càng vùng vẫy càng bị vòng lưới siết chặt".

Nhưng từ những diễn biến này hình thành nên tính nhân văn của câu chuyện hướng đến chân thiện mỹ bởi những nỗi dằn vặt theo thời gian và trách nhiệm của bản thân khi người tình của 12 năm trước trong cảnh khốn cùng đã giao lại cho "hắn" đứa con gái mà "hắn" để rơi rớt mà không ngờ, điều này đã cứu vớt cho tâm hồn "hắn" được một phần thanh thản....

Mặt khác Tịch Dương gói gọn được toàn cảnh xã hội Việt Nam trải qua những giai đoạn thời cuộc và ở một đất nước đã từng một thời đối nghịch. Đâu đó ta có thể thấy thân phận mình đã từng trải qua dâu bể theo dòng truyện và thấm thía những bi kịch đời.

Và khi gần cuối truyện tôi còn nhận ra ý nghĩa của luật nhân quả mà Khánh Trường không muốn đào sâu, anh chỉ phớt qua để độc giả tự cảm nhận theo cách của mình....

Phải chăng Tịch Dương mang ý nghĩa tất cả những chuyện xảy ra trên dời đều có sự xắp đặt mà mỗi số phận đều đã được định phần, rồi mọi việc sẽ qua đi như nắng của một ngày dần tắt và sẽ bắt đầu vào một ngày nắng mới...

Tịch Dương được viết theo phong cách khá mới mẻ, lấy một câu chuyện hiện tại để liên tưởng một câu chuyện quá khứ, tự thân câu chuyện đã có một sự so sánh không có phản biện nên độc giả không bị sa đà vào một quan điểm nào đó nên không bị nhàm chán và dễ đồng cảm...

Tịch Dương một cuốn sách xứng đáng để mỗi độc giả sở hữu và nghiền ngẫm.

Nguyễn Thành
(Chủ nhiệm kiêm chủ bút tập san văn học Ra Khơi)

CÙNG MỘT TÁC GIẢ

- Nhà Văn & Tác Phẩm, thơ, truyện, cùng 7 tác giả khác, Thế Giới Lưu Vong 1987.

- Đoản Thi Khánh Trường, thơ, Sống Mới 1987.

- Có Yêu Em Không?, tập truyện, Tân Thư 1987. Tái bản 1989).

- Chỗ Tiếp Giáp Với Cánh Đồng, tập truyện, Tân Thư 1989.

- Chung Cuộc, tập truyện, Tân Thư 1992.

- Nude Oil Painting, 40 tranh khỏa thân đen trắng,Tân Thư 1992.

- 20 Năm Văn Học Việt Nam Hải Ngoại 1975- 1995, cùng Cao Xuân Huy, Trương Đình Luân, 2.000 trang, khổ 6x9 in., Đại Nam 1995.

- Truyện Ngắn Khánh Trường, Nhân Ảnh 2016.

- Khánh Trường Oil Painting, 150 tranh sơn dầu màu, Nhân Ảnh 2017.

- 44 Năm Văn Học Việt Nam Hải Ngoại 1975-2018, cùng Nguyễn Vy Khanh, Luân Hoán, 5.000 trang, khổ 6x9 in., Mở Nguồn 2018.

- Chuyện Bao Đồng, tạp bút, Mở Nguồn 2018.

- Tịch Dương, tiểu thuyết, Mở Nguồn 2018.

Mục lục

MỞ NGUỒN

Liên lạc:
Nhà xuất bản: Mở Nguồn,
han.le359@gmail.com
(408) 722-5626

Tác giả, alexkhtruong@yahoo.com
or FB Messenger khanh truong

www.ingramcontent.com/pod-product-compliance
Lightning Source LLC
LaVergne TN
LVHW090219051026
849517LV00001B/120